चिरंतन प्रेमाकडे वाटचाल

चिरंतन प्रेमाकडे वाटचाल

नाती घट्ट विणू या!

राजयोगिनी
शिवानी यांचा
सुरेश ओबेरॉय
यांच्याशी संवाद

अनुवाद : चिन्मया सुमंत–कुलकर्णी
संपादन : मेधा कुलकर्णी

MANJUL
मंजुल पब्लिशिंग हाउस

First published in India by

MANJUL

Manjul Publishing House

Corporate and Editorial Office

•2nd Floor, Usha Preet Complex, 42 Malviya Nagar,
Bhopal 462 003 – India

Sales and Marketing Office

•C-16, Sector 3, Noida, Uttar Pradesh 201301, India
Website: www.manjulindia.com

Distribution Centres

Ahmedabad, Bengaluru, Bhopal, Kolkata, Chennai,
Hyderabad, Mumbai, New Delhi, Pune

Marathi translation of *Being Love: Creating Beautiful Relationships* by *Sister BK Shivani*

Created and Authored by: Sister BK Shivani

Marathi edition first published in 2023
by Manjul Publishing House Pvt. Ltd.

ISBN: 978-93-5543-253-7

Marathi translation: Chinmaya Sumant-Kulkarni
Editing: Medha Kulkarni
Cover design: Neha Behl

Printed and bound in India by Parksons Graphics Pvt. Ltd.

अनुक्रमणिका

चिरंतन प्रेमाकडे वाटचाल

आपण प्रेमाची देवाणघेवाण करण्यासाठी नातेसंबंध निर्माण करतो. प्रेम म्हणजे भावनात्मक पूर्णतेचा एक स्रोत आहे. सहृदयता, आनंद आणि सामंजस्याच्या प्रवासात प्रगती करण्यासाठी प्रेम हे एखाद्या दिशादर्शक होकायंत्राप्रमाणे साहाय्यक ठरते. पण अथक प्रयत्न करूनही आपण स्वत:साठी, इतरांसाठी आणि जगासाठी असलेल्या प्रेमापासून वंचित राहतो. आपण पुन्हा एकदा प्रेमाच्या त्या अखंड झऱ्याच्या संपर्कात यावं जेणेकरून आपल्या आयुष्यात प्रेमाची उणीव भासणार नाही, याच हेतूने या पुस्तकाची निर्मिती केली आहे.

जेव्हा आपण 'प्रेम' या संकल्पनेचा विचार करतो तेव्हा आपण कौटुंबिक प्रेम, मैत्रीपूर्ण प्रेम किंवा प्रणय यांसंबंधी चर्चा करतो. परंतु पुस्तकातील पुढील पानांमध्ये जे मांडलं आहे ते यापेक्षाही खूप श्रेष्ठ आहे. यात प्रेमाचा स्वभाव आणि शक्ती यांचं सविस्तर वर्णन आपल्याला वाचायला मिळेल. अशा प्रकारे, प्रेमाच्या मार्गात येणारे अडथळे बाजूला सारून आणि आपल्या भोवती असणाऱ्या मर्यादित समजुतींमधून बाहेर पडून आपण खऱ्या प्रेमाचे वाहक बनू शकतो. यानंतर आपण प्रेमाचा अनुभव सहजतेने घेऊ शकतो.

बीइंग लव्ह (चिरंतन प्रेमाकडे वाटचाल) हे पुस्तक *अवेकनिंग विथ ब्रह्माकुमारीज* अंतर्गत, चाळीस भागांमध्ये प्रसारित झालेल्या टी.व्ही. मालिकेचे संवादयुक्त रूपांतरण आहे. या मालिकेत राजयोगिनी शिवानीदीदी यांनी सुरेश ओबेरॉय यांच्या प्रश्नांची उत्तरं दिलेली आहेत. ही चर्चा पुढे जाऊन नात्यांचा पाया, प्रेमाकडे बघण्याचा दृष्टिकोन, त्यात अडथळा आणणारे विश्वास आणि ते प्रेम पुन्हा

मिळवण्याची आपली इच्छा यांवर प्रकाश टाकते. शेवटी हा प्रवास 'प्रेमात पडायचा' नाही तर 'प्रेमाने जगण्याचा' आहे.

प्रस्तुत पुस्तक शिवानीदीदी आणि सुरेश ओबेरॉय यांच्यातील संवादाचे मात्र शाब्दिक रूपांतरण नाही. या पुस्तकाच्या माध्यमातून 'प्रेम' या विषयासंबंधी शिवानीदीदी यांचे विचार आणि त्यांची अंतर्दृष्टी यांची जोपासना केलेली आहे.

परिचय

आंतरराष्ट्रीय स्तरावरील आध्यात्मिक आणि प्रेरणादायी कार्यक्रमांचा मानदंड ठरलेल्या *अवेकनिंग विथ ब्रह्माकुमारीज* या कार्यक्रमाने गेल्या दशकभरापासून लक्षावधी लोकांच्या मनामध्ये परिवर्तन घडवून आणण्याचं आपलं कार्य निरंतरपणे सुरू ठेवलं आहे. दिवसेंदिवस त्याचा विस्तार वाढतच आहे. हा कार्यक्रम जगाच्या कानाकोपऱ्यांत पोहोचला आहे. संपूर्ण दिवसभरामध्ये केवळ ३० मिनिटांचा कालावधी असणाऱ्या या दैनंदिन आणि मुलाखतीच्या स्वरूपातील कार्यक्रमामधून जीवनातील अनेक प्रश्नांना विचारप्रवर्तक आणि अंतर्दृष्टी प्रदान करणारी उत्तरे मिळतात. राजयोगिनी शिवानी या आध्यात्मिक आणि भावनिक सशक्तीकरणाच्या क्षेत्रातील जागतिक स्तरावरील ख्यातिप्राप्त अधिकारी व्यक्तिमत्त्व आहेत. त्या या कार्यक्रमाच्या मानबिंदू आहेत. त्यांच्या प्रगल्भ आणि अनुभवसिद्ध ज्ञानामुळे लक्षावधी प्रेक्षक विचार करण्यासाठी, समजून घेण्यासाठी, आत्मपरीक्षण करण्यासाठी, प्रयोग करण्यासाठी, सकारात्मक पावलं उचलण्यासाठी आणि स्वत:मध्ये झालेले परिवर्तन अनुभवण्यासाठी प्रवृत्त झालेले आहेत. शांती, प्रेम आणि सहानुभूतीचं मूर्तिमंत रूप असलेल्या राजयोगिनी शिवानी या कार्यक्रमामधून देत असलेल्या कालातीत संदेशामधून त्यांचं व्यक्तिमत्त्वच प्रतिबिंबित होत असतं.

सन २००७पासून आजपर्यंत *अवेकनिंग विथ ब्रह्माकुमारीज* या कार्यक्रमामध्ये 'मानवी चेतनेचे विकसन' या मध्यवर्ती संकल्पनेवर आधारित २० वैविध्यपूर्ण विषयांची मालिका गुंफण्यात आली आहे.

केवळ मायदेश भारतामध्येच नव्हे तर यूएसए, यूके, युरोप, आशिया, मध्य-पूर्वेतील देश, आफ्रिका, ऑस्ट्रेलिया आणि न्यू झीलंड या देशांमध्येही या कार्यक्रमाने आपली छाप पाडली आहे. मानसिक तणाव, नैराश्य, व्यसनं, न्यूनगंड आणि बिघडलेले नातेसंबंध या सर्वांचं कारण ठरणाऱ्या नुकसानकारक वर्तनापासून मुक्ती मिळवण्यामध्ये प्रेक्षकांना यश मिळत आहे. त्यांना त्यांच्या स्वत:च्या आंतरिक शक्तीचा अनुभव आला आहे. ते संवेदनशील झाले आहेत. त्यांच्या मनात स्वत:विषयी सकारात्मक भावना निर्माण झाली आहे. हे प्रेक्षक दैनंदिन जीवनामध्ये स्वत:च्या पायावर उभे आहेत.

या कार्यक्रमामध्ये सांगण्यात येणारे सारगर्भ ज्ञान हे ब्रह्माकुमारीजच्या शिकवणीचा एक भाग आहे. 'ब्रह्माकुमारीज' ही एक आध्यात्मिक संघटना असून भारतातील माउंट आबू येथे त्यांचे मुख्यालय आहे. महिलांद्वारे नेतृत्व केली जाणारी ही सर्वांत मोठी संघटना आहे. सन १९३७मध्ये या सेवाभावी कार्याचं बीजारोपण झालं. आज पाच खंडांतील १४० देशांमध्ये ४,५००पेक्षा अधिक केंद्रांमधून या कार्याचा विस्तार झाला आहे. संयुक्त राष्ट्रसंघाच्या आर्थिक आणि सामाजिक परिषदेकडून (ECOSOC) या संस्थेला 'जनरल कन्सल्टेटिव्ह स्टेटस' प्राप्त झालेले आहे. त्याचबरोबर संयुक्त राष्ट्रसंघ बालक निधी (युनिसेफ) या संस्थेकडून 'असोसिएट स्टेटस' आणि संयुक्त राष्ट्रसंघाच्या पर्यावरण संसदेकडून (युनेप) 'ऑब्झर्व्हर स्टेटस' प्रदान करण्यात आलेले आहे. संयुक्त राष्ट्रसंघाच्या विकासविषयक, मानवतावादी आणि अन्य विषयांशी संबंधित वैविध्यपूर्ण कार्यक्रमांना या संघटनेचा पाठिंबा आहे.

राजयोगाच्या प्राचीन आध्यात्मिक ज्ञानातून ब्रह्माकुमारीची शिकवण विकसित झाली आहे. ती आजच्या काळाशी अत्यंत सुसंगत आहे. राजयोगाच्या माध्यमातून प्रत्येक जण आपले स्वत:चे आध्यात्मिक उन्नयन करतो. आपल्या धारणा तसेच ध्यान यांविषयीची कौशल्यं आत्मसात करतो. त्यामधून त्यांना आंतरिक शांती, विचारांची स्पष्टता आणि व्यक्तिगत स्तरावरील सुखी जीवन प्राप्त करण्यासाठी साहाय्य मिळते. ब्रह्माकुमारीज संस्था प्रत्येकाला अध्यात्मविद्या उपलब्ध करून देण्याची शाश्वती देते. 'वय, श्रद्धा आणि पार्श्वभूमी' यांना निरपेक्ष

राहून मानवी जीवनामध्ये कोणत्याही स्तरावर असणाऱ्या लोकांचे ब्रह्माकुमारीज स्वागत करते.

कुणीही व्यक्ती तिच्या जवळच्या केंद्रामध्ये जाऊन राजयोग ध्यान शिकण्यासाठी आपली सोयीची वेळ निश्चित करू शकते. दररोज एक तास याप्रमाणे सात दिवसांचा एक फाउंडेशन कोर्स असतो. हा कोर्स नि:शुल्क असतो. संपूर्ण जगभरामध्ये दररोज चालणाऱ्या आध्यात्मिक अध्ययन वर्गामध्येही सर्वांचे स्वागत केले जाते. व्यक्तिगत आणि कॉर्पोरेट स्तरांवर इतर अनेक कोर्सेस उपलब्ध आहेत. यांमध्ये संवाद, सामुदायिक प्रकल्प, विविध श्रद्धांचा परस्पर समन्वय साधणारे कार्यक्रम, व्याख्याने, कार्यशाळा, सत्रं, परिषदा आणि अन्य माध्यमांचा समावेश होतो.

संकेतस्थळ : http://www.brahmakumaris.org

भारतातील केंद्रे : https://www.brahmakumaris.com/centers/

जगभरातील केंद्रे : http://www.brahmakumaris.org/center-locator.

वाचकांसाठी नम्र निवेदन

प्रिय आनंदी आत्मा,

ओम शांती. शांतीचा आणि प्रेमपूर्वक अभिवादनाचा स्वीकार करावा.

तुम्ही सगळ्यांनी प्रेमाबद्दल वाचलं असेल, बोललं असेल, लिहिलं असेल आणि प्रेमाचा आदर करत काही गाणीही म्हटली असतील. खरं तर प्रेम हीच पहिली भावना आहे जी तुम्ही बाल्यावस्थेत सर्वप्रथम अनुभवता. जेव्हा तुम्ही नवजात बालक होता आणि लोक तुम्हाला उचलून घ्यायचे, खेळवायचे तेव्हा त्यांना कसा प्रतिसाद द्यायचा हे तुम्हाला आतूनच माहीत होतं. मोठं होताना तुम्हाला प्रेमाच्या विविध पैलूंचा प्रत्ययही आला असेल.

तुमच्या नात्यातील सर्वांवर तुम्ही नक्कीच प्रेम करता. पण मुख्य प्रश्न हा आहे की, ते तुम्ही कोणत्याही अपेक्षेशिवाय करता का? कदाचित नाही. वास्तविक, शांती, प्रेम आणि आनंद हे मूळ गुण सातत्याने अंगीकारले जात नाहीत. जेव्हा आपलं मन अस्थिर असतं तेव्हा आपण स्थिर चित्ताने उत्तरही देत नाही. असं असताना प्रेमाविषयी विचार करणं ही खूपच लांबची गोष्ट आहे.

जेव्हा तुम्ही तुमच्या भावनांसाठी, अनुभवांसाठी इतरांना किंवा परिस्थितीला दोष देता, इतरांना सतत पारखता, इतर लोक तुमच्याप्रमाणे काम करत नाहीत म्हणून नाराज होता, ज्या वेळी तुम्ही नाकारले जाता; संकटाचा सामना करता त्या प्रत्येक वेळी तुम्ही प्रेमाच्या प्रवाहात अडथळा निर्माण करता.

जेव्हा तुम्ही तुमच्या अंतरंगातील प्रेमाचा अनुभव घ्यायचं थांबवता तेव्हा ते प्रेम समोरच्या व्यक्तीकडून मिळावं अशी अपेक्षा करता. या पुस्तकातील संभाषण तुम्हाला तुमच्या अंतरंगात, प्रेमाच्या अनंत स्रोताकडे घेऊन जाईल.

इतर लोक तुमच्यावर त्यांच्या अटींअनुसार प्रेम करतात कारण तेही बाहेर प्रेम शोधत असतात. तुमच्या प्रेमाच्या अनुभवाची सुरुवात ही तुमच्यापासूनच व्हायला हवी. जर तुम्ही स्वत:वर प्रेम करत नसाल तर तुम्हाला इतरांवर प्रेम करता येणं अशक्य आहे. जर तुम्ही स्वत:ची निंदा करत असाल तर दुसऱ्यांचा स्वीकार करता येणं तुम्हाला अशक्य आहे. हे पुस्तक तुम्हाला तुमच्यावरच्या प्रेमाकडे घेऊन जाते. जेणेकरून तुम्ही सहजतेने इतरांना प्रेम देऊ शकाल.

या पुस्तकात, प्रेमाच्या रूपात प्रकट न होणाऱ्या – मोह, अपेक्षा, मालकीहक्काची भावना आणि नियंत्रण अशा इतर भावनांचीही पडताळणी केली आहे. जेव्हा मनात स्पष्ट भाव असतात तेव्हा नात्यांमध्ये निर्माण होणारी ऊर्जासुद्धा शुद्ध असते. करुणा, मदत आणि दया या भावनाही सखोल अशा प्रेमलोकात जाण्याचे मार्ग आहेत. पुस्तकात या संबंधीही चर्चा होईल.

हे पुस्तक तुम्हाला प्रेम मिळवण्याच्या अपेक्षांपासून दूर करेल... आणि चिरंतन प्रेमाकडे, जीवन बदलवून टाकणाऱ्या शोधाकडे घेऊन जाईल.

ओम शांती

राजयोगिनी शिवानी

आभार

‘अवेकनिंग विथ ब्रह्माकुमारीज’ या कार्यक्रमातील टी.व्ही. मालिका ‘बीइंग लव्ह’चे लिप्यंतरण करून इंग्रजीत अनुवाद केल्याबद्दल आम्ही मुस्कान कपूर यांचे आभारी आहोत.

नाते म्हणजे दोन आत्म्यांतील संपर्क

सुरेश ओबेरॉय : कोणत्याही नात्याचा पाया म्हणजे त्या नात्यातील प्रेम. तुम्ही नेहमी या गोष्टीवर भर दिला की, प्रेम हा आत्म्याचा गुण आहे. तरीही नाती भौतिक असतात.

शिवानीदीदी : नात्याचं मोजमाप कधीच करता येत नाही. आपल्यापैकी अनेकांना नाती सांभाळणं आव्हानात्मक वाटतं म्हणूनच आपण हा विषय चर्चेला घेतला. याआधी नात्यांनी आपल्याला प्रेम दिलंय, आनंद दिलाय आणि जगण्याचा हेतू दिलाय. पण आजकाल ही नाती तणाव, दु:ख आणि एकमेकांप्रति मत्सराचा स्रोत बनत आहेत. आपण सगळे एकत्र येऊ या आणि नात्यांमधला पूर्वीचा गोडवा परत आणू या. तुम्ही म्हणालात की नाती भौतिक असतात. प्रत्येक नात्यासाठी एक भौतिक ओळख किंवा नाव असतं - जसं, आई-वडील (पालक) आणि मूल, नवरा आणि बायको, इत्यादी. ही ओळख किंवा नाव समोरच्या व्यक्तीच्या आणि आपल्या नात्यावर अवलंबून असतं. पण प्रत्यक्षात नातं म्हणजे काय आणि त्या नात्यामध्ये नक्की काय आहे? नातं म्हणजे दोन आत्म्यांमध्ये असलेला बंध आहे.

सुरेश ओबेरॉय : मला वाटलं, प्रेमळ असणं हा आत्म्याचा गुण आहे (आंतरिक). नातं निर्माण करण्याचा आणखी एक अर्थ आहे, इतरांशी नीट वागणं-बोलणं (बाह्य). या दोन्ही गोष्टी मी वेगळ्या केल्या.

शिवानीदीदी : यामुळेच तर आपली नाती आजच्या घडीला खूप सुंदर नाहीत. एकमेकांशी संवाद साधणं आणि काही कृती करणं एवढ्याच दृष्टिकोनातून आपण नात्याकडे पाहतो. एखाद्या नात्यात एवढी गुंतवणूक करूनही ते नातं हवं तेवढं सुदृढ नसतं याचं आपल्याला अनेकदा आश्चर्य वाटतं. अशा वेळेस, हे जाणून घ्यायची गरज आहे की आपण समोरच्या व्यक्तीशी फक्त चांगला संवाद साधतोय आणि चांगलं वागतोय की त्या माणसाच्या भल्यासाठी विचारही करतोय?

सुरेश ओबेरॉय : एखाद्या व्यक्तीबाबत आपल्या मनात आलेला विचार त्या व्यक्तीपर्यंत आधी पोहोचतो, असं तुम्ही म्हणताय का? ते जास्त महत्त्वाचं आहे का?

शिवानीदीदी : एक विचार केवळ महत्त्वपूर्ण नसतो तर तोच कोणत्याही नात्याच्या निर्मितीचा एकमेव असा सर्वाधिक महत्त्वाचा पैलू असतो. याचं कारण म्हणजे नातं हे अपरिहार्यपणे दोन आत्म्यांमध्ये होणारी ऊर्जेची देवाणघेवाण आहे. तथापि आजकाल आपण समजतो की नातं म्हणजे फक्त भेटवस्तू, संवाद आणि वर्तणूक यांच्यातील देवाणघेवाण!

सुरेश ओबेरॉय : परंतु एकमेकांसाठी काहीतरी करणं हा कोणत्याही नात्याचा पाया आहे, असाच विचार करण्याचं प्रशिक्षण आपल्याला दिलं गेलंय.

शिवानीदीदी : इतरांसाठी चांगल्या गोष्टी करणं महत्त्वाचं आहेच पण हे करतानाही आपल्याला आपल्या नातेसंबंधांबाबत झगडायला लागतंय. कारण आपण हे सगळे प्रयत्न नात्याच्या इमारतीच्या बाह्य रूपाला पूर्णत्व देण्यातच खर्च करत आहोत. तिच्या अदृश्य पायाकडे आपलं अजिबातच लक्ष नाहीये.

आपण एखाद्या व्यक्तीबाबत कोणताही विचार करत असलो तरी ती व्यक्ती समोर आल्यावर आपण तिच्याशी सौहार्दपूर्ण बोलू शकतो. मनातून आपण त्या व्यक्तीबाबत साशंक असतो, तिच्यावर टीकाटिप्पणी करत असतो पण तरीही आपण तिला मदतीचा हात देतो. त्यामुळे असं नातं बाहेरून दिसताना परिपूर्ण दिसतं पण त्याचा पाया भक्कम नसतो. एखाद्या छोट्या संकटानेसुद्धा नात्याची ही इमारत कोसळते. आजकाल हे सर्रास बघायला मिळतं.

सुरेश ओबेरॉय : वर्षानुवर्षं लोक एकमेकांशी खोटं बोलतात, खोटी स्तुती करतात. त्यामुळे काही फरक पडत नाही का?

शिवानीदीदी : तुम्ही कधी अशा परिस्थितीतून गेला आहात का जिथे एखादी व्यक्ती तुमच्याशी खूपच गोड बोलली आणि तरी तुम्हाला अवघडल्यासारखं झालं?

सुरेश ओबेरॉय : काही पार्ट्यांमध्ये असं झालंय की, चालू असलेलं संभाषण आवरतं घेऊन मला पटकन तिथून निघून जावंसं वाटलं. लोक माझ्याशी चांगल्या पद्धतीने बोलत होते तरीही मला अवघडल्यासारखं वाटत होतं.

शिवानीदीदी : कारण त्या संभाषणात, संभाषणाव्यतिरिक्तही असं काहीतरी होतं जे तुमच्यापर्यंत पोहोचत होतं. ते अदृश्यही होतं आणि ऐकू न येणारंही होतं. तुम्हाला समोरच्या व्यक्तीचे नकारात्मक विचार, भावना आणि तरंग जाणवत होते. ते तुमच्यापर्यंत पोहोचत होते आणि त्यांच्या प्रेमळ शब्दांच्या–हावभावांच्या प्रभावाला पूर्णतः उलटवत होते. नाती ही तुम्ही इतरांशी काय बोलता किंवा त्यांच्यासाठी काय करता यावर नाही तर तुम्ही इतरांबद्दल काय विचार करता यावर अवलंबून असतात, या विश्वासासह एक प्रयोग करू या.

सुरेश ओबेरॉय : आत्ता तुम्ही जे इतक्या सुंदर पद्धतीने समजावलंत त्याचं मी एक उदाहरण देतो. एकदा मी माझी केशरचना बदलली. त्यानंतर मी एका पार्टीला गेलो. सगळ्यांनी माझ्या त्या केशरचनेचं कौतुक केलं. फक्त एकानेच, ती केशरचना मला शोभून दिसत नसल्याचं सांगितलं. त्याने तशी प्रतिक्रिया दिली तरीही मी दुखावलो नाही. आम्ही सगळा वेळ छान एकत्र घालवला. त्यानंतर मी माझी केशरचना पुन्हा पूर्वीप्रमाणे केली. तुमची मघाची व्याख्या ह्या उदाहरणात एकदम चपखल बसते. नापसंती दर्शवणारा तो एकमेव असला तरी त्याचा त्यामागचा स्वच्छ, शुद्ध हेतू जास्त महत्त्वाचा होता.

शिवानीदीदी : हो, आपण इतरांशी किती चांगल्या पद्धतीने बोलतो ह्यापेक्षा आपण त्यांच्याबद्दल किती चांगला विचार करतो हे महत्त्वाचं असतं. आधी आपल्याला पाया भक्कम करायला हवा आणि मगच आपण नात्याची इमारत बांधण्यावर लक्ष केंद्रित करू शकतो. सहसा आपण आपल्या विचारांचा पाया तसाच (कमकुवत) ठेवतो आणि फक्त शब्दांकडे लक्ष देतो. लहानपणापासूनच आपल्याला बोलायचं कसं आणि वागायचं कसं याचेच धडे दिले जातात.

सुरेश ओबेरॉय : बोलताना 'प्लीज' आणि 'थँक यू' असे शिष्टाचार लहान मुलांना शिकवले जातात.

शिवानीदीदी : हो, बोलण्याची आणि वागण्याची कला शिकवणं चांगलंच आहे. विचार करण्याची कला कधीच शिकवली जात नाही.

सुरेश ओबेरॉय : विचार करण्याची कला कुठे शिकता येते?

शिवानीदीदी : आपणच आपल्या विचारांची पडताळणी करायला हवी कारण आपले विचार इतर कुणालाच कळत नाहीत.

माझ्या मनात कोणते विचार येत आहेत हे फक्त मलाच माहीत आहे, त्यामुळे त्यांना योग्य मार्गावर आणण्याचं काम हे माझं मलाच करावं लागणार. इतरांबद्दल माझ्या मनात येणारे विचार हे त्यांच्याशी तयार होणाऱ्या नात्याचा पाया आहेत, ही बाब मला माझ्यापुरती स्पष्ट असलीच पाहिजे. आजपर्यंत आपण समजत आलो आहोत की इतरांबद्दल आपण जे विचार करतो ते त्यांना कळत नाहीत. ते आपल्यापुरतेच राहतात. म्हणूनच आपण इतरांबद्दल कोणत्याही थराचे विचार करतो; पण हे करत असताना आपल्या शब्दांना आणि हावभावांना मात्र कुशलतेने सांभाळतो. पण आता आपल्या लक्षात आलं असेल की, इतरांप्रति आपल्या विचारांतून निर्माण होणारी ऊर्जा आपोआपच त्यांच्यापर्यंत पोहोचते. तीदेखील आपल्या शब्दांच्या आणि कर्मांच्या खूप आधीच.

सुरेश ओबेरॉय : पण माझ्याविषयी अनेक लोक विचार करत असतील तर त्या सगळ्यांचे विचार माझ्यापर्यंत पोहोचतील का?

शिवानीदीदी : विचार ही ऊर्जा आहे. ती प्रसारित होते. त्या ऊर्जेमागचा नेमका विचार कदाचित तुम्ही ग्रहण करू शकणार नाही पण त्याचे तरंग, स्पंदनं तुम्हाला जाणवतील. म्हणूनच योग्य विचार करा, कारण तुम्ही जेव्हा एखाद्याबद्दल विचार करता तेव्हा तो प्रसारित होऊन त्याच्यापर्यंत पोहोचणार आहे. त्या आधारावर तुमच्या नात्याची पायाभरणी होणार आहे.

तुमच्यासाठी जर कोणी नकारात्मक ऊर्जा निर्माण करत असेल तर ती नकारात्मकता तुमच्यापर्यंत पोहोचणार आहे. आता जर तुम्ही तुमचे विचार जाणीवपूर्वक निवडले नाहीत आणि 'विचार तर आपोआपच येत राहतात,' असं समजत राहिलात तर तुम्ही स्वतःच त्यांच्यासाठी असेच विचार निर्माण करत राहाल. हाच परस्पर देवाण-घेवाणीचा नियम आहे. तुमची एखाद्याबद्दल असलेली नकारात्मक ऊर्जा जेव्हा त्याच्यापर्यंत पोहोचते तेव्हा त्याच्या भावना जास्त बळावतात. अशा सततच्या देवाण-घेवाणीमुळे मोठ्या प्रमाणात नकारात्मक ऊर्जा निर्माण होते आणि तीच त्या व्यक्तीबरोबरच्या तुमच्या नात्याचा पाया बनते.

सुरेश ओबेरॉय : परंतु माझ्या मनात त्या व्यक्तीविषयी कोणतेही विचार नसताना ती व्यक्ती सुरुवातीलाच माझ्याबद्दल नकारात्मक विचार का करेल?

शिवानीदीदी : तुमचं वर्तन चांगलं असूनही तुमच्याबद्दल वाईट विचार करण्यासाठी त्या व्यक्तीकडे तिची स्वतःची अशी काही कारणं असू शकतात. त्या व्यक्तीला

न्यूनगंड असू शकतो, असुरक्षिततेची भावना असू शकते किंवा त्या व्यक्तीची प्रवृत्तीच टीका करण्याची असू शकते.

सुरेश ओबेरॉय : ऊर्जेच्या या देवाण–घेवाणीत अंतर किती प्रभाव पाडू शकतं?

शिवानीदीदी : ऊर्जेची ही देवाण–घेवाण एस.एम.एस.सारखी आहे. तुम्ही अमेरिकेत असाल आणि दुसरी व्यक्ती भारतात... तरीही तुम्ही तिच्याबद्दल केलेला विचार तिच्यापर्यंत पोहोचणारच. इतर कोणीच तो ग्रहण करणार नाही. कारण तो फक्त त्या व्यक्तीबाबत केलेला विचार आहे. वेळ, काळ आणि अंतर ही परिमाण ह्या देवाण–घेवाणीत लागू पडत नाहीत. विचारांच्या शक्तीमार्फत साधला जाणारा असा हा संवाद आहे.

सुरेश ओबेरॉय : आपल्याला असं वाटतं की एखाद्याबद्दल खाजगीत कसाही विचार करून आपण लोकांमध्ये प्रसन्नतेने वावरू शकतो. पण हे शक्य नाहीये.

शिवानीदीदी : मनाला वाटेल तसा विचार करण्याची मुभा आपण स्वत:ला देतो. आपण इतरांशी फार कमी वेळा समोरासमोर संवाद साधतो. आपल्याला असं वाटतं की थोड्या वेळासाठी आपण गोड बोलू शकतो. पण आपण जितकं बोलतो त्यापेक्षा पुष्कळ प्रमाणात आपण त्यांचा विचार करतो. अशा प्रकारे, आपल्या विचारांचा जास्त परिणाम होतो. त्यामुळे फक्त लोकांबरोबर असतानाच नाही तर इतर वेळेसही आपण स्वत:वर (आपल्या विचारांवर) लक्ष द्यायला हवं.

समजा, आपण आपल्या बॉसविषयी चांगला विचार करत नाही. जेव्हा आपण त्यांना भेटतो तेव्हा आपण आपले विचार थांबवतो आणि त्यांच्याशी आदराने बोलतो. आपण त्यांना खूपच कमी वेळासाठी प्रत्यक्ष भेटतो, पण कामाच्या ठिकाणी, घरी, प्रवासात अशा अनेक ठिकाणी आपण त्यांच्याविषयी विचार मात्र नकारात्मक करतो. नावडणाऱ्या व्यक्तीचा जास्त विचार करणं हा माणसाचा सहज स्वभाव आहे. म्हणजे, त्या आत्म्याला आपण किती निरोप पाठवतो! आपल्या मनात आपल्या बॉसबद्दल एका दिवसात साधारण एक हजार विचार येऊ शकतात. असं करणं सोपं आहे कारण आपण एका दिवसात जवळपास साठ ते सत्तर हजार विचार निर्माण करतो.

सुरेश ओबेरॉय : इतक्या विचारांमुळे आपल्याला नक्कीच दमायला होत असेल.

शिवानीदीदी : हे आपण निर्माण करत असलेल्या विचारांच्या दर्जावर अवलंबून असतं. जेव्हा विचार नकारात्मक असतात तेव्हा त्यांची संख्या वाढत जाते.

जेव्हा आपण सुट्टीत सहलीला जातो तेव्हा आरामात असतो. तणावमुक्त वातावरणात आपल्या मनात चांगले विचार येतात त्यामुळे विचारांची संख्या कमी होते. थोड्या काळापुरते का असेना पण नकारात्मक विचार येण्यासाठी कारणीभूत असणाऱ्या परिस्थितीपासून आपण दूर असतो.

आपण जेव्हा बॉसबद्दल अखंड नकारात्मक विचार करतो आणि क्वचित भेटल्यावर तोंडदेखलं चांगलं बोलतो तर आपल्या नात्याचा दर्जा कसा असेल?

सध्याच्या जगात, नात्यांमध्ये अधिकाधिक गुंतवणूक करावी लागते पण मिळणारा मोबदला खूपच कमी असतो. आपण इतरांशी खूप आपुलकीने बोलतो, एकमेकांना महागड्या भेटी देतो तरीही आपलं एकमेकांशी जमत नाही. याचं कारण त्या नात्याचा पाया कमकुवत असताना आपण फक्त इमारत बांधण्यावर लक्ष केंद्रित करतो. भूकंपाचा एखादा हादरासुद्धा ही इमारत पाडू शकतो. मग पुन्हा आपल्याला ती पहिल्यापासून बांधावी लागेल. म्हणून आजपासूनच नात्यांचा पाया (विचार) भक्कम करण्याकडे लक्ष द्यायचं आहे आणि असं केलं तर इमारतीची (शब्द आणि कर्म) काळजी आपोआपच घेतली जाईल.

सुरेश ओबेरॉय : चला, आपल्या नात्यांचा पाया भक्कम करण्यासाठी ध्यान करू या.

शिवानीदीदी : अवश्य.

ध्यान आणि चिंतन

मला स्वतःला पाहायचं आहे... मी एक आत्मा आहे, एक अशी शक्ती जी दिवसभर विचार करते... आजपासून संपूर्ण दिवस मी ही सजगता कायम ठेवेन की माझा प्रत्येक विचार ऊर्जा निर्माण करतो, जो जगामध्ये प्रसारित होतो. मला स्वतःला पाहायचं आहे... हे पाहायचं आहे की दिवसभरात मी इतरांबद्दल कोणत्या प्रकारचे विचार निर्माण करतो... ते (इतर) कसेही वागत असले तरीही माझे त्यांच्याबद्दलचे विचार कसे आहेत... आजपासून मला ह्याची जाणीव असेल की मी इतरांबद्दल निर्माण करत असलेले विचार हेच त्यांच्या सोबत असलेल्या माझ्या नात्याचा पाया आहेत... ह्या पायामध्ये मी जी भर घालेन ती माझी निवड असेल... आज संपूर्ण दिवसभरात, इतरांबद्दल माझ्या मनात कोणते विचार येतात ते मी प्रेमपूर्वक तपासेन आणि हळूहळू त्यांमध्ये बदल करेन... माझ्या नात्यांचा पाया ही माझी निवड आणि निर्मिती आहे... आजपासून ह्या पायामध्ये ज्या विचारांची भर मी घालेन ते शुद्ध, निर्मळ आणि प्रेमळ असतील... ओम शांती!

चिरंतन प्रेमाकडे घेऊन जाण्याचे मंत्र

- कोणतंही नातं हे सगळ्या लेबल्सच्या आणि पालक-मुलं, नवरा-बायको अशा ओळखींच्या पलीकडचं असतं. हा दोन आत्म्यांमधला बंध असतो.
- नातं हे आपण एकमेकांशी काय बोलतो आणि कसे वागतो यांवरच अवलंबून नसतं तर आपण एकमेकांविषयी कोणता विचार करतो आणि काय अनुभवतो यांवर अवलंबून असतं.
- नातं म्हणजे दोन आत्म्यांतील विचारांच्या ऊर्जेची देवाण-घेवाण.
- आपले विचार हाच आपल्या नात्यांचा पाया आहे. आपण आपले विचार लपवू शकत नाही, ते लोकांपर्यंत पोहोचतातच.
- आपण इतरांबद्दल जसा विचार करतो, तसाच विचार इतरांच्या मनात आपल्याबद्दलदेखील येतो.

विचार, शब्द आणि कर्म : माझी स्वतःचीच निर्मिती!

सुरेश ओबेरॉय : इतरांविषयी मनात आदरभाव ठेवून, बाह्यतः त्यांच्याशी कठोर वागणं हे माझ्या दृष्टीने योग्य आहे. आपल्या लहानपणी आपल्याला मिळालेली किंवा आपल्या आजूबाजूला घडणाऱ्या घटनांमधून मिळालेली ही शिकवण नेहमीच आपल्या बरोबर असते. आता ह्या सवयीत बदल करणं अवघड वाटतं. मी कुठंतरी वाचलं होतं, 'चांगले विचार म्हणजेच चांगली माणसं.'

शिवानीदीदी : हा सुविचारच आपल्या आयुष्याचा मंत्र बनवू या. आपल्या सगळ्यांनाच असं वाटतं की, आपल्याला जगाने स्वीकारावं आणि आपलं कौतुक करावं. पण आपण याकडे फक्त भौतिक दृष्टीने बघतो- जसं, एखादं पद, कपडे, कार आणि एकंदर राहणीमान या दृष्टीने. आपल्याला असं वाटतं की ह्या सगळ्यामुळे आपलं कौतुक होतं, लोक आपल्याला स्वीकारतात आणि आपला मान वाढतो. आत्ताच तुम्ही हा सुंदर विचार मांडलात : 'चांगले विचार म्हणजेच चांगली माणसं.' याचाच अर्थ, आपल्याला चांगली व्यक्ती बनायचं असेल तसंच सगळ्यांकडून प्रेम आणि मान मिळवायचा असेल तर त्यासाठी फक्त एकच मंत्र आहे – 'चांगले विचार अंगीकारा'.

सुरेश ओबेरॉय : चांगले विचार अंगीकारणं खूप अवघड आहे. ध्यान करूनसुद्धा मी पुन्हा पूर्वीप्रमाणे विचार करायला लागतो. माझ्या बरोबर चुकीचं वर्तन केलेल्या

माणसाचा फोटो जरी मी कधी बघितला तरी माझ्या मनात राग उफाळून येतो. मला त्याला शिक्षा झालेली बघायची आहे.

शिवानीदीदी : जेव्हा तुम्ही फोटो बघितला तेव्हा तुमच्या मनात रागाचा विचार आला : 'तो माझ्याशी असा वागला होता.' आता हा विचार इथेच थांबणार नाही.

सुरेश ओबेरॉय : पुढचा विचार माझ्या मनात येतो तो म्हणजे, ईश्वर जर नि:पक्षपाती आहे तर मग माझ्याशी एवढं चुकीचं वागूनही तो मनुष्य आनंदात कसा?

शिवानीदीदी : तुम्ही ईश्वरावरही प्रश्न उपस्थित करता?

सुरेश ओबेरॉय : मला त्या माणसाला शिक्षा झालेली पाहायची आहे – असे विचार सतत येत राहतात.

शिवानीदीदी : तुमच्या मनात विचारांची अशी साखळी तयार झाली की, तो माझ्याशी वाईट वागला, कर्माचा सिद्धान्त जर खरा असेल तर त्यालासुद्धा त्रास झाला पाहिजे... वगैरे. आपल्यातील अनेक जण दिवसभर असाच विचार करत राहतात. असे विचार त्याच्यासारख्याच असंख्य विचारांची निर्मिती करतात ज्यामुळे नकारात्मक भावना निर्माण होतात.

सुरेश ओबेरॉय : असे विचार आल्यामुळेच आपण 'ईश्वरविरोधी' आणि 'कर्म-नियमविरोधी' बनतो.

शिवानीदीदी : यापेक्षाही महत्त्वाचं म्हणजे, आपण स्वत:च्याच विरोधात (अँन्टी-सेल्फ) जातो.

सुरेश ओबेरॉय : मी स्वत:च्याच विरोधात कसा जाईन?

शिवानीदीदी : या विचारांची निर्मिती केल्या केल्या त्रास कोणाला झाला? स्वतःमध्ये क्रोध कोणी जागृत केला?

सुरेश ओबेरॉय : भूतकाळात ती व्यक्ती माझ्याशी वाईट वागली म्हणून मी चिडलो. मी त्या माणसावर चिडलो आणि मला त्रास झाला.

शिवानीदीदी : त्याच्या भूतकाळातील वागण्यामुळे आत्ता, या क्षणी कोणाला राग येत आहे?

सुरेश ओबेरॉय : त्याच्या वागण्यामुळे राग आला होता. त्या रागाला मी माझी निर्मिती म्हणणार नाही. तो विचार माझ्या मनात आपोआपच आला.

शिवानीदीदी : तोच फोटो बघून दुसरा विचार करणं शक्य आहे का? विचार कधी कोणत्याही बाह्य स्रोताकडून येत नाहीत.

सुरेश ओबेरॉय : हे विचार आधी, विशिष्ट परिस्थितीत निर्माण झाले. नंतर ते आठवणींत घर करून राहिले. आज जेव्हा पुन्हा मी त्या व्यक्तीचा फोटो बघितला तेव्हा ते परत उफाळून वर आले.

शिवानीदीदी : पण जे विचार आठवणीत दबले गेले त्या विचारांची निर्मिती पहिल्यांदा कोणी केली?

सुरेश ओबेरॉय : ते विचार तर त्या घटनेची निर्मिती होती.

शिवानीदीदी : या गोष्टी आपल्याकडे बाहेरून येतात आणि आपण त्यांना बाहेर पाठवतो. परिस्थिती आणि माणसं बाहेरून येतात. त्यांच्याकडून आपल्याला जे मिळतं त्यावर आपलं नियंत्रण नसतं. पण आपल्याकडून जे विचार बाहेर जातात – जसं, आपण त्यांच्याबद्दल काय विचार करतो – हे आपल्या नियंत्रणात असतं, बरोबर ना?

सुरेश ओबेरॉय : नाही, आपण जे विचार बाहेर आणतो कदाचित तेही आपल्या नियंत्रणाबाहेर असतील. कधीकधी आपोआपच आपल्याकडून एखाद्याला मनापासून आशीर्वाद दिला जातो त्याप्रमाणेच नकारात्मक भावनाही आपोआपच निर्माण होतात.

शिवानीदीदी : एखादी व्यक्ती तुमच्याशी चांगली वागली तर प्रतिसाद म्हणून तुमच्या मनात तिच्यासाठी आशीर्वादाचा भाव येतो. पण हा चांगला विचार कोणी निर्माण केला?

सुरेश ओबेरॉय : तो विचार माझ्या मनात आपोआपच आला.

शिवानीदीदी : बरं, आपण विचारांबद्दल नको बोलू या. तुम्ही जे काही बोलता ती कोणाची निर्मिती आहे?

सुरेश ओबेरॉय : माझी.

शिवानीदीदी : बोलताना, काय बोलायचं यासाठी आपण शब्द निवडू शकतो का? की ते आपोआप तोंडातून बाहेर पडतात?

सुरेश ओबेरॉय : परिस्थितीअनुसार प्रतिसाद देताना ते आपोआपच येतात.

शिवानीदीदी : याचा अर्थ आपण अज्ञानावस्थेत जगतोय. एखादी कृती, ती का करतोय हे माहीत नसूनही करणं म्हणजे अज्ञानावस्था. जर काही आपोआप होत असेल तर त्या बाबत आपल्याकडे निवड करण्यासाठी पर्याय उपलब्धच नाहीत, असा याचा अर्थ होतो. जर आपल्याला असं वाटत असेल की आपण जे बोलतो ते शब्द आपोआप येतात आणि आपण त्यांची निवड करत नाही, तर आपल्याला काय बोलायचं आहे त्याचं स्वातंत्र्य आपल्याकडे राहणार नाही.

आपल्याला आजूबाजूला घडणाऱ्या घटनांची जाणीव आहे, पण आपल्या मनात काय घडतंय त्या बाबत आपण सजग आहोत का? इतर लोक आपल्याशी कसे वागतात ह्याची जाणीव आहे पण मग अशा वेळी आपण कसं वागलं पाहिजे याची जाणीव आपल्याला आहे का? सर्वांत महत्त्वाचं म्हणजे आपण जे बोलतो ते शब्द ही आपली निर्मिती आहे याची जाणीव आपल्याला आहे का?

सुरेश ओबेरॉय : बहुतेक वेळा माझे शब्द ही माझी निर्मिती असते, पण इतर वेळेस मात्र माझी इच्छा नसताना दिल्या गेलेल्या त्या सामान्य प्रतिक्रिया असतात.

शिवानीदीदी : पण ह्या प्रतिक्रिया कोणाच्या असतात?

सुरेश ओबेरॉय : त्या इतरांच्या कृतीला आपोआप दिल्या गेलेल्या प्रतिक्रिया असतात. जसं, डोळ्यात किडा जात असेल तर आपले डोळे आपोआप मिटले जातात.

शिवानीदीदी : तुमचे शब्द ही प्रतिक्रिया असू शकते पण ती आपोआप दिली गेलेली नसते. एक उदाहरण बघू या. एखादा किडा जर तुमच्या डोळ्यात जात असेल तर शरीर आपोआपच प्रतिक्रिया देतं. आता असा विचार करून बघा : ''पुढच्या वेळेस जेव्हा परत असा प्रसंग घडेल तेव्हा मी स्तब्ध बसेन.'' असं घडू शकतं का?

सुरेश ओबेरॉय : हो, मी असं करू शकतो.

शिवानीदीदी : याचाच अर्थ आपल्याकडे पर्याय उपलब्ध आहे. आपण जेव्हा अज्ञानावस्थेत कृती करतो तेव्हा आपण पूर्वापार चालत आलेल्या पद्धतींप्रमाणे कृती करतो. जसं, किडा डोळ्यात जाणार आहे हे समजताच शरीर प्रतिक्षिप्त प्रतिक्रिया देतं. अगदी तसंच, कोणीतरी आपल्याशी काहीतरी वेडंवाकडं बोलतं आणि आपण

त्यावर प्रतिक्रिया देतो. ही विचार करण्याची, वागण्याची आणि जगण्याची नेहमीची पद्धत आहे. एखादी कृती आपण अनेक दिवस करत राहिलो की तिची सवय होते आणि आपल्या स्वयंचलित पद्धतीचा भाग बनून जाते. मग आपल्याला असं वाटतं की गोष्टी आपोआप घडत आहेत. पण आज जर आपण जाणीवपूर्वक असं ठरवलं आणि निश्चित केलं की, या परिस्थितीवर वेगळ्या प्रकारे प्रतिक्रिया द्यायची आहे. तर अशा वेळी आपण आपल्या कर्मांची निवड करतो. आधी आपण सजग झालो आणि मग आपल्याला काय करायचं आहे हे ठरवलं. अशा प्रकारे आपण आपली जबाबदारी घेतो. वारंवार असं केल्याने ही निवड आपली सवय बनेल आणि स्वयंचलित प्रतिसादही. याचा अर्थ, आपल्या सवयी आपण ठरवतो. तथापि आपण जर असा विचार करत राहिलो की सवयी आपसूक लागतात किंवा घटना आपोआप घडतात तर आपल्याकडे कोणतीही निवड राहणार नाही. त्या वेळी आपण काहीही बदलू शकणार नाही.

सुरेश ओबेरॉय : हो, असं झालं तर आपल्याला वाटेल की आपली काहीच चूक नाहीये. त्यामुळे आपण आता जसे आहोत तसेच पुढेही राहू.

शिवानीदीदी : याचा अर्थ आपण पूर्वी स्वतःला लावून घेतलेल्या सवयी कधीच बदलणार नाहीत.

सुरेश ओबेरॉय : खरं तर हे आहे की, त्याच त्या सवयींची पुनरावृत्ती केल्यामुळे त्या अजूनच प्रबळ होतील.

शिवानीदीदी : सवयी आपणच तयार करतो हे जेव्हा आपल्याला समजतं तेव्हा त्या आपल्या स्वतःची निवड असतात. म्हणजेच जर त्या सवयी आपल्यासाठी गैरसोयीच्या असतील तर आपण त्या बदलू शकतो. आता सांगा, तुमचे शब्द ही कोणाची निर्मिती आहे?

सुरेश ओबेरॉय : माझी स्वतःची.

शिवानीदीदी : प्रेरणा कोणतीही असली तरी नेहमी हेच घडेल.

सुरेश ओबेरॉय : हो, समोरचा माणूस कोण आहे त्यानुसार, कोणाशी काय बोलायचं हे आपण ठरवतो.

शिवानीदीदी : अशा प्रकारे, आपले शब्द आणि कर्म ही आपली निर्मिती आहे. समजा, काल तुम्ही एखाद्याशी उद्धटपणे बोललात तर हे लक्षात घ्या की, ती तुमची

निर्मिती होती. जर आज ती व्यक्ती तुमच्याशी नीट बोलली नाही तरी तुम्ही त्या व्यक्तीशी चांगलं बोलू शकता का?

सुरेश ओबेरॉय : हो, मी बोलू शकतो.

शिवानीदीदी : याचा अर्थ, आपण आपली निर्मिती बदलण्याची निवड करू शकतो. ज्या क्षणी आपल्याला हे जाणवतं की आपले शब्द आणि आपली कृती ही आपली स्वत:ची निर्मिती आहे त्या क्षणी ही शक्ती आपल्याकडे परत येते. उलटपक्षी, जर आपण असा विचार केला की आपले शब्द आणि कर्म म्हणजे लोकांच्या वागण्याला आपोआप दिली गेलेली प्रतिक्रिया आहे तर आपण सगळी शक्ती लोकांच्या हातात देतो. या सत्याची जाणीव जोवर आपल्याला होत नाही तोवर आपण आपल्या जुन्याच सवयी प्रबळ करत राहतो.

अशा प्रकारे, आपली कर्मं ही आपली निर्मिती आहे, आपले शब्द ही आपली निर्मिती आहे. आपल्या विचारांचं काय?

सुरेश ओबेरॉय : आपले विचार ही आपलीच निर्मिती आहे.

शिवानीदीदी : निश्चितच. हे सत्य आपण स्वीकारलं नाही तर आपण पुन्हा जुन्या भावभावनांनी पूर्णपणे झाकले जाऊ.

सुरेश ओबेरॉय : जुन्या विचारांबरोबरच तेव्हाच्या भावनाही उफाळून येतात. जणू भूतकाळातील सगळं पुन्हा जिवंत होतं.

शिवानीदीदी : आता आपण जाणीवपूर्वक विचार निर्माण करू शकतो : ''आता जेव्हा मी पुन्हा तो फोटो बघेन तेव्हा अनेक वर्षांपूर्वी जे घडलं ते कसंही असलं तरी माझ्या मनात येणारे विचार वेगळ्या प्रकारचे असतील... मला वारंवार त्याच भावनांकडे नेण्याची परवानगी मी त्या व्यक्तीला किंवा आठवणीला देणार नाही.''

सुरेश ओबेरॉय : फोटोसारखी गोष्टही माझ्या मनात इतकी प्रबळ प्रतिक्रिया निर्माण करू शकते ह्या विचारानेच मला खुजं वाटतंय.

शिवानीदीदी : हेच ते. आपण जेवढी जास्त प्रतिक्रिया देतो आतून तितकेच रिक्त होत जातो. आपल्यामध्ये विशिष्ट भावना निर्माण करण्यासाठी इतर कोणीच जबाबदार नसतं. आपणच आपल्या शब्दांच्या/कर्मांच्या प्रतिक्रियास्वरूप भाव निर्माण करतो पण इतरच आपल्या भावनांसाठी जबाबदार आहेत असा चुकीचा विचार करतो.

आपल्याला आपल्या भावनांचं समर्थन करण्याची सवय असते. 'एखाद्यानं असं केलं तर मला राग येणं स्वाभाविक आहे,' असा विचार आपण करतो. जेव्हा जेव्हा आपण त्या आठवणींना उजाळा देतो तेव्हा तेव्हा आपण आपल्या भावनेचं समर्थन करतो आणि विचार करण्याच्या नेहमीच्या पद्धतीत अडकतो. अशा विचारांची आपण जितकी जास्त निर्मिती करतो तितके जास्त आतून कमकुवत होत जातो. आपण जितके कमकुवत होतो, लोकांशी वागताना तितकेच प्रतिक्रियावादी बनतो.

सुरेश ओबेरॉय : हो, आणि असं करत राहिल्यामुळे आपण लोकांच्या आणि परिस्थितीच्या हातातलं बाहुलं बनतो आणि आपली मौलिकता गमावतो.

शिवानीदीदी : बरोबर. आपण जर आपल्या मौलिकतेचा उपयोग केला नाही तर हळूहळू ती संपून जाईल. तुमच्या क्षेत्रात (चित्रपट अभिनेत्याच्या रूपात) दुसरा नट जर चांगला अभिनय करत नसेल तर तुम्ही काय कराल?

सुरेश ओबेरॉय : मी माझ्या भूमिकेवर लक्ष केंद्रित करेन.

शिवानीदीदी : बरोबर, हीच ती शक्ती आहे. पण काही अभिनेते त्यांचा अभिनय उत्तम होत नसेल तर त्यांच्या सहकलाकाराच्या अभिनयावर बोट ठेवतात. त्याचप्रमाणे आपण आपल्या आयुष्यातील खराब कामगिरीसाठी इतरांना जबाबदार ठरवतो. आपण चांगले अभिनेते नाही आहोत हे स्वीकारण्याची हिंमत आपल्यामध्ये नसते म्हणून आपण इतरांकडे बोट दाखवतो. ज्या क्षणी आपण हे करतो त्या क्षणी आपल्यातलं उत्तम किंवा वाईट जे हवं ते बाहेर काढण्याचे अधिकार आपण समोरच्याला देतो. तुमच्या क्षेत्रात चांगल्या अभिनेत्याची व्याख्या तुम्ही कशी कराल?

सुरेश ओबेरॉय : चांगला अभिनेता तोच जो त्याच्या आजूबाजूला घडणाऱ्या गोष्टींमुळे तसूभरही विचलित होत नाही.

शिवानीदीदी : बाह्य मर्यादांमुळे विचलित न होता जो त्याची कामगिरी उत्तम पार पाडू शकतो तो चांगला अभिनेता. असे अभिनेते आपण शोधू शकतो का?

सुरेश ओबेरॉय : हो, मी स्वत: हे केलेलं आहे. माझ्या एका सहकलाकाराने माझं लक्ष विचलित करण्याचा प्रयत्न केला होता तरी मी माझी भूमिका चांगली साकारली. ती जे करत होती त्यामुळे मला अजिबात फरक पडला नाही.

शिवानीदीदी : तुम्ही तो प्रसंग कसा काय पूर्ण केला?

सुरेश ओबेरॉय : मी फक्त माझ्यावर लक्ष केंद्रित केलं.

शिवानीदीदी : हेच तुम्हाला तुमच्या आयुष्यातील प्रत्येक प्रसंगात करायचंय.

सुरेश ओबेरॉय : पण ती फक्त माझी चेष्टा करत होती. खूप गंभीर असं काही त्यात नव्हतं.

शिवानीदीदी : ती तुमची ताकद होती. दुसरी व्यक्ती तुमच्या कामात अडथळा आणत होती, तुमचं लक्ष विचलित करत होती तरीही तुम्ही ठाम राहिलात.

सुरेश ओबेरॉय : खऱ्या आयुष्यातसुद्धा कोणी आपल्यावर चिडलं असेल किंवा आपल्याला शिव्याशाप देत असेल तरीही आपण स्वत:वर ठाम राहू शकतो?

शिवानीदीदी : जर तुम्ही उत्तम कलाकार आहात आणि स्वतःच्या कामगिरीसाठी इतरांना जबाबदार ठरवत नाही असा शक्तिशाली आत्मा आहात तर तुम्ही ते दृश्यही सर्जनशीलतेने निभवाल.

आपण आपल्या आयुष्यातली अनेक वर्षं दुसऱ्यांना दोष देण्यात घालवली आहेत. त्यामुळेच आपण आपले मौलिक गुण कधी वापरलेच नाहीत आणि कोणतीही गोष्ट बराच काळ वापरली गेली नाही तर ती काळाबरोबर अदृश्य होते.

सुरेश ओबेरॉय : पण प्रत्यक्ष आयुष्य आणि चित्रपटांमधलं आयुष्य यांत फरक आहे.

शिवानीदीदी : हो. पण खऱ्या आयुष्यात चित्रपटातील दृश्य निभावतानाही तुम्ही तुमच्या शक्तीचा वापर करू शकता.

ध्यान आणि चिंतन

आज, मला संपूर्ण दिवस, माझ्या आयुष्यातील प्रत्येक दृश्य एखाद्या नाटकातल्या प्रसंगाप्रमाणे बघायचं आहे... माझ्या आजूबाजूचा प्रत्येक जण मग तो घरातला असो किंवा कामाच्या ठिकाणचा... तो माझा सहकलाकार आहे... मला स्वतःवर लक्ष केंद्रित करायचं आहे... मी एक शक्तिशाली आणि सुंदर अभिनेता आहे... माझ्या सहकलाकारांनी त्यांची भूमिका कशीही साकारली तरी माझे विचार, शब्द आणि कर्म ही माझी निर्मिती आहे... आज संपूर्ण दिवस मला स्वतःवर लक्ष केंद्रित करायचं आहे... भलेही इतर नेते काहीही म्हणोत, माझी कामगिरी प्रभावरहित, स्थिर आणि केंद्रित राहील. माझी भूमिका मी एकाग्रतेने साकारेन... माझी कामगिरी, माझे विचार आणि माझी वर्तणूक ही माझी निर्मिती आहे.... ओम शांती!

चिरंतन प्रेमाकडे घेऊन जाण्याचे मंत्र

- लोकांचं आपल्याप्रति वागणं हा बाह्य स्रोत आहे, ते आपल्या नियंत्रणात नाही. त्याला प्रतिक्रिया म्हणून जे विचार आपण निर्माण करतो ती अखंड ऊर्जा आहे, जी पूर्णपणे आपली निवड आहे.
- सतत एकाच पद्धतीने विचार केल्याने, बोलल्याने आणि वागल्याने त्याची सवय होते आणि मग लवकरच प्रतिक्रिया देण्याची हीच पद्धत अंगवळणी पडते.
- सवयींप्रमाणे प्रतिक्रिया देण्यासाठी आपण स्वतःच कारणीभूत असतो आणि त्यात बदल घडवण्याची निवड आपण करू शकतो.
- आपण दिलेल्या प्रतिक्रियेबद्दल जेव्हा आपण इतरांना दोषी ठरवतो तेव्हा आपण आपली शक्ती त्यांच्या हातात देतो.

अस्तित्व व्हावे प्रेममय

सुरेश ओबेरॉय : आपल्या चर्चेला साजेसा शेर मला आठवतोय :

उम्र भर हम यही ग़लती करते रहे,

धूल थी चेहरे पर, आईना पोंछते रहे।

(आयुष्यभर हीच चूक मी करत राहिलो,

धूळ होती चेहऱ्यावर, पण आरसा पुसत राहिलो.)

शिवानीदीदी : हो, याबद्दलच आपण चर्चा करत होतो. इतर लोक आपल्याशी कसेही वागत असले तरी आपल्या विचारांची, शब्दांची आणि कर्मांची जबाबदारी आपणच घेतली पाहिजे. आजपासूनच, ''माझ्या मनात नकळत विचार आला'', ''माझ्या तोंडून अमुक शब्द बाहेर पडले'', ''मी त्याच्यावर अचानक हात उगारला''... असे शब्द आपल्या शब्दकोशात असताच कामा नयेत.

सुरेश ओबेरॉय : आपल्या मनावर धूळ साचली होती.

शिवानीदीदी : कारण आपण अज्ञानावस्थेत होतो.

सुरेश ओबेरॉय : जेव्हा खूप धूळ असते तेव्हा आपण समोरचं बघू शकत नाही.

शिवानीदीदी : हो, गेली अनेक वर्षं ही धूळ आहे आणि ती असल्यामुळे आपण खरं, सत्य काय ते बघू शकलो नाही. आपण याच अवस्थेत होतो कारण अनेक

वर्षं आपल्या परिस्थितीसाठी किंवा आपल्या वागण्यासाठी आपण सतत इतरांना जबाबदार ठरवत आलो. जितक्या जास्त प्रमाणात आपण असं वागतो तितकी आपली शक्ती कमी होते आणि समोरच्यांची ताकद वाढते. प्रत्येक वेळेस आपण परिस्थितीला आणि इतरांना आपल्या मनोवस्थेवर राज्य करण्याची परवानगी देतो.

सुरेश ओबेरॉय : पण जेव्हा मी एखाद्याच्या वागण्यावर प्रतिक्रिया देतो तेव्हा मला हे समजत नाही की त्या वेळी समोरचा माणूस मला नियंत्रित करतोय. त्या वेळी मला फक्त हे वाटतं असतं की मीच बरोबर आहे.

शिवानीदीदी : एक उदाहरण घेऊ या. तुम्ही एका खुर्चीत आरामात बसलाय. कोणीतरी आलं आणि त्यानं ती खुर्ची जोरात हलवली. ती व्यक्ती तुमच्यापेक्षा जास्त शक्तिशाली असेल तर ती तुम्हाला हलवून त्या खुर्चीवरून पाडेल. पण जर का तुम्ही शक्तिशाली असाल तर त्या व्यक्तीने कितीही प्रयत्न केले तरीही तुम्ही तुमच्या जागी स्थिर राहाल. आता प्रश्न असा आहे की, दोघांमध्ये जास्त ताकदवान कोण आहे? जसे तुम्ही शारीरिकदृष्ट्या शक्तिशाली असता तसेच भावनिकदृष्ट्याही कणखर असू शकता.

सुरेश ओबेरॉय : माझा नोकर आदल्या दिवशी दूध आणायचं विसरला म्हणून त्याने मला सकाळी कोरा चहा दिला त्यामुळे मी चिडलो. अशा सगळ्या परिस्थितींमध्ये मी कमकुवत होतो असा याचा अर्थ आहे का?

शिवानीदीदी : जेव्हा जेव्हा आपण असं म्हणतो की, त्याच्यामुळे मी असं केलं, तेव्हा तेव्हा आपण जास्त कमकुवत होतो.

सुरेश ओबेरॉय : याचा अर्थ संपूर्ण जग मला नियंत्रित करत आहे?

शिवानीदीदी : याचा अर्थ आपलं आपल्यावर नियंत्रण नाही असा होतो. आपण सकाळी झोपेतून उठतो तेव्हा शांत असतो. उरलेला संपूर्ण दिवसही असाच शांततेत जावा असं आपल्याला वाटतं. आणि मग एखादी अप्रिय घटना घडते – जसं तुम्हाला सकाळी कोरा चहा मिळाला. त्यामुळे आपली चिडचिड होते आणि आपला आवाज चढतो. अशा प्रकारे आपण आपल्या सहज शांत अवस्थेपासून दूर जातो.

सुरेश ओबेरॉय : पण म्हणजे याचा अर्थ मी कधीच माझ्या सहज अवस्थेत राहत नाही?

शिवानीदीदी : सकाळी, ती घटना घडायच्या आधी तुम्ही तुमच्या नैसर्गिक शांत अवस्थेतच होता.

सुरेश ओबेरॉय : पण कदाचित मी रात्री जेवताना एखाद्याशी भांडून झोपलो असेन किंवा संपूर्ण दिवस कोणावरतरी नाराज असेन. मग मी सहज, नैसर्गिक कधी होतो?

शिवानीदीदी : आपण सहज भावाने जगत नाही म्हणूनच तर आपण शांती, आनंद आणि प्रेम बाहेर शोधतो राहतो. मंदिरांत आणि संतांकडून आपल्याला शांती हवी आहे, वस्तूंमधून आनंद आणि लोकांकडून प्रेम. आपण सतत काहीतरी शोधत राहतो. 'प्रेम बनणं' म्हणजे कोणत्याही बाह्य भावनेची अपेक्षा न करता आपल्या मूळ अवस्थेत राहणं.

सुरेश ओबेरॉय : म्हणजे आपण प्रेमाची भीक मागतोय?

शिवानीदीदी : आज आपण शांती, प्रेम, आदर आणि आनंद मिळवण्यासाठी भीक मागतोय. हे सगळं आपण बाहेर शोधतोय कारण दिवसभरात आपण हे आपल्या आत अनुभवू शकत नाही. खरं म्हणजे ही संपत्ती आपली आहे पण हळूहळू आपण ती गमावत गेलो, मग एक क्षण असाही आला की हे सगळं आपल्याकडे नाहीच आहे असा विचार आपण करायला लागलो.

स्वयंपाकघरातला एखादा कप्पा (शेल्फ) आपण उदाहरण म्हणून घेऊ या. त्या कप्प्यात अन्न शिजवायला लागणारं सगळं साहित्य (पदार्थ) असतं. जे पदार्थ आपण अनेकदा वापरतो ते पहिल्या ओळीत ठेवलेले असतात आणि बाकीचे सगळे आपोआपच मागे ढकलले जातात. शांती, प्रेम आणि आनंद आपल्या आत्म्याचे मूळ गुण किंवा पदार्थ आहेत. पण दिवसभरात आपण त्यांचा वापर करत नाही. त्यामुळे ते आपोआपच मागे ढकलले जातात. दिवसभरात आपण कोणते पदार्थ वापरतो?

सुरेश ओबेरॉय : राग, टीका, दोषारोप आणि इतरांबाबत तर्क करत राहणं.

शिवानीदीदी : म्हणजे आत्म्याचे मूळ गुण मागे ढकलले गेले तेव्हा हे सगळे पदार्थ आपोआपच पुढे आले. हे गुण इतके मागे पडतात की ते आपल्याकडे कधी होते की नव्हते यांचाही आपल्याला विसर पडतो. एके दिवशी आपण ते खरेदी करण्यासाठी बाजारात जातो. असं नेहमीच घडतं नाही का?

सुरेश ओबेरॉय : हो, हे अनेकदा घडतं.

शिवानीदीदी : आपल्याला शांती हवी असते तेव्हा कुठे जायचं हे आपल्याला माहीत असतं. आपण डोंगरदऱ्यांमध्ये जातो, धार्मिक स्थळांना भेटी देतो किंवा आपल्या आजूबाजूच्या लोकांमध्ये ती शोधतो. आपण वस्तूंत किंवा ध्येयप्राप्तीत किंवा यशसिद्धीत आनंद शोधतो. आपण लोकांकडे प्रेमाची याचना करतो. आपल्याला

वाटतं की, हे सगळं जेव्हा बाहेरून मिळेल तेव्हा आपण त्याचा अनुभव घेऊ. पण प्रेमळ होणं म्हणजे आपण आपल्या आत्म्याचे मूळ गुण आणि वैशिष्ट्यं यांच्या बरोबर राहणं.

सुरेश ओबेरॉय : तर प्रेमात असण्याचा अर्थ – 'मी प्रेम आहे' असा आहे का?

शिवानीदीदी : हो, हाच याचा अर्थ आहे.

आत्म्यासंबंधी बोलायचं तर प्रेम याचा मूळ गुण आहे. मग आपण संपूर्ण दिवस कसं राहायला हवं? आपण संपूर्ण दिवस प्रेमळ राहायला हवं. बीइंग लव्ह किंवा प्रेमळ अस्तित्व असण्याचे दोन अर्थ आहेत. पहिला, 'प्रेम असणं' आणि दुसरा 'अस्तित्वाचा.' अशा प्रकारे प्रेम हेच आत्म्याचं मूल तत्त्व आहे. दररोज सकाळी आपण स्वतःला आठवण करून द्यायला हवी की आपल्याकडे पदार्थांचे दोन संच आहेत. एक संच प्रेम, शांती आणि आनंद यांचा आणि दुसरा, राग, चिडचिड, द्वेष इत्यादींचा. दिवसभरातल्या प्रसंगांमध्ये कोणते पदार्थ वापरायचे हे आपल्यालाच ठरवायचं आहे.

सकाळी जर नोकराने तुम्हाला कोरा चहा आणून दिला तर अशा परिस्थितीत थोड्या वेगळ्या प्रकारे प्रतिक्रिया देण्यासाठी कोणता पदार्थ (तुमचा गुण) वापरायचा याची निवड तुम्ही करू शकता. ही निवड तुम्ही तत्क्षणी करू शकता किंवा आधीच तुमच्या मनाची तयारी करू शकता. तुमच्या मूळ गुणांपैकी प्रेम हा गुण जर तुम्ही निवडला तर परिस्थिती तुमच्या नियंत्रणात राहील. मग ही परिस्थिती तुमच्या मानसिक स्थितीचा ताबा घेणार नाही.

सुरेश ओबेरॉय : मी अशी प्रतिक्रिया देऊ शकलो असतो की, दूध नसेल तर काही हरकत नाही, लिंबू आण. मी आज लेमन टी घेईन. यामुळे वादविवादाशिवाय सहजतेने अडचण सुटली असती.

शिवानीदीदी : त्या एका क्षणात आपली मनःस्थिती कशी आहे हे खूप महत्त्वाचं ठरतं. परिस्थिती आपल्या वरचढ झाली की आपण कमकुवत होतो.

सुरेश ओबेरॉय : जेव्हा आपण जन्माला आलो; तेव्हा परमानंद, प्रेम, शुद्धता आणि शक्ती हे आत्म्याचे सगळे चांगले गुण आपल्यात होते. नंतर त्यांचं काय झालं? एखादं वाहन जर डिझेलवर चालणारं असेल तर आपण त्यात पेट्रोल भरू शकत नाही. जर आपण प्रेमाने आणि परमानंदाने बनलो आहोत तर आपण नेहमी असेच का राहत नाही?

शिवानीदीदी : निरोगी असणं ही जर शरीराची मूळ अवस्था आहे तर मग आजार कुठून आले? आपण स्वत:ची काळजी घेत नाही म्हणूनच आपण आजारी पडतो. म्हणजेच आजार बाहेरून येत नाही. आपण आपल्या आरोग्याची काळजी घेतली नाही की तो आपल्या आत तयार होतो.

सुरेश ओबेरॉय : "आपण आपल्या आरोग्याची काळजी घेतली पाहिजे," असं आपल्याला पालकांनी तसंच शाळेत शिक्षकांनी सांगितलं. पण परमानंद, प्रेम आणि शुद्धता यांच्याविषयी आपल्याला कोणीही शिकवलं नाही. तक्रारीने किंवा शिक्षेनेच सगळं काही नीट होतं हे आपण नेहमीच बघतो. मग आपल्या ह्या गैरसमजुतींसाठी कोणाला दोष द्यायचा?

शिवानीदीदी : काही गोष्टी शिकण्याची संधी पूर्वी कधी आपल्याला मिळाली नाही किंवा जसं मोठे वागत आले तेच आपल्या अंगवळणी पडलं तर त्यामुळे फारसा फरक पडत नाही. आपण आजही गोष्टी आत्मसात करू शकतो. कारण आपल्याकडे दोन्ही पदार्थांच्या किंवा संस्कारांच्या बाटल्या आज आहेत. उदाहरणार्थ, समजा तुम्ही लहानपणापासून तिखट पदार्थ खात आलात आणि आता तीच चव तुमच्या सवयीची झाली. पण जर तुम्हाला कळलं की तिखट खाण्याने आरोग्यावर विपरीत परिणाम होतो तर तुम्ही तुमची सवय बदलणार नाही का?

सुरेश ओबेरॉय : हो, अगदी असंच होईल. पण चित्रपटात आपण नेहमी बघतो की, चित्रपटातील प्रमुख पात्र 'जशास तसं' या धोरणाचा अवलंब करतो तेव्हाच तो नायक ठरतो. संपूर्ण जगाचा त्यावरच विश्वास आहे. म्हणजे आपण सगळेच आपले मूळ गुण विसरलो आहोत, असा याचा अर्थ होतो का?

शिवानीदीदी : आपण इतरांबद्दल न बोलता फक्त स्वत:कडे लक्ष देऊ या. आपल्या आजूबाजूच्या परिस्थितींतून आपण जे शिकलो त्या आधारावरच काही विशिष्ट पदार्थांचा आपण वापर करत होतो. ह्यातून आपल्याला काय मिळालं? तुम्ही म्हणाला की, आज आपण प्रेमाची भीक मागतोय.

समजा, तुम्ही लहानपणापासून खूप तिखट आणि पचायला जड असं अन्न खात आलात. कदाचित ही तुमची चूक नसेलही. सगळेच असं अन्न खात होते, म्हणून तुम्हीही खात होता. पण आज तुम्हाला त्याचा आरोग्यावर होणारा परिणाम दिसतोय – जसं शरीरातील कोलेस्टेरॉल वाढणं, हार्टमध्ये ब्लॉकेज येणं किंवा लिव्हर खराब होणं... अशा प्रकारे तुम्हाला माहीत आहे की आता स्वत:त बदल करायची वेळ आली आहे. गेली पन्नास वर्षं तुम्ही विशिष्ट प्रकारचाच आहार घेतला पण आता इथून पुढे तुम्ही त्यात बदल करणार नाही का?

सुरेश ओबेरॉय : नक्कीच. 'आता बदलण्याची वेळ आली आहे' हा विचार मला आवडला. आपली विचारसरणी बदलायची वेळ आली आहे. याआधीच्या माझ्या प्रश्नात मी माझ्या परिस्थितीसाठी जगाला दोष देत होतो.

शिवानीदीदी : आता आपण परिणाम बघितला आहे – जुन्या आहार पद्धतीने आपलं शरीर आजारी पडतंय. आपण इतरांकडे लक्ष देण्याची गरज नाही. कारण तिखट खाण्यामुळे आजारी पडलेली आणि तरीही तीच आहारपद्धती सुरू ठेवून, त्यात आम्ही बदल करू शकत नाही असं जाहीर करणारे लोक आपल्याला सापडतील.

सुरेश ओबेरॉय : हो, कॅन्सरग्रस्त असूनही अनेक जण तंबाखूचं सेवन करतात.

शिवानीदीदी : एखाद्या धोकादायक सवयीचे परिणाम माहीत असूनही जर कोणी त्या सवयीत बदल करू शकत नसेल तर याचा अर्थ त्यांचा आत्मा खूप कमकुवत आहे. संताप आणि चिडचिड यांचे संस्कार आपल्याकडे आनुवंशिकतेतून आले की आपण ते आपल्या पालकांकडून, शिक्षकांकडून किंवा भोवतालातून घेतले हे जाणण्यात काहीच अर्थ नाही. ह्या सगळ्याचा वापर केल्याचे परिणाम म्हणजे आपण सतत दु:खी आणि चिंताग्रस्त राहतो, आपलं स्वत:वर नियंत्रण राहत नाही आणि अगदी क्षुल्लक कारणांमुळे आपण अस्थिर होतो. याचाच अर्थ आपलं आरोग्य चांगलं नाहीये. आता हे सगळं थांबवून आपण स्वत:ला विचारायला हवं, 'आता बदल करायची वेळ आली आहे का की आपल्याला हे असंच चालू ठेवायचं आहे?' हीच काळाची गरज आहे.

सुरेश ओबेरॉय : एकदा माझ्या वाहनचालकानं विमानतळावर पत्ता विचारण्यासाठी गाडी थांबवली. आमच्या मागचा वाहनचालक पूर्ण वेळ हॉर्न वाजवत राहिला.

शिवानीदीदी : हे आपल्या आजच्या मन:स्थितीचं प्रतिबिंब आहे. आत्मा जो मुळात शांत आणि प्रेमळ आहे तो अधीर आणि चिंताग्रस्त झाला आहे. तो इतका हळवा झाला आहे की एखाद्या छोट्या घटनेनेही तो अस्वस्थ होतो.

आपण याआधी चर्चा केली ते उदाहरण घेऊ या. सुरुवातीला, आपण बसलेली खुर्ची कोणी हलवली तरी आपण हललो नाही. ती शरीराची स्थिती होती. कोणीतरी खुर्ची खूप जोरात हलवली आणि आपण बसलेल्या जागेवरून थोडेसे सरकलो ही दुसरी स्थिती होती. याचा अर्थ, आपण थोडे कमकुवत झालो. आता आपण अशा स्थितीत आलो आहोत की एखाद्याने खुर्चीला स्पर्श केला तरी आपण पडू.

सुरेश ओबेरॉय : अशाच प्रकारचं दुसरं उदाहरण आहे. आपण जिथे आता चित्रीकरण करत आहोत त्या जागेच्या मालकाने मला असं सांगितलं की, संध्याकाळी जर तुम्ही आजूबाजूला गाडी घेऊन फिरायला गेलात तर हॉर्न वाजवू नका किंवा गाडीचे

हेडलाइट लावू नका. असं केल्याने स्थानिक गावकरी नाराज होतील. त्यापेक्षा, गाडी थांबवा आणि वाट मोकळी करून देण्यासाठी त्यांना विनंती करा. ते तुम्हाला जाऊ देतील. तुम्ही ह्या दोन घटनांकडे बघा.

शिवानीदीदी : जेव्हा आपल्याला समजतं की आपण इथे हॉर्न वाजवू शकत नाही आणि पुढे जाण्यासाठी आपल्याला विनंती करावी लागणार आहे, आपण ते स्वीकारतो आणि तसं करण्याची तयारी ठेवतो. प्रत्येक वेळेस तुम्ही काय निवडता ह्यावर सगळं अवलंबून आहे.

सुरेश ओबेरॉय : आणि आपण ते करू शकतो.

शिवानीदीदी : पूर्वी आपल्या अंगवळणी पडलेल्या सवयींमुळे काहीतरी नवीन बदल करणं अवघड आहे असं म्हणण्यापेक्षा आपण हे करू शकतो, असं म्हटल्याबद्दल अभिनंदन. बदल करण्यासाठीची पहिली पायरी म्हणजे 'आपण हे करू शकतो' याची जाणीव होणं.

सुरेश ओबेरॉय : रस्त्यावर कचरा टाकणं बेकायदेशीर आहे हे आपल्याला माहीत आहे त्यामुळे आपण ते करत नाही.

शिवानीदीदी : कारण आपण स्वत:ला सांगतो की तसं करण्याची परवानगी नाहीये. तसंच आपण स्वत:ला हेही सांगितलं पाहिजे की, आपल्या संभाषणांमध्ये संताप आणि चिडचिड करण्याची परवानगी नाहीये.

सुरेश ओबेरॉय : हो, आणि आपण जे सांगू ते आपलं मन स्वीकारतं. आपण जर असं म्हटलं की आपण आपल्या मनाला पटवून देऊ शकत नाही तर तो एक बहाणा आहे का?

शिवानीदीदी : इतरांना दोष देण्याची सवय लागली आहे आपल्याला. आपण चिडलो यासाठी दुसरं कोणीतरी जबाबदार आहे असा विचार आपण करतो. आपल्याला राग येणं ही आपली निर्मिती आहे याची जाणीव नसणं हे इतरांना दोष देण्याचं दुसरं कारण. तिसरं म्हणजे आपण आपल्या कृतीचं समर्थन करतो.

ही पद्धत अवलंबिल्याचे परिणाम आपण आपल्या भूतकाळात जाऊन बघितले पाहिजेत. पहिला परिणाम म्हणजे आपली मनं सहज नाहीत आणि आपल्याला दु:ख होतं. आपण इतरांकडून प्रेम आणि आनंद शोधत राहतो. दुसरा परिणाम म्हणजे आपलं शारीरिक स्वास्थ्य बिघडतं. आज आपली आहारपद्धती सर्वसंपन्न आहे. आपण व्यायाम करतो, आपल्याकडे वैद्यकीय सुविधा उपलब्ध आहेत पण तरी आपण आरोग्याची खात्री देऊ शकत नाही. तिसरा आणि महत्त्वाचा परिणाम

आपल्या नात्यांवर होतो. आत्मा कमकुवत झाल्यामुळे आणि नकारात्मक ऊर्जेच्या देवाणघेवाणीमुळे नात्यांमध्ये बेबनाव वाढत चालला आहे. हे सगळं आपल्यासाठी योग्य आहे का हे आज आपण स्वतःलाच विचारायला हवं.

सुरेश ओबेरॉय : हे आपण ध्यानाद्वारे करू शकतो का?

शिवानीदीदी : नक्कीच.

ध्यान आणि चिंतन

मला स्वतःला पाहायचं आहे... प्रत्येक प्रसंगात परिस्थिती ही बाह्य निर्मिती आहे... पण मी जी प्रतिक्रिया देईन ती माझी निवड आहे... माझी स्वतःची स्थिती ही माझी निवड आणि निर्मिती आहे... मी एक शक्तिशाली आत्मा आहे याची मी आजपासून जाणीव ठेवेन... कोणतीही व्यक्ती किंवा मनःस्थिती माझी मनःशांती हिरावून घेऊ शकत नाही... मी एक शक्तिशाली अस्तित्व आहे... आजपासून मी स्वतःकडे लक्ष देईन... मी स्वतःला वाहतुकीच्या कोंडीत, कामाच्या ठिकाणी आणि कुटुंबासोबत पाहीन... काही वेळा मनाविरुद्ध परिस्थिती निर्माण होईल पण तरीही मी स्थिर राहीन... मला कोणीही अस्थिर करू शकत नाही... शांती, प्रेम आणि आनंद हे माझे विशेष गुण आहेत... परिस्थिती कोणतीही असली तरीही मी प्रत्येक प्रसंगात या तीन घटकांचाच वापर करेन... ओम शांती!

चिरंतन प्रेमाकडे घेऊन जाण्याचे मंत्र

- आपल्या प्रतिक्रियेसाठी जेव्हा आपण दुसऱ्यांना दोष देतो तेव्हा आपण त्या दुसऱ्या व्यक्तीपेक्षा कमकुवत आहोत याची पुष्टी करतो.
- आपण जेव्हा आपल्या मनाचा ताबा गमावतो तेव्हा 'शांती' या आपल्या मूळ गुणाच्या पलीकडे जातो.
- शांती, प्रेम आणि आनंद ह्या मूळ तीन गुणांचा वापर सतत होत नाही. त्यामुळे हे तीन आपलेच संस्कार आहेत हे आपण विसरतो. मग आपण एकांत स्थळी शांतीची, वस्तूंत आणि यशात आनंदाची आणि लोकांकडून प्रेमाची अपेक्षा ठेवतो.
- प्रतिक्रिया देताना सवयीप्रमाणे नकारात्मक संस्कारांचा वापर न करता, मूळ तीन संस्कारांचा वापर जाणीवपूर्वक करण्याची गरज आहे.

स्वतःबरोबर नाते निर्माण करा

सुरेश ओबेरॉय : जर मी मनाने कमकुवत असेन आणि त्यामुळे जर मी नेहमीच चिडचिड करत असेन किंवा अस्वस्थ राहत असेन तर यामुळे माझी इतरांबरोबर असलेली नाती ही कमकुवत होतील का?

शिवानीदीदी : हे आपोआपच घडणार नाही का? मी, स्वतःच ते बीज आहे जे प्रत्येक विचाराची आणि कर्माची निर्मिती करतं, जो तरंग आहे. ह्या बीजाचा पहिला परिणाम आपल्या भावनिक आरोग्यावर होतो. दुसरा परिणाम आपल्या शरीरावर होतो. आपण निर्माण करत असलेल्या प्रत्येक विचाराचा परिणाम आपल्या शरीरातील प्रत्येक पेशीवर होतो. जसं बीज असतं, तसंच आपलं शरीर असतं. जेव्हा आपण लोकांना भेटतो, तेव्हा आपली जशी मानसिक अवस्था असेल तसाच विचार आणि कृती आपण त्यांच्या बाबतीत करू. तुमच्याशी संवाद साधताना जर मी कमकुवत असेन आणि तुमचा एखादा मुद्दा जरी मला पटला नाही तर लगेच माझी चिडचिड होईल आणि मी त्याकडे दुर्लक्ष करू शकणार नाही. आपल्याला वाटतं की समोरच्याने आपल्या इच्छेप्रमाणेच वागावं. समजा ते तसं वागले नाहीत तर तुम्ही पटकन चिडून तुमची प्रतिक्रिया द्याल. या सगळ्याचा माझ्या नात्यांवर परिणाम होणार नाही का?

काही वर्षांपूर्वीपर्यंत, संपूर्ण गावातील लोक किंवा शेजारीपाजारी एखाद्या कुटुंबासारखे एकोप्याने, गुण्यागोविंदाने नांदत होते. तेव्हाही त्यांच्या विचारांत आणि वागण्यात फरक होताच पण त्यांच्याकडे तडजोड करायची, सहन करायची आणि

तरीही एकमेकांना सहकार्य करायची अद्भुत शक्ती होती. त्यामुळे, शंभरपेक्षाही जास्त माणसं एक कुटुंब म्हणून एकत्र राहू शकत होती.

सुरेश ओबेरॉय : मला हे जाणून घ्यायचंय की, एकत्र राहण्याशिवाय इतर कोणताच पर्याय त्यांच्याकडे नव्हता की खरोखरंच ती एकमेकांविषयीच्या प्रेमाची ताकद होती?

शिवानीदीदी : ती आत्म्याची शक्ती होती. तेव्हा लोक 'सोल कॉन्शन' म्हणजेच आत्म्याची जाणीव ठेवून असायचे, त्यासंबंधी सजग असायचे. म्हणजेच, त्यांच्या मूळ स्वभावामुळे किंवा निसर्गाच्या सान्निध्यात राहत असल्यामुळे परिस्थिती किंवा माणसं या कशाचाही त्यांच्यावर फार काही परिणाम झाला नाही.

सुरेश ओबेरॉय : पूर्वीच्या काळी लोक कमकुवत नव्हते?

शिवानीदीदी : त्या काळी आपण भावनिक म्हणजेच मानसिकदृष्ट्या खूप निरोगी होतो. घडलेल्या घटना सोडून द्यायची आणि भूतकाळ विसरून जायची शक्ती आपल्याकडे होती. आपण एकमेकांशी तडजोड करून राहू शकत होतो. शेजारीपाजारी सगळे मिळून शंभर जणही एक कुटुंब म्हणून राहू शकत होते. कालांतराने आपण कमकुवत झालो आणि एकत्र कुटुंब पद्धतीवर सीमित झालो, जिथे एका कुटुंबात अंदाजे १५ जण असत. हळूहळू स्वत:ची काळजी न घेतल्यामुळे आपण मानसिकदृष्ट्या जास्तच कमकुवत झालो. त्यामुळे आपण आणखीनच छोट्या कुटुंबात राहायला लागलो. पुढे जाऊन त्या छोट्या कुटुंबात सगळ्यांबरोबर राहणंही कठीण वाटू लागलं आणि आपण वेगळे राहू लागलो. आजकाल तर नवरा आणि बायको या दोघांनाही एकत्र राहण्यासाठी धडपड करावी लागते. घटस्फोटाचा दर आज जास्त का आहे?

लोक असं म्हणतात की, घटस्फोटाचा दर जास्त असण्याचं कारण दोघांनाही त्यांच्या त्यांच्या कामाचा असणारा ताण आहे. पण असं नाहीये. मूळ कारण दोघेही त्यांच्या 'अंतर्गत स्व'ची काळजी घेत नाहीत हे आहे. मग जेव्हा ते रोज संध्याकाळी तणावग्रस्त होऊन घरी येतात तेव्हा ते परस्परांना नकारात्मक ऊर्जेचे आदानप्रदान करतात.

सुरेश ओबेरॉय : पूर्वीच्या काळीसुद्धा, नवराबायको दोघेही समसमान कष्ट करत होते. गावांमध्ये, एक जण बाहेरची शेताची कामं बघायचा तर दुसरा घर, स्वयंपाक आणि गोठ्याची काळजी घ्यायचा.

शिवानीदीदी : आजच्या काळात स्पर्धा नक्कीच वाढली आहे. पण पूर्वीच्या काळात आणि आताच्या काळात मुख्य फरक हा आहे की, आपल्या जबाबदाऱ्या सांभाळत

असताना आपण स्वत:ची काळजी घेत नाही. कामाच्या ठिकाणी ध्येयं पूर्ण करताना जर आपण आपल्या तब्येतीकडे दुर्लक्ष केलं – मी जर म्हणाले की मी कामात एवढी व्यग्र होते की मला खायला, झोपायला किंवा व्यायामाला वेळच मिळाला नाही. अशाने माझं शारीरिक स्वास्थ्य बिघडणार नाही का? शेवटी ध्येय गाठलं जाईल पण त्याचबरोबर मी आजारीही पडू शकते. तसंच, आपण जर आपल्या मानसिक स्वास्थ्याची काळजी घेतली नाही, खूप रागराग केला, इतरांबद्दल मत्सर, स्पर्धा, तणाव, चिंता आणि द्वेषभावना यांनाच धरून ठेवलं तर भलेही व्यावसायिक पातळीवर आपण वरच्या पदावर जाऊ; पण आपली शक्ती एवढी कमी होईल की आपण चांगली नाती गमावून बसू.

सुरेश ओबेरॉय : कोणती शक्ती कमी होईल?

शिवानीदीदी : आत्म्याची शक्ती कमी होईल. जेव्हा आपण चिडतो किंवा उदास होतो, एखाद्याचा तिरस्कार करायला लागतो किंवा सतत नकारात्मक आठवणींना उजाळा देतो आणि त्याच त्या भावना सातत्याने पुन्हा जगायला लागतो तेव्हा आपली मानसिक अवस्था कशी होईल? आपलं मन आपल्या सहज भावात्मक अवस्थेपासून दूर जाईल. एका दिवसात जर आत्मा त्याच्या सहज अवस्थेपासून अनेकदा दूर गेला तर तो कमकुवत होतो. जसजशी त्याची प्रतिकारशक्ती कमी होत जाते, तसा तो कमकुवत आत्मा पूर्वीची नाती जपू शकत नाही.

हे आपल्या शरीराच्या प्रतिकार शक्तीसारखं आहे. ती कमकुवत झाली की, हवामानातला किंवा जेवणातला छोटासा बदलही आपल्याला आजारी पाडू शकतो. आपण सारखेसारखे आजारी पडू लागतो.

सुरेश ओबेरॉय : हा मनाचा आजार आहे का?

शिवानीदीदी : हे आत्म्याविषयी आहे, जो प्रत्येक विचार आणि भावना निर्माण करतो. हा आत्मा म्हणजे झाडाचं बी आहे. हे झाड आपली नाती, आपलं काम आणि आपलं यश यांचं प्रतिनिधित्व करतं. मूळ बीज कमकुवत होत असताना आज आपला बराच वेळ या झाडाची काळजी घेण्यात जातो. आता या बीजाची काळजी घेण्याची वेळ आहे. जोवर आपण हे बीज निरोगी बनवत नाही तोवर झाड बहरू शकत नाही.

सुरेश ओबेरॉय : पण स्वत:त कोणताही सकारात्मक बदल करताना मानसिक दबाव येतो. आणि जेव्हा, सगळे प्रयत्न करूनही ठरवलेलं साध्य करता येत नाही तेव्हा अजून तणाव निर्माण होतो.

शिवानीदीदी : आपण जेव्हा आपल्या शरीराची काळजी घेत असतो तेव्हाही सुरुवातीला आपल्याला थोडा ताण येतोच. जर आपलं शरीर निरोगी नसेल आणि आपल्याला रोज चालण्याचा व्यायाम करायचा सल्ला मिळाला तर हा नवीन दिनक्रम सुरुवातीला आपल्याला त्रासदायक वाटेल.

सुरेश ओबेरॉय : बरोबर. आपल्याला अंगदुखीचा त्रास होईल.

शिवानीदीदी : हो, पण ती फक्त सुरुवातीचे काही दिवसच. सुरुवातीला व्यायाम न करण्यासाठी आपण खूप कारणं दाखवू आणि हा दिनक्रम पाळण्यासाठी आपल्याला खूप झगडावं लागेल.

सुरेश ओबेरॉय : आणि मग एक दिवस असा येईल की आपण चालायला जाण्यापासून स्वत:ला रोखू शकणार नाही.

शिवानीदीदी : हे कधी होईल?

सुरेश ओबेरॉय : जेव्हा शरीर तंदुरुस्त असेल, स्नायू लवचीक असतील आणि शरीरातील रक्तप्रवाह सुरळीत झाला असेल. अशा वेळी हवामान प्रतिकूल असलं तरीही आपल्याला चालायला जावंसं वाटेल.

शिवानीदीदी : पण ही स्थिती येईपर्यंत आपल्याला सुरुवातीला झगडावंच लागेल, नाही का? ती स्थिती किंवा तो टप्पा आपल्याला अनुभवता येईल कारण आपण आपल्या कम्फर्ट झोन (आरामदायक अवस्थे)मधून बाहेर पडायचा प्रयत्न करत असू. त्याचप्रमाणे, परिस्थितीवर आवेगात टिप्पणी करणं किंवा मत मांडणं हाच जर आपला कम्फर्ट झोन असेल आणि आता आपण पूर्ण वेळ शांत राहायचं ठरवलं तर सुरुवातीला हे नक्कीच सोपं नसेल. आपण आपल्या आत जेव्हा सकारात्मक बदल करतो तेव्हा तो आपल्या जुन्या समजुतींच्या विरुद्ध असतो. आपण स्वत:त करत असलेला हा खूप मोठा बदल असल्याने आतून थोडा दबाव येणं साहजिकच आहे.

सुरेश ओबेरॉय : मी हे करू शकेन की नाही असं मला वाटायचं हेच कारण आहे.

शिवानीदीदी : पण तुम्ही कधीच तुमच्या कष्टांचं फळ अनुभवलं नाहीये?

सुरेश ओबेरॉय : हो, मी अनुभवलंय. पण जेव्हा मी इतरांशी माझी तुलना करतो आणि मी खूपच हळू प्रगती करतोय असं मला जाणवतं तेव्हा मला वाईट वाटतं.

शिवानीदीदी : प्रामाणिक तुलना फक्त स्वत:शीच करता येते. कितीही छोटी प्रगती असली तरी नेहमीच स्वत:चं कौतुक करावं आणि स्वत:च स्वत:ला प्रेरणा द्यावी. प्रवासात बाकीचे आपल्या मागे असले किंवा पुढे गेले तरीही इतरांकडे बघू नये. 'माझ्या क्षमतेप्रमाणे मी काल कुठे होतो, आज कुठे आहे आणि मी उद्या कुठे पोहोचू शकतो हे नेहमी तपासायला हवं. काल दिवसभरात जर मला दहा वेळा राग आला असेल तर आज तो आठ वेळा आला का?'

सुरेश ओबेरॉय : पण आपल्या आजूबाजूचे लोक आपल्यातील सुधारणा पाहत नाहीत. त्यांचं लक्ष तर आपल्यातील कमतरतांवर असतं.

शिवानीदीदी : नकारात्मक बाजूकडे बघणं हा त्यांच्यावरचा संस्कार आहे पण तुम्ही तुमची प्रगती करत आहात. त्यामुळे तुमच्यावर याचा परिणाम होण्याची गरज नाही. तुम्ही फक्त स्वत:कडे बघायला हवं. कारण कोणालाच तुमच्याबद्दल आणि तुम्ही स्वत:त जो बदल करताय त्याविषयी पूर्ण माहिती नाही. अशा प्रकारे तुम्हीच तुमचं मोजमाप करायला हवं.

सुरेश ओबेरॉय : म्हणजे आपणच आपले शिक्षक आणि परीक्षक आहोत. आणि आपल्यालाच सुधारणा करायची आहे. तसंच आपल्याला आपली पाठही थोपटायची आहे.

शिवानीदीदी : हो, रोजच्या रोज स्वत: स्वत:चं कौतुक करणं खूप महत्त्वाचं आहे. आपली नाती मुळात जितकी सुंदर आणि सुसंगत होती तशीच ती पुन्हा बनवायची असतील तर त्यासाठी पहिली पायरी म्हणजे स्वत:बरोबर एक सुंदर नातं तयार करणं.

सुरेश ओबेरॉय : जर मी एखादी चूक केली आणि त्यासाठी स्वत:वर टीका केली, तर याचा अर्थ माझं स्वत:बरोबर असलेलं नातं चांगलं नाही असा होतो का?

शिवानीदीदी : टीका ही नकारात्मक ऊर्जा आहे त्यामुळे ती टाळणंच योग्य. समजा, एखादी व्यक्ती उभं राहण्यासाठी खूप कष्ट घेते पण तरी ती खाली पडताना किंवा हरताना दिसते. अशा वेळी तुमची प्रतिक्रिया काय असेल? तुम्ही तिचं कौतुक कराल. पण जर टीका केली तर तुम्ही तीच शक्ती शोषून घ्याल जिच्या आधारे ती व्यक्ती उभं राहण्याचा प्रयत्न करत होती.

असंच आपल्या बाबतीतही आहे. आपण स्वत:त प्रगती करायचा प्रयत्न करत असताना जर त्यासाठी वेळ लागत असेल तर आपल्या प्रयत्नांना चालना देण्यासाठी आपण स्वत:ला सकारात्मक ऊर्जा देण्याची गरज आहे. आपण आपलेच टीकाकार

बनू नये. आपलं स्वत:शी सुंदर नातं असेल तर आपल्या आत्म्याची शक्ती वाढते. जेव्हा सशक्त आत्मा इतरांशी संवाद साधतो तेव्हा त्याची नाती पक्की होतात.

ध्यान आणि चिंतन

मला स्वतःला पाहायचं आहे... प्रत्येक विचार एक बीज आहे... ह्या बीजातून माझं शरीर, नाती, काम आणि मी निभावत असलेली प्रत्येक भूमिका उदयास येते, निर्माण होते... हे बीज – माझा प्रत्येक विचार आणि भावना – माझी निर्मिती आहे... झाड सशक्त होण्यासाठी मी सशक्त बीज पेरीन... माझा प्रत्येक विचार शुद्ध, पवित्र, प्रेमळ, शक्तिशाली आणि पूर्णपणे नियंत्रणात आहे... मी परिस्थितीच्या परिणामांच्या वरचढ असेन... असं बीज माझं शरीर आणि नाती निरोगी बनवेल... आजपासून मी, केवळ झाडासाठी कष्ट घेणार नाही... तर मी बीजाकडेही लक्ष देईन... ओम शांती!

चिरंतन प्रेमाकडे घेऊन जाण्याचे मंत्र

- आत्मा म्हणजे बीज आहे. हे बीज जी ऊर्जा निर्माण करतं तिचा आपल्या भावनिक, शारीरिक स्वास्थ्यावर आणि नात्यांवर प्रभाव पडतो.
- जेव्हा आपण भावनिकदृष्ट्या कमकुवत असतो तेव्हा आपले इतरांबद्दलचे विचार आणि वागणं नकारात्मक बनतं. आपण इतरांना नकारात्मक तरंग पाठवतो. त्यांच्याकडून अनपेक्षितपणे झालेल्या कृतींवर आपण स्थिर राहून प्रतिक्रिया देऊ शकत नाही आणि आपली नाती कमकुवत होतात.
- एखाद्या माणसाचं वागणं आपण स्वीकारू शकलो नाही आणि त्याला प्रतिक्रिया दिली तर आपली शक्ती कमी होते. ह्याचा परिणाम आपल्या इतर चांगल्या नात्यांवरही होतो.
- स्वत:त बदल करण्याची ही प्रक्रिया इतरांशी तुलना न करता फक्त स्वत:च्याच संदर्भांनी तपासली पाहिजे. स्वत:त केलेल्या छोट्याशा बदलासाठीही आपण स्वत:चं कौतुक केलं पाहिजे.

दोषारोपणापासून स्व-जबाबदारीपर्यंत

सुरेश ओबेरॉय : स्वत:बरोबर सुंदर नातं निर्माण करणं अवघड आहे कारण मी सतत स्वत:वर टीक करत असतो. मी स्वत:बरोबर कडक, शिस्तबद्ध वागलो तरच माझी प्रगती होईल असं मला सतत वाटतं.

एका सुंदर सुविचाराने मी माझी विचार करण्याची पद्धत बदलली. तो सुविचार तुम्हाला सांगायला मला आवडेल. 'स्वत:शी संवाद साधताना काळजी घ्या. कारण तुम्ही स्वत: तो ऐकत आहात.' याविषयी तुम्ही अधिक स्पष्ट करून सांगू शकाल का?

शिवानीदीदी : खूपच प्रभावशाली वाक्य आहे हे. इतरांशी बोलताना आपण नेहमीच खूप काळजी घेतो कारण आपल्याला त्यांना दुखवायचं नसतं. पण आपण इतरांशी जेवढं बोलतो त्यापेक्षा खूप जास्त स्वत:शी बोलतो. मौखिक संवाद क्वचितच होतो पण दिवसभरात आपण स्वत:शी आतल्या आत खूप संवाद साधतो. स्वत:बरोबर साधत असलेला संवाद आपण सतत ऐकत असतो म्हणूनच सर्वांत आधी त्याचाच आपल्यावर परिणाम होतो.

सुरेश ओबेरॉय : मला असं वाटायचं की, मी जर एखाद्या व्यक्तीसाठी नकारात्मक विचार केला तर तो त्या व्यक्तीपर्यंत पोहोचतो.

शिवानीदीदी : हो, आपले तरंग त्या व्यक्तीपर्यंत पोहोचतात. पण त्या तरंगांचा तिच्यापेक्षा तुमच्यावर होणारा परिणाम खूप जास्त असतो.

सुरेश ओबेरॉय : आणि तीच ऊर्जा नंतर माझ्याकडे परत येते.

शिवानीदीदी : हो. समजा, तुम्ही माझ्याबद्दल वाईट विचार करत आहात आणि ते तरंग माझ्यापर्यंत पोहोचत आहेत. आता माझ्याकडे पर्याय उपलब्ध आहे. मी जर अज्ञानावस्थेत जगत असेन तर मीसुद्धा नकारात्मक विचार करायला सुरुवात करेन. पण जर मी सजग असेन तर असा नकारात्मक विचार करणं चुकीचं आहे हे मी ओळखेन आणि माझे विचार बदलेन. म्हणून तुम्ही माझ्याबद्दल जो विचार करत असाल त्याचा माझ्यावर एक तर, प्रचंड परिणाम होईल किंवा खूपच कमी परिणाम होईल किंवा काहीच परिणाम होणार नाही. हा सतत बदलत राहणारा घटक आहे. पण इतर कोणाहीपेक्षा ह्या नकारात्मक विचारांचा तुमच्यावर नक्कीच जास्त परिणाम होईल. तुम्ही तुमच्याच विचारतरंगांपासून वाचू शकणार नाही.

आपण विचारांपेक्षा शब्दांच्या पातळीवर हे समजून घेऊ या. समजा, तुम्ही मला म्हणालात की, तुम्हाला काहीच काम येत नाही. तुम्ही असं म्हणालात तरीसुद्धा ते ऐकल्यानंतर 'मी काय करायचं त्याची शक्ती फक्त आणि फक्त माझ्याकडेच आहे'; 'मी तुमच्या बोलण्याकडे दुर्लक्ष करू शकते'. किंवा ते बोलणं स्वीकारून वाईट वाटून घेऊ शकते. किंवा तशाच शब्दांत तुमच्यावर हल्ला चढवू शकते. हे सगळे पर्याय माझ्याकडे उपलब्ध आहेत. त्यामुळे जेव्हा तुम्ही मला असं म्हणता तेव्हा तुमच्या शब्दांमुळे होणाऱ्या परिणामांपासून मी स्वत:ला वाचवू शकते. पण तुम्ही तुमच्या विचारांतून स्वत:ला जे सांगता त्यापासून तुम्हाला कोणीच वाचवू शकत नाही.

सुरेश ओबेरॉय : समजा, मी धूम्रपानाची सवय सोडवू शकत नाही म्हणून स्वत:वर सतत टीका करत असेन तर मी स्वत:ची ऊर्जा कमी करून घेतोय का?

शिवानीदीदी : तुम्ही तुमच्यासाठी जी नकारात्मक ऊर्जा निर्माण करता त्यापासून तुमचं संरक्षण कोण करेल? तुमच्या विचारांचा पहिला परिणाम तुमच्या मानसिक स्वास्थ्यावर होईल. दुसरा तुमच्या शरीरावर होईल. ह्यापैकी कशातूनही तुम्हाला कोणीच वाचवू शकत नाही. म्हणूनच तुम्ही जो सुविचार मांडलात तो खूपच सुंदर आहे. 'स्वत:शी संवाद साधताना काळजी घ्या. कारण तुम्ही स्वत: तो ऐकत आहात.'

सुरेश ओबेरॉय : ह्याचा अर्थ आपण स्वत:वर प्रेम करायला हवं?

शिवानीदीदी : आपण इतरांबद्दल कसाही विचार करत असलो तरीही त्यांच्याशी बोलताना आपण प्रेमानेच बोलतो कारण आपल्याला त्यांना दुखवायचं नसतं. पण आपण त्यांच्याबद्दल नकारात्मक विचार करून स्वत:ला इजा करून घेतो कारण आपण केलेला नकारात्मक विचार आपण ऐकत असतो. आपण काय बोलतो ते इतर ऐकतात पण आपण काय विचार करतो ते फक्त आपणच ऐकतो.

सुरेश ओबेरॉय : हे अगदीच बरोबर आहे. तुम्ही असंही म्हणाला आहात की रागाचा आपल्या शरीरातील प्रत्येक पेशीवर परिणाम होतो.

शिवानीदीदी : राग हा आपल्या मानसिक अवस्थेवर, शरीरावर आणि नात्यांवर क्रमाक्रमाने परिणाम घडवतो. जे आपल्यावर प्रेम करतात त्यांच्याशी आपलं खूप सुंदर नातं असतं कारण ते आपल्याला स्वीकारार्ह आणि सुखकारक ऊर्जा पाठवत असतात. ज्यामुळे आपल्याला सशक्त वाटतं. अशा प्रकारची ऊर्जा इतरांकडून मिळेलच याची आपण खात्री देऊ शकत नाही पण स्वत:ला अशी ऊर्जा देण्याची सुरुवात नक्कीच करू शकतो. आपली ऊर्जा शोषणाऱ्या जुन्या विचारपद्धती आणि सवयी आपण एक एक करून बदलल्या पाहिजेत. आत्म्याकडे बॅटरीच्या दृष्टिकोनातून बघा. आपली ऊर्जा कमी करणारी छिद्रं आपण बुजवली पाहिजेत आणि स्वत:ला शक्तिशाली बनवलं पाहिजे. अशा प्रकारे आपलं स्वत:शी असलेलं नातं पुन्हा जिवंत होईल.

सुरेश ओबेरॉय : मी स्वत:ला शक्तिशाली कसं बनवू? मी नेहमीच शक्तीची सांगड सत्तेशी किंवा वर्चस्वाशी घातली आहे. असं म्हणतात, ''मन जीते जग जीते.'' याचा अर्थ, जो स्वत:च्या मनाला जिंकतो तो जगावर राज्य करतो.

शिवानीदीदी : या ओळीतून तर अर्थ आपोआपच व्यक्त होतो - 'जी व्यक्ती स्वतःच्या मनाला हाताळते आणि जी त्याच्या आहारी जात नाही तीच जगावर राज्य करू शकते.' आपलं विश्व म्हणजे आपली मानसिक स्थिती, शरीर आणि नाती यांचा समावेश असणारा वृक्ष. आतापर्यंत आपण नेहमीच याच्या विरुद्ध गोष्टीवर विश्वास ठेवत आलो की, ज्याच्याकडे चांगलं आरोग्य, चांगली नाती आणि चांगलं करिअर आहे तो आनंदी असतो. आता आपल्याला आधी स्वत:ची काळजी घ्यावी लागेल आणि आपली बॅटरी चार्ज करण्यासाठी उपाय करावे लागतील. जर आपल्याला आपली ऊर्जा कमी करायची असेल तर आपल्या मानसिक स्थितीसाठी इतरांना दोष देणं हा त्यासाठीचा सोपा मार्ग आहे.

सुरेश ओबेरॉय : आपल्याला स्वत:वर टीका करायची एवढी सवय आहे की आपण इतरांनाही दोष द्यायला सुरुवात करतो.

शिवानीदीदी : टीका करणं आणि दोष देणं ह्यांत फरक आहे. दोष देणं म्हणजे आपल्या मानसिक स्थितीसाठी इतरांना जबाबदार ठरवणं.

सुरेश ओबेरॉय : जर कुणी चुकीचं वागलं तर आपण अस्वस्थ होणं साहजिकच आहे, हो ना?

शिवानीदीदी : कोणीतरी मला आर्थिकदृष्ट्या, शारीरिक त्रास देऊन किंवा त्यांच्या नकारात्मक संस्काराप्रमाणे संवाद साधून अस्वस्थ करू शकतं. त्यांच्या अशा वागण्यामुळे माझ्या मनात जे येतं ती माझी निर्मिती असते. माझ्या मनात मला एकच व्यक्ती अस्वस्थ करू शकते ती म्हणजे मी. फक्त मी. ज्या क्षणी आपण एखाद्याकडे बोट दाखवतो त्याच क्षणी आपण त्यांना शक्ती देऊन आपल्या ऊर्जेचा ऱ्हास करून घेतो.

सुरेश ओबेरॉय : म्हणून आपण इतरांना दोष देऊ नये.

शिवानीदीदी : आपल्याकडे पर्याय उपलब्ध आहे : इतरांना दोष देणं किंवा स्वतः वैयक्तिक जबाबदारी स्वीकारणं. पहिल्या पर्यायात 'ते' जबाबदार असतात तर दुसऱ्या पर्यायात 'आपण'. जर आपण चिडलो तर आपली शक्ती कमी होते. शिवाय, आपण यासाठी इतरांना दोषी ठरवलं तर आपल्याला चिडण्याची सवय लागते.

सुरेश ओबेरॉय : इतरांना दोषी ठरवणं हा एक अंतहीन खेळ आहे.

शिवानीदीदी : हो, आणि याचा अर्थ आपली बॅटरी कमी होत जाईल. आपल्या भावनांसाठी परिस्थितीला, आपल्या भूतकाळाला, नशिबाला, देवाला किंवा जगाला दोष देणं आपल्याला कमकुवत बनवतं. हो, परिस्थिती आपल्याला अनुकूल नसेलही पण तरीही आपल्या मानसिक स्थितीची जबाबदारी आपलीच आहे. आपल्याला राग येऊ शकतो, आपण दुखावले जाऊ शकतो हे ठीक आहे. पण आपल्या भावनांची जबाबदारी आपणच घेण्याची गरज आहे. जेणेकरून इतरांना दोष दिल्याने किंवा सतत त्याच त्या गोष्टींचा विचार केल्याने आपली शक्ती कमी होणार नाही.

सुरेश ओबेरॉय : पूर्वी, माझ्याशी वाईट वागणाऱ्या व्यक्तीला स्वीकारणं मला अवघड जायचं. पण आता स्वीकृती सुंदर आहे हे मला समजलंय.

शिवानीदीदी : स्वतःत बदल घडवून आणण्यासाठी स्वीकृतीचीच गरज आहे. जर आपण चिडलो आणि इतरांना दोष दिला तर त्यांनी त्यांच्यात बदल करावेत अशी आपली अपेक्षा असेल. कारण आपल्याला होणाऱ्या त्रासासाठी आपण त्यांना जबाबदार समजत राहू. पण जेव्हा राग येणं किंवा चिडणं ही आपलीच निर्मिती आहे हे जेव्हा आपल्याला समजतं तेव्हा आपलं संपूर्ण लक्ष स्वतःवर, आतमध्ये जातं. अशा प्रकारे आपल्याला आपले संस्कार बदलणं सोपं जातं. आता जोवर आपण चिडलेले किंवा दुखावलेले असू तितक्याच काळापुरती आपली शक्ती कमी होते. अशा वेळी कोणावरही दोषारोपण होत नसल्यामुळे इतर कोणी माफी मागण्याची

किंवा त्याच्यामध्ये बदल करण्याची वाट आपल्याला बघावी लागत नाही. याचाच अर्थ आपली शक्ती वाढते आणि आपल्याला आपले संस्कार बदलता येतात. आपण जर आपल्या परिस्थितीसाठी इतरांना दोष देत राहिलो तर आपले जुने संस्कार कधीच बदलणार नाहीत. वागण्याच्या आणि प्रतिक्रिया देण्याच्या आपल्या जुन्या पद्धती तशाच चालू राहतील. स्वत:वर प्रेम करण्यासाठी इतरांना दोष देण्याचा संस्कार आपल्याला आधी बदलावा लागेल. कोणत्याही परिस्थितीत हे थांबायलाच हवं.

सुरेश ओबेरॉय : माझं मन दुखावलं जाईल असं जर कोणी माझ्याशी बोललं तर नंतर मला त्याचा त्रास होतो. मग एखाद्या मित्राकडे मी माझं मन मोकळं करतो.

शिवानीदीदी : नातं चांगलं राहण्यासाठी किंवा अन्य काही कारणाने तुम्ही त्या वेळी उलटं बोलला नसाल. तुम्हाला आतून त्रास झाला कारण तुम्ही फक्त बाहेरून शांत राहिलात पण तुमचं मन अशांत होतं.

सुरेश ओबेरॉय : ही भावना अनेक वर्षं माझ्या मनात तशीच राहिली.

शिवानीदीदी : स्वत:शी बोलताना काळजीपूर्वक बोला, कारण तुम्ही ऐकत आहात. तुम्ही उलटं न बोलल्यामुळे इतरांबरोबर चांगलं नातं जपू शकता. पण जेव्हा ती घटना तुम्ही वारंवार आठवत राहाल, तेव्हा तुमचं तुमच्याशी असलेलं नातं खराब कराल. मनात त्या गोष्टी सारख्यासारख्या कोण घोळवत राहतं? तुम्ही स्वत:च.

सुरेश ओबेरॉय : कधीकधी मला वाटतं की मी त्या क्षणी बोलून टाकायला हवं होतं. विषय तेव्हा आणि तिथेच संपला असता.

शिवानीदीदी : विषय संपला नसता तर सुरुवात तुम्ही केल्यामुळे अधिकच ताणला गेला असता. उलटं न बोलणं हा शहाणपणा आहे. याचा अर्थ प्रतिक्रिया न देण्याची शक्ती तुमच्याकडे आहे.

सुरेश ओबेरॉय : मी शांत राहिल्याने दुसऱ्या व्यक्तीला तिच्या चुकीची जाणीव होईल?

शिवानीदीदी : इतरांना त्यांच्या चुकांची जाणीव करून देण्यासाठी अजून एक शक्तिशाली उपाय आहे. शांत राहण्याव्यतिरिक्त आपण त्या व्यक्तीसाठी चांगले विचार करणं आणि त्या व्यक्तीला चांगले तरंग पाठवणं.

ध्यान आणि चिंतन

मला स्वत:ला अशा परिस्थितीत पाहायचं आहे, जिथे एखाद्या व्यक्तीचं वागणं माझ्याशी असं होतं... जे माझ्या मते चुकीचं होतं... त्या परिस्थितीत मी कसा विचार केला, बोललो आणि प्रतिक्रिया दिली... आता मी पुन्हा त्याच दृश्याची कल्पना करतो, स्वतःवर ध्यान देतो... दुसरी व्यक्तीही तशीच वागत आहे... पण मी शांत आहे आणि कोणतीही प्रतिक्रिया देत नाहीये... जरी मी बोललो तरीही गोड आणि शांतपणे बोलत आहे... माझे विचार माझ्या मानसिक अवस्थेला प्रभावित करत आहेत... त्यांनी जे काही केलं त्याची जबाबदारी त्यांची होती... आता मला काय वाटतंय याची जबाबदारी माझी आहे... इतरांना दोष देण्याऐवजी स्वतः जबाबदारी घ्यायची याकडे मी माझ्या विचारांची दिशा वळवत आहे... ओम शांती!

चिरंतन प्रेमाकडे घेऊन जाण्याचे मंत्र

- इतरांशी बोलताना आपण जशी काळजी घेतो तशीच काळजी स्वत:शी बोलताना घेण्याची गरज आहे. आपल्या आत चालू असलेलं संभाषण आपण सतत ऐकत असतो.
- आपण जेव्हा एखाद्या व्यक्तीबद्दल नकारात्मक विचार करतो किंवा बोलतो त्यामुळे तिच्यावर किती परिणाम होईल हे तिच्या इच्छेवर असतं. पण आपण आपल्याच नकारात्मक ऊर्जेपासून स्वत:च्या शरीराला आणि मनाला वाचवू शकत नाही.
- आपण जे अनुभव आहोत त्यासाठी लोकांना, परिस्थितीला, भूतकाळाला किंवा जगाला दोष देणं हेच आत्म्याची शक्ती क्षीण होण्याचं कारण आहे.
- आपल्या भावनांची जबाबदारी आपण घेतो तेव्हा आपण ऊर्जा वाचवतो आणि जखम भरून काढण्याची, आरोग्यप्राप्तीची जबाबदारीही घेतो.
- भलेही आपले विचार नकारात्मक असले तरीही शब्दांतून आणि कृतीतून प्रतिक्रिया देणं पहिल्यांदा थांबवायला हवं.

स्व-टीका विरुद्ध स्व-प्रेरणा

सुरेश ओबेरॉय : ह्या सुंदर ओळींमध्ये सांगितलं आहे की, दिवसाच्या शेवटी हळुवारपणे स्वतःला सांगा, "तुम्ही तुमच्याकडून सगळं काही उत्तम केलं आहे."

शिवानीदीदी : पूर्वी आपण याबद्दल चर्चा केली आहे – इतरांबरोबर सुंदर आणि सहज नातं जपण्यासाठी मला – आत्म्याला आतून अत्यंत शुद्ध असायला हवं. माझी ही शुद्धताच इतरांपर्यंत प्रकाशित होते. वर्तमानात किंवा भूतकाळात घडलेल्या घटनांसाठी जर मी स्वतःला सतत दोष देत राहिले तर माझी मानसिक अवस्था आणि माझं ऊर्जा क्षेत्र नकारात्मक होईल. आणि तेच (तरंग) इतरांपर्यंत पोहोचेल.

सुरेश ओबेरॉय : व्यसन सोडवण्यासाठी प्रयत्न करत असताना ज्यांनी सहजपणे व्यसनं सोडली अशा लोकांबरोबर मी स्वतःची तुलना करायचो. व्यसन सोडता येत नाही म्हणून मला स्वतःचा तिरस्कारही वाटायचा.

शिवानीदीदी : जेव्हा आपण स्वतःचा तिरस्कार करतो तेव्हा आपली आभा (ऑरा) नकारात्मक बनते. कारण आपण त्याच्यावरच टीका करतो ज्याच्या सोबत आपण आपला संपूर्ण वेळ घालवतो. जो विचार आपण सातत्याने करतो त्याचा ठसा आपल्या आत्म्यावर उमटतो आणि तीच आपली सवय बनून जाते. इतरांशी वागताना-बोलताना कदाचित आपण काळजी घेत असू पण तो तर आपल्या दैनंदिन जीवनाचा छोटासा भाग आहे. आपण सतत स्वतःशी बोलत असल्यामुळे, स्वतःशी

जे बोलतो त्याचाच खोल ठसा आपल्यावर उमटतो. स्वत:वर टीका केल्याने आपली बॅटरी कमी होते. अशा वेळी जर आपण इतरांशी प्रेरणादायी आणि प्रेमळ शब्दांत बोललो तर आपला चांगुलपणा फक्त शब्दांपुरताच मर्यादित असेल. जेव्हा स्वतःचा तिरस्कार केल्याने आपलं ऊर्जाक्षेत्र नकारात्मक बनतं तेव्हा याचे तरंग दुसऱ्यांपर्यंतही पोहोचतात. त्यांच्यातही ऊर्जेचा संघर्ष निर्माण करणारी योग्यता तयार होते.

सुरेश ओबेरॉय : टीकेचे तरंग मी इतरांसाठी नाही तर स्वत:साठी निर्माण केले. हा मुद्दा स्पष्ट करून सांगाल का?

शिवानीदीदी : जेव्हा तुम्ही स्वत:वर टीका करता तेव्हा तुम्हाला निराश, उदास आणि हताश वाटतं. समजा अशा वेळी मी तुम्हाला भेटायला आले तर तुम्ही माझ्याशी बोलताना काळजी घ्याल. तुम्ही शब्दांतून माझ्याशी चांगलं बोलाल पण तुमच्या भावांमधून आत्मनिंदा जाणवेल. तुमचे तरंग एखाद्या अत्तरासारखे आहेत जे तुम्ही स्वतःवरच शिंपडलं आहे. सकाळी तुम्ही स्व-टीकेचं, तिरस्काराचं आणि अपराधीपणाचं अत्तर स्वतःवर शिंपडलं. नंतर दिवसभरात कधीतरी मी तुम्हाला भेटले तर तुम्ही चांगलं, गोड बोलाल पण मला कसा सुगंध येईल?

सुरेश ओबेरॉय : स्वत:च्या तिरस्काराचा?

शिवानीदीदी : स्वत:च्या तिरस्काराचा नाही तर तो स्वत:वर केलेल्या टीकेचा असेल. टीका करणं आता तुमच्या स्पंदनांचा आणि विचार पद्धतीचा भाग असेल. आत्मा वारंवार काय करतो यावर त्या आत्म्याचा संस्कार निश्चित होतो, ठरतो. तुमच्या बाबतीत, दिवसभरात तुम्ही इतरांशी नम्रपणे बोललात पण संपूर्ण दिवस स्वत:वर सतत टीका करत राहिलात. त्यामुळे अंतिमतः तुमच्यावर होणारा संस्कार हा टीकेचाच असेल.

सुरेश ओबेरॉय : मी हे नेहमी बघितलं आहे की, जेव्हा एखादा नवरा आपल्या बायकोला सतत रागवतो किंवा एखादी आई आपल्या मुलीवर सतत ताशेरे ओढते तेव्हा ती बायको किंवा मुलगी मनातल्या मनात सगळं काही स्वीकारतात आणि आपल्या दोषांमध्ये त्यांचा समावेश करतात.

शिवानीदीदी : हो. याची सुरुवात अशीच होते. आपल्यापैकी अनेकांना स्वत:वर टीका करायची सवय लहानपणीच लागते. त्या वेळी आपली विचारपद्धती विकसित नसते. आपल्यासाठी काय चांगलं आणि काय वाईट हे कसं ओळखायचं हे माहीत नसतं. म्हणून आपल्या पालकांनी किंवा आपल्यापेक्षा मोठ्यांनी जी प्रतिमा निर्माण

केलेली असते ती आपण स्वीकारतो. पालक आपल्या मुलाबद्दल जे बोलतात तीच त्या मुलाची स्वत:ची ओळख बनते. मुलांसाठी पालक नेहमीच बरोबर असतात.

त्यामुळे, एखादी मुलगी तिच्या पालकांकडून एखादा नकारात्मक संदेश ग्रहण करते तेव्हा ती तो स्वीकरते, त्यालाच सत्य समजते आणि त्या नकारात्मक संदेशावर आधारित स्वत:ची प्रतिमा बनवते. भविष्यात या नकारात्मक प्रतिमेला छेद देणारे सकारात्मक संदेश तिला मिळाले तरीही तिच्यावर त्याचा खूप कमी परिणाम होतो कारण तिच्यातील दोष तिने लहानपणापासून आत्मसात केलेले असतात. असं असलं तरीही, एखादी व्यक्ती संपूर्ण आयुष्य बळीचा बकरा बनून व्यतीत करू शकत नाही.

सुरेश ओबेरॉय : पण प्रचंड नकारात्मक समजुतींनी त्या व्यक्तीला जखडलेलं असतं आणि इतर लोक सतत त्याच समजुती बिंबवत राहतात.

शिवानीदीदी : खरंय. पण आपण भूतकाळ बदलू शकत नाही. आता आपण स्वत:ला बदलण्याच्या प्रवासाला निघालो आहोत. जगण्याची एक पद्धत म्हणजे भूतकाळाला शरण जाणं, जुन्या विचारपद्धती अवलंबणं आणि स्वत:वर टीका करत राहणं.

सुरेश ओबेरॉय : अनेक मुलं त्यांच्यातील उणिवांसाठी त्यांच्या पालकांना दोष देतात.

शिवानीदीदी : इतरांना दोष देण्याने आपली बॅटरी कमी होते याबद्दल आपण पूर्वी चर्चा केली आहे. भूतकाळ आता आपल्या हातात नाही आणि त्याच्यावर विचार करण्याची ही वेळ नाही हे आपण समजून घ्यायला हवं. स्वत:मध्ये प्रगती करण्यासाठी काय करता येईल हे महत्त्वाचं आहे. आपण इतरांना दोष देत राहिलो तर आपण आपली बॅटरी कमी करत राहू. आपलं नुकसान होण्यासाठी पूर्वी इतर लोक जबाबदार होते आणि आता आपण स्वत:च जबाबदार असू.

सुरेश ओबेरॉय : माझी आई नेहमी मला सांगायची की सगळं काही चांगल्यासाठीच होतं.

शिवानीदीदी : हे शब्द आपण आधी स्वत:ला प्रेरणा देण्यासाठी वापरावेत आणि मग इतरांसाठीही. जोवर आपण स्वत:बाबत चांगला विचार करत नाही तोवर आपण इतरांचे विचार बदलू शकत नाही. स्वत:ला प्रेरणा न देता जर आपण इतरांना प्रेरणा द्यायचा प्रयत्न करायला लागलो तर त्याचा त्यांच्यावर काहीही परिणाम होणार नाही, कारण ते शब्दांतून केलेलं वरवरचं कौतुक असेल.

आज आपण विचारांच्या बाबतीत खूपच टीकात्मक झालो आहोत. आपल्या आत्म्यावर पडलेला हा खोल ठसा किंवा हा संस्कार आपल्याला बदलण्याची गरज आहे.

त्यासाठी काही मंत्र अवलंबणं गरजेचं आहे. सर्वप्रथम, इतरांना दोष द्यायचं थांबवा. आपली प्रतिक्रिया ही आपली निर्मिती आहे हे लक्षात ठेवा. दुसरं, स्वतःवर टीका करणं थांबवा. जर आपण काही चुकीचं केलं असेल तर ते स्वीकारावं आणि स्वतःवर टीका करण्याऐवजी भविष्यात ते दुसऱ्या पद्धतीने करावं.

सुरेश ओबेरॉय : ही सुंदर जाणीव झाली – आपण स्वतःशी जसं वागतो, तसंच इतरांशीही वागतो.

शिवानीदीदी : जी ऊर्जा आपण स्वतःसाठी निर्माण करतो ती आपोआपच इतरांना देतो. ह्यासाठी वेगळे कष्ट घ्यायची गरज नसते.

सुरेश ओबेरॉय : हो, तुम्ही तरंगांच्या सुगंधाबद्दल बोललात तसं हे आहे.

शिवानीदीदी : जो सुगंध आपण धारण करतो तो आपोआपच इतरांपर्यंत पोहोचतो. तरंगांचा, स्पंदनांचा सुगंध म्हणजेच आपण स्वतःसाठी निर्माण केलेले विचार. आपण स्वतःचा तिरस्कार करत असताना इतरांवर प्रेम करणं अशक्य आहे. तसंच, स्वतःवर टीका करत असताना आपण इतरांचं कौतुक करू शकत नाही. स्वतःचा अनादर करून इतरांचा आदर करू शकत नाही. एक सुगंध धारण करून आपण इतरांना वेगळा सुगंध देऊ शकत नाही. आपल्याला याच मोठ्या भ्रमातून बाहेर पडायचं आहे. आपले रंग आपण स्वतः निवडू शकतो आणि आपल्याला हवी तशी प्रतिमा रंगवू शकतो.

सुरेश ओबेरॉय : अनेकांनी मला नट न होण्याचा सल्ला दिला. मी कधीच नट होऊ शकत नाही असं त्यांनी मला सांगितलं. हे मी कधीच स्वीकारलं नाही. असं का?

शिवानीदीदी : कारण तुमचं ध्येय स्पष्ट होतं. तुमचं चित्र रंगवण्यासाठी इतरांनी तुम्हाला रंग दिले. पण ते रंग तुम्ही नाकारलेत किंवा त्यांनी दिलेली माहिती तुम्ही स्वीकारली नाही. तुम्ही स्व–प्रतिमा निर्माण करायचं काम स्वतःकडेच घेतलं. तुमचं करिअर निवडताना तुम्ही तुमच्या सक्षम विचारशैलीचा वापर केला. तीच तुम्ही इतर बाबतींतही वापरू शकता.

आपले पालक आपल्याला भूतकाळात काही म्हणाले असतील किंवा वर्तमानात लोक आपल्यावर टीक करत असतील, तर त्यांची टीकात्मक ऊर्जा

आपण स्वीकारण्याची गरज नाही. आपल्या आजूबाजूचे सगळे जरी टीका करणारे असतील तरी आपण पुढे गेलंच पाहिजे. इतर लोक आपल्याला जसे वागवतात तसं आपण स्वत:ला वागवू नये किमान एवढं तरी आपण लक्षात ठेवलंच पाहिजे.

सुरेश ओबेरॉय : पण अशा परिस्थितीतून वर येण्यासाठी प्रत्येक जण सक्षम असतोच असं नाही.

शिवानीदीदी : कधीतरी असंही झालं असेल की, आपण बरोबर होतो पण तरी आपल्या पालकांनी आणि शिक्षकांनी आपल्यावर टीका केली. कारण त्यांना टीका करायची सवय होती. त्यांचं मत आपण स्वीकारलं पण स्वत:चं मूल्यमापन केलं नाही. अनेक वर्षांपूर्वी त्यांनी आपल्यावर केलेल्या टीकेच्या वर्षावात आपल्याला अजून किती वर्षं राहायचं आहे?

त्यातून बाहेर पडायचं असेल तर आपण स्वत:वर कोणत्या गोष्टींसाठी टीका करतो याची एक यादी करावी लागेल. 'माझ्यातील अमुक अमुक गोष्टींसाठी मी स्वत:वर टीका करतो.' – हे लिहून काढावं लागेल. आपल्या जवळची व्यक्ती जर स्व–टीकेला बळी पडत असेल तर आपण तिला जसं समजावून सांगू तसंच आपल्याला स्वत:ला समजवावं लागेल. आपल्याबद्दलच्या समाजाच्या मतांकडे दुर्लक्ष करून स्वत:तील खास गुणांची आठवण स्वत:ला करून द्यावी लागेल.

आपल्या आवडीचे रंग वापरून आपलं चित्र आपल्याला बदलायचं आहे हे नेहमी लक्षात ठेवा. हे बदल घडवून आणण्यासाठी आपल्याला शक्तिशाली ऊर्जेची गरज आहे. स्वत:च स्वत:चं समुपदेशन केल्याने आत्म्याची शक्ती वाढते आणि भविष्यात सगळं काही बरोबर करण्याच्या योग्यतेचं बनवते. ह्याउलट, स्वत:वर टीका केल्याने आत्म्याची शक्ती कमी होते. अशा प्रकारे बदल घडवणं आणखीनच अवघड होतं आणि जास्त चुका करण्याची शक्यता निर्माण होते. सतत स्वत:वर टीका केल्याने आपण स्वत:त बदल करू शकत नाही.

सुरेश ओबेरॉय : खूपच सुंदर!

शिवानीदीदी : कोणकोणत्या गोष्टींसाठी आपण स्वत:वर टीका करतो त्याची यादी बनवणं हा आपला गृहपाठ आहे. त्यानंतर तटस्थ भूमिकेतून जसं आपण इतरांचं समुपदेशन करू तसं स्वत:चं समुपदेशन करा. स्वत:शी प्रेमाने वागायचं आहे हे आपण लक्षात ठेवलं पाहिजे. आपण स्वत:ला जसं वागवतो तीच आपली इतरांशी वागायची पद्धत बनते.

कित्येकदा लोक विचारतात : "आपण चूक केली तरीही स्वत:चं कौतुक करायचं का?" याचं उत्तर 'हो' असंच आहे. कारण कोणताही बदल घडवून

आणण्यासाठी आपल्या आत्म्याची बॅटरी पूर्वीपेक्षा जास्त चार्ज्ड असणं गरजेचं आहे. आणि हे फक्त स्वतःचं कौतुक केल्याने घडू शकतं. स्वतःवर टीका केल्याने आपली शक्ती कमी होईल त्यामुळे कितीही मोठ्ठी चूक केली तरी त्यावर टीका हे उत्तर असू शकत नाही.

सुरेश ओबेरॉय : आत्म–प्रशंसेच्या अभावी आपल्या गाडीत पुरेसं इंधन नसेल तर आपण आत्म–परिवर्तनाच्या मार्गावर पुढे जाऊ शकत नाही म्हणजेच आपण आपल्यात बदल घडवून आणू शकत नाही.

शिवानीदीदी : हो, जितके वेळा आपण आपलं ध्येय गाठण्यात अपयशी ठरू तितकेच आपण मागे पडत जाऊ, हरत जाऊ. आपण व्यथित, दुःखी आहोत आणि आपलं आयुष्य आता असंच घालवायचं आहे असं आपल्याला वाटेल. म्हणून आजपासून, स्वतःवर टीका करायचं थांबवा आणि स्वतःचं मनापासून कौतुक करा.

ध्यान आणि चिंतन

मला स्वतःला बघायचं आहे... मी मूळ रुपात एक शुद्ध आणि सुंदर आत्मा आहे... इतरांनी मला माझ्याबद्दल जे सांगितलं ते मी स्वीकारलं... हाच मी आहे असं मला वाटलं... मला लहानपणी सांगितलेल्या गोष्टींवर विश्वास ठेवतच मी आतापर्यंतच माझं आयुष्य जगत आलो... त्यालाच मी खरं मानत होतो... आजपासून मी बदलत आहे... मला माझ्याकडे तटस्थ भूमिकेतून बघायचं आहे... मी स्वतःची प्रतिमा कशी बनवली आहे हे मी पाहतो... मला हे चित्र बदलायचं आहे का... चित्र बदलण्यासाठी मी रंग बदलत आहे... मी कौतुकाचे आणि प्रोत्साहनाचे रंग वापरत आहे... आजपासून मी फक्त स्वतःची किंमत करणारे, प्रशंसायुक्त विचार निर्माण करणार आहे... माझ्यामध्ये खूप गुण आहेत... माझ्या गुणांच्या रंगांची निवड मी करतो आणि स्वतःला सहजतेने दिशा देतो... मी स्वतःशी काळजीपूर्वक बोलतो... फक्त शुद्ध आणि शक्तिशाली शब्दांची निवड करतो... मी, आत्मरूपात स्वतःला सशक्त बनवतो... मी स्वतःवर प्रेम करतो आणि जे करणं शक्य आहे ते सगळं करतो... ओम शांती!

चिरंतन प्रेमाकडे घेऊन जाण्याचे मंत्र

- आपण इतरांना कमी भेटत असलो तरीही आपण सातत्याने स्वतःच्या संपर्कात असतो. आपण स्वत:बाबत जसा विचार करतो तीच आपली विचार करण्याची सवय बनते.
- आपले विचार त्या ऊर्जाक्षेत्रासारखे आहेत जे आपण आपल्या बरोबर एखाद्या अत्तरासारखे घेऊन फिरतो. आपले शब्द आणि आपलं वागणं लोकांपर्यंत पोहोचायच्या आधीच ते आपले तरंग ग्रहण करतात.
- पालक आपल्या मुलांबद्दल जे बोलतात तीच त्या मुलाची स्वतःबाबतची ओळख बनते. कोणत्याही निर्मितीसाठी, नवीन गोष्टी करण्यासाठी मुलं पालकांचा सल्ला अमलात आणतात.
- स्वत:वर टीका केल्याने आपली ऊर्जा कमी होते. चला, स्वत:चं कौतुक करू या आणि स्वत:ला प्रेरित करू या. तेव्हाच आपल्याला स्वत:ची नवीन सकारात्मक प्रतिमा निर्माण करता येईल.

मनाशी मैत्री करू या

सुरेश ओबेरॉय : असं म्हटलं जातं की, तुम्ही कधीकधी स्वत:शी जसं बोलता तसं तुमच्याशी बोलणारा एखादा मित्र तुम्हाला मिळाला तर तुमची मैत्री किती दिवस टिकेल?

शिवानीदीदी : आपली प्रशंसा करणारे, आपल्याला प्रेरणा देणारे, प्रोत्साहन देणारे आणि गुणदोषांसह स्वीकारणारे मित्र आपल्याला आवडतात. आपल्यावर टीका करणाऱ्यांशी किंवा आपली शक्ती कमी करणाऱ्यांशी आपण जास्त काळ मित्रत्वाने राहू शकत नाही.

सुरेश ओबेरॉय : पण, एखादी गोष्ट आपल्याला समाजावी म्हणून तो मित्र असं वागत असेल तर?

शिवानीदीदी : त्यांचा हेतू जरी चांगला असला तरीही इतरांकडून नकारात्मक ऊर्जा घेणं आपल्याला आवडणार नाही. जर ते टीका करत असतील तर आपल्याला त्यांचा सहवास नकोसा वाटेल आणि आपण त्यांच्यापासून लांब राहायला लागू.

सुरेश ओबेरॉय : म्हणूनच लोक पालकांपासून गोष्टी लपवतात किंवा भाऊ-बहिणी, शिक्षक आणि बॉस या सगळ्यांपासून लांब राहतात?

शिवानीदीदी : आपण इतरांपासून लपवू शकतो पण स्वत:पासून लपवू शकत नाही. लोक आपल्याशी कसे वागतात हे जास्त महत्त्वाचं नाही. कारण, त्यांचं वागणं

स्वीकारायचं अथवा नाकारायचं हे आपल्या हातात आहे. त्यांनी केलेल्या टीकेपासून आपण स्वत:ला वाचवू शकतो पण आपण स्वत:च स्वत:वर केलेल्या टीकेपासून, आत्म-निंदेपासून वाचू शकत नाही.

सुरेश ओबेरॉय : आपण स्वत:शी बोलण्यासाठी एखादी वेळ ठरवू शकत नाही का? इतर भेटींसाठी जशा वेळा ठरवू शकतो त्याप्रमाणे आपण आपल्या मनाला नाही का सांगू शकणार की आपली एकमेकांशी बोलायची वेळ वेगळी आहे?

शिवानीदीदी : आपल्या मनात जेव्हा एखादा विचार येतो तेव्हा त्या एका विचाराबरोबर त्यासंबंधीचे अनेक विचार येतात. आपल्या मनाला ''आपण नंतर बोलू या,'' असं जरी सांगितलं तरी त्याचा विशेष परिणाम होणार नाही कारण ते विचार प्रबळ असतात. काल आपण जर एखादी चूक केली असेल तर तो विषय आजही आपल्या मनात असतो. तो विषय दाबून टाकण्यात, त्याच्यापासून बचाव करण्यात किंवा तो टाळण्यात कदाचित आपण यशस्वी होणारही नाही. असा विचार एखाद्या अस्वस्थ पाहुण्यासारखा असेल जो त्याच्या समस्येचं निदान होईपर्यंत दरवाजा ठोठावत राहील. त्यामुळे यावर लगेचच उत्तर शोधणं चांगलं. हा प्रश्न सोडवण्यासाठी स्वत:शी प्रेमाने आणि प्रशंसायुक्त बोलणं खूप महत्त्वाचं आहे.

सुरेश ओबेरॉय : जेव्हा मी मद्यपान सोडण्याचा प्रयत्न करत होतो तेव्हा अनेकदा मी स्वत:ला दिलेलं वचन पाळण्यात अपयशी होत होतो. तेव्हा प्रत्येक वेळी जर मी स्वत:शी करुणेने वागत राहिलो असतो तर मी माझा निर्णय लांबणीवर टाकत राहिलो असतो, नाही का?

शिवानीदीदी : आपल्याला हे अशा तऱ्हेने हाताळायचं नाहीये. स्वत:चं समुपदेशन करण्याचा अर्थ, स्वत:त बदल घडवून आणण्याकडे दुर्लक्ष करणं असा होत नाही. प्रत्येक वेळी चूक केल्यानंतर स्वत:शी संवाद साधण्याचे दोन मार्ग असतात. त्यातला एक म्हणजे स्वत:ला प्रश्न विचारणं, रागावणं आणि आपण हे करू शकत नाही अशी टीका स्वत:वर करणं.

सुरेश ओबेरॉय : असं बोलणं म्हणजे एक प्रकारे आपल्यातील कमजोरींना अधिकृत मान्यता देण्यासारखं आहे.

शिवानीदीदी : धूर्तपणे आपण आपल्यातील कमजोरींसह जगण्याची परवानगी मनाला देतो. जेव्हा आपण एखादा दुबळेपणा ओळखतो, तेव्हा तसंच वागत राहायची मोकळीक आपण स्वत:ला देतो.

सुरेश ओबेरॉय : मग आपण स्वत:ला काय सांगायला हवं?

शिवानीदीदी : आपल्या मनात दृढ संकल्पाचे भाव असायला हवेत.

सुरेश ओबेरॉय : माझा निश्चय सर्व बाबतींत काम का करत नाही?

शिवानीदीदी : तुम्ही स्वत:ला याची आठवण करून द्यायची गरज आहे की – एके काळी अशक्य वाटणाऱ्या गोष्टी मी मिळवल्या आहेत. याचा अर्थ मी कमकुवत नाहीये. मी एक शक्तिशाली आत्मा आहे. तुम्हीच स्वत:ला प्रेरणा आणि प्रोत्साहन द्यायला हवं आणि ही प्रेरणा खोटी नसेल. ही तुमचं नैसर्गिक सामर्थ्य प्रबळ करणारी असेल. आपण सामर्थ्यवान नसतो तर आतापर्यंत जे मिळवलंय ते मिळवूच शकलो नसतो. मग आपण सामर्थ्यवान नाही आहोत का?

सुरेश ओबेरॉय : नक्कीच आहोत. उदाहरणार्थ, नवरात्र उत्सवात लोक खूप मनापासून उपवास करतात, त्यांच्या आवडीच्या गोष्टींचा त्याग करतात. पण ज्या दिवशी उत्सव संपतो तेव्हा ते पुन्हा त्यांच्या पूर्वीच्या सवयींप्रमाणे वागायला लागतात.

शिवानीदीदी : यावरून हे सिद्ध होतं की हे सगळं आपल्या मनावर अवलंबून आहे.

सुरेश ओबेरॉय : याचा अर्थ, माझी इच्छा असते तेव्हा मी करू शकतो आणि नसते तेव्हा मी करू शकत नाही.

शिवानीदीदी : बरोबर.

सुरेश ओबेरॉय : पण माझ्या चिडचिडीचं काय? मला हे नकोय.

शिवानीदीदी : हो, पण तुम्ही सगळ्यांवर रागवत नाही. जिथे तुम्हाला रागावण्याची मुभा आहे तिथेच तुम्ही चिडता. उदाहरणार्थ, कोणत्याही सेवाक्षेत्रात किंवा विमानसेवेत काम करणाऱ्या नोकरदारांना हे माहीत असतं की त्यांच्या ग्राहकांवर चिडणं त्यांना परवडणारं नाही. पण त्यातले काही लोक त्यांच्या घरात कुटुंबावर चिडचिड करत असतील. कुठे चिडता येईल आणि कुठे नाही या बाबत ते सजग असतात.

सुरेश ओबेरॉय : हे विचारांना दाबून टाकण्यासारखं नाही का?

शिवानीदीदी : हे विचारांना दाबून टाकणं नसून आपली स्वतःची निवड आहे. जर आपण स्वत:वर नियंत्रण ठेवू शकलो आणि कामाच्या आड आपले संतप्त विचार येऊ दिले नाहीत तर याचा अर्थ, आपल्याकडे आपल्या भावनांवर नियंत्रण

ठेवण्याची शक्ती आहे. सेवाक्षेत्रातील लोक हे करू शकतात तर इतर का नाही? आपल्याला इतरांसाठी शांत राहायचं नसून आपली ऊर्जा वाचवण्यासाठी असं करण्याची गरज आहे. जेव्हा आपण म्हणतो की, मला राग येतो कारण मला माझ्या पालकांकडून हा संस्कार मिळाला आहे, तेव्हा आपण स्वत:त बदल करण्याचे कष्ट न घेण्याची कारणं देतो.

सुरेश ओबेरॉय : मी अशा स्त्रियांना भेटलो आहे, ज्या लग्नानंतर सुरुवातीच्या काळात नवीन घरात रुळत नव्हत्या. नंतर त्यांनी स्वत:च्या विचारपद्धतीत काही बदल केले आणि आज त्या आनंदी आहेत.

शिवानीदीदी : आपण काय निवडतो यावर सगळं अवलंबून असतं. कधीकधी ''मी हे करू शकत नाही,'' असं म्हणून आपण स्वत:वर मर्यादा घालतो. असं केल्याने आपली बॅटरी कमी होते कारण आपण स्वत:ला आपल्या क्षमतांपेक्षा कमी लेखतो. चला, आता आपले विचार बदलू या आणि स्वत:ला सांगू या - जर मी इतर सगळ्या गोष्टी करू शकतो तर मी ही गोष्टसुद्धा करू शकतो.

सुरेश ओबेरॉय : आपण फक्त कारणं देतो की आपल्या मर्यादांमध्ये खरंच काही तथ्य असतं?

शिवानीदीदी : स्वत:ला आंजारून-गोंजारून आपण स्वत:च आपले कम्फर्ट झोन्स (आरामसीमा) तयार केले आहेत. काही कम्फर्ट झोन हानी न करणारे असतात पण काही आपल्याला त्रासदायक ठरतात. हे अडथळे तोडून आपल्याला यातून बाहेर पडायचं आहे.

सुरेश ओबेरॉय : हा मानसिक अडथळा (मेंटल ब्लॉक) आहे का?

शिवानीदीदी : हो. 'मी हे करू शकत नाही' असा विचार जेव्हा आपण करतो तेव्हा हा विचार आपल्यातील ऊर्जेला बंदिस्त करतो. आजकाल, कॉर्पोरेट जगात 'आपल्या मनालाच आपला खास मित्र बनवा,' यावर प्रचंड भर आहे. असं म्हणतात की मन आपला मित्र आणि शत्रू आहे. जेव्हा आपण स्वत:बद्दल नकारात्मक वक्तव्यं करतो तेव्हा आपलं मन आपला शत्रू बनतं आणि जेव्हा आपण स्वत:ला प्रोत्साहन देतो, प्रेरणा देतो तेव्हा आपलं मन आपला मित्र बनतं.

सुरेश ओबेरॉय : माझ्या मनाला मी माझा मित्र कसा बनवू?

शिवानीदीदी : तुम्ही तुमच्या मित्राशी जसे बोलता तसे तुमच्या मनाशी बोला.

सुरेश ओबेरॉय : इतर सकारात्मक गोष्टी सोडून फक्त नकारात्मक गोष्टीच आपल्या लक्षात का राहतात?

शिवानीदीदी : जेवणाच्या टेबलवर अनेक पौष्टिक पदार्थ ठेवले आहेत आणि काही जंक फूड आहे. ह्यांपैकी काय खायचं याची निवड आपल्याला करायची आहे.

सुरेश ओबेरॉय : पण मन जिथे जायला नको तिथेच का जातं?

शिवानीदीदी : ही एक जुनी सवय आहे. आपल्याला जंक फूड खावंसं वाटेल. पण डॉक्टरनी ज्यांना मनाई केली आहे असे पदार्थ खायचे नाहीत असं आपण ठरवलं तर आपण काळजी घेणार नाही का?

सुरेश ओबेरॉय : हो, आपण घेऊ.

शिवानीदीदी : काय खायचं आणि काय खाणं टाळायचं हे जसं आपण ठरवतो तसंच काय विचार करायचा आणि काय नाही करायचा हेही आपण स्वत:ला सांगायला हवं.

सुरेश ओबेरॉय : हे आपल्याला सहज अवलंबता का नाही येत?

शिवानीदीदी : आपल्याला पर्याय निवडण्याची गरज आहे आणि त्याच्यावर ठाम राहून कृती करण्याची. कोणताही संस्कार बदलण्यासाठी तो बदलायची इच्छा आपल्यात हवी आणि हवा तो संस्कार बदलण्याची शक्ती आपल्याकडे उपजतच आहे.

सुरेश ओबेरॉय : मद्यपान सोडण्याची माझी इच्छा नव्हती का?

शिवानीदीदी : वरवर तुम्हाला बदल करायची इच्छा होती पण तुमचं अंतर्मन त्यासाठी तयार नव्हतं.

सुरेश ओबेरॉय : मद्यपान सुटावं म्हणून मी दर्ग्यांत आणि मंदिरांत गेलो, अनेक संतांकडे मदत मागितली.

शिवानीदीदी : तुम्हाला असं वाटलं की ते तुम्हाला आशीर्वाद देतील आणि एखादी जादू होईल पण तसं झालं नाही. इतर लोक आपल्याला सकारात्मक ऊर्जा देऊ शकतात पण बदल हा आपला आपल्यालाच करावा लागतो. भलेही इतरांनी आशीर्वाद दिले तरी जोवर आपण स्वत: स्वत:ला आशीर्वाद देत नाही तोवर

आपण स्वत:त बदल घडवून आणू शकत नाही. याउलट, आपल्या आजूबाजूच्या सगळ्यांनी, ''तू हे करू शकत नाही,'' असं आपल्याला सांगितलं तरीही आपण ते मिळवू शकतो कारण तशी आपली इच्छा असते. तेव्हा आपलं कोणाबरोबरचं नातं महत्त्वाचं आहे?

सुरेश ओबेरॉय : स्वत:बरोबरचं. कधीकधी आपला एखाद्या व्यक्तीवर विश्वास असतो आणि आपण असा विचार करतो की, ती व्यक्ती हे म्हणाली आहे म्हणजे ती गोष्ट नक्कीच घडेल.

शिवानीदीदी : हे तात्कालिक आहे. तुमचा एखाद्यावर विश्वास आहे तेव्हा तुम्ही असा विचार करू शकता की, ती व्यक्ती म्हणाली आहे म्हणजे आता माझा संस्कार बदलेल. पण हा विचार तुमच्या मनात काही दिवसच राहील. त्यानंतर, तुम्हाला स्वत:बरोबरच राहायचं आहे. म्हणूनच –

अध्यात्म आपल्याला स्वत:ला आशीर्वाद द्यायला शिकवतं.

जेव्हा आपल्याला स्वत:मध्ये काही बदल करावेसे वाटतील तेव्हा आपण स्वत:वर टीका करू नये. फक्त बदल करायची तीव्र इच्छा असायला हवी. असं करायची शक्ती आपल्यात आधीपासूनच आहे. हा बदल केल्याने होणाऱ्या फायद्यांबद्दल किंवा लाभांबद्दल स्वत:ला सांगून आपण बदल करायची इच्छा निर्माण करू शकतो.

ध्यान आणि चिंतन

शांत व्हा... माझ्यातील असा संस्कार जो मला आणि इतरांना दु:ख आणि वेदना देतो तो मला ओळखायचा आहे... हा संस्कार माझं नुकसान करतो आहे... मला बदल करायची गरज आहे... आता बदल करायची वेळ आली आहे... जर आज मी हा संस्कार बदलला... तर माझ्या आयुष्यात काय बदल होतील याचं मी परीक्षण करेन... या नवीन संस्काराबरोबर मी स्वत:चं मानसिक चित्रण करतो... ह्या बदलामुळे माझ्या जीवनातील लाभ मला दिसत आहेत... माझ्यामध्ये बदल घडवण्याची इच्छा आणि संकल्प दोन्हीही आहेत... ह्या बदलामुळे होणाऱ्या फायद्यांचं मला संपूर्ण आकलन आहे... मी एक निर्णय घेत आहे, मी, एक शक्तिशाली आत्मा, भूतकाळातील सगळ्या गोष्टींना पूर्णविराम देईन... ह्या नवीन संस्कारासोबत जगायला मी तयार आहे... ओम शांती!

चिरंतन प्रेमाकडे घेऊन जाण्याचे मंत्र

- जेव्हा इतर लोक आपल्यावर टीका करतात तेव्हा त्यांचं मत नाकारून आपण स्वत:चा बचाव करू शकतो. पण जेव्हा आपण स्वत: टीका करतो तेव्हा मन ती टीका स्वीकारतं. स्वत:वर टीका केल्याने ऊर्जा कमी होते आणि त्यापासून आपण स्वत:चा बचाव करू शकत नाही.
- जेव्हा मन स्वत:बद्दल आणि इतरांबद्दल टीकात्मक विचार निर्माण करतं तेव्हा त्यांच्याकडे दुर्लक्ष करू नका किंवा ते टाळू नका. प्रत्येक विचाराची दखल घ्या आणि समजुतीने ते बदला. स्वत:वर टीका करण्यापासून ते स्वत:ला प्रेरणा देण्यापर्यंत बदल घडवून आणा.
- आपण जेव्हा चूक करतो आणि त्यासाठी स्वत:वर टीका करतो आणि स्वत: कमकुवत आहोत यावर शिक्कमोर्तब करतो तेव्हा, आपण स्वत:ला कमकुवत राहण्यची आणि पुन्हा पुन्हा त्याच चुका करण्याची परवानगी देतो.
- स्वत:वर टीका केल्याने आत्म्याची शक्ती कमी होते. आपल्या चुकांची पुनरावृत्ती होऊ नये यासाटी शक्तीची गरज आहे. आपण सगळ्या चुका करूनही स्वत:ला हे सांगत राहायला हवं – ''मी एक शक्तिशाली आत्मा आहे आणि पुढच्या वेळेस मी ही गोष्ट बरोबर करेन.''

मीच आहे माझ्या संस्कारांचा शिल्पकार

सुरेश ओबेरॉय : आपल्या चुकांनी आणि भूतकाळातील नकारात्मक कर्मांनी आपण बांधलेलो आहोत तर मग आपण स्वत:वर प्रेम कसं करणार?

शिवानीदीदी : वर्षानुवर्षं जर आपण एखाद्याचा तिरस्कार केला असेल आणि त्याच्या नकारात्मक गोष्टींवर फोकस केला असेल, तर त्या व्यक्तीवर प्रेम करणं सोपं नसेल.

तटस्थ दृष्टिकोनातून स्वतःकडे दुसरी व्यक्ती म्हणून पाहा. आपल्याकडे चांगले गुण असूनही आपण नेहमी आपल्यातील उणिवांवर आणि आपल्या अपयशांवरच लक्ष केंद्रित केलं. त्यामुळे आपण स्वतःचा आदर आणि स्वत:वर प्रेम करू शकलो नाही. कालपरत्वे आपण स्वतःचा तिरस्कार करायला लागलो. आता आपल्या लक्षात आलं आहे की, जेव्हा आपण स्वतःचा तिरस्कार करतो तेव्हा आपण आपल्यातील प्रेमाच्या ऊर्जेत अडथळा आणतो. प्रचंड प्रमाणात तिरस्कार निर्माण केल्यामुळे आपण इतरांवर प्रेमही करू शकत नाही.

सुरेश ओबेरॉय : जेव्हा मी स्वत:वर चिडलेला, वैतागलेला असेन आणि त्याच वेळेस माझ्या कुटुंबातले इतर सदस्य माझ्या खोलीत असतील तर त्यांनाही अस्वस्थ वाटेल का?

शिवानीदीदी : काही घरांमध्ये गेल्यावर तिथली ऊर्जा खूपच नकारात्मक असल्याचं आपल्याला जाणवतं का? अशा ऊर्जेची लोकांना सवय होते ही वेगळी गोष्ट

आहे. जसं, तुम्ही जो परफ्यूम वापरता त्याचा वास आवडत नसला तरी नेहमीच्या लोकांना त्या वासाची सवय होते. पण पुन्हा, आपल्या तरंगांचा परिणाम इतरांपेक्षा आपल्यावरच जास्त होतो आणि त्यांच्या स्पंदनांचा परिणाम त्यांच्यावर जास्त होतो. असं समजू या की, स्वतःवर सतत टीका केल्याने तुमची ऊर्जा नकारात्मक बनली आहे. तर तुमच्या बायकोमध्ये स्वतःकडे दयाळूपणे बघण्याचा भाव आहे. म्हणून तिच्याकडे प्रेमाची ऊर्जा खूप मोठ्या प्रमाणात असेल. भलेही तुम्ही गेली अनेक वर्षं एकत्र राहता तरीही तुमच्या ऊर्जेचा तिच्यावर खूप थोडा परिणाम होईल कारण तिचा गंध जास्त परिणामकारक आहे. जर तीदेखील आत्म-निंदा करणारी असती तर तुमच्या जड ऊर्जेचा तिच्यावरही जास्त परिणाम झाला असता. इतरांच्या तुलनेत आपण स्वतःच आपला गंध अधिक प्राप्त करतो कारण तो आपल्या सगळ्यात जवळचा असतो.

सुरेश ओबेरॉय : जर प्रेम हा माझा मूळ गुण असेल तर हा नैसर्गिक सुगंध इतर सुगंधांना दाबून का टाकत का नाही?

शिवानीदीदी : कारण आत्म्याचा प्रवास एका आयुष्यापेक्षा खूप मोठा आहे आणि म्हणून अनेक घटक त्याच्यावर आणि त्याच्या सुगंधावर परिणाम करतात. उदाहरणार्थ, मी – आत्मा, हे शरीर परिधान करून माझी भूमिका पार पाडत आहे – माझ्यामध्ये स्वतःवर टीका करायची सवय निर्माण होते. हा संस्कार माझ्यावर खूप खोल ठसा उमटवतो. जेव्हा मी हे शरीर सोडून दुसरं शरीर परिधान करेन तेव्हा स्वतःवर टीका करायचा तो संस्कार माझ्या बरोबरच असेल. पुढच्या जन्मात ज्या आईवडिलांच्या पोटी मी जन्म घेईन, तेही जर माझ्यावर टीका करणारे असतील तर माझा जुना संस्कार अजून प्रबळ होईल. अशा रीतीने, आत्मा अनेक नवीन संस्कार ग्रहण करतो आणि त्याच्या मूळ संस्कारावर मळभ चढतं, ते कुठेतरी मागे पडतात. जर मी अशा आईवडिलांच्या पोटी जन्म घेतला जे माझं कौतुक करतील, तर स्वतःवर टीका करण्याचा माझा जुना संस्कार हळूहळू पुसट होईल आणि नवीन सकारात्मक संस्कार निर्माण होईल.

इतरांचा आपल्यावर प्रभाव पडतो यात शंका नाही पण आपला आपल्यावर सर्वांत जास्त प्रभाव पडतो. त्यामुळेच आपल्या भावनांसाठी आपण इतरांना दोष देऊ शकत नाही.

सुरेश ओबेरॉय : इतर लोक माझ्याबद्दल जे बोलतात किंवा माझ्याशी जसं वागतात कदाचित मी तसाही होऊ शकतो.

शिवानीदीदी : जेव्हा कोणी माझ्यावर टीका करतं किंवा माझी प्रशंसा करतं तेव्हा

त्याचा वापर मी केला तरच त्यातून काही निष्पन्न होतं. त्याचा संबंध ही 'भेट' देण्यापुरताच मर्यादित असतो. ती भेट कशी वापरायची आणि त्यातून काय निष्पन्न होईल ह्यावर देणाऱ्याचं नियंत्रण नसतं. देणाऱ्याची भूमिका देण्यापुरतीच मर्यादित असते. ती भेट कशी वापरायची आणि त्यातून काय निष्पन्न करायचं ही शक्ती संपूर्णपणे माझ्याकडे आहे. काही लोक म्हणतात की यश मिळवण्यासाठी एखाद्या व्यक्तीने केलेली टीका त्यांच्यासाठी प्रेरणा ठरते.

सुरेश ओबेरॉय : याचा अनुभव मी स्वत: अनेकदा घेतला आहे.

शिवानीदीदी : समजा, ''हे तुम्ही करू शकत नाही,'' असं जर तुम्हाला कोणी म्हटलं तर?

सुरेश ओबेरॉय : तर मी स्वत:ला त्या माणसासमोर नक्कीच सिद्ध करेन.

शिवानीदीदी : पण काही लोक असे असतात जे 'तुम्ही काहीही करू शकत नाही' अशा विधानांचा स्वीकार करून त्यावर विश्वास ठेवतात. समोरच्या माणसाने हे 'गिफ्ट' तुम्हाला देणं इथपर्यंतच त्याची भूमिका आहे पण त्याचा वापर कसा करायचा हे सर्वस्वी माझ्यावर अवलंबून आहे. मी असं विचारू शकत नाही की, तू मला हे गिफ्ट दिलंस आता मी याचं काय करू? त्याप्रमाणेच, जर तुम्ही मला प्रोत्साहन देत असाल तर त्या प्रोत्साहनामुळेच मला यश मिळेल असं नाही.

सुरेश ओबेरॉय : जसं पूर्वी तुम्ही म्हणाला की आपण संतांकडून आशीर्वाद घेऊ शकतो पण जोवर आपण स्वत:ला आशीर्वाद देत नाही तोवर आपल्याला त्याचं फळ दिसणार नाही.

शिवानीदीदी : संत आपल्याला निर्मळ आणि शक्तिशाली ऊर्जेचं गिफ्ट देतात. पण त्याच गुणवत्तेची ऊर्जा स्वत:साठी निर्माण न करता आपण त्या ऊर्जेचा वापर नाकारू शकतो. हे सामर्थ्य फक्त आणि फक्त माझ्यामध्येच आहे.

भूतकाळात इतर लोक काय म्हणाले किंवा आता काय म्हणत आहेत त्याला पूर्णविराम देऊ या. ''माझी ऊर्जा ही माझी स्वत:ची निर्मिती आहे आणि बाहेरून काहीही मिळालं तरीही माझे विचार मी स्व-इच्छेने निर्माण करू शकते, ही माझी ताकद आहे. मी जे विचार निर्माण करते ते बाह्य जगाच्या प्रभावांपासून स्वतंत्र आहेत,'' हे नेहमी लक्षात ठेवा. ''माझ्या मनाचा रिमोट कंट्रोल फक्त माझ्याच हातात असायला हवा,'' याची मी स्वत:ला दररोज आठवण करून द्यायला हवी. कारण इतरांना दोष देण्याच्या जुन्या आणि सोईस्कर संस्कारांना बळी पडणं खूप सोपं आहे.

सुरेश ओबेरॉय : जेव्हा माझ्या जवळची एखादी व्यक्ती मला दुखावते तेव्हा साहजिकच माझ्यावर त्याचा परिणाम होतो. असं होत असेल तरीही माझा रिमोट कंट्रोल माझ्याच हातात आहे का?

शिवानीदीदी : ते दुःख कोण निर्माण करतं? आपण स्वतः त्याची जबाबदारी घेतलीच पाहिजे. इतरांनी आपल्याला 'गिफ्ट' दिलं पण आपण त्यांना दोष दिला.

सुरेश ओबेरॉय : पण हा दोष नाही, तर हेच सत्य आहे.

शिवानीदीदी : सत्य तर हे आहे की त्यांनी आपला विश्वासघात केला किंवा आपल्याला अनपेक्षित अशी एखादी कृती केली. पण आपण आपल्या आत दुःख निर्माण केलं हे अजून एक सत्य आहे. आणि असं आपण गेली अनेक वर्षं करत आलो आहोत. अजून एक सत्य हे आहे की, आपण निर्माण केलेल्या दुःखाबद्दल आपण त्यांना दोष देतो.

सुरेश ओबेरॉय : मी लहान होतो तेव्हा माझ्या वडिलांचा एक व्यवसाय होता. त्यांचा एक भागीदार आम्हाला आमच्या वडिलांसारखाच होता. त्यांच्यावर आमचा खूप विश्वास होता. पण एक दिवस आम्हाला जाणवलं की ती व्यक्ती आम्हाला फसवत आहे.

शिवानीदीदी : एक अशी व्यक्ती जिला आपण कुटुंबातलाच सदस्य मानत होतो, हे एक सत्य आहे. तर दुसरं सत्य हे की त्या व्यक्तीने आपल्याला फसवलं. आणि तिसरं सत्य म्हणजे, ह्या सगळ्यामुळे आपल्याला किती वाईट वाटलं, आपण मनातल्या मनात किती तिरस्कार आणि दुःख निर्माण केलं आणि किती काळ या सगळ्यामध्येच राहणार आहोत हे सगळं आपल्या हातात आहे.

सुरेश ओबेरॉय : आपल्यापैकी प्रत्येक जण बऱ्यापैकी संवेदनशील असतो. मग हे आध्यात्मिक ज्ञान आपण आचरणात कसं आणणार? उदाहरणार्थ, जर माझ्या बायकोचे दागिने हरवले तर मला त्याची फारशी चिंता वाटणार नाही पण दुसरा एखादा उद्ध्वस्त होईल.

शिवानीदीदी : इथे दोन परिस्थिती आहेत. पहिली, कोणीतरी तुम्हाला फसवलं आणि तुम्ही दुखावले गेला. दुसरी, तुमचे मौल्यवान दागिने हरवले पण त्याचा तुमच्यावर काही परिणाम झाला नाही. दुसऱ्या परिस्थितीत, अप्रभावित राहण्याची शक्ती कोणाची होती?

सुरेश ओबेरॉय : ती माझी शक्ती होती.

शिवानीदीदी : तुमच्या जागी दुसरं कोणी असतं तर कदाचित या दु:खातून अनेक दिवस बाहेर पडलं नसतं. अशा प्रकारे कोणत्याही परिस्थितीत स्थिर राहायचं की अस्वस्थ व्हायचं हे आपला गुण, संस्कारच ठरवतो.

सुरेश ओबेरॉय : पण हा तर जन्मतः मिळालेला गुण आहे.

शिवानीदीदी : हा आपण निर्माण केलेला संस्कार आहे. हा आपल्याला जन्मत: मिळालेला असेल किंवा आपण ह्या जन्मात किंवा मागच्या जन्मात निर्माण केलेला असेल पण आता हा संस्कार ही आपली प्रॉपर्टी आहे. आपल्या भावनांसाठी जर परिस्थिती जबाबदार असती तर तिने सगळ्यांच्या मनात सारख्याच भावना निर्माण केल्या असत्या.

सुरेश ओबेरॉय : म्हणजे आपल्या अस्वस्थतेसाठी परिस्थिती जबाबदार नाही.

शिवानीदीदी : कोण जबाबदार आहे?

सुरेश ओबेरॉय : पण हे असंच घडतं. मी अस्वस्थ होतो कारण मी असाच आहे. ह्याचा निर्माता मी आहे?

शिवानीदीदी : तुम्ही तुमच्या मनाला या संस्काराबरोबर प्रोग्रॅम केलं आहे.

सुरेश ओबेरॉय : हा माझा स्वभाव आहे.

शिवानीदीदी : स्वभाव म्हणजेच आपले संस्कार. आपण आपला स्वभाव बदलण्याच्या प्रवासात आहोत. पहिली पायरी म्हणजे आपले संस्कार आपले स्वत:चे आहेत हे स्वीकारणं. आणि ते असे आहेत म्हणून इतरांना दोष न देणं. संस्कार खूप खोल असतात. एकदा तो निर्माण झाला की आपण आपोआपच त्यानुसार प्रतिसाद देतो. हे संगणकावर एखादी कार्यप्रणाली इन्स्टॉल करण्यासारखं आहे. त्यानंतर सॉफ्टवेअर त्या प्रोग्रॅमिंगप्रमाणेच काम करतं. वर्षानुवर्षं आपण त्या प्रोग्रॅमद्वारे काम करत आहोत त्यामुळे आपण जाणीवपूर्वक सतत काहीतरी निर्माण करत आहोत हे आपल्या लक्षात येत नाही. कारण तो प्रोग्रॅम आपल्या आत आपोआपच सुरू आहे.

पण, पहिल्यांदा हा प्रोग्रॅम कोणी निर्माण केला? – मी केला. 'आज मी हे प्रोग्रॅमिंग बदलू शकतो का?' हा खूप महत्त्वाचा प्रश्न आहे.

सुरेश ओबेरॉय : स्वत:चं प्रोग्रॅमिंग करून मी ते विसरून गेलो असं मी म्हणू शकतो का?

शिवानीदीदी : हे प्रोग्रॅमिंग खूप पूर्वी तयार झालंय त्यामुळे जेव्हा त्या संस्काराबरोबर आपण काम करतो तेव्हा आपल्याला त्याची जाणीव नसते. माझे संस्कार ही माझीच निर्मिती आहे, हे आपण आधी स्वीकारायला हवं. सर्वांत महत्त्वाचं म्हणजे, माझ्यातील कोणतेही संस्कार बदलण्याची शक्ती माझ्यात आहे, हे माहीत असायला हवं.

सुरेश ओबेरॉय : माझे संस्कार बदलणं माझ्या हातात आहे?

शिवानीदीदी : हो, इतर कोणीच हे करू शकत नाही. माझ्या संस्कारांची निर्मिती करणारी 'मी'च होते. फक्त त्यांची निर्मिती कधी केली गेली हे आपल्याला आठवत नाही, ही वेगळी गोष्ट. संस्कार कसे बदलायचे हे एकदा माहीत झालं की ते बदलणं सोपं आहे.

सुरेश ओबेरॉय : म्हणजे ही माझी निवड आणि माझा निर्णय आहे.

शिवानीदीदी : जर माझ्यात इतरांवर टीका करण्याचा संस्कार असेल आणि भलेही मी सजगपणे टीका केली नाही तरीही तो संस्कार त्याचं काम करेल. पण ह्या संस्कारापुढे पूर्णविराम लावायचा निर्णय मी घेऊ शकते. मी ठरवू शकते की, जेव्हा माझ्या मनात टीका करायचा विचार येईल तेव्हा मी त्याच्या विरोधात जाईन आणि स्वत:शी संवाद साधून तो बदलेन. आपल्या प्रोग्रॅमिंगमधे आपल्याला टप्प्याटप्प्याने बदल करावे लागतील.

आपल्याकडे अजून एक संस्कार आहे ज्यामुळे आपली ऊर्जा कमी होते आणि आपल्यापैकी बहुतेक सगळ्यांकडे हा संस्कार आहे. हा संस्कार म्हणजे सतत तक्रार करण्याची सवय. हे इतकं सूक्ष्म आहे की आपण दिवसभर तक्रार करत राहतो पण आपल्याला ते जाणवतही नाही.

सुरेश ओबेरॉय : तक्रार करणं म्हणजे दोष देण्यासारखंच आहे.

शिवानीदीदी : दोष देणं म्हणजे, आपल्या भावनांसाठी लोकांना किंवा परिस्थितीला जबाबदार ठरवणं. तक्रार करणं म्हणजे प्रत्येक गोष्टीत आणि व्यक्तीत चुका शोधणं आणि 'हे असंच का आहे..?', 'त्याने असं करायला नको होतं...', 'जग असं का आहे..', 'हवामान असं का आहे...' असा आपल्या नियंत्रणात नसणाऱ्या गोष्टींचा विचार करत राहणं.

सुरेश ओबेरॉय : आज, समाज माध्यमं तक्रारींचं व्यासपीठ बनत आहेत.

शिवानीदीदी : आपल्याला हे सामान्य, नॉर्मल वाटतं आणि त्याचे आपल्यावरही परिणाम होतात हे लक्षात न घेता आपण तक्रार करत राहतो.

सुरेश ओबेरॉय : ह्याचा माझ्यावर काय परिणाम होईल?

शिवानीदीदी : समजा, मी मनात सतत तुमच्याबद्दल तक्रार करत राहिले की, तुम्ही असे का आहात? तुम्ही हे कपडे का घातले आहेत? तुम्ही असे का बसला आहात? इत्यादी इत्यादी... तर हे निरर्थक विचार आहेत. ह्यातून काहीच निष्पन्न होणार नाही. माझ्या नियंत्रणात नसणाऱ्या गोष्टींबद्दल विचार केल्याने माझी बॅटरी डिस्चार्ज होत राहील. जर मी गोष्टी सुधारू शकत असेन तर मी तसं करायला हवं. पण त्याबद्दल सतत तक्रार करत राहणं म्हणजे ऊर्जेचा अपव्यय आहे.

सुरेश ओबेरॉय : तक्रार करण्यात आणि काळजी करण्यात काय फरक आहे?

शिवानीदीदी : आपण काही सुधारणा करू शकतो किंवा ज्यांच्या नियंत्रणात गोष्टी आहेत त्यांना त्या सुधारायला सांगू शकतो. असा सकारात्मक मार्ग असेल तर त्याने आपली ऊर्जा कमी होणार नाही.

सुरेश ओबेरॉय : अनेक लोक सवयीने सतत चिडचिड करतात आणि त्या बाबत इतरांना सांगतात.

शिवानीदीदी : हो, तुम्हाला दोन्हींतला फरक माहीत आहे. तुम्हाला काही काळजी असेल तर उपाय शोधणं, हा तिचा केंद्रबिंदू असायला हवा.

ध्यान आणि चिंतन

मला स्वतःला बघायचं आहे... मी, एक आत्मा, माझ्या मनाचा आणि शरीराचा मालक आहे... फक्त एवढंच माझ्या नियंत्रणात आहे... हे सोडून बाहेरचं सगळं - लोक, परिस्थिती... काहीच माझ्या नियंत्रणात नाही... आज माझ्या नियंत्रणात काय आहे आणि काय नाही याबद्दल मी सजग आहे... मी माझी ऊर्जा वाचवतो आणि माझी शक्ती राखून ठेवतो... मी इतरांना दोष देत नाही, त्यांना बदलायचा प्रयत्न करत नाही किंवा तशी इच्छाही ठेवत नाही... मी माझी शक्ती कमी करत नाही... मी काय बदलू शकतो याकडे मी आज लक्ष देणार आहे... काय बदलू

शकत नाही याकडे नाही... या समजेसह मी तक्रार करत नाही... पुढच्या चोवीस तासांपर्यंत – कोणाबद्दल तक्रार नाही आणि कोणावर टीका नाही... ओम शांती!

चिरंतन प्रेमाकडे घेऊन जाण्याचे मंत्र

- जर आपण स्वत:वर टीका केली किंवा स्वत:चा तिरस्कार केला तर त्यामुळे आपण आपल्या प्रेम करण्याच्या ऊर्जेत अडथळा आणतो. सगळ्यांना प्रेम देण्यासाठी आपल्या आत प्रेम असणं गरजेचं आहे आणि त्यासाठी आपण स्वत:वर प्रेम करायला हवं.
- आपल्या तरंगांपासून लोक त्यांचा बचाव करू शकतात पण आपण त्यांचा अनुभव सतत घेत राहतो. आपली स्पंदनं म्हणजे तोच सुगंध आहे ज्याच्या बरोबर आपण राहतो.
- लोकांचे आपल्याप्रति असणारे विचार, शब्द आणि कृती हे आपल्याला मिळालेल्या गिफ्टसारखे आहेत. आपण त्या गिफ्टचं काय करायचं ही संपूर्णपणे आपली निवड आहे. लोक आपल्यावर टीका करू शकतात पण आपण टीकेचा वापर स्वत:चं खच्चीकरण करण्यासाठी किंवा स्वत:ला प्रेरणा देण्यासाठी करू शकतो.
- तक्रार केल्याने आपली ऊर्जा कमी होते कारण आपल्या नियंत्रणात नसणाऱ्या गोष्टींचा आपण विचार करतो. तक्रार करण्याचा अर्थ, समस्येवर लक्ष केंद्रित करणं. परंतु आपण उपाय शोधण्यावर लक्ष केंद्रित करायला हवं.

मनाची नव्याने आखणी

सुरेश ओबेरॉय : इतरांना दोष देण्याचा आणि सतत तक्रार करण्याचा संस्कार आपल्यात इतका खोलवर रुजला आहे की आपण आपली सजगता गमावली आहे. आणि आपल्याला वाटतं की आपण आपल्या कामामुळे किंवा कर्तव्य निभावण्यामुळे थकून जातो.

शिवानीदीदी : तुम्ही या सवयीची शिकार झाला होता याची जाणीव तुम्हाला कशी झाली? याचं कारण म्हणजे आज तुम्ही स्वत:कडे लक्ष दिलं. आपली बॅटरी पूर्वीपण डिस्चार्ज होत होती पण आपल्याला हे जाणवलं नाही किंवा आपण त्यामागचं कारण शोधलं नाही. आपल्याला वाटलं की, परिस्थितीने आणि लोकांमुळे आपण थकत होतो. याचा अर्थ, आपल्या दुबळेपणासाठी आपण इतरांना दोष देत होतो. आजच आपल्याला याची जाणीव झाली आणि आपण ही सवय बदलायचं ठरवलं, इतकंच पुरेसं नाही. तसंच उद्यापासून सगळं एकदम बरोबर होईल असाही विचार करू नका. सुरुवातीला ही सजगता आपल्याला कायम ठेवावी लागेल कारण अगदी आत्तापर्यंत आपण या बाबत अजिबातच जागरूक नव्हतो. आता आपण आपला संस्कार बदलत आहोत. हा स्व-परिवर्तनाचा प्रवास आहे. आज ठरवलं आणि उद्या मिळवलं असं हे उद्दिष्ट नाही. कारण इतरांना दोष देण्याचा आपला संस्कार हा एका रात्रीत तयार झालेला नाही.

सुरेश ओबेरॉय : गेल्या काही जन्मांत तो तयार झाला असेल.

शिवानीदीदी : शक्य आहे पण याचा अर्थ असाही नाही की हा संस्कार बदलण्यासाठी एका जन्मापेक्षा जास्त काळ लागेल. कित्येकदा आपल्याला वाटतं की, परिवर्तनाची प्रक्रिया खूप मोठी आणि अनिश्चित असते. पण तसं नसतं. आपल्याला जो बदल अपेक्षित आहे त्यासाठी संपूर्ण जागरूकतेने आणि लक्षपूर्वक त्या बदलावर ध्यान ठेवावं लागेल.

आज दिवसभरात तक्रार करायची नाही असं जर आपण ठरवलं आणि दिवसभरात जितका वेळ शक्य आहे तितका वेळ याचं पालन केलं तरीही आपण थोडी प्रगती केलेली असेल.

सुरेश ओबेरॉय : जेव्हा मी तरुण होतो तेव्हा राग आला की मी अपशब्द वापरायचो. पण चित्रपटाच्या सेटवर चिडण्याचा सीन करत असताना मी कधीच अपशब्द वापरत नसे. असं का?

शिवानीदीदी : कारण चित्रपटाच्या सेटवर तुम्ही स्वत:कडे लक्ष दिलं आणि कामाच्या ठिकाणी चांगली भाषा वापरली पाहिजे या बाबत तुम्ही जागरूक होता. आता हेच प्रोग्रॅमिंग तुम्ही घरीही वापरू शकता. घरी तुम्ही या गोष्टी करणार नाही असं स्वत:ला सांगा.

सुरेश ओबेरॉय : पण घर आणि ऑफिस यांत फरक आहे.

शिवानीदीदी : कुठे कशा प्रकारे वागायचं हे आपण ठरवतो. यासाठी मनाचं प्रोग्रॅमिंग कोण करतं?

सुरेश ओबेरॉय : मी माझ्या मनाचं प्रोग्रॅमिंग केलं नाही, ते आपोआप झालं.

शिवानीदीदी : तुम्ही तुमचं प्रोग्रॅमिंग केलंत. तुमच्या खोलीत, तुमच्या कुटुंबात, बाहेरच्या जगात आणि तुमच्या आतल्या जगात म्हणजे मनात कशाला परवानगी आहे हे तुम्हीच ठरवलं.

बाहेरच्या जगाशी व्यवहार करताना आपण स्वत:शी खूप कठोर असतो, पण आपल्या कुटुंबातल्या सदस्यांशी संवाद साधताना आपण सहज असतो. आपल्या खोलीत प्रवेश केल्यावर आपलं स्वत:वरचं लक्ष उडतं. आपल्या मानसिक जगातून आपलं लक्ष पूर्णपणे बाजूला होतं आणि कोणताही विचार करायची परवानगी आपण स्वतःला देतो.

सुरेश ओबेरॉय : कारण आपण आपल्या मनात एकटे असतो आणि ते आपलं अंतर्गत विश्व असतं.

शिवानीदीदी : आपल्या मनात काय चालू आहे हे कोणी बघू शकत नाही म्हणून आपल्याला असं वाटतं की कोणी बघत नाहीये.

जर आपण बदलायचं ठरवलं तर आपण आपल्या मनाला सांगितलं पाहिजे – 'मी इतरांशी छान आणि आदरपूर्वक बोलतो. मी एकटा असतानाही हे करू शकत नाही का? बाहेर जर मी हे करू शकतो तर माझ्या मनातही मी हे करू शकतो.' इतरांशी संवाद साधताना आपल्या उत्तम वागण्याकडे आपण लक्ष देतो तरी आपण चुका करतो. आपल्या आंतरिक विश्वात जर आपण इतकं लक्ष दिलं तर आपण चमत्कार करू शकतो.

सुरेश ओबेरॉय : पण आपल्या आत लक्ष देण्यासाठी तितकंच योग्य कारण आवश्यक आहे.

शिवानीदीदी : आपली विचारपद्धती आपल्या मानसिक आणि शारीरिक स्वास्थ्यावर आणि नात्यांवर परिणाम करते ह्यापेक्षा जास्त चांगलं कोणतं कारण तुम्हाला गरजेचं वाटतं?

सुरेश ओबेरॉय : पण असा विचार करायला आपल्याला कधीच शिकवलं गेलं नाही.

शिवानीदीदी : 'आपण जसा विचार करू तशाच आपल्या भावना असतील,' हे तर आपल्याला माहीत होतंच. बऱ्याच आजारांची मुळं आपल्या मनातच दडलेली असतात हेही आपल्याला माहीत होतं.

सुरेश ओबेरॉय : लहानपणी मी असं ऐकलं होतं की, आपण जेव्हा दुसऱ्यासाठी खड्डा खणतो तेव्हा आपणच त्या खड्ड्यात पडतो. नीतिनियम आपल्याला माहीत होते पण तरी आपण चुका करत राहिलो. कदाचित हे धडे आपल्या मनात नोंदवले गेले नाहीत त्यामुळे.

शिवानीदीदी : आपण ते गांभीर्याने घेत नाही.

सुरेश ओबेरॉय : माझ्या वयाची अनेक माणसं आहेत जी अजूनही स्वत:ला गांभीर्याने घेत नाहीत. हे धडे फक्त अशाच लोकांना महत्त्वाचे वाटतात ज्यांना शिकण्याची इच्छा असते.

शिवानीदीदी : ते ठीक आहे. हे इतरांच्या बाबतीत नाही तर आपल्या बाबतीत आहे. आपण स्वत:ला विचारायला हवं – ''मला माझं आयुष्य आजपेक्षा अधिक चांगलं करायचं आहे का?''

सुरेश ओबेरॉय : आपल्या मनात भीती बसल्याशिवाय आपण सहसा बदलत नाही. जसं, डॉक्टरनी सांगितलं, ''तुम्ही अजून एक सिगरेट ओढली तर तुमचा मृत्यू होईल,'' किंवा जेव्हा आपल्याला सांगितलं जातं, ''जर तुम्ही पाप केलं तर तुम्ही नरकात जाल.'' याव्यतिरिक्त बदल करण्यासाठी दुसरी कोणती प्रेरणाच नाही.

शिवानीदीदी : 'भीती' नाही तर 'समज' आपली प्रेरणा असायला हवी. जोवर आपण स्वत:वर काम करत नाही तोवर आपण आनंदाचा अनुभव घेऊ शकत नाही, आपलं शारीरिक स्वास्थ्य सुधारू शकत नाही. आपल्याला आपली नाती जेवढी सुंदर असायला हवी आहेत तेवढी ती सुंदर होणार नाहीत ह्याची जाणीव आपल्याला झाली पाहिजे. आपण हे समजून घ्यायचं की त्याची भीती बाळगायची ते आपल्या हातात आहे. आता आपल्याकडे हे ज्ञान आहे आणि दुसऱ्या कोणत्याही प्रेरणेपेक्षा हे जास्त महत्त्वाचं आहे. आपल्याला इतरांसाठी नाही तर स्वत:साठी बदलायचं आहे; कारण आनंद, शांती आणि प्रेम आपल्याला हवं आहे.

सुरेश ओबेरॉय : मी लहानपणापासून हेच शिकलो आहे की, आयुष्यात शांती आणि आनंद मिळवायचा असेल तर एक कार, बंगला, समाजात प्रतिष्ठा, प्रसिद्धी आणि कुटुंब यांची गरज आहे आणि ही यादी खूपच स्पष्ट आहे.

शिवानीदीदी : हे सगळं आपण मिळवलं आहे आणि त्याचा परिणामही बघितला आहे.

सुरेश ओबेरॉय : आपण आनंद आणि दु:ख दोन्हींचा अनुभव घेतो.

शिवानीदीदी : तो अनुभव बाहेरून आला नाही तर आपणच तो निर्माण केला. आपल्याला हवी तशी माणसं आणि परिस्थिती होती तेव्हा आपण आनंद निर्माण केला आणि जेव्हा आपल्या आवडीची नव्हती तेव्हा दु:ख निर्माण केलं. आता आपण बदलाची निर्मिती करत हे ठरवत आहोत की, परिस्थिती आणि माणसं कशीही असली तरी मला आनंद निर्माण करायचा आहे आणि प्रत्येक अवस्थेत स्थिर राहायचं आहे. कारण भविष्यात आव्हानात्मक परिस्थिती निर्माण होऊ शकते. लोक दिवसेंदिवस अनपेक्षित वर्तन करणार आहेत. आपण आखल्याप्रमाणे परिस्थिती असणार नाही.

सुरेश ओबेरॉय : आपण अशा एका जगाच्या दिशेने जात आहोत जिथे सहनशीलता नावालाही नसेल. अर्थात 'झिरो टॉलरन्स' जग असेल.

शिवानीदीदी : परिस्थिती खूप आव्हानात्मक होत जाणार आहे. म्हणजे ती नेहमी तशीच राहणार नाही तर सारखी बदलत राहील. सतत बदलणाऱ्या परिस्थितीवर जर आपली मानसिक अवस्था अवलंबून असेल तर दिवसभरात अनेकदा आपला मूड बदलेल.

सुरेश ओबेरॉय : पण मी तर चित्रपट बघतानासुद्धा वेगवेगळ्या भावना अनुभवतो.

शिवानीदीदी : याचाच अर्थ तुमच्या मनाचा रिमोट कंट्रोल दुसऱ्यांकडे आहे.

सुरेश ओबेरॉय : मी इतका कमकुवत आहे?

शिवानीदीदी : आपल्यातील बहुतेक जण आज, वर्तमान परिस्थितीत कमकुवत आहेत.

सुरेश ओबेरॉय : असं वाटणं अगदी स्वाभाविक आहे. पण हा कमकुवतपणा आहे असं मला वाटत नाही.

शिवानीदीदी : परिस्थितीच्या प्रभावातून आपल्या मनाला आपल्याला बाहेर काढता येत नसेल तर याचा अर्थ आपलं आपल्या मनावर अजिबात नियंत्रण नाही. आपण जर चित्रपट बघत असू तर पडद्यावर चालू असलेल्या भावनांपासून स्वत:च्या भावना अलिप्त ठेवण्याची शक्ती आपल्याकडे असायला हवं. आतापर्यंत आपल्या भावना ह्या चित्रपटात दाखवल्या जाणाऱ्या भावनांशी मिळत्याजुळत्या होत्या. पण हे माझं मन आहे. त्यामुळे मी हवं तेव्हा त्याला माझ्या नियंत्रणात आणू शकते. आपला जेव्हा आपल्या मनावरचा ताब सुटतो तेव्हा आपलं शब्दांवरचं आणि हातांवरचं नियंत्रणही सुटतं. रस्त्यांत घडणाऱ्या हिंसक घटनांची आकडेवारी पाहा. रागाच्या भरात लोक मारहाण करतात. कित्येकदा गोळ्याही घालतात. त्यानंतर, ते सगळं असंच घडून गेलं असा दावाही ते करतात.

सुरेश ओबेरॉय : मी बघितलंय, प्रत्यक्ष मुलाखतीत, कॅमेराचा फोकस लोकांवर असतानाही ते इतके चिडतात की तिथल्या खुर्च्या-टेबल उचलून एकमेकांना मारतात.

शिवानीदीदी : लोकांच्या दृष्टीने हे सामान्य वागणं असतं. जेव्हा आपलं मन, शब्द आणि हात आपल्या नियंत्रणाबाहेर असतात तेव्हा आपण त्याला सामान्य म्हणू शकतो का?

सुरेश ओबेरॉय : हे अनैसर्गिक असलं तरी जगात हेच घडत असतं.

शिवानीदीदी : हो, पण प्रत्येक जण कमकुवत आहे म्हणून दुबळेपणा ही शक्ती आहे असं आपण नाही म्हणू शकत. आजूबाजूचा प्रत्येक जण आजारी आहे म्हणून शारीरिक स्वास्थ्याचं वर्णन आपण आजारपण असं नाही करू शकत. जर प्रत्येक जण दु:खात असेल तर हे नॉर्मल आहे असं आपण नाही म्हणू शकत.

सुरेश ओबेरॉय : हो, एखाद्या रोगाची साथ आली तर ती सामान्य आहे असं आपण नाही म्हणू शकत.

शिवानीदीदी : साथ पसरली आहे आणि त्यावर इलाज करू शकतो, असं आपण म्हणालो तर ठीक आहे. पण आपण त्या आजारालाच स्वाभाविक किंवा नैसर्गिक मानलं, तर आपण त्याला स्वीकारार्ह बनवतो, मग त्याला योग्य म्हणतो आणि शेवटी तो आजार वाढत जातो. आधी आपण ताणतणावाला नैसर्गिक म्हटलं, त्यानंतर संतापाला आणि नंतर रक्तदाबालाही सामान्य मानू लागलो. कारण आजकाल हे सामान्य, कॉमन आहे. मधुमेह, नैराश्य आणि अगदी घटस्फोटाचं वाढतं प्रमाण यांनाही आपण स्वाभाविक म्हणतो. आपली मूलं व्यसनांकडे आकर्षित व्हायला लागली तेव्हा आजकाल मुलांसाठी हे स्वाभाविक आहे असं म्हणालो. आणि दुसरीकडे, शांती आणि आनंद हे आपले मूळ गुण असूनही आपण ते बाहेरच्या जगात शोधू लागलो. जे काही आपल्यासाठी सहज होतं आणि आपला स्वभाव असायला हवा होता ते आपल्यासाठी आजकाल दुर्मीळ झालं आहे.

सुरेश ओबेरॉय : हास्य क्लबमध्ये लोकांना हसायला शिकवलं जातं. हसणंही शिकवायचं असतं का?

शिवानीदीदी : या स्थितीत आपण आलो आहोत. कारण आपण आपल्या नैसर्गिक 'स्व'च्या संपर्कात नाही आहोत.

सुरेश ओबेरॉय : पण माणूस नेहमीच शांती, प्रेम आणि आनंदाचा शोध घेतो हे वादातीत आहे.

शिवानीदीदी : हे तीनही आपल्या आत्म्याचे मूळ गुण असूनही आपण ते अनुभवू शकत नाही म्हणून आपण ते बाहेर शोधत आहोत. जेव्हा इतरांशी संवाद साधताना आपण आपली प्रेमाची ऊर्जा वापरू आणि आपला प्रत्येक विचार, शब्द आणि कृती प्रेमाने ओथंबलेली असेल तेव्हा आपल्याला त्याचा अनुभव मिळेल.

जेव्हा आपले विचार, शब्द आणि व्यवहार क्रोधयुक्त असतात तेव्हा आपण प्रेमाचा अनुभव घेऊ शकत नाही. ते आपल्या आतून प्रवाहित होत नाही. पण आपल्याला आयुष्यात प्रेम हवं आहे म्हणून आपण त्याची इतरांकडून अपेक्षा ठेवतो. शुद्धता, शांती, प्रेम आणि शक्ती – आत्म्याच्या या प्रत्येक गुणधर्माचा अनुभव आपल्याला पहिल्यांदा आतून यायला हवा. आपण जी काही ऊर्जा निर्माण करतो तिचा पहिला अनुभव घेणारेही आपणच असतो. तेव्हाच आपण ती ऊर्जा इतरांना देऊ शकतो.

सुरेश ओबेरॉय : जेव्हा मी स्वतःवर टीका करायचो आणि स्वतःचा तिरस्कार करायचो तेव्हा त्याच मनःस्थितीत मी झोपी जायचो आणि दुसऱ्या दिवशी उदास उठायचो. मला कोणाशीही बोलायची इच्छा नसायची आणि इतरांपासून लांब राहण्यासाठी मी कारणं शोधायचो.

शिवानीदीदी : कारण आपण जे निर्माण करतो तेच अनुभवतो.

सुरेश ओबेरॉय : पण आता प्रेमाच्या अवस्थेमध्ये कसं यायचं?

शिवानीदीदी : तुम्ही निर्माण करत असलेल्या प्रत्येक विचाराची गुणवत्ता बदलण्याकडे लक्ष द्या. तुमची विचारपद्धती बदलली नाही तर तुम्हाला ज्या भावना अनुभवायच्या आहेत त्या तुम्ही अनुभवू शकणार नाही. समजा, तुम्ही स्वतःचा तिरस्कार करत आहात पण तुमच्या आजूबाजूचे सगळे तुमच्यावर प्रेम करत आहेत. ते सगळे तुम्हाला प्रेमाची ऊर्जा देत आहेत, पण तुम्ही कोणती ऊर्जा निर्माण करत आहात?

सुरेश ओबेरॉय : तरीही मी असाच विचार करेन की सगळे माझा तिरस्कार करतात.

शिवानीदीदी : तुम्हाला मिळणारी पहिली ऊर्जा ही स्व-तिरस्काराची असेल.

सुरेश ओबेरॉय : इतर लोक माझ्यावर प्रेम करतात यावर मी विश्वास ठेवणार नाही.

शिवानीदीदी : तुम्ही त्यांच्यावर विश्वास का ठेवू शकत नाही?

सुरेश ओबेरॉय : कारण मी स्व-तिरस्कार करण्यातच सुख मानतो आहे.

शिवानीदीदी : तुम्ही त्यांच्या प्रेमाचे तरंग अनुभवू शकत नाही. कारण तुमच्या भोवती स्व-तिरस्काराच्या तरंगांचं वलय आहे. समजा, तुम्ही एअर कंडिशन्ड खोलीत प्रवेश केला. आणि तुम्ही एकावर एक खूप गरम कपडे घातले असतील तर तुम्हाला इतरांसारखा तिथल्या थंड हवेचा अनुभव घेता येणार नाही.

लोक आपल्यावर प्रेम करतात पण आपण त्यांच्यावर विश्वास ठेवत नाही आणि तरीही त्यांच्याकडून प्रेम मिळवण्याचा प्रयत्न करतो. आपल्याला प्रेम अनुभवता येत नाही कारण आपण आपल्याच विचारांनी प्रेमाच्या ऊर्जेला अडवतो, ब्लॉक करतो.

सुरेश ओबेरॉय : आपण या मालिकेचं चित्रीकरण करत असताना मला संगीत ऐकू येतंय. आजूबाजूला लोक फिरत आहेत. हे सगळं मन विचलित करणारं आहे. पूर्वी अशी परिस्थिती असती तर मला राग आला असता. पण आज, ह्या सगळ्याचा त्रास मला होत नाहीये आणि ही मालिका पूर्ण करायची माझी इच्छा आहे. हा बदल तात्पुरता आहे असं तुम्हाला वाटतं का?

शिवानीदीदी : नाही, हा तात्पुरता नाहीये. फक्त स्वत:ला सांगा की, हे मी केलं आहे. ह्यालाच 'स्व-प्रशंसा' असं म्हणतात. हे लिहून काढा. तुम्ही एखादी गोष्ट वेगळ्या पद्धतीने केली याची आठवण स्वत:ला करून द्या. याचा अर्थ बदल घडवायची ताकद तुमच्यात आहे.

सुरेश ओबेरॉय : मला हे जाणून घ्यायचंय की, हा बदल आता असाच राहील की मला नेहमीच यावर काम करावं लागेल?

शिवानीदीदी : काही दिवस तुम्हाला या गोष्टीकडे लक्ष द्यावं लागेल. कारण नवीन सकारात्मक संस्कार तयार व्हायला वेळ लागतो. संताप आणि प्रतिक्रिया देण्याचा संस्कार रुजायला जशी अनेक वर्षं गेली तसंच. तुम्हाला निरोगी राहायचं असेल तर तुम्हाला किती वेळ स्वत:कडे लक्ष द्यावं लागेल? दररोज द्यावं लागेल.

सुरेश ओबेरॉय : हो, लोक जिमला दररोज जातात किंवा आठवड्यातून दोनदा किंवा तीनदा.

शिवानीदीदी : थोडे दिवस गेल्यानंतर तुमची पावलं जिमकडे आपोआपच वळतील. सुरुवातीला – 'बाहेर प्रतिकूल परिस्थिती असली तरीही मला स्थिर राहायचं आहे,' असा विचार करून तुम्हाला स्वत:ला प्रशिक्षित करावं लागेल. नंतर सकारात्मक बदल दिसायला लागल्यावर तुम्ही ह्या प्रक्रियेचा आनंद घ्याल. तुम्हाला तुमच्या विचारांत बदल दिसायला लागेल आणि तुमची नातीही बदलायला लागतील.

सुरेश ओबेरॉय : इथे आजूबाजूला घडणाऱ्या घटना मला विचलित करत नाहीत त्यामुळे मी आनंदी आहे.

शिवानीदीदी : याचं कारण ही जागा तुमच्यासाठी अनुकूल नाही हे तुम्ही स्वीकारलं आहे आणि त्याचा प्रभाव स्वत:वर पडू द्यायचा नाही हेही तुम्ही ठरवलं आहे. आता असाच विचार घरीही करा. आपण सगळे हे करू शकतो. दृढ संकल्प असणारे कुठेही, कोणताही बदल करू शकतात.

चिरंतन प्रेमाकडे घेऊन जाण्याचे मंत्र

- दोष दिल्याने, तक्रार केल्याने आणि टीका केल्याने आत्म्याची बॅटरी डिस्चार्ज होते आणि आपल्याला मानसिक थकवा जाणवतो. आपल्या थकव्यासाठी परिस्थितीला दोष देण्याऐवजी, आपण निर्माण करत असलेल्या भावनांची जबाबदारी स्वत: घेऊ या.
- इतरांशी बोलताना आणि वागताना आपण काळजी घेतो. अशीच काळजी स्वत:शी (विचारांत) संवाद साधतानाही घेऊ या.
- टी.व्ही.वर बातम्या बघताना, खेळ बघताना किंवा इतर कोणतीही दृश्यं बघताना, चालू असलेल्या सीनपेक्षा वेगळ्या भावना निर्माण करायचा सराव करा. तुमच्या मनाची जबाबदारी घ्या.
- एखाद्या परिस्थितीत आपण जेव्हा शांती आणि प्रेमाची ऊर्जा निर्माण करतो तेव्हाच आपण ती अनुभवू शकतो. त्या परिस्थितीत आपण जितक्या जास्त नकारात्मक भावना निर्माण करतो, आपल्या मूळ सकारात्मतेचा अनुभव तितकाच कमी होतो. आणि मग शांती, प्रेम, आनंद आपण बाहेर शोधू लागलो.
- आपण जेव्हा संताप आणि तिरस्कार निर्माण करतो तेव्हा इतरांकडून आपल्याला प्रेम आणि आदर मिळत असला तरी आपण तो अनुभवू शकत नाही. कारण आपण नकारात्मक तरंगांनी वेढलेले असतो.

आपण फक्त काम करणारी माणसे नसून चैतन्यशक्ती आहोत

सुरेश ओबेरॉय : मी एक सुविचार वाचला – 'तुमचं आयुष्य मात्र पुनरावृत्तीची पुनरावृत्ती आहे का? तुम्ही फक्त विचार करण्याच्या, अनुभवण्याच्या आणि वागण्याच्या पद्धतींची पुनरावृत्ती करता की जुन्या रहाटगाडग्यातून बाहेर यायची तुमची तयारी आहे? स्वत:मध्ये बदल घडवून प्रेमाची अवस्था निर्माण करणं एवढं अवघड आहे का?'

शिवानीदीदी : आपण गेली अनेक वर्षं याच पद्धतीने विचार करतोय आणि वागतोय आणि आजही त्याच गोष्टींमधे गुंतून पडलेलो आहोत. ह्या ओळी, सुविचार आपल्याला खूप महत्त्वाचा प्रश्न विचारतो – ''आपलं आयुष्य असंच चालू राहणार का?''

जर आपण याच पद्धतीने विचार करत राहिलो, भावना निर्माण करत राहिलो आणि वागत राहिलो तर त्यातून आपल्याला पूर्वीसारखेच परिणाम मिळतील. असं म्हणतात, ''तुम्ही नेहमी करत होता तेच करत राहता तेव्हा तुम्हाला नेहमी जे मिळत होतं तेच मिळतं.'' आता ह्यात अजून एका पायरीची भर घालू या. ''तुम्ही जसा विचार करत आलात तसाच विचार करत राहिलात तर तुम्ही तेच कराल जे तुम्ही नेहमी करत आलात आणि तुम्हाला तेच मिळेल जे तुम्हाला नेहमी मिळत आलं.''

सुरेश ओबेरॉय : कधीकधी माणूस असं काहीतरी बोलतो जे बोलायची त्याची इच्छा नसते.

शिवानीदीदी : आपण जो विचार करतो तेच बोलतो.

सुरेश ओबेरॉय : मग आपण जे करायचं ठरवलं आहे ते आपण विसरून का जातो ?

शिवानीदीदी : कारण आपण अजून ते पूर्णतः ठरवलेलंच नसतं. ते करण्याबाबत आपण ठाम नसतो आणि जुन्या पद्धतींनी गोष्टी करणं आपल्याला सुखकर वाटतं. चिडायचं नाही असं आपण ठरवतो पण ज्या क्षणी तशी परिस्थिती उद्भवते, आपण आपला पवित्रा बदलतो. आपल्याला वाटतं की, जोवर आपण इतरांवर चिडत नाही तोवर त्यांना समजणारच नाही आणि ते काही शिकणार नाहीत.

सुरेश ओबेरॉय : ह्याच्या विरुद्ध विधान जे कदाचित खरं असेल – 'चिडल्याशिवाय आपल्याला सुखकर वाटतच नाही.'

शिवानीदीदी : ह्यामागेही तेच कारण आहे. आपण चिडल्याशिवाय बाकीचे सुधारणारच नाहीत अशी आपली धारणा आहे. काम पूर्ण होण्यासाठी संतापणं गरजेचं आहे असं आपल्याला वाटतं. ज्या क्षणी आपण असे विचार निर्माण करतो त्या क्षणी संतापण्याच्या जुन्या संस्काराला चालना मिळते.

स्वत:त बदल करण्याची इच्छा असूनही आपण बदलू शकत नाही. कारण आपण कमकुवत आहोत. आवश्यक असणाऱ्या ऊर्जेच्या अभावी एक कमकुवत माणूस त्याला हवं ते करू शकत नाही. आपल्याकडे त्या गोष्टीचं ज्ञान असू शकतं पण जोवर आत्मा तेवढा सबल होत नाही तोवर त्याला जे पाहिजे ते तो मिळवू शकत नाही. फक्त ठरवून काहीच होणार नाही. छोट्या छोट्या गोष्टींकडे लक्ष दिलं- जसं, तक्रार करण्याच्या आणि दोष देण्याच्या सवयींपासून लांब राहिलं तरी आत्म्याची ऊर्जा वाढेल. फक्त वाचून, ऐकून आणि चांगले विचार इतरांपर्यंत पोहोचवून आपण आत्म्याचं सामर्थ्य वाढवू शकत नाही. आज, समाजमाध्यमांचा वापर करून प्रत्येक जण सुविचारांची देवाणघेवाण करत आहे.

सुरेश ओबेरॉय : आपण विचार दुसऱ्यांना पाठवतो आणि लगेच विसरतो. आपल्या आयुष्यात त्यांना स्थान देत नाही किंवा त्यांचा अनुभव घेत नाही.

शिवानीदीदी : आपण असे विचार ऐकतो, इतरांनाही ऐकवतो पण त्यांचा वापर करत नाही. जेव्हा तसं वागायची वेळ येते तेव्हा आपण पुन्हा जुन्या वळणावर जातो.

'इतरांना माफ करावं' अशी शिकवण आपल्या सगळ्यांनाच मिळाली आहे. जेव्हा ही सुज्ञता दाखवायची वेळ येते त्या वेळी – 'मी त्याने केलेली चूक कशी विसरू?' असा विरुद्ध विचार आपण निर्माण करतो. त्यामुळेच, आपण जे ऐकतो,

वाचतो आणि करतो त्यात सुसंगती नाही. आपण किती प्रवचनं ऐकतो, कार्यशाळा करतो किंवा पुस्तकं वाचतो ते महत्त्वाचं नाही. आज, बाजारात सेल्फ हेल्पची पुस्तकं सर्वांत जास्त आहेत. याचा अर्थ, बदलायची इच्छा आहे पण त्यासाठी आपण जे ऐकलंय किंवा वाचलंय ते प्रत्यक्षात उतरवण्याची, वापरण्याची गरज आहे. नाही तर, आपण जुन्या पद्धतीच वापरत राहू. याआधीही आपण अशी चर्चा केली होती की, माझ्या स्वयंपाकघरात कप्प्यामध्ये पदार्थांचे (मसाल्यांचे) दोन सेट आहेत. नेहमी वापरले जाणारे समोरच्या बाजूला आहेत आणि क्वचित लागणारे मागे. त्याचप्रमाणे, शुद्धता, प्रेम आणि शांती हे आपले मूळ संस्कार आहेत आणि संताप, चिडचिड, भीती, असुरक्षितता इत्यादी नंतर स्वीकारलेले. आपण शांती आणि प्रेम या पदार्थांचा जास्त वापर करणं गरजेचं आहे. आत्मा हा मन, बुद्धी आणि संस्कार यांचं मिश्रण आहे. मन विचार निर्माण करतं आणि तो अवलंबायचा की नाही हे बुद्धी ठरवते. जेव्हा आपण विचारांना कर्मरूप देतो तेव्हा संस्कार तयार होतो.

असं म्हणू या की, मी शांतीविषयी वाचलं आणि माझं मन शांत विचारांची निर्मिती करत आहे. बुद्धी ह्याला मान्यता देते आणि त्या बाजूने निर्णय घेते. पण जोवर मी शांती कृतीत उतरवत नाही तोवर तिचा संस्कार तयार होणार नाही. आपल्या संस्कारात बदल घडवण्यापासून आपण फक्त एक पाऊल दूर आहोत. आणि ती पायरी म्हणजे, ज्या चांगल्या गोष्टी आपण वाचतो आणि ऐकतो त्या त्याच दिवशी कृतीत आणणं. नाही तर, शांती हा पदार्थ शेल्फमध्ये मागच्या बाजूला जाईल आणि चिडचिड केल्याने संताप पुढच्या बाजूला येईल.

आत्म्यामध्ये दोन खाचा आहेत. एक शांत आणि दुसरी तापट. 'मी एक शांतीपूर्ण आत्मा आहे' असा विचार आपण केला आणि दिवसभर इतरांशी शांत राहून संवाद साधला पण संपूर्ण संवादात एकदा जरी चिडचिड केली तरी संतापाचा पदार्थ पुन्हा पुढच्या बाजूला येईल. तोच संस्कार प्रबळ होईल आणि ती खाच खोल होत जाईल. आपण दररोज सकारात्मक विचारांचं ध्यान करू शकतो, पण कृती करताना जर आपण जुन्या संस्कारांप्रमाणेच करणार असू तर ते संस्कार आहेत तसेच राहतील.

सुरेश ओबेरॉय : आणि मग आपल्याला वाटतं, 'मी हे करू शकत नाही.'

शिवानीदीदी : आपल्या जुन्या, कमकुवत संस्कारांना प्रबळ करून आपण कमकुवत होतो. दररोज सकाळी आपण स्वत:बरोबर बसून, आपला संपूर्ण दिवस आपण कसा घालवणार आहोत या बाबत चिंतन करायला हवं. आज आपल्याकडे संपूर्ण दिवसात करायच्या कामांची यादी असते – टु डू लिस्ट. पण ही सगळी कामं करताना आपण कसे असणार आहोत हेही आपण ठरवायला हवं. आपल्याकडे आपण कसे असणार आहोत याचीसुद्धा एक यादी हवी – टु बी लिस्ट. आपण फक्त काम करणारी माणसं (ह्यूमन 'डूइंग्ज') नसून आपण चैतन्यशक्ती (ह्यूमन 'बीइंग्ज') आहोत.

सुरेश ओबेरॉय : आपण बाजारातून प्रेम घेऊ शकलो असतो तर चांगलं झालं असतं.

शिवानीदीदी : हेच करण्याचा प्रयत्न आपण करतोय. आपण प्रेम विकत घेण्याचा, माणसांमध्ये आणि वस्तूंमध्ये प्रेम शोधायचा प्रयत्न करतोय.

आजपर्यंत आपण गोष्टी उलट्या क्रमाने करत होतो. आपण असा विचार केला की एखादी विशिष्ट गोष्ट मी केली तर मला छान वाटेल. आपल्याला वाटलं, आपण एखादं काम केलं तर आपण आपल्या अस्तित्वाचा अनुभव घेऊ शकू. पण त्याऐवजी आपण काय केलं? आपल्याला आपल्या अस्तित्वावर लक्ष द्यावं लागेल ज्यामुळे आपण त्याला कृतीत (बीइंगला डूइंगमध्ये) उतरवू शकू. तेव्हाच आपल्याला प्रेम आणि शांती अनुभवता येईल. काय काय करायचं – टु डू लिस्ट पूर्ण करूनही आपल्याला आतून पोकळ, निःसार वाटत असेल तर याचं कारण म्हणजे आपलं आपल्या अस्तित्वाकडे कधीच लक्ष नव्हतं.

समजा, आजच्या कामाच्या यादीत तुम्हाला मीटिंग आहे. त्याच यादीत एक रकाना वाढवा आणि त्या मीटिंगमध्ये तुम्ही कसे असणार आहात ते लिहा. तुमची टू–बी लिस्ट काय असेल?

सुरेश ओबेरॉय : मी पूर्णतः शांत आणि प्रेमळ असेन.

शिवानीदीदी : बरोबर. आपण मीटिंगमध्ये कसे असू याचं चित्र डोळ्यांसमोर आणावं लागेल. आपण ठरवू शकतो – 'मी शांत राहीन.' याचा अर्थ, माझ्या सूचना स्वीकारल्या गेल्या नाहीत तरी मी शांत राहीन आणि माझ्या विचारांतही अस्वस्थता नसेल. माझं कितीही बरोबर असलं तरीही इतरांनी माझ्या सूचना लवकर स्वीकाराव्यात अशी अपेक्षा मी करणार नाही, 'मी स्थिर राहीन'. 'मी प्रेमळ राहीन.' – इतरांशी सहमत नसलो तरीही मी त्यांचं म्हणणं प्रेमाने ऐकेन कारण त्यांचं म्हणणं कदाचित त्यांच्या दृष्टिकोनातून बरोबर असेल.

'मी नम्र राहीन' – माझ्या कल्पना स्वीकारल्या गेल्या नाहीत तरी मी त्यांच्या विरुद्ध मनात कोणतीही अढी ठेवणार नाही. मला सगळ्यांचा मान राखायचा आहे. आता आपली 'टू–बी लिस्ट' तयार आहे.

सुरेश ओबेरॉय : एक व्यक्ती निर्णय घेऊ शकते पण इतरांना तो पाळावाच लागेल.

शिवानीदीदी : टू–बी लिस्ट स्वतःकडे असणं म्हणजे कोणालाही काहीही करायची परवानगी देणं असं नाही. पण जेव्हा इतर लोक त्यांची मतं मांडत असतात तेव्हा आपण संयम राखणं गरजेचं असतं. आज आपल्याकडे संयम इतका कमी आहे की, दुसऱ्या व्यक्तीने तिचं मत मांडायच्या आधीच, आपण आपलं मत मांडतो. कारण आपलं मत आणि कल्पना बरोबरच आहेत असं आपण गृहीत धरतो. याच कारणामुळे, मीटिंगमध्ये

संभाषणाऐवजी वादविवाद होतात. अशा मीटिंग्जमध्ये कोणत्या ऊर्जेची आदानप्रदान होईल? कशा प्रकारची नाती निर्माण होतील? आपली अवस्था काय असेल?

घरी किंवा कामाच्या ठिकाणी अशा मीटिंगमध्ये आपल्याकडे अधिकार असले तरी आपण संयमाने सगळ्यांचं ऐकून घेतलं पाहिजे. माणुसकीने त्यांच्या मतांचा आदर केला पाहिजे. त्यांना प्रेमाने सबल बनवलं पाहिजे आणि संस्थेच्या किंवा कुटुंबाच्या फायद्याच्या दृष्टिकोनातून विचार करण्यासाठी त्यांना प्रेरित केलं पाहिजे. मीटिंगमध्ये उपस्थित एखाद्याला आपला निर्णय पटत नसेल पण आपल्याला माहीत आहे की निर्णय बरोबर आहे तर तो ठामपणे आणि प्रेमाने मांडता आला पाहिजे. इथे मानसिक संतुलन बिघडायला जागा कुठे आहे?

सुरेश ओबेरॉय : पण खूप लोक भांडतात. खूप कॉमन आहे हे.

शिवानीदीदी : इतर जे करत आहेत तेच आपण केलं पाहिजे का?

सुरेश ओबेरॉय : मला असं म्हणायचंय की मूळ स्वभाव खूप घट्ट असतो.

शिवानीदीदी : याचं कारण, संताप आणि 'मीच बरोबर' या विचाराचा मोह आत्म्याच्या शेल्फमध्ये सगळ्यात पुढच्या बाजूला आहे.

सुरेश ओबेरॉय : पण आपण कोणाकोणाला शिकवणार?

शिवानीदीदी : आपल्याला फक्त स्वत:ला शिकवायचं आहे.

सुरेश ओबेरॉय : जेव्हा दिवसभरात खूप लोकांमध्ये वावरतो तेव्हा हे शहाणपण कृतीत आणणं खरंच शक्य आहे?

शिवानीदीदी : तुमच्या आजूबाजूचा प्रत्येक जण आजारी असेल तर तुम्ही स्वत:ची काळजी घेणार नाही का? समजा, तुमचं चार जणांचं कुटुंब आहे. तुम्ही रात्री जेवायला बाहेर गेलात. दुसऱ्या दिवशी तुम्ही सोडून इतर तिघे आजारी पडले. या स्थितीत, तुम्ही त्या तिघांची काळजी घेणं हा पहिला पर्याय असेल. ह्यासाठी तुम्हाला खूप कष्ट पडतील. आणि दुसरा पर्याय म्हणजे, तुम्हालासुद्धा बरं वाटत नाहीये आणि विश्रांतीची गरज आहे असं म्हणणं. तुम्ही कोणता पर्याय निवडाल?

सुरेश ओबेरॉय : मला आजारी पडायची अजिबात इच्छा होणार नाही.

शिवानीदीदी : तुम्हाला तुमच्या कुटुंबाची काळजी घ्यावी असं वाटणार नाही का? इतरांची काळजी घेण्याची इच्छा ही माणसाची नैसर्गिक प्रवृत्ती आहे. खरं तर, अशा

वेळी स्वत:ची काळजी घेणं खूप महत्त्वाचं असेल. कारण संपूर्ण कुटुंब आजारी असताना त्यांची काळजी घेणाऱ्या व्यक्तीने आजारी पडणं परवडणार नाही.

अगदी अशाच प्रकारे, एखाद्या कुटुंबातले तीन सदस्य मानसिकरीत्या आजारी असू शकतात. समजा, त्यातला एक खूप तापट आहे, दुसऱ्यामध्ये संयम कमी आहे, तिसरा स्वत:ला कमी लेखतो, तो खूप पटकन दुखावला जातो आणि तीव्र प्रतिक्रिया देतो.

सुरेश ओबेरॉय : आपला स्वाभिमान खूप कमी असेल तर आपण जास्त प्रतिक्रियावादी होतो का?

शिवानीदीदी : जर आपण स्वत:चा आदर करत नसू तर आपण इतरांकडून त्याची अपेक्षा करू. आणि ज्या क्षणी समोरचा एखादी अनादरयुक्त कृती करेल त्या क्षणी आपण प्रतिक्रिया देऊ. म्हणून इतरांकडून आपण ज्याची अपेक्षा करतो त्या गोष्टी आपण स्वत:च स्वत:ला देण्याची गरज आहे.

सुरेश ओबेरॉय : याउलट मी असं ऐकलं आहे की, जे आपल्याला हवं आहे ते इतरांना द्या.

शिवानीदीदी : हो, हा चांगला विचार आहे. पण जे आपल्याकडे असेल तेच आपण देऊ शकतो. जर आपण स्वत: आतून रिकामे असू आणि इतरांकडून अपेक्षा करत असू आणि जर सगळेच तसे असतील तर देणार कोण? आपण असं ऐकलं आहे की आपण समोरच्याला मान दिला तर आपल्याला मान मिळतो. आपण विचार केला की, जेव्हा आपण दुसऱ्यांना मान देऊ तेव्हा बदल्यात ते तो आपल्याला देतील. पण प्रत्यक्षात, आपण दुसऱ्यांना तेच देतो जे आपल्या आत असतं. त्यामुळे आपल्याला तेच मिळतं किंवा आपण त्याचा अनुभव घेतो. जेव्हा तुम्ही चिडता तेव्हा त्याची जाणीव सर्वांत आधी कोणाला होते?

सुरेश ओबेरॉय : मला.

शिवानीदीदी : तुम्ही जर इतरांना मान दिलात तर तो आधी तुम्हाला मिळतो त्याचप्रमाणे हे 'देणं आणि घेणं' नसून 'घेणं आणि देणं' आहे. जो अनुभव आपण पहिल्यांदा घेतो तोच दुसऱ्यांकडे प्रसारित होतो. म्हणूनच आपलं स्वत:शी असलेलं नातं महत्त्वपूर्ण ठरतं.

आता आपल्या आधीच्या संभाषणाकडे वळू या. तुमच्या कुटुंबातली तीन माणसं जर भावनिकदृष्ट्या कमकुवत आहेत, स्थिर किंवा सुरक्षित नाहीत, आता तुम्हाला समजेल की, त्यांच्याकडून येणाऱ्या आततायी प्रतिक्रिया ते कमकुवत

असल्याची चिन्हं आहेत. आता तुम्ही प्रेम आणि मान देऊन त्यांना बरं कराल की त्यांच्यासारख्याच प्रतिक्रिया द्याल?

सुरेश ओबेरॉय : मी त्यांना बरं करायचा प्रयत्न करेन.

शिवानीदीदी : त्यांना बरं करण्यासाठी तुम्ही कसं असलं पाहिजे?

सुरेश ओबेरॉय : स्थिर.

शिवानीदीदी : इतर लोक आजारी आहेत म्हणूनच आपण आजारी पडू शकत नाही. आपण अनेक लोकांमध्ये वावरत असू आणि एखाद्या मोठ्या संघटनेचा भाग असू; तरीदेखील आपलं त्यांच्या बरोबरचं समीकरण तसंच असेल जसं आपल्या कुटुंबातल्या तीन सदस्यांबरोबरचं. इतरांनी बदलावं म्हणून आपण थांबू शकत नाही.

सुरेश ओबेरॉय : लोक त्यांच्या नेत्याचं किंवा एखाद्या अधिकाऱ्याचं ऐकतील पण प्रत्येक जण नेता बनू शकत नाही.

शिवानीदीदी : आपण एखाद्याच्या आज्ञा पाळतो कारण ती व्यक्ती अधिकारपदावर असते किंवा तिचा मान राखायचा म्हणून आपण तिचं ऐकतो. इथे त्या नेत्याच्या अस्तित्वाची अवस्था अधिक महत्त्वपूर्ण ठरते. त्याच्या पदामुळे लोक त्याचं ऐकतील पण जर का त्याचा त्याच्या मनावर ताबा नसेल आणि तो स्वत:चं ऐकत नसेल तर? तर आपण त्याला नेता म्हणू शकतो का?

सुरेश ओबेरॉय : हो, सर्वप्रथम आपल्याला स्वत:चा ताबा घ्यायला हवा.

शिवानीदीदी : कधीकधी आपण असं काही बोलतो जे आपल्याला बोलायचं नसतं यावर आपण सुरुवातीला चर्चा केली. आपली जीभच आपल्या आज्ञा पाळत नाही. पण इतरांनी आपल्या म्हणण्याप्रमाणे वागावं असं आपल्याला वाटतं. हे कसं शक्य आहे? इतरांवर नियंत्रण मिळवून आपली शक्ती निर्माण होते असं यातून दिसतं. त्यांच्या छोट्याशा चुकीनेही आपण अस्वस्थ होतो. त्यामुळे हे इतरांच्या बाबतीत नाही तर आपल्या स्वत:च्या बाबतीत आहे.

सुरेश ओबेरॉय : आपली पाच इंद्रियं आहेत. त्यांच्यावर नियंत्रण मिळवण्यासाठी आपण कष्ट घ्यायला हवेत का?

शिवानीदीदी : नाही, आपल्याला फक्त आपण काय विचार करतो ह्याची काळजी घ्यायची आहे.

ध्यान आणि चिंतन

मला स्वतःकडे लक्ष द्यायचं आहे... मी, या शरीराचा, मनाचा आणि इंद्रियांचा मालक आहे... फक्त मीच मालक आहे... माझा प्रत्येक विचार, भावना आणि कृती ही माझी निर्मिती आहे... काहीही आपोआप घडत नाही... आज मी जे काही करेन, ते करताना मला काय वाटतं याकडे मी लक्ष देईन... आजची डायरी किंवा 'टू-बी लिस्ट' : शांततापूर्ण, संयमी, प्रेमळ, नम्र... माझ्या आजच्या दिवसाचं चित्र मला डोळ्यासमोर आणू दे... मी नेहमीच्या माणसांबरोबर काम करतो आहे... मी शांत, समजूतदार आणि प्रेमळ राहीन... प्रेमळ अस्तित्व हाच माझा मूळ स्वभाव आहे.... ओम शांती!

चिरंतन प्रेमाकडे घेऊन जाण्याचे मंत्र

- आपण नेहमी जसा विचार करत आलो तसाच करत राहिलो आणि जे नेहमी करत आलो तेच करत राहिलो तर आपल्याला तेच मिळेल जे नेहमी मिळत आलं.
- आपले संस्कार बदलण्यासाठी आपल्याला ज्ञानाची आणि सामर्थ्याची गरज आहे. फक्त विवेकयुक्त विचार ऐकल्याने आणि चांगलं वाचण्याने यात काही बदल घडणार नाही.
- मन, बुद्धी आणि संस्कार यांनी मिळून आत्मा बनतो. मन विचार निर्माण करतं, बुद्धी निर्णय घेते आणि जो निर्णय सातत्याने कृतीत उतरतो त्यातून संस्कार बनतो.
- शांती, आनंद आणि आपल्या अस्तित्वाचे इतर गुण अनुभवण्यासाठी आपण काम करत आहोत. आपल्याला वाटलं की कृती केल्याने आपण आपल्या अस्तित्वाचा अनुभव घेऊ शकतो. पण सत्य तर हे आहे की, आपण जेव्हा आपल्या अस्तित्वाचे गुण कृतीत उतरवतो तेव्हाच आपल्याला त्याचा अनुभव घेता येतो.
- जेव्हा आपण इतरांना ऊर्जा देतो, तेव्हा सर्वप्रथम आपणच त्या ऊर्जेचा अनुभव घेतो. इतरांना देण्यातच आपल्याला मिळतं.

भूमिकेच्या स्मृतीपासून आत्मिक स्मृतीकडे

सुरेश ओबेरॉय : आत्मा हाच इंद्रियांचा स्वामी, मालक आहे तर इंद्रियांना नियंत्रणात ठेवणं आपल्याला अवघड का वाटतं?

शिवानीदीदी : जर मालकाला आपल्या स्थानाचा विसर पडला किंवा त्याला त्याच्या पदाचं भान नसेल तर कोणीच त्याचं ऐकणार नाही. आपल्या आजच्या संकटाचं मूळ स्वत:ची खरी ओळख नसण्यात आहे. ''मी कोण आहे?'' याचं उत्तर आपल्याकडे नाहीये. आपली खरी ओळख आणि स्वभाव यांबाबत आपण सजग असू तरच आपण शांती, प्रेम आणि शुद्धता या गुणांचा अनुभव घेऊ शकू. ''मी कोण आहे?'' या प्रश्नाला प्रतिसाद देताना आपण जे खोटं उत्तर देतो तेव्हा आपण आपल्या मूळ गुणांपासून लांब जातो. समजा, घरात तुम्ही कुटुंबप्रमुख आहात आणि ऑफिसमध्ये तुमच्या संस्थेचे कार्यवाह आहात. जर कोणी तुमचं ऐकलं नाही किंवा तुमच्याशी उद्धटपणाने वागलं तर तुम्ही दुखावले जाल आणि अस्वस्थ व्हाल. आणि हे खूप स्वाभाविकच आहे असं तुम्हाला वाटेल.

सुरेश ओबेरॉय : दुखावलं जाणं स्वाभाविक नाहीये?

शिवानीदीदी : ह्यावर आपण नंतर बोलू. जेव्हा तुम्ही दुखावले जाता तेव्हा तुम्ही स्वत:शी काय बोलता?

सुरेश ओबेरॉय : मी इथला वरिष्ठ आहे, ते माझ्याशी असे कसे वागू शकतात?

शिवानीदीदी : जसा विचार तुम्ही निर्माण करता तशा भावना तयार होतात. ह्या परिस्थितीत, ''मी कोण आहे?'' या प्रश्नाला तुमचा प्रतिसाद - ''मी वडील आहे'', ''मी सासरा आहे'', ''मी कुटुंबप्रमुख आहे,'' असा होता.

सुरेश ओबेरॉय : पण हे सगळं 'मी' आहे.

शिवानीदीदी : जर तुम्ही वडील आहात, तर तुमच्या मुलाने तुमच्याशी कसं बोललं पाहिजे?

सुरेश ओबेरॉय : आदरपूर्वक.

शिवानीदीदी : मुलाने वडिलांशी आदरपूर्वक वागलं पाहिजे असा विचार करण्यासाठी तुम्ही तुमच्या मनाला प्रोग्रॅम केलं आहे.

सुरेश ओबेरॉय : हे असं असू नये का?

शिवानीदीदी : पद, भूमिका आणि नात्याप्रति आदर दाखवणं आपल्याला हवं आहे. ज्या क्षणी दुसरी व्यक्ती अनपेक्षित प्रतिसाद देते किंवा एखादी गोष्ट बरोबर असण्याच्या आपल्या व्याख्येला साजेसं वागत नाही तेव्हा आपलं मन दुखावतं.

मन दुखावण्यामागे कोणता विचार दडलेला असतो? मन दुखावणं एक भावना आहे जी कोणत्याही विचाराशिवाय निर्माण करता येत नाही. ह्या भावनेमागे, 'मी मोठा आहे' किंवा 'मी त्यांच्यासाठी इतकं केलं आणि ते माझ्याशी असं वागले,' हा विचार आहे. ह्या विचारामागे, तुम्ही वडील आहात किंवा मोठे आहात याची जाणीव आहे. आता तुमची जाणीव बदला आणि असं समजा, 'मी एक आत्मा आहे.' आता तुम्ही समोरच्या व्यक्तीकडे कसं बघाल?

सुरेश ओबेरॉय : एक आत्मा म्हणून.

शिवानीदीदी : त्या आत्म्याकडून ज्या प्रकारच्या बोलण्याची अपेक्षा तुम्ही ठेवली होती तसं तो बोलला नाही तर तुमच्या मनात कोणते विचार निर्माण होतील? विचार बदलतील.

सुरेश ओबेरॉय : पण समोरचा माझ्याशी 'सोल-टु-सोल' बोलू शकत नाही. त्याला वाटतं की तो त्याच्या वडिलांशी बोलत आहे. हे फक्त मलाच माहीत आहे की मी एका आत्म्याशी बोलत आहे.

शिवानीदीदी : आपलं संपूर्ण लक्ष कुठे केंद्रित असलं पाहिजे?

सुरेश ओबेरॉय : स्वत:वर.

शिवानीदीदी : आपली विचार करण्याची पद्धत आणि भावना यांत आपण बदल घडवायलाच हवा. जेणेकरून आपल्यातील प्रेमात अडथळा येणार नाही. जशी आपली चेतना असेल, तसेच आपले विचार असतील. जसे आपले विचार असतील, तशाच आपल्या भावना असतील. जशा आपल्या भावना असतील, तसं आपलं वागणं असेल.

आधी तुमची चेतना होती – 'मी एक वडील आहे.' तुमचे विचार होते – 'ही माझ्याशी बोलायची पद्धत नाही.' तुमचं मन दुखावलं आणि तुम्ही त्यानुसारच वागलात.

आता तुम्ही स्वतःला एक खरी ओळख करून देत तुमची चेतना बदलवता – 'मी एक आत्मा आहे जो वडिलांची भूमिका निभावत आहे.' 'मी' किंवा आत्म्याचा मूळ गुण कोणता?

सुरेश ओबेरॉय : प्रेम आणि शांती.

शिवानीदीदी : यामध्ये समज, शक्ती आणि संयमही आहेत. आता, 'मी एक शांत आत्मा आहे,' ह्या चेतनेसह तुम्ही प्रतिसाद द्याल.

सुरेश ओबेरॉय : ह्याचा अर्थ, मला एखादी गोष्ट किंवा कृती पटली नाही तरीही मी शांततेने, प्रेमाने आणि समजेसह प्रतिक्रिया द्यायची असा आहे का?

शिवानीदीदी : ह्याचा अर्थ असा नाही की, तुमच्याशी कोणीही त्याला हवं तसं वागू शकतो. ह्याचा अर्थ असा की, तुमचा प्रतिसाद अस्वस्थ नसेल.

सुरेश ओबेरॉय : तरीसुद्धा त्यांनी माझं ऐकलं नाही तर?

शिवानीदीदी : तुम्ही त्यांच्यावर दबाव आणू शकत नाही. तुम्ही दुसऱ्या आत्म्याच्या संपर्कात आहात हे माहीत असलं की ते स्वीकारणं अधिकच सोपं होतं.

जेव्हा तुम्ही विचार करता, 'मी मोठा आहे', तेव्हा, 'इतरांनी माझं ऐकलंच पाहिजे' असं तुम्ही समजता. जेव्हा तुमचा विचार, 'मी – एक आत्मा – मी माझा मालक आहे' असा बदलतो, त्यानंतर तुम्ही तुमच्या सुंदर गुणांच्या माध्यमातून प्रतिसाद देता.

सुरेश ओबेरॉय : जसं मी माझा मूळ स्वभाव विसरलो तसाच इतरही त्यांचे मूळ स्वभाव विसरले असतील हेही कदाचित मला जाणवेल. त्या वेळी मी त्यांच्याबद्दल मतं बनवणार नाही.

शिवानीदीदी : अगदी बरोबर. आत्म्याकडे सगळ्या प्रकारचे संस्कार असतात, हे आता आपल्याला माहीत आहे.

या ठिकाणी तुम्ही एक प्रेमळ आणि शांत आत्मा आहात. तुमच्या कुटुंबातील सदस्यांबरोबर तुम्ही याच सजगतेने वागाल. तुमच्या समोर असलेला आत्मा कदाचित एका लहान मुलामध्ये असेल, पण त्याने ग्रहण केलेला संस्कार जर रागाचा असेल तर ते मूल त्याच पद्धतीने बोलेल. असं असूनही जर तुम्ही विचार केला की ते एक लहान मूल आहे आणि मी वडील, ते छोटं आणि मी मोठा आहे, म्हणून त्याने विशिष्ट प्रकारेच वागलं पाहिजे, तर तुम्ही दुःख निर्माण कराल आणि असं करणं स्वाभाविक आहे असं तुम्हाला वाटेल. प्रत्येक संभाषणात तुम्ही दुखावले जाल आणि मग तुमचं वागणं पुनरावृत्तीची पुनरावृत्ती असेल. 'बीइंग लव्ह'च्या जागी तुम्ही 'बीइंग हर्ट' व्हाल आणि तुमच्याकडून हेच दुसऱ्यांकडे प्रसारित होईल, पाठवलं जाईल.

सुरेश ओबेरॉय : आणि मग मी माझ्या ध्येयापासून लांब जाईन.

शिवानीदीदी : हो. आणि हे सगळं, ''मी कोण आहे,'' या प्रश्नाचं तुमचं उत्तर चुकीचं असल्यामुळे घडेल.

मी, बीइंग, दिवसभर प्रेम अनुभवेन. जेव्हा आपण आपली मूळ ओळख विसरतो आणि एखादं पद, भूमिका किंवा प्रतिष्ठा यांना स्वतःची ओळख समजतो तेव्हा प्रेमाचा हा अनुभव आपल्याला घेता येत नाही. कारण आपण भूमिकेला ओळख बनवतो आणि आपल्याकडे अपेक्षांची मोठी यादी तयार होते. ह्याउलट, जेव्हा 'मी एक आत्मा आहे' या बाबत आपण सजग होतो तेव्हा इतरांशी कसं वागलं पाहिजे याचं आपण स्मरण ठेवतो.

जर तुम्ही डॉक्टर असाल तर तुमच्यातही तीच भावना जागृत असेल. जर कोणी आजारी पडलं, तर तुम्ही त्याच्यावर उपचार कराल. कारण तुमच्यात तीच भावना आणि विचार जन्म घेतील. समजा, चेतनेच्या अभावी, एक डॉक्टर असूनही तुम्ही हे विसरता की तुम्ही कोण आहात. मग भलेही तुमच्या समोर कोणाला दुखापत झाली तरीही तुम्ही त्याच्यावर उपचार करणार नाही. खोट्या चेतनेमुळे, जाणिवेमुळे सगळंच बदलेल.

सुरेश ओबेरॉय : परंतु खोट्या ओळखीत, प्रतिमेत अडकण्याची मुळं खूप खोलवर रुजलेली आहेत. गतजन्मांपासूनच ती आपल्या बरोबर आली आहेत.

शिवानीदीदी : हरकत नाही. आता किमान आपण विचार बदलायला सुरुवात केली आहे. दिवसातून एकदा जरी आपल्या मूळ ओळखीचं स्मरण केलं तरीही ती एक सुरुवात असेल, यशप्राप्ती असेल. नाहीतर पुनरावृत्तीची पुनरावृत्ती होतच राहील.

ट्रेडमिलवर व्यायाम करताना काय होतं? एकदा आपण त्यावर चालायला सुरुवात केली की आपण एकाच दिशेने चालत राहतो. ती दिशा बदलू शकत नाही. पण आता त्या ट्रेडमिलवरून खाली उतरा.

सुरेश ओबेरॉय : आणि दिशा बदला.

शिवानीदीदी : हो. दु:ख आणि राग स्वाभाविक किंवा नैसर्गिक आहे, असा विचार करण्याऐवजी आपल्याला पाहिजे तेव्हा स्वतःला बदलता आलं पाहिजे. शांती, प्रेम आणि परमानंद आपल्यासाठी स्वाभाविक आहेत. स्वत:ला जाणणं, ओळखणं आणि स्वत:ला भेटणं ह्याचा अर्थ म्हणजे आपण स्वतःशी नातं तयार करत आहोत. आपण इतरांना समजू शकत नाही, असं अनेकदा म्हणतो. पण आपण स्वत:लाही समजू शकतो का?

सुरेश ओबेरॉय : माझी आई मला सांगायची, ''जर तुम्ही तुमचं मन जिंकलं तर तुम्ही जग जिंकाल. आणि मग सगळे तुमच्यावर प्रेम करतील आणि तुमचा आदर करतील.''

शिवानीदीदी : संपूर्ण जग तुमचा आदर का करेल?

सुरेश ओबेरॉय : कारण मी स्वत:चा आदर करत असेन.

शिवानीदीदी : हो. आपल्याला असं वाटतं की लोकांनी आपल्यावर प्रेम केलं तर आपण स्वतःवर प्रेम करू शकतो. नाही, आधी आपल्याला हे प्रेम निर्माण करावं लागेल आणि स्वत:ला द्यावं लागेल. आपल्या आत्म्याची शक्ती वाचवण्यासाठी आपल्याला दोष देणं आणि तक्रार करायचं बंद करणं, अशा छोट्या छोट्या गोष्टींकडे लक्ष द्यावं लागेल.

सुरेश ओबेरॉय : ह्या माझ्यासाठी छोट्या गोष्टी नाहीत.

शिवानीदीदी : आपण राग आणि दु:ख निर्माण करत असू, तरी किमान त्यासाठी इतरांना जबाबदार न ठरवता ते निर्माण करण्याची जबाबदारी आपण घेऊ शकतो.

सुरेश ओबेरॉय : बरोबर. असं केल्याने आपण अखंड बडबड करण्यापासून आणि इतरांविषयी नकारात्मक विचार करण्यापासून वाचू शकतो.

शिवानीदीदी : अगदी बरोबर. अशा प्रकारे आपल्या ऊर्जेची बचत होईल. समजा, तुम्ही एखाद्यावर चिडलात. तर जोवर तुम्ही रागात आहात, तुमची बॅटरी चार्ज होणार नाही. पण त्यानंतर 'हा राग मी निर्माण केला' असा विचार केला तर तुमची ऊर्जा घटणार नाही, तिचा क्षय होणार नाही.

सुरेश ओबेरॉय : पण याचा उलटा परिणामही होऊ शकतो. मी स्वतःला अपराधी समजून, निराश होऊन स्वतःला शिक्षा करू शकतो.

शिवानीदीदी : याचसाठी आपण स्व-टीकेवर चर्चा केली. आपण जेव्हा ही जबाबदारी घेतो तेव्हा ऊर्जेचा ऱ्हास, क्षय होणं तिथेच थांबतं. नाही तर आपण पुढचे अनेक दिवस नकारात्मक विचार करत राहतो.

सुरेश ओबेरॉय : एकदा मी कोणालातरी राग सोडून द्यायला सांगितलं. कारण प्रसंग निवळला होता. तो म्हणाला की त्याच्या कुटुंबाला सूड आणि बदला घ्यायचा आहे.

शिवानीदीदी : इतरांना सुधारण्याच्या नादात आपण स्वतःचे वैरी बनतो आणि हाच कडवटपणा आपल्या मनात घर करतो. आपण दुसऱ्यांना दोष देत राहिलो तर तो फक्त आपल्याच विचारांत राहणार नाही तर आपण तो आजूबाजूला पसरवूदेखील.

सुरेश ओबेरॉय : मग आपण आपलं म्हणणं ऐकणाऱ्यांना आणि आपल्या मतांना समर्थन देणाऱ्यांना शोधू.

शिवानीदीदी : त्यामुळे फक्त रागावलेलं असतानाच नाही, तर त्यानंतरही आपली बॅटरी डाउन असेल. म्हणूनच आपल्या मानसिक अवस्थेसाठी आपण इतरांना तर जबाबदार ठरवत नाही हे ना याची खात्री करायला हवी.

सुरेश ओबेरॉय : आपल्या कर्मांचा आपण स्वीकार करायला हवा.

शिवानीदीदी : आपल्या मनात जे काही चालू आहे, त्याची संपूर्ण जबाबदारी आपण स्वतः घेतली पाहिजे. आता आपण तुमच्या खोलीत गेलो आणि काही गोष्टी त्यांच्या जागेवर नसतील तर त्यासाठी कोण जबाबदार असेल?

सुरेश ओबेरॉय : मी.

शिवानीदीदी : त्याचप्रमाणे, आपल्या मनाच्या खोलीत दुसरा कोणीही येऊ शकत नाही किंवा काही करू शकत नाही. फक्त आपणच जबाबदार असतो.

सुरेश ओबेरॉय : मग आपण असा विचार का करतो की इतर आपल्या मनाला अस्वस्थ करतात?

शिवानीदीदी : कारण, त्यांच्याकडून उत्तेजन मिळतं.

सुरेश ओबेरॉय : पण इतर लोक आपल्यावर रागवूनच आपल्या मनात प्रवेश करतात.

शिवानीदीदी : इतर लोक आपल्याला काही बोलू शकतात, शारीरिक इजा करू शकतात किंवा आर्थिक पिळवणूक करू शकतात पण त्यांची शक्ती तिथेच संपते. ते आपल्या मनात प्रवेश करू शकत नाहीत. बाह्य जगात जे घडतं ते त्यांच्यामुळे असू शकतं पण त्या घटनेनंतर आपल्या मनात जे घडतं ती संपूर्णपणे आपली निर्मिती असते. आपल्याला आपल्या समजेमध्ये हा बदल करावा लागेल. भलेही कोणी आपला अपमान केला तरी आपण स्वत:ला सांगायला हवं, ''त्याने माझा अपमान केला, पण दु:ख मी निर्माण केलं.''

सुरेश ओबेरॉय : मी शाळेत असताना एकदा माझ्या मित्राची तक्रार केली होती. तेव्हा मला असं सांगितलं गेलं की, काठ्या आणि दगड तुझी हाडं मोडू शकतात पण शब्द कधीच तुला इजा पोहोचवणार नाहीत.

शिवानीदीदी : आपण शब्द ऐकू शकतो; पण त्यानंतर आपण आपल्या मनात काय निर्माण करतो आणि कशी प्रतिक्रिया देतो त्याची जबाबदारी आपलीच आहे. समजा, मी तुमचा अपमान केला आणि तुम्हाला दु:ख झालं. तर मग तुम्ही मला बदलायचा प्रयत्न करणं हा तुमच्याकडे असलेला एक पर्याय आहे. तुम्ही मला सांगाल की मी अशा पद्धतीने बोलायला नको होतं. दुसरा पर्याय असा की, तुम्ही स्वत:ला सांगाल, ''मी असा विचार करायला नको होता.'' यातला कोणता पर्याय सोपा आहे?

सुरेश ओबेरॉय : स्वत:त बदल करणं.

शिवानीदीदी : दोन्ही पर्यायांपैकी काय करणं शक्य आहे हे खूप महत्त्वाचं आहे.

सुरेश ओबेरॉय : स्वत:वर काम करणं.

शिवानीदीदी : पण आपण दिवसभर काय करत राहतो? इतरांना बदलायचा प्रयत्न. आपली ऊर्जा शोषून घेण्याचा हा सोपा मार्ग आहे. कारण हे कधीच शक्य नाहीये. आपल्याला छान वाटावं म्हणून इतरांनी बदललं पाहिजे असा विचार आपण करतो. पण ते बदलत नाहीत. आणि आपण दु:खातच राहतो. हे असं आयुष्यभर चालू राहू शकतं.

सुरेश ओबेरॉय : नवराबायको एकमेकांच्या बदलण्याची वाट बघत बसतात आणि त्याची परिणती घटस्फोटात होते.

शिवानीदीदी : म्हणून, आजपासून मी कोणालाही दोष देणार नाही आणि कोणावरही टीका करणार नाही असं ठरवू या.

सुरेश ओबेरॉय : हे सगळं आपण आयुष्यात अनेकदा ऐकलेलं असतं, पण प्रत्यक्षात तसं वागणं जमत नाही. दगडांच्या देशातल्या मऊ पायांच्या राजकन्येची गोष्ट आपण ऐकली असेल. तिच्या पायाला दुखापत होऊ नये म्हणून देशात सगळीकडे गालिचे घालायचे आदेश राजाने दिले. पण राजकन्येने पायात चप्पल घालणं हा खरं तर सोपा उपाय होता.

शिवानीदीदी : हो बरोबर. आपल्याला दुखापत होऊ नये म्हणून सगळीकडे गालिचे अंथरले जावेत, अशी आपली इच्छा असते. पण हे आपण किती दिवस करणार? तेव्हा कितीही खडतर रस्त्यांवरून चालायला लागलं तरी चालेल; त्यासाठी स्वत:ला सुरक्षित करणं हा सर्वांत सोपा उपाय आहे.

सुरेश ओबेरॉय : 'मी कोण आहे' याचं स्मरण ठेवण्यातच माझी सुरक्षितता आहे.

शिवानीदीदी : 'मी कोण आहे' आणि 'माझी जबाबदारी काय आहे' हे सत्य नेहमीच लक्षात ठेवायला हवं.

ध्यान आणि चिंतन

मला स्वत:ला बघायचं आहे... हे शरीर, माझा एका आत्म्याचा पोशाख आहे... बोलणं, ऐकणं आणि चालणं या इंद्रियांवर माझी, आत्म्याची पकड आहे... मी, आत्मा, हाच मालक आहे... हे शरीर माझ्या इच्छेप्रमाणे काम करेल... आज मी जे काही करेन, ते करताना मी माझा मूळ स्वभाव लक्षात ठेवेन... ह्या जन्मात मी भूमिका, पद आणि नाती मिळवली आहेत... पण हे सगळं करणारा... मी, एक आत्मा... आज मी ज्या कोणाला भेटेन, ती एखाद्या पदाची दुसऱ्या पदाला, एखाद्या भूमिकेची दुसऱ्या भूमिकेला किंवा एखाद्या स्तराची दुसऱ्या स्तराला अशी भेट असणार नाही... मी फक्त स्वत:वर लक्ष देईन... जेव्हा मी, एक आत्मा, दुसऱ्या आत्म्याला भेटेन तेव्हा 'मी एक प्रेमळ आत्मा आहे' हे मी लक्षात ठेवेन... माझ्या समोर असलेला आत्मा योग्य वर्तन करत नसेल तरी मी फक्त माझ्याकडे लक्ष देईन... मला समजतं की,

दुसरा आत्मा दुःखात आहे... मला काय द्यायचं आहे याची समज आज मला आहे... मी प्रेम, करुणा आणि समजेचा प्रसार करतो... मी सहज भावाने प्रेमळ अस्तित्व आहे...ओम शांती!

चिरंतन प्रेमाकडे घेऊन जाण्याचे मंत्र

- जेव्हा आपल्याला आपल्या पदाची, भूमिकेची किंवा नात्यांची जाणीव असते तेव्हा इतरांनी आपल्याशी त्यानुसार वागावं अशी आपली अपेक्षा असते. जेव्हा आपल्याला आपल्या अपेक्षेअनुसार मिळत नाही तेव्हा आपण चिडतो किंवा दुखावले जातो.
- आपण एक आत्मा आहोत आणि दुसऱ्या आत्म्याशी संवाद साधताना आपल्या खऱ्या चेतनेमध्ये आपण असायला हवं. तेव्हाच आपण त्या व्यक्तीचे संस्कार स्वीकारू आणि ती कशीही वागत असली तरी प्रेमाची मूळ ऊर्जा तिला देऊ.
- भूमिकेची जाणीव अपेक्षा निर्माण करते आणि आत्म्याची जाणीव स्वीकार.
- लोक आपली आर्थिक पिळवणूक करू शकतात, शारीरिक इजा पोहोचवू शकतात किंवा अपशब्द वापरू शकतात. पण आपण कोणत्या भावना निर्माण करतो ह्याची निवड संपूर्णपणे आपली आहे. आपल्या मनात प्रवेश करून कोणीच आपले विचार निर्माण करू शकत नाही. भावनिक शोषण किंवा शांततापूर्ण स्वीकार– ही आपली निवड आहे.

आपल्या विशुद्ध स्वरूपातच तुम्ही इतरांना काही देऊ शकता

सुरेश ओबेरॉय : मी 'मी प्रेम आहे, मी शांती आहे' हा मंत्र मी नीट लक्षात ठेवला आहे. पण जेव्हा इतरांमध्ये मला प्रेम आणि शांती दिसत नाही तेव्हा माझे जुने संस्कार संपूर्ण ताकदीनिशी समोर येतात. आणि मग मी त्यांच्याकडे आध्यात्मिक दृष्टिकोनातून बघू शकत नाही. मला नोकर हा नोकर दिसतो, मालक हा मालक, मित्र हा मित्र आणि चोर हा चोर दिसतो. यांच्यापैकी कोणीच मला 'आत्मा' म्हणून दिसत नाही.

शिवानीदीदी : लोकांना त्यांच्या भूमिकेतून ओळखणं हा गेली अनेक जन्म खोलवर रुजलेला संस्कार आहे. त्यामुळे तो एका दिवसात बदलू शकत नाही. सर्वप्रथम, 'मी एक आत्मा आहे,' हे लक्षात ठेवलं पाहिजे आणि मग इतरांकडे आत्मा म्हणून बघितलं पाहिजे. 'ब्रह्माकुमारीज'मध्ये सर्वांत आधी हेच ज्ञान दिलं जातं. जुने संस्कार वारंवार वर येतात. पण आपण स्वत:ला या शहाणपणाची आठवण सतत करून दिली पाहिजे. जेव्हा आपण म्हणतो, ''मी मालक आहे आणि हा नोकर आहे,'' तेव्हा तो एका भूमिकेचा दुसऱ्या भूमिकेशी असलेला संबंध असतो. आत्म्याचा आत्म्याशी असलेला नाही. आपण आयुष्यात अनेक भूमिका निभावतो. उदाहरणार्थ, एखाद्याचे मित्र, नवरा, वडील आणि कुणाचेतरी मालक. आपण कित्येक जन्म भूमिका, पदं आणि संबंध यांच्याशी संपर्क साधत आलो आहोत. ज्यांमुळे आपली विचारपद्धती आणि वर्तणूक बदलली आहे.

सुरेश ओबेरॉय : पण आपण कधीच आत्मा बघितलेला नाही आणि आपल्याला त्याबद्दल काही माहीतही नाही. त्यामुळे आता त्याच्याबद्दल फक्त कल्पनाच करता येईल.

शिवानीदीदी : तुम्हाला कल्पना का करावी लागेल? आपल्या रोजच्या बोलण्यामध्ये हा शब्द येत नसला तरी प्रत्येक जण आधी एक माणूस आहे आणि मग तो ज्या भूमिकेत आहे ती भूमिका, असं आपण म्हणतो. उदाहरणार्थ, कोणी त्याच्या घरी काम करणाऱ्याशी आदराने बोलत नसेल तर आपण त्यांना सांगतो की आधी तू त्यांच्याशी माणूस म्हणून नीट बोल. याचा अर्थ, पद, व्यवसाय किंवा शिक्षण यांच्या मर्यादांपलीकडे जाऊन 'मूलभूत मानवतेचा' अभ्यास आपल्याला प्रत्येक ठिकाणी करायचा असतो. जर आपल्याला वाटलं, 'मी पालक आहे' तर मुलाने एका ठरावीक पद्धतीनेच वागायला हवं. आपण असं समजतो की, वडील मुलांशी कसेही बोलू शकतात पण मुलांनी मात्र सगळे नियम पाळले पाहिजेत. याचं कारण इथे, भूमिकेचा भूमिकेशी संबंध आहे.

आतापर्यंत आपण अनेक भूमिका निभावल्या आहेत आणि त्यांच्या जाणिवांमध्ये जगत आलोय. यामुळे आत्म्याच्या मूळ गुणांपासून आपण लांब गेलोय. याचं कारण आपला अहंभाव वाढला आहे. अहंभाव नेहमीच व्यक्तीच्या पदाशी आणि त्याच्या कामगिरीशी संबंधित असतो. तुम्ही वयाच्या तिशीत अभिनेते झालात त्यामुळे तुमच्या चेतनेत, जाणिवेत बदल झाला का? अभिनेता म्हणून तुमच्या लोकांकडून कोणत्या अपेक्षा होत्या?

सुरेश ओबेरॉय : त्यांनी मला पसंत करावं.

शिवानीदीदी : तुम्हाला खास वागणूक हवी होती. अभिनेता होण्याआधी तुमच्या अपेक्षा अशा नव्हत्या. आपण आयुष्यात काय मिळवतो त्याप्रमाणे आपल्या अपेक्षा तयार होतात. असं असलं तरीही गोष्टी मिळवण्यात काहीच चुकीचं नाहीये.

समजा, पूर्वी आपण छोट्या घरात राहत होतो आणि आज एका मोठ्या बंगल्यात राहत आहोत. जर काळजी घेतली नाही तर ह्या स्थित्यंतराच्या बरोबरीने आपल्या जाणिवांमध्येही बदल होईल. पूर्वी आपण विनम्र होतो पण आता अहंभाव डोकावू शकतो. जेवढं यश आपण आयुष्यात मिळवत जाऊ, कदाचित तेवढे आपण आपल्या मूळ गुणांपासून लांब जाऊ.

आपल्याला काही गोष्टी मिळवायच्या असतात. फक्त हे करत असताना आपले विचार आणि वर्तणूक मूळ गुणांबरोबर सुसंगत असायला हवी. उदाहरणार्थ– पैसा, नाव आणि प्रसिद्धी मिळवल्यानंतर 'हे सगळं मिळवलं तरीही मी एक आत्मा आहे,' हे जर कोणी लक्षात ठेवलं तर त्याचे मूळ गुण जसेच्या तसेच राहतील. इतरांकडून काही मिळावं यासाठी त्याला झगडावं लागणार नाही आणि इतरांमुळे तो दुखावलाही जाणार नाही.

लहान मुलांना इतरांचा आदर करायला शिकवलं जातं. पण ह्याउलट, आपल्याला आदर मिळालाच पाहिजे असं मोठ्या माणसांना वाटतं. जसजसे आपण मोठे होत जाऊ, मोठ्या पदांवर जाऊ आणि आपली शैक्षणिक पात्रता वाढत जाईल तसतसं आपलं वागणं बदलतं. आपण काही देण्याऐवजी कशाचीतरी अपेक्षा करायला लागतो. परंतु आपण इतरांना चांगली ऊर्जा देत आहोत की त्यांच्याकडे मागत आहोत याकडे दिवसभर लक्ष दिलं पाहिजे. 'देणं' हाच आत्म्याचा मूळ गुण आहे. काहीतरी दिल्यानंतर छान वाटणं हा मनुष्यस्वभाव आहे. पण आपल्या प्रवासात कुठेतरी आपण 'देणं' सोडून 'घेण्या'कडे किंवा मागण्याकडे वळलो आहोत.

सुरेश ओबेरॉय : झाडं आपल्याला ऑक्सिजन देतात, पाणी आपली तहान भागवतं. निसर्ग देत राहतो, पण माणूस देत नाही.

शिवानीदीदी : निसर्गात सगळं काही निरपेक्षपणे मिळत आहे. आपणही त्याच निसर्गाचा भाग आहोत.

सुरेश ओबेरॉय : सूर्यप्रकाश सगळ्यांना सारखाच मिळतो. चोराला आणि पोलिसालाही, शहाण्याला आणि वेड्यालाही, सजीवाला आणि निर्जीवालाही.

शिवानीदीदी : म्हणजे सूर्य सतत आणि विनाअट प्रत्येकाला ऊर्जा देत असतो. आपण झाडाला पाणीही घालू शकतो किंवा दगड मारू शकतो. आपण कसेही वागलो तरी ते आपल्याला सावलीच देतं. आपण कमीतकमी एक तास तरी, सूर्यासारखं व्हायचा प्रयत्न करू शकतो – इतरांना प्रकाश आणि ऊर्जा द्या आणि त्यांच्याकडून आपल्याला काय मिळतंय असा विचार करू नका. खरं म्हणजे आपण दिलंच पाहिजे असंही नाही. सूर्यही देत नाहीये. तो जसा आहे तसाच आहे. त्याला द्यायचं आहे या हेतूने तो देत नाहीये.

सुरेश ओबेरॉय : जसं फूल आपला सुगंध देत नाही.

शिवानीदीदी : सुगंध हा त्याचा नैसर्गिक गुण आहे. त्यामुळे सहज भावानं त्याचा गंध सगळीकडे पसरतो. 'मला इतरांना प्रेम द्यायचं आहे,' असा विचार करण्याची आत्म्यालाही गरज नाही. आपल्याला प्रेमच बनायचं आहे.

सुरेश ओबेरॉय : एखाद्या लहान मुलासारखं – ते ज्यांना कोणाला भेटतं त्या सगळ्यांकडे बघून हसतं आणि सगळ्यांशी बोलतं.

शिवानीदीदी : कारण लहान मुलाला काहीतरी मिळवायचंय ही जाणीव नसते. त्याला अजून त्याच्या शरीराबद्दलही प्रेम निर्माण झालेलं नसतं. त्यामुळे ते शुद्ध आणि निरागस असतं. पण जसजसं ते बाळ मोठं होत जात तसतसं एकेक गोष्ट मिळवत जातं आणि त्याचा अहंकार विकसित होतो. आपण मिळवलेल्या गोष्टींची आवरणं आपण स्वत:पासून वेगळी करत गेलो, तर आपण आपल्या आत्म्यापर्यंत म्हणजेच मूळ स्वभावापर्यंत पोहोचतो. मुळात आपण जसे आहोत तसं राहण्याची गरज आहे. एक फूल त्याच्या मूळ गुणधर्माला धरून राहतं तेव्हा ते अधिक सुगंधित होतं.

सुरेश ओबेरॉय : फूल मृतात्म्याला वाहिलेल्या पुष्पचक्रात असलं किंवा देवाला वाहिल्या जाणाऱ्या हारात असलं, तरी त्याला फरक पडत नाही.

शिवानीदीदी : आत्मासुद्धा फुलासारखा असायला हवा – सुंदर आणि सुगंधी – सहज भावाने प्रकाशित होणारा. जेव्हा आपण इतरांकडून काही मिळायला हवं असा विचार करतो तेव्हा आपण याविरुद्ध जातो. नात्यांमध्ये देवाणघेवाण असते असं आपण नेहमी ऐकतो आणि हा समज आपल्यात खोलवर रुजलेला आहे. 'मी इतरांना खूप आदर आणि प्रेम दिलं, मी त्यांच्या बरोबर खूप तडजोडी केल्या, त्यांना सहकार्य केलं पण त्याच्या बदल्यात त्यांनी मला काय दिलं?' असा विचार आपण करायला लागलो आहोत. याचा अर्थ हे देवाण–घेवाणीसारखं, एखादा व्यवहार असल्यासारखंच आहे.

सुरेश ओबेरॉय : आजकाल लोक त्यांना मिळालेल्या भेटीची किंमतही बघतात जेणेकरून त्यांना रिटर्न गिफ्टची किंमत ठरवता येईल.

शिवानीदीदी : ही देवाण–घेवाण तरीही वस्तुनिष्ठ आहे. पण आता तर हा भाव सूक्ष्म पातळीवरही गेला आहे. 'मी त्यांचं अनेक वेळा ऐकलं पण त्यांनी माझं किती वेळा ऐकलं? मी तडजोडी केल्या, आदर केला, विश्वास ठेवला पण त्यांनी हे सगळं केलं का?' असा विचार आपण करायला लागलो की ही देवाण–घेवाण वस्तू, नैतिकता, व्यावहारिकता एवढ्यापुरतीच मर्यादित राहत नाही तर नात्यांमध्ये ऊर्जेच्या देवाण–घेवाणीपर्यंत पोहोचते. नात्यांमध्ये आपल्याला आपला वाटा मिळाला नाही तर आपण आपल्याच ऊर्जेमध्ये अडथळा आणून स्वतःची घुसमट करतो.

सुरेश ओबेरॉय : या देवाण–घेवाणीतून बाहेर पडणं सोपं नाही. उदाहरणार्थ, माझ्या सहकलाकाराला मी सलग दोन दिवस 'हॅलो' म्हटलं, पण त्याने प्रतिसाद दिला नाही तर तिसऱ्या दिवशी पुन्हा 'हॅलो' म्हणायची इच्छा मला होणार नाही.

शिवानीदीदी : असं केल्याने कोणाचं नुकसान होईल?

सुरेश ओबेरॉय : नुकसान नाही होणार. असं केल्याने किमान त्या व्यक्तीला तिच्या चुकीची जाणीव होईल. जी व्यक्ती माझ्या हॅलोला, शुभेच्छांना साधी पोच देण्याचे कष्टही घेत नाही तिला शुभेच्छा देऊन मी माझा अपमान का करून घेऊ?

शिवानीदीदी : पण प्रेमपूर्ण अस्तित्व हा तुमचा मूळ गुण आहे.

सुरेश ओबेरॉय : जी व्यक्ती माझ्या विनम्र अभिवादनाला प्रतिसादही देऊ शकत नाही अशा व्यक्तीला मी प्रेम आणि आदर का देऊ?

शिवानीदीदी : समोरची व्यक्ती प्रतिसाद देईल की नाही याचा विचार करायची गरज नाही. आपल्याला देत राहायचंय, याकडे फक्त लक्ष हवं. तुम्ही मघाशी सूर्याचं उदाहरण दिलं. सूर्य त्याची ऊर्जा देत राहतो. तुम्ही घराची खिडकी बंद केली तरीही तो तुम्हाला ऊर्जा देतच राहणार.

तुमच्या ओळखीच्या व्यक्तीला तुम्ही भेटलात आणि तुम्हाला ओळख न दाखवता, तुम्हाला टाळून ती व्यक्ती पुढे निघून गेली. आता तुमच्याकडे दोन पर्याय आहेत. तुम्ही त्या व्यक्तीशी चांगलं बोला किंवा ती जशी वागली तसंच तिच्याशी वागा. आज आपण एकमेकांच्या वागण्याची आणि स्पंदनांची नक्कल करायचा प्रयत्न करत आहोत आणि या प्रक्रियेत आपलं मूळ व्यक्तिमत्त्व हरवत चाललं आहे.

सुरेश ओबेरॉय : मी एका मोठ्या कलाकाराला नेहमी अभिवादन करायचो जो कधीच माझ्या अभिवादनाची नोंद घ्यायचा नाही. एक दिवस एका पत्रकार परिषदेत मी त्यांना टाळलं. माझ्या अशा वागण्याने त्यांना माझ्याशी बोलायला भाग पाडलं.

शिवानीदीदी : आपल्याला इतरांना सुधारायचं किंवा त्यांच्याकडून योग्य काम करवून घ्यायचं नाहीये. इतरांकडे लक्ष दिल्याने आपण आपल्या मार्गावरून भरकटतो.

सुरेश ओबेरॉय : पण मला स्वाभिमान आहे की नाही?

शिवानीदीदी : यामुळेच तर आपल्या आयुष्यातील अनेक समीकरणं चुकतात. तुम्ही स्वाभिमान असाल तर तुम्हाला प्रत्येकाशी चांगलं बोलता यावं म्हणून स्वतःचा आदर कराल. तुम्ही त्यांच्याशी प्रेमाने बोलाल, कारण हा तुमचा मूळ स्वभाव आहे. इतरांचं वागणं कसंही असलं तरीही तुम्ही असं वागू शकता कारण तुम्ही स्वतःचा आदर करता, त्यासाठी तुम्हाला इतरांवर अवलंबून राहावं लागत नाही.

याउलट जर तुम्ही अहंकारी असाल तर तुम्ही इतरांशी प्रेमाने बोलणार नाही. याचं कारण, समोरच्या माणसाने तुम्हाला प्रतिसाद दिला नाही तर तुम्ही दुःखी व्हाल.

सुरेश ओबेरॉय : एका बक्षीस समारंभाच्या वेळी एका मोठ्या संगीतकाराशी बोलायचं मी टाळलं. ते प्रतिसाद देतील की नाही याबद्दल मला संभ्रम होता. पण मी असं वागूनही जेव्हा ते संगीतकार स्वत: उठून माझ्याशी बोलायला आले तेव्हा मला माझीच लाज वाटली.

शिवानीदीदी : यातून त्यांनी त्यांचा स्वाभिमान दाखवला. तुम्ही त्यांना टाळलं पण म्हणून ते अस्वस्थ झाले नाहीत. तुम्ही त्यांना टाळून पुढे निघून गेलात म्हणून जर ते अस्वस्थ झाले असते तर ते तुमच्याशी स्वतःहून बोलायला आले नसते.

अहंकार नेहमी व्याकूळता, चिंता निर्माण करतो. व्याकूळ होण्याचा अर्थ, तुम्हाला तुमच्या वागण्यात बदल करायला हवा. आत्मसन्मान किंवा स्वाभिमानी असण्याचा अर्थ, तुमच्या वागण्यात दृढता आहे. स्थिर आणि मजबूत वर्तणुकीचा अर्थ, इतरांच्या वागण्यामुळे तुमच्यात कोणताही बदल होणार नाही; तुम्ही जसे आहात तसेच राहाल. कारण आपल्याला त्रास देण्याइतकी शक्ती इतरांकडे नसते, असं आपण समजतो. अशा प्रकारे आपण आपलं मूळ व्यक्तिमत्त्व कायम ठेवतो. त्यांनी तेच केलं. आपणही असं करू शकतो. प्रत्येक जण असं करू शकतो. चला, एक छोटासा गृहपाठ करू या – इतरांच्या वागण्याची नक्कल करू नका आणि जशास तसे असा प्रतिसाद देऊ नका. 'ठकास महाठक' असं वागण्याने आपण स्वत:लाच इजा करून घेतो. तेव्हा, इथून पुढे प्रतिसाद कसा द्यायला हवा?

सुरेश ओबेरॉय : अत्यंत प्रेमयुक्त... पण तरीही मला काही प्रश्न विचारायचे आहेत.

शिवानीदीदी : नक्की. तोपर्यंत तुम्ही हे अजमवण्याचा प्रयत्न करा.

सुरेश ओबेरॉय : हो, हे मी करू शकतो.

ध्यान आणि चिंतन

मला स्वतःला बघायचं आहे... मी एक सुंदर पवित्र ऊर्जा; मी एक आत्मा, जो स्वाभिमानाने जगतो.... स्वतःच्या गुणांना जाणतो... आणि संपूर्ण दिवस ह्या गुणांचा अवलंब करतो... माझं वागणं इतरांकडून मिळणाऱ्या सन्मानावर किंवा आदरावर अवलंबून नाही... माझी सगळी वैशिष्ट्यं मी माझ्या कृतीत उतरवतो... इतरांचं वागणं आणि शब्द माझ्या मानसिक अवस्थेवर परिणाम करत नाहीत... मी इतरांकडून आदराची अपेक्षा ठेवत नाही... माझ्यातील गुणांसाठी मी स्वतःचा आदर करतो... आज मी प्रत्येकाशी माझ्या मूळ गुणांसह संवाद साधेन... भलेही त्यांच्याकडून मला काहीही मिळालं तरी मी त्यांना माझे गुण देईन... ते माझ्याशी कसेही बोलले तरी मी माझ्या मूळ स्वभावाप्रमाणे त्यांच्याशी बोलेन... प्रेम आणि माधुर्य हे माझे स्वतःचे गुण आहेत... हे मी प्रत्येकाला देतो... आज मी फक्त देईन, देईन आणि देत राहीन... ओम शांती!

चिरंतन प्रेमाकडे घेऊन जाण्याचे मंत्र

- आपण एखाद्याशी जेव्हा भूमिकेतून जोडले जातो तेव्हा अहंकाराचा अडथळा येतो. अहंकाराच्या जाणिवेतून वागण्यात संताप, दुःख आणि नकारात्मक भावना येतात.
- जेव्हा आपण आत्मा म्हणून आत्म्याशी संवाद साधतो तेव्हा एकमेकांमध्ये समभाव असतो. आत्म्याच्या जाणिवेतून वागण्यात करुणा, प्रेम आणि सकारात्मक भावना येतात.
- ज्ञान, पद आणि सामर्थ्य प्राप्त केल्याने अहंकार निर्माण होतो आणि इतरांना आदर देण्याऐवजी तो मिळावा अशी आपण अपेक्षा करतो.
- आपण शरीर, नाती, ज्ञान, पद आणि संपत्ती मिळवत जातो तसे आपल्या मूळ अस्तित्वावर थर चढतात. मग आपण जमा केलेल्या या थरांनुसार इतरांशी संवाद साधतो आणि आपल्या मूळ स्वभावाच्या योग्यतांना विसरतो.

आपला चांगुलपणा कायम ठेवा

सुरेश ओबेरॉय : इतर लोक आपल्याशी कसेही वागले तरी आपला स्वभाव बदलायला नको, या मुद्द्यावर आपण चर्चा करत होतो. असं करणं खूप अवघड वाटतं.

शिवानीदीदी : हो, आपला अहंभाव आपल्या प्रयत्नांमध्ये अडथळा आणतो म्हणून ते अवघड जाईल. जेव्हा कोणी आपल्याकडे दुर्लक्ष करतं तेव्हा आपल्याकडे दोन पर्याय असतात. एक म्हणजे आपणही त्या व्यक्तीकडे दुर्लक्ष करणं किंवा त्यांना अभिवादन, नमस्कार करणं. जेव्हा ती व्यक्ती आपल्याकडे दुर्लक्ष करते तेव्हा आपला अहंकार दुखावला जातो आणि 'जर तो माझ्याशी बोलला नाही तर मी का बोलू?' असा विचार मनात येतो. अशा वेळी आपण आपल्या मनाला सांगितलं पाहिजे, ''दुसरी व्यक्ती जशी वागत आहे तो त्या व्यक्तीचा संस्कार आहे, पण सगळ्यांशी प्रेमाने बोलणं, वागणं हा माझा गुण आहे.'' आपण आपल्या विचारांच्या आणि वागण्याच्या जुन्या पद्धतीत बदल करायलाच हवा.

सुरेश ओबेरॉय : समजा, समोरच्या व्यक्तीने जेव्हा माझ्या अभिवादनाला प्रतिसाद दिला नाही तेव्हा मी शांत राहिलो. आणि मग पुढच्या वेळेस मी त्या व्यक्तीला अभिवादन केलं नाही तर?

शिवानीदीदी : तुम्हाला त्या व्यक्तीला अभिवादन करायची इच्छा का नाही होणार?

सुरेश ओबेरॉय : कारण पूर्वी त्या व्यक्तीने माझ्या अभिवादनाला प्रतिसाद दिला नाही.

शिवानीदीदी : आज, प्रत्येकात समोरच्याची नक्कल करायचा संस्कार आहे. पूर्वी त्या माणसाने प्रतिसाद दिला नाही आणि आता तुम्ही त्याला शुभेच्छा देत नाही तर अशाने नात्यामध्ये अंतर निर्माण होईल. तुमच्या ऊर्जेत अडथळा निर्माण होईल. चला, आता ही पद्धत बदलू या – त्यांनी तुम्हाला अभिवादन केलं नसेल तरी तुम्ही त्यांच्याकडे जा आणि त्यांना अभिवादन करा. आता ती व्यक्ती तुम्हाला प्रतिसाद देईल की नाही?

सुरेश ओबेरॉय : कदाचित ती व्यक्ती पूर्ण प्रतिसादाच्या ऐवजी नुसतीच मान डोलवेल.

शिवानीदीदी : असं जरी झालं तरी तुम्ही दोघं लांब जाण्याऐवजी थोडेतरी जवळ याल. पण जर तुम्हीसुद्धा पुढाकार घेतला नाही तर पुढच्या वेळेस कदाचित तुम्ही एकमेकांकडे बघणारसुद्धा नाही. आपल्याला आपल्या नात्यांना नवजीवन देऊन मूळ स्वभावावर परत जायचं आहे. आपल्याला संवादामधून अहंकार बाजूला ठेवायचा आहे. कारण तो आपल्याला एकमेकांपासून दूर करतो. आपण आपल्या मूळ स्वभावापासून लांब गेलो तर परस्परांपासूनही लांब होऊ.

जर आपण समोरच्या व्यक्तीशी चांगलं बोललो तर हळूहळू ती व्यक्ती आपली नक्कल करायला लागेल. सुरुवातीला जरी ती व्यक्ती वरवर प्रतिसाद देत असली तरी नंतर ती चांगलं बोलायला लागेल. पुढच्या वेळेस गोष्टी अजून सुधारतील. किमान एक सौहार्दपूर्ण नातंतरी नक्कीच निर्माण होईल. आपण इतरांकडून ज्याची अपेक्षा करतो ते आपणच इतरांना द्यायला लागलो तर त्यांची नक्कल आपण करण्याऐवजी एक दिवस तेच आपली नक्कल करायला लागतील आणि आपली नाती घट्ट होण्यास सुरुवात होईल.

सुरेश ओबेरॉय : आपल्या ऊर्जेत अडथळा आल्यामुळे काय नुकसान होईल?

शिवानीदीदी : आपण जर एखाद्याशी बोललो नाही तर आपण आपल्या गुणात व्यत्यय, अडथळा आणतो. आणि नंतर काही वेळ त्याबद्दल विचार करत राहतो.

सुरेश ओबेरॉय : भविष्यात पुन्हा कधी तो विषय निघाला तर याच भावना डोकं वर काढतील.

शिवानीदीदी : हो. परिणामी आत्म्याची बॅटरी कमी होत राहील. म्हणून पहिल्या भेटीपासूनच संवाद साधला तर सगळं काही किती सोपं होईल. नाही तर अनेक

सोप्या गोष्टी जटिल होतात आणि त्या सुधारण्यासाठी आपल्याला जास्त ऊर्जा खर्च करावी लागते.

कृती करायची वेळ येताच मन दोन विचार निर्माण करतं. जणू दोन थर, स्तर एकमेकांशी वाद घालत आहेत. त्या वेळी न्यायाधीशाला स्थिर राहावंच लागतं. हे स्तर म्हणजे आपले दोन विचार आहेत जे एकमेकांच्या संपूर्ण विरुद्ध असू शकतात. मन विचार करेल की, मी हे करू की नको? तर बुद्धी न्यायाधीश बनून काय करायचं आहे हे ठरवेल. म्हणूनच पहिला स्तर किंवा पहिला विचार म्हणतो – ''मी ह्या व्यक्तीशी का बोलायचं?'' त्या वेळी दुसऱ्या स्तराने असा प्रतिसाद दिला पाहिजे की, यासाठी बोलायचं कारण ते माझ्याच फायद्याचं आहे. असं केल्याने माझ्या ऊर्जेचा प्रवाह अधिक चांगला होईल, माझे नकारात्मक विचार आधीपेक्षा कमी होतील. मला चांगलं वाटेल, माझं सामर्थ्य वाढेल. आपण आपला अहंकार जेवढा बाजूला ठेवू तेवढं आपल्या आत्म्याचं सामर्थ्य वाढेल आणि आपण विजयी होऊ. याउलट, आपण आपल्या अहंकाराला जितक्या वेळा विजयी होऊ देऊ, तितक्या वेगाने आपण कमकुवत होऊ.

सुरेश ओबेरॉय : लहान असताना आपण बुडणाऱ्या खेकड्याची गोष्ट ऐकली आहे. एका संतांनी त्या खेकड्याला बुडण्यापासून वाचवलं पण त्या खेकड्याने संतांना डंख मारला. कोणीतरी संतांना विचारलं, ''त्या खेकड्याने अनेकदा डंख मारूनही तुम्ही त्याला का वाचवलं?''

शिवानीदीदी : संतांनी उत्तर दिलं, ''खेकड्याने त्याचा डंख मारण्याचा संस्कार सोडला नाही तर ते त्यांचा इतरांना वाचवण्याचा संस्कार कसा सोडतील?''

इतरांच्या वागण्याने जर आपण आपले मूळ संस्कार सोडून द्यायला लागलो तर यामुळे कोणाचं नुकसान होईल? समजा, आपल्या सोयीसुविधांच्या पलीकडे जाऊन गरजूंना मदत करायला तुम्हाला आवडत असेल तर तुम्ही हा गुण जपायलाच पाहिजे. भलेही तुम्ही दयाळू असूनही इतर लोक तुम्हाला सहकार्य करत नसतील तर तुम्ही स्वत:ला सांगायला हवं की – मी मदत केली कारण हा माझा गुण आहे.

आपण सगळे अद्वितीय आत्मा आहोत हे जेव्हा आपण समजून घेतो तेव्हा आपल्याला या गोष्टीची जाणीव होते की, इतरांकडे आपल्यासारखे गुण नसतील किंवा आपल्यात इतरांसारखे गुण नसतील. ते त्यांच्या संस्कारांप्रमाणे वागतील आणि आपण आपल्या संस्कारांप्रमाणे. इतरांची नक्कल करताना मोठी अडचण म्हणजे, दुसऱ्यांमध्ये आपल्यासारखे गुण नाहीत हे आपण पाहतो आणि लगेच आपणही आपल्या गुणांना किंवा गुणधर्मांना सोडून देतो.

समजा, वेळ पाळणं हा तुमचा संस्कार आहे, पण दुसरी व्यक्ती उशिरा येते. यावर तुम्ही असा विचार करू शकता की, वेळ पाळण्याचा काय फायदा? दुसऱ्या

दिवसापासून तुम्ही उशिराने यायला सुरुवात करता. अशाच प्रकारे, ऑफिसमधील इतर लोक कामाच्या बाबतीत तितकेसे प्रामाणिक नाहीत म्हणून कदाचित तुम्हीही प्रामाणिकपणाचा संस्कार सोडून द्याल. यामुळे नुकसान कोणाचं होईल? इतर लोक काहीच गमावणार नाहीत.

सुरेश ओबेरॉय : मला वाटायचं की हे 'जशास तसं वागणं' बरोबर आहे.

शिवानीदीदी : आपण नेहमीच आपल्या चांगल्या गुणांना अखंडित ठेवलं पाहिजे. म्हणजेच आपला चांगुलपणा कायम राहिला पाहिजे.

सुरेश ओबेरॉय : जर आपण पूर्णपणे प्रेमस्वरूप आत्मा झालो तर आपल्या आजूबाजूचे सगळे तसेच होतील का?

शिवानीदीदी : सर्वप्रथम आपण स्वतः प्रेमस्वरूप बनू या. आपण आपल्या संस्कारांप्रमाणे वागू या. इतरांना आपली नक्कल करू दे. ते बदलले किंवा नाही बदलले तरीही, आपल्याला या स्वाध्यायाचा लाभ होईल. जेव्हा आपण नमतं घेतो तेव्हा माधुर्य हा आपला संस्कार बनतो. सुरुवातीला असं करणं थोडं अवघड वाटेलही.

सुरेश ओबेरॉय : माझ्या बायकोच्या माहेरी एक लग्नसमारंभ आहे. तिथे जायला मी नकार दिला कारण ते आमच्याकडच्या एका कार्याला आले नव्हते.

शिवानीदीदी : कोणीतरी विशिष्ट असं वागलं. तुम्ही त्याची नक्कल करायची काय गरज आहे?

सुरेश ओबेरॉय : पण सगळं जग असंच तर करतं. लोक अनेक कार्यक्रमांना जात नाहीत कारण त्या कार्यक्रमाचे आयोजक पूर्वी कधीतरी त्यांच्या कार्यक्रमाला आलेले नसतात.

शिवानीदीदी : यामुळेच तर आज आपण सगळेच तणावाखाली आहोत. सगळे जण चिडतात म्हणून आपणही चिडतो. सगळेच कमकुवत होत आहेत तसेच आपणही. आपण फक्त चुकीच्या गोष्टींची नक्कल करत आहोत.

सुरेश ओबेरॉय : व्यावहारिकता आणि अध्यात्म यांत खूप अंतर आहे.

शिवानीदीदी : व्यावहारिक जगात योग्य प्रकारे काम करण्यासाठी अध्यात्म हाच सर्वोत्तम मार्ग आहे. याचा अर्थ, आपल्याला आत्म्याच्या मूळ गुणांना जीवनात

उतरवावं लागेल. एखादं प्रवचन अर्धा तास ऐकणं आणि मग उरलेला दिवस आपल्या सोयींप्रमाणे वागणं म्हणजे अध्यात्म नाही. आपण सगळेच इंटरनेटवर चांगले विचार ऐकतो, बघतो आणि एकमेकांना पाठवतो. पण जेव्हा कृती करायची वेळ येते तेव्हा पुन्हा जुन्या पद्धतींवर येतो. क्षमाविषयक संदेशही तुम्ही सोशल मीडियावर शेअर करता.

सुरेश ओबेरॉय : हो, क्षमाभावनेशी संबंधित संदेश अनेकदा दिसतात.

शिवानीदीदी : प्रेम, दया आणि करुणा यांसंबंधीचे संदेशही तिथे असतात. हे सोपे संदेश आपण वाचलेले असतात, आपल्याला ते आवडतात आणि आपण ते इतरांनाही सांगतो. पण जर, एखादा नातेवाईक आपल्याकडच्या एखाद्या कार्यक्रमाला उपस्थित नव्हता म्हणून आपण त्याच्याकडच्या कार्यक्रमाला जायचं नाही असा विचार आपण केला तर या संदेशांचा, चांगल्या विचारांची आदानप्रदान करण्याचा काय फायदा?

सुरेश ओबेरॉय : ते आजारी असताना किंवा त्यांना गरज होती तेव्हा मी त्यांना भेटलो आणि त्यांच्यासाठी डॉक्टरांचीही व्यवस्था केली. पण ते आमच्याकडच्या लग्नाला मात्र आले नाहीत कारण त्यांना वाटतं की ते आमच्यापेक्षा उच्चभ्रू आहेत.

शिवानीदीदी : पण आपण अत्यंत प्रेमळ, दयाळू, करुणामय आणि क्षमावान असायला हवं. असं असणं म्हणजेच सहजता, हेच प्रेम आहे.

सुरेश ओबेरॉय : वाटेत भेटणाऱ्या प्रत्येकालाच मी सलाम ठोकत राहणं म्हणजे 'बीइंग लव्ह' असा याचा अर्थ होत नाही. माझ्या स्वाभिमानाचं काय?

शिवानीदीदी : 'मी त्यांच्याकडच्या कार्यक्रमाला जाणार नाही कारण ते माझ्याकडच्या कार्यक्रमाला आले नव्हते,' असा विचार करणं म्हणजे स्वाभिमान नाही. हा तर अहंकार बोलत आहे. तुम्ही दुखावले गेलात म्हणून अहंकार वर आला. तुमच्या शब्दांमधूनही तो दिसतोय ''त्यांना वाटतं की ते आमच्यापेक्षा उच्चभ्रू आहेत,'' हे अहंकार बोलत आहे.

सुरेश ओबेरॉय : ही अहंकाराची भाषा नाहीये. हा त्यांच्या बघण्याचा दृष्टिकोन आहे.

शिवानीदीदी : तुम्हाला अजून त्यांचा दृष्टिकोन माहीतच नाहीये. कारण तुम्ही समजून घ्यायचा प्रयत्नही केला नाहीये.

सुरेश ओबेरॉय : मला असं समजलं होतं की त्यांना फाइव्ह स्टारपेक्षा छोट्या हॉटेलमध्ये राहायचं नव्हतं.

शिवानीदीदी : हे ठीक आहे. लवचिकतेचा अभाव असणं हा त्यांचा संस्कार आहे. अपेक्षित असा सोयीसुविधांचा दर्जा मिळत नसेल तिथे तडजोड करायला प्रत्येकाला जमेलच असं नाही. प्रत्येकाचे संस्कार वेगळे असतात, नाही का? आपलं संपूर्ण लक्ष कुठे असलं पाहिजे? फक्त स्वत:वर. त्यांच्याकडे तुम्ही करता तशी तडजोड करायचा संस्कार नाहीये, तुम्ही अहंकाराचा संस्कार वर आणलात.

सुरेश ओबेरॉय : जीवनातला माझा नियम खूप स्पष्ट आहे. माझ्या आईचा मृत्यू झाला तेव्हा श्रद्धांजली वाहण्यासाठी कोण कोण आलं ते मी लक्षात ठेवलं. आणि जे आले नाहीत त्यांच्या कोणत्याही कार्यक्रमाला जायचं नाही असं मी ठरवलं.

शिवानीदीदी : हा आयुष्य जगण्याचा खूप अवघड मार्ग आहे. कोण आलं आणि कोण नाही याची नोंद ठेवणं खूप गुंतागुंतीचं आहे. आपल्या क्षमतांप्रमाणे वागत राहणं हा खूप साधा मार्ग आहे. आता जे समीकरण तुम्ही सांगितलं त्याप्रमाणे वागायचं असेल तर तुम्हालाही इतरांसारखं वागावं लागेल. कधीकधी इतरांच्या कार्यक्रमांना जाणं अवघड असेल पण तरीही तुम्हाला जावंच लागेल कारण ते तुमच्या कार्यक्रमाला आले होते.

सुरेश ओबेरॉय : हो, कधीकधी आम्हाला (इच्छा नसतानाही) सक्तीने जावंच लागतं.

शिवानीदीदी : कित्येकदा काही अडचणींमुळे कार्यक्रमांना उपस्थिती लावणं अवघड असतं. आणि कित्येकदा इतरांनी तुमच्या कार्यक्रमांना उपस्थिती लावली नाही म्हणून तुम्ही त्यांच्याकडे जात नाही. दोन्हींकडे तुम्ही तुमच्या क्षमतेअनुसार काम करत नसून इतरांची नक्कल करत आहात.

फक्त एक दिवस, अहंकाराची निवड करण्याऐवजी इतरांविषयी करुणा निर्माण करून तुम्ही त्यांचे संस्कार स्वीकारू शकता. तुमच्यावर कोणतेही निर्बंध नसतील तर त्यांच्याकडच्या कार्यक्रमाला जाण्यापासून तुम्हाला कोण थांबवतंय? तुम्ही त्यांची नक्कल करायची गरज नाही. त्याऐवजी करुणा, दयाळूपणा अंगीकारणं अधिक योग्य ठरेल.

सुरेश ओबेरॉय : आपण दया म्हणून कोणाच्या लग्नाला जात नाही.

शिवानीदीदी : इथे दयेचा अर्थ, ते तुमच्याकडच्या कार्यक्रमाला का आले नाहीत याची कारणं समजून घेणं आणि ती स्वीकारणं. आपल्या सगळ्यांमध्येच कोणते ना

कोणते नकारात्मक संस्कार असतात. त्यामुळे तडजोड करता न येण्याच्या त्यांच्या असमर्थतेबाबत तुम्ही दया दाखवली पाहिजे.

सुरेश ओबेरॉय : मी जरी त्या कार्यक्रमाला गेलो तरी ते फक्त माझ्या बायकोसाठी जाईन, त्यांच्यासाठी नाही.

शिवानीदीदी : असं केलं तर कर्म करण्यामागचा तुमचा हेतू योग्य नसेल. दुसऱ्या कोणाच्या आनंदासाठी कधीच कुठलीही गोष्ट करू नका, तुमच्या आनंदासाठी करा.

आजकाल आपण आपल्या आयुष्यातले खूप मोठे निर्णयही आपल्या कुटुंबाच्या आनंदासाठी घेतो. आपण अशा अनेक महिलांना भेटतो ज्या उच्च शिक्षित असूनही त्यांच्या कुटुंबाकरता नोकरी सोडतात किंवा त्या करिअर करत नसतात. अशा निर्णयांमागे, आपल्या घरात शांतता नांदावी असा त्यांचा सद्‌हेतू असतो. पण तेव्हा, 'मी हे पाऊल माझ्या कुटुंबाच्या आनंदासाठी उचलत आहे' अशा विचारांनी त्यांनी त्यांच्या मनाला प्रोग्रॅम केलेलं असतं आणि मग त्यांना वाटतं की, इतकी वर्षं त्याग करूनही आपलं कुटुंब समाधानी नाही.

सुरेश ओबेरॉय : कदाचित कुटुंबाला हे माहीतही नसेल.

शिवानीदीदी : त्यांनी कष्ट करूनही त्यांचं कुटुंब समाधानी नाहीये कारण त्यांनी असे विचार निर्माण केले – 'मी त्यांच्यामुळे घरी थांबते आहे... मी खूप अभ्यास केला... मी चांगलं करिअर करू शकले असते... आज माझ्या मित्र–मैत्रिणी कुठे पोहोचल्या... जर मलाही संधी मिळाली असती तर मी ही हे सगळं मिळवू शकले असते... आज माझी काय किंमत आहे?' याचा अर्थ त्या आनंदी नाहीयेत आणि त्यांचं ऊर्जाक्षेत्रही नकारात्मक आहे. हेच तरंग त्या पुढे इतरांनाही पाठवतात. तेव्हा कोणासाठी म्हणून काहीतरी करणं चुकीचं आहे.

सुरेश ओबेरॉय : मी आनंदी नसेन किंवा मला पटणारं नसेल तरीही मी इतरांसाठी म्हणून काही गोष्टी करू शकतो.

शिवानीदीदी : तसं असेल तर तुम्हाला समीकरण बदलावं लागेल. तुम्ही तुमच्या कुटुंबाकरता म्हणून जरी त्या लग्नाला गेलात तरी मग तुम्हाला तुमचं मन वेगळ्या पद्धतीने प्रोग्रॅम करावं लागेल : 'माझ्या कुटुंबाला मी लग्नाला यायला हवं आहे... जर मी गेलो तर त्यांना आनंद होईल... त्यांचा आनंद माझ्यासाठी खूप महत्त्वाचा आहे... ते आनंदी असतात तेव्हा मला छान वाटतं... त्यामुळे मी माझ्या आनंदासाठी तिथे जात आहे.' तुम्ही जे काही करता ते करताना ते का करत आहात या बाबत तुमचे विचार स्पष्ट हवेत.

सुरेश ओबेरॉय : मला ते करावं असं वाटत असेल तर?

शिवानीदीदी : तुम्हाला असं वाटतं त्यामुळे तुमच्यावर कोणतीही सक्ती नाही. आपल्या आतल्या प्रोग्रॅमिंगला 'सक्तीकडून निवड करण्याकडे' बदलवणं खूप महत्त्वाचं आहे. ''मी हे करण्याची निवड त्यांच्यासाठी करत आहे,'' असं म्हटलं तर चालेल. पण, 'मला हे त्यांच्यासाठी करावं लागतंय,' असा विचार करणं बरोबर नाही. तुम्ही कोणतीही गोष्ट सक्तीची आहे म्हणून करत असाल तर आतल्या आत तुम्हाला ते खात राहील आणि तुम्हाला वाईट वाटेल. असं होणार असेल तर गोष्टी न करणंच चांगलं.

आता पुढील स्तरावर जाऊन विचार करू या – 'मी त्या ठिकाणी फक्त माझ्या कुटुंबासाठी नाही तर ज्यांनी बोलावलं आहे त्यांच्यासाठीसुद्धा जात आहे... आणि ते कधी आमच्याकडच्या कार्यक्रमाला आले नाहीत त्याबद्दल मी एकदाही मनात विचार आणणार नाही.'

सुरेश ओबेरॉय : हे शक्य नाही.

शिवानीदीदी : आपण आपलं ऊर्जाक्षेत्र बदलवू शकत नाही का? आपण जी कर्मं करणार आहोत त्यांची ताकद वाढवू शकत नाही का?

सुरेश ओबेरॉय : याचा अर्थ, मी माझ्याशी खोटं बोलायचं?

शिवानीदीदी : तुम्ही खोटं नाही बोलत आहात. तुम्ही असा विचार करायला हवा की ज्यांचं लग्न आहे त्यांना तुम्ही आशीर्वाद द्यायला जात आहात. तुम्ही यजमान कुटुंबाचा भाग बनायला चालला आहात. यात काही खोटं नाही आहे. अशा प्रकारे तुमचं ऊर्जाक्षेत्र शुद्ध होईल आणि तुमची स्पंदनं स्पष्ट होतील. आपण सगळ्यांनीच आपल्या विचारांची मर्यादा वाढवून, जुन्या पद्धती मोडायला हव्यात.

सुरेश ओबेरॉय : आपण आपल्याला एखाद्या डबक्यापुरतंच मर्यादित केलंय हे मला मान्य आहे. आता आपण समुद्रासारखं बनायचा प्रयत्न करायला हवा.

शिवानीदीदी : आपल्या शक्यता अमर्यादित आहेत आणि आपल्याला हवे तितके आपले विचार उन्नत, प्रगत होऊ शकतात.

सुरेश ओबेरॉय : मला माझ्या विचारांची मर्यादा वाढवून दिलदारपणे वागलं पाहिजे.

शिवानीदीदी : आपण इतरांची नक्कल न करता आपल्या मूळ गुणांनुसार वागतो तेव्हा आपली क्षुद्रता मागे पडते. 'ते आले नाहीत, मीही जाणार नाही,' हा खूपच सामान्य विचार आहे. अशा सामान्य विचारांतून बाहेर पडा.

सुरेश ओबेरॉय : जेव्हा मी सामान्यापेक्षा मोठा विचार करतो तेव्हा माझा अहंकार वाढतो.

शिवानीदीदी : नाही. उलट तुमचा अहंकार कमी होईल. वर उल्लेखिलेले सामान्य विचार या वेळी असे असतील – 'मी एक रजोगुणी आत्मा आहे आणि मी कार्यक्रमाला माझ्या मर्यादेसह जाईन... मी सगळ्यांना प्रेम देईन आणि त्या ठिकाणी जाण्याआधी भूतकाळाला इथेच सोडून जाईन.' भूतकाळातल्या जखमा आठवत त्यांनाही त्या ठिकाणी घेऊन गेलात तर त्या तुमच्याकडून प्रसारित होतील आणि त्यांनाही ते जाणवेल.

सुरेश ओबेरॉय : मी ही स्पंदनं बरोबर घेऊन जाईन.

शिवानीदीदी : हो, आणि हेच आपल्याला जाणवत नाही. आपल्याला असं वाटतं की आपण लोकांशी छान वागलो, बोललो की लोकांना आपल्या मनात काय चालू आहे ते कळणार नाही.

सुरेश ओबेरॉय : आता मला हे कळलंय.

शिवानीदीदी : चला भूतकाळ विसरून या आणि लक्षात ठेवू या की, मी तिथे जात आहे कारण त्यांनी मला प्रेमाने बोलावलं आहे आणि मला मान दिला आहे.

सुरेश ओबेरॉय : हो, त्यांनी असंच केलंय.

शिवानीदीदी : मग आपण चांगल्या गोष्टी लक्षात का नाही ठेवत? आपल्या सगळ्यांकडेच आणखी एक जुना संस्कार आहे – आपण आयुष्यातल्या फक्त नकारात्मक गोष्टींनाच धरून ठेवतो. आपण फक्त त्याच आठवतो आणि पूर्वी संवादात अनुभवलेला चांगुलपणा विसरून जातो. जर आपल्याला नक्कलच करायची असेल तर लोकांच्या चांगल्या वागण्याची करू या.

सुरेश ओबेरॉय : आता मी तुमच्याशी सहमत आहे. आपल्याला अमर्यादित व्हावंच लागेल.

शिवानीदीदी : तुम्ही स्वतःला कमी मानलंत तर तुमच्या शक्तीत अडथळा येईल. जर तुम्ही जुन्या चौकटीला छेद दिलात, भूतकाळ विसरलात तर तुम्हाला मोकळं वाटेल आणि तुम्ही कार्यक्रमाचा आनंद घेऊ शकाल.

सुरेश ओबेरॉय : मी आधीपासूनच आनंद अनुभवतोय. तुमच्याशी संवाद साधल्यावर मला आतमध्ये हलकं हलकं वाटतंय.

शिवानीदीदी : तुमचं स्वत:बरोबरचं नात बदलल्यामुळे तुम्हाला हलकं वाटत आहे. आपलेच विचार आपल्याला हलकं करतात आणि त्यांच्यामुळेच मन जड होतं. आपणच आपला मित्र बनलं पाहिजे. आपल्या मनाला आपला मित्र बनवलं पाहिजे.

सुरेश ओबेरॉय : माझ्या मनाला माझा मित्र बनवल्याबद्दल धन्यवाद शिवानीदीदी.

चिरंतन प्रेमाकडे घेऊन जाण्याचे मंत्र

- इतरांच्या चुकीच्या वागण्याची आपण नक्कल करत असू तर आपण आपल्या चांगल्या गुणांना अडथळा आणतो. त्यांच्याशी संवाद साधत आपण आपल्या गुणांना प्रसारित करायला हवं.
- प्रत्येक आत्मा एका मोठ्या प्रवासातून आला आहे. प्रत्येक जन्मात तो वेगवेगळे संस्कार निर्माण करतो. दोन आत्म्यांचे संस्कार एकसारखे नसतात. लोकांकडेही आपल्यासारखे गुण असायला हवेत अशी अपेक्षा करू नका.
- आपण जेव्हा कोणासाठी काही करतो तेव्हा ते आपण त्यांच्यासाठी करत आहोत असा विचार करू नका. आपल्या मनात जर अनिच्छेचे नकारात्मक भाव असतील तर ते आणि आपण, दोघंही आनंदी होणार नाही. हे आपण यासाठी करत आहोत कारण हे नातं आणि त्यांचा आनंद आपल्यासाठी महत्त्वाचा आहे.
- कधीकधी लोक आपल्याला हवं तसं वागतीलच असं नाही. अशा वेळी आपल्या मनाला सजगतेने त्यांच्या पूर्वीच्या चांगल्या वागण्याकडे नेलं पाहिजे, त्यांचं चांगलं वागणं आठवलं पाहिजे. असं केल्याने आपण त्या व्यक्तीकडे सकारात्मकतेने बघू शकतो आणि मग चालू परिस्थितीत योग्य प्रकारे प्रतिसाद देऊ शकतो.

नि:स्वार्थ कर्म सबल बनवतात

सुरेश ओबेरॉय : माझ्या गुरूंनी मला एकदा सांगितलं होतं, ''तुमचा अनुभव हीच तुमची संपत्ती आणि प्रगती आहे. इतर गोष्टींविषयी सांगू नका. त्या तुमच्या नाहीत.''

शिवानीदीदी : अगदी योग्य तेच सांगितलंय.

सुरेश ओबेरॉय : एका कार्यक्रमात मी एका प्रसिद्ध व्यक्तीला भेटण्यासाठी उत्सुक होतो. त्यांची खुर्ची माझ्या बाजूला होती. जेव्हा ते आले तेव्हा मी त्यांना अभिवादन केलं पण त्यांनी माझ्याकडे दुर्लक्ष केलं. मी आतून खूप अस्वस्थ झालो. अहंकारविरहित असण्याबाबत तुम्ही सांगितलेल्या गोष्टी मला आठवल्या. मी डोळे बंद केले आणि ध्यानाला बसलो. मी आणि ती व्यक्ती एकाच पित्याचे दोन प्रेमस्वरूप आत्मे आहोत अशा दृश्याची कल्पना मी केली आणि त्या व्यक्तीला सकारात्मक तरंग पाठवला.

थोड्या वेळाने, या अति महत्त्वाच्या व्यक्तीच्या पुढच्या खुर्चीत बसलेल्या व्यक्तीने माझी त्यांच्याशी ओळख करून दिली. मी त्यांना सांगितलं की मी अभिवादन केलं पण त्यांच्याकडून प्रतिसाद मिळाला नाही. यावर ती अति महत्त्वाची व्यक्ती म्हणाली, ''तुम्ही मला ओळखत असाल, पण मी तुम्हाला ओळखत नाही मग मी कसा काय प्रतिसाद देणार?'' अभिनेता होण्याच्या माझ्या प्रवासात मी अनेकदा अपमानित झालो आणि ही तर एक छोटीशी घटना होती.

शिवानीदीदी : खरंय.

सुरेश ओबेरॉय : यावर मी म्हणालो, ''तुम्ही मला ओळखत नसाल पण मी तुम्हाला ओळखतो.'' मी त्यांना सांगितलं की, मी तुमच्याबद्दल खूप वाचलं आहे, तुमच्या सामाजिक कार्याने मी प्रभावीत झालो आहे आणि तुम्ही खूप चांगलं काम करत आहात. यावर त्यांनी प्रतिसाद दिला, ''तुम्हीही काही कमी नाही आहात. तुम्ही शिवानीदीदींबरोबर 'अवेकनिंग विथ ब्रह्मकुमारीज' या कार्यक्रमाचं सूत्रसंचालन करत आहात. त्याचा अनेक लोकांना खूप फायदा होत आहे.''

हे ऐकून मी विस्मयचकित झालो. एका मिनिटापूर्वी ह्या व्यक्तीने माझी दखल घ्यायलासुद्धा नकार दिला होता. पण नंतर आम्ही एकमेकांचे चांगले मित्र बनलो आणि तो विषय तिथेच संपला.

शिवानीदीदी : विषय तिथेच संपला नाही. एका नवीन नात्याची सुरुवात झाली.

सुरेश ओबेरॉय : त्या व्यक्तीबरोबर नाही तर माझी स्वत:बरोबर एका नवीन नात्याची सुरुवात झाली.

शिवानीदीदी : तुम्ही असं काहीतरी केलं जे तुम्हाला पूर्वी खूपच अवघड आणि अशक्य वाटत होतं. ज्यांनी तुमच्याकडे दुर्लक्ष केलं त्यांच्याशी बोलणं किती अवघड होतं?

सुरेश ओबेरॉय : अहंकारी माणसासाठी हे खूपच अवघड असतं.

शिवानीदीदी : तुम्हाला फक्त तुमच्या विचारांबरोबर खेळायचं होतं. आपण आयुष्यात कितीतरी अवघड गोष्टी करतो. आपले स्वत:चेच विचार आपल्याला विसंगत सल्ले देऊन आपल्या मनात अनेकदा संघर्ष निर्माण करतात. आपल्याला फक्त त्यांच्याशी खेळायचं आहे आणि गुंता सोडवायचा आहे. हे आपण फक्त शांत बसून करू शकतो. असं करणं किती अवघड असू शकतं?

सुरेश ओबेरॉय : हे माझ्यासाठी खूपच अवघड होतं. कारण मी आतापर्यंत अनेक चित्रपटांत काम केलं आहे, अनेक पुरस्कार मिळवले आहेत. जर एखादी व्यक्ती मला म्हणाली की मी तुम्हाला ओळखत नाही तर हे मला पटणार नाही.

शिवानीदीदी : यात कोण दुखावलं गेलं?

सुरेश ओबेरॉय : मी अस्वस्थ झालो. मी दुखावलो.

शिवानीदीदी : ह्यातला 'मी' कोण आहे? इथे तो मी म्हणजे आत्मा नाहीये. तुम्ही दुखावलात कारण आयुष्यात अनेक गोष्टी मिळवूनही तुम्ही दुर्लक्षिले गेलात.

सुरेश ओबेरॉय : मी माझी स्वत:ची जी प्रतिमा बनवली आहे ती दुखावली गेली.

शिवानीदीदी : हो, तुम्ही ग्रहण केलेली प्रतिमा. जेव्हा आपण अशी प्रतिमा बनवतो तेव्हा आपणदेखील त्या प्रतिमेच्या आधारावर लोकांनी आपल्याशी कसं वागलं पाहिजे याची कल्पना करतो.

सुरेश ओबेरॉय : हो, तुम्ही अगदी बरोबर सांगितलं.

शिवानीदीदी : जेव्हा लोक त्या ठरावीक पद्धतीने बोलत नाहीत तेव्हा आपण दुखावले जातो. त्या प्रतिमेमुळे आपण असा विचार करतो की लोकांनी आपला आदर केला पाहिजे, आपलं कौतुक केलं पाहिजे आणि कुटुंबानेही आपल्यावर प्रेम केलं पाहिजे. त्यामुळे आपण इतरांकडून काही मिळवण्याच्या स्थितीत जातो.

सुरेश ओबेरॉय : मिळवण्याच्या स्थितीत?

शिवानीदीदी : ह्या स्थितीमध्ये आपण, ''मला प्रेम द्या, मला मान द्या,'' असं म्हणतो. त्या परिस्थितीमध्ये तुम्ही तुमच्या ज्ञानाचा वापर केला आणि घेण्याच्या स्थितीतून देण्याच्या स्थितीत गेलात. तुम्ही असं ठरवलंत की तुम्हाला त्या व्यक्तीकडून आदर मिळण्याची गरज नाही आणि त्याऐवजी तुम्ही त्यांच्याकडे प्रेमाचे आणि आदराचे तरंग पाठवले. हा बदल करताना सर्वांत आधी कोणाला चांगलं वाटलं?

सुरेश ओबेरॉय : मला असं वाटलं की मी एखाद्या गोष्टीवर विजय मिळवला आहे.

शिवानीदीदी : तुम्हाला ताकद मिळाली. तुम्ही कोणाला हरवलंत? यालाच आपण ''मन जिंकलं तर जग जिंकलं,'' असं म्हणतो. जो आपल्या मनावर राज्य करतो तो जगावर राज्य करतो. इथे मनावर राज्य करणं म्हणजे मनाने विरुद्ध विचार करूनही तुम्ही तुमच्या अहंकारावर विजय मिळवलात. याचा परिणाम म्हणजे तुम्ही त्या परिस्थितीतही विजेते होता. याउलट जर त्या परिस्थितीत तुम्ही तुमच्या मनाबरोबरचं युद्ध हरला असता तर; जसं, तुम्ही असा विचार केला असता – ती व्यक्ती माझ्याशी बोलली नाही तर मीही त्या व्यक्तीशी बोलणार नाही – तर तुम्ही हरला असता. सर्वांत महत्त्वाचं म्हणजे तुम्ही घेण्याच्या स्थितीतून देण्याच्या स्थितीत गेलात म्हणून तुम्हाला चांगलं वाटलं. आणि याचा परिणाम म्हणून त्या व्यक्तीने तुमची नक्कल केली.

सुरेश ओबेरॉय : बरोबर. त्यांनी सुरुवातीला कमी प्रतिसाद दिला त्याची अनेक कारणं असू शकतात. कदाचित ते दुसऱ्या विचारांत असतील किंवा मी आतापर्यंत

काम केलेल्या चित्रपटांतील भूमिकांमुळे त्यांनी माझी वेगळी प्रतिमा निर्माण केलेली असेल किंवा त्यांना माझ्याबद्दल काही वेगळी माहिती मिळाली असेल.

शिवानीदीदी : हो, ही समज आपल्यात नंतर येते. या चिंतनशैलीमुळे परस्पर समज आणि करुणा निर्माण होते – आपण दुसऱ्या व्यक्तीचा दृष्टिकोनही जाणून घ्यायचा प्रयत्न करतो. पण जेव्हा आपण त्या परिस्थितीच्या मध्यात असतो त्या वेळी आपली प्रतिक्रिया खूप महत्त्वाची ठरते. एकदा का तो क्षण निघून गेला की आपली समज फारशी महत्त्वाची ठरत नाही.

या अनुभवानंतर तुम्ही हे शिकला असाल की, ही पद्धत खूप प्रभावी आहे. जेव्हा आपण आपल्या मूळ गुणांचा उपयोग करतो, तेव्हा लोक आपली नक्कल करतात या बाबत आता तुम्हाला खात्री पटली आहे. सुरुवातीला यासाठी धडपड करावी लागते. तुम्ही अस्वस्थ झालात. तुमच्या अहंकाराने तुम्हाला त्रास दिला. त्यानंतर तुम्ही त्या व्यक्तीप्रति तुमचे विचार आणि तरंग बदलले आणि त्यांच्याशी बोललात. हा बदल आतून बाहेर प्रकटला. तुम्ही याच कृतीची पुनरावृत्ती करत राहिलात तर हा तुमचा संस्कार बनेल आणि तुम्हाला यावर पुढे काम करायची गरज पडणार नाही.

सुरेश ओबेरॉय : ते आपोआपच होत जाईल.

शिवानीदीदी : एकदा संस्कार तयार झाला की तो स्वयंचलित स्थितीत जातो. जसं आपण रडतो, दुखावले जातो किंवा आपल्याला कळायच्या आधी चिडतो तसंच 'इतरांना द्यायचं' हा संस्कारही सहज होईल.

आज आपल्यापैकी अनेकांना आतून निरर्थक, भावशून्य वाटतं कारण आपण देण्याच्या स्थितीतून घेण्याच्या स्थितीत गेलो आहोत. आपल्या लहानपणापासून आपल्यावर, 'जे उपयुक्त आहे केवळ तेच वाचेल,' हा समज रुजवला गेला आहे. या समजाप्रमाणे, जो सतत काही ना काही मिळवत राहतो तोच टिकून राहू शकतो. त्यामुळे टिकून राहणं, जगणं हेच आपलं ध्येय बनलं. आता टिकून राहण्यासाठी काय करावं लागेल? आपल्याला अधिकाधिक गोष्टी मिळवाव्या लागतील. आपल्याला कोणी द्यायला शिकवत नाही. सगळ्यांनीच आपल्याला मानसिक आणि भावनिकदृष्ट्या फक्त घेत राहायला शिकवलं. पण घेणं हा आपला मूळ स्वभाव नाही. आपल्याला या जगात फक्त जगायचं नाहीये, तर आपल्याला निसर्गासारखं सतत देत राहायचं आहे असं अध्यात्म शिकवतं.

सुरेश ओबेरॉय : हे तुम्ही खूपच चांगलं सांगितलं.

शिवानीदीदी : हो. जगणं किंवा टिकून राहणं हा चांगला शब्द नाहीये. मला म्हणायचं आहे की, संघर्ष करणं, अधिकाधिक गोष्टींचा संग्रह करणं आणि काहीही करून या जगात टिकून राहणं.

सुरेश ओबेरॉय : ज्याप्रमाणे लोक म्हणतात, 'येन-केन प्रकारेण' म्हणजे जसं होईल तसं काम करणं.

शिवानीदीदी : हो, आपण टिकून राहण्यालाच आपल्या यशाचा आणि समाधानाचा पाया बनवलं. आपल्याला वाटतं, आपण जितकं जास्त मिळवू तितकेच यशस्वी होऊ, तितकेच समाधानी होऊ. आपल्यापैकी कित्येकांनी आयुष्यात खूप काही मिळवलं आहे. पण तरी त्यांना आतून रिक्त, पोकळ वाटतं. आपल्याला हवं असलेलं प्रेम आणि समाधान आपण अनुभवूच शकत नाही. याचं कारण आपला मूळ स्वभाव देण्याचा आहे आणि आपण याच्या विरुद्ध जात आहोत.

सुरेश ओबेरॉय : देणं हा आपला मूळ स्वभाव आहे हे तुम्ही सिद्ध करू शकता का?

शिवानीदीदी : दुसऱ्या व्यक्तीला मदत करा आणि हे करताना तुम्हाला कसं वाटतं ते बघा.

सुरेश ओबेरॉय : असं केल्याने नक्कीच खूप चांगलं वाटतं.

शिवानीदीदी : पण तुम्हाला एवढं चांगलं का वाटतं? कारण आपल्या जीवनाचा मूळ हेतूच, आपल्याकडे जे काही आहे ते इतरांना देण्याचा आहे.

सुरेश ओबेरॉय : आपल्या मूळ स्वभावाकडे परत जाणं हाच आपल्या जीवनाचा उद्देश आहे का?

शिवानीदीदी : आपला मूळ स्वभाव 'देण्याचा'च आहे. आपण सतत देत राहणाऱ्या देवाचे वंशज आहोत असं आपण म्हणतो. त्यांना नेहमीच काही ना काही देताना दाखवलं जातं. लक्ष्मीदेवी भौतिकरीत्या संपत्ती देते किंवा आशीर्वादाच्या रूपात सगळं काही दिलं जातं.

सुरेश ओबेरॉय : भलेही आपण अनेकदा इतरांना काही दिलं तरी त्यामागची प्रेरणा ही सुकर्मांचा संचय करण्याची किंवा त्या बदल्यात स्वर्गात जागा मिळवण्याची असते.

शिवानीदीदी : अध्यात्म आपल्याला शिकवतं की औदार्य हाच आत्म्याचा मूळ स्वभाव आहे. जेवढं जास्त द्याल तेवढे मानसिक आणि आध्यात्मिक पातळीवर

शक्तिशाली बनाल. हाच अध्यात्मिक नियम आहे, पण तुम्ही प्रयत्न नक्कीच करायला हवा.

आपण जेव्हा घेण्याच्या स्थितीत असतो, तेव्हा आपल्या मध्ये स्पर्धेचे भाव निर्माण होतात. इतरांवर नियंत्रण ठेवण्याची आणि त्यांचे पाय ओढण्याची इच्छा निर्माण होते. यामुळे आत्म्यावर भीतीचा संस्कार निर्माण होतो.

सुरेश ओबेरॉय : भीतीचा आणि तिरस्काराचा.

शिवानीदीदी : स्वार्थीपणाचासुद्धा. भीती आणि स्वार्थीपणा आत्म्याचे संस्कार बनले आणि आपण कमकुवत झालो. जेव्हा आपण विचार करतो की, 'मला हे हवं आहे' तेव्हा ह्या विचाराच्या बरोबरीने 'हे मला मिळालं नाही तर?' अशी भीतीही निर्माण होते.

सुरेश ओबेरॉय : आणि ते माझ्या हातून निसटलं तर?

शिवानीदीदी : आणि जर दुसऱ्या कोणाला मिळालं तर?

सुरेश ओबेरॉय : आणि जर इतर कोणी माझ्याकडून ते हिरावून घेतलं तर?

शिवानीदीदी : आपण म्हणतो की जे सर्वांत उपयुक्त असेल तेच टिकेल, पण हा विश्वास खरं तर आत्म्याला कमकुवत बनवतो.

चला आता बघू या, आपण जर जिवंत राहण्याच्या स्थितीतून सेवा करण्याच्या स्थितीत गेलो तर काय होईल? जर आपल्याकडे देण्याचा, वाटण्याचा संस्कार आहे तर आपण कोणाबरोबरही स्पर्धा किंवा त्यांची नक्कल करणार नाही. आपण आपल्याच प्रवासात असू. इतरांशी स्पर्धा न करता किंवा कोणाचीही नक्कल न करता आपल्या क्षमतांप्रमाणे शक्य ते आपण मिळवू. गोष्टी विभागून घेण्याचा आणि सेवा करण्याचा संस्कार आपल्यात विकसित होईल. त्यामुळे भीती आणि स्वार्थीपण दूर जाईल. अशा परिस्थितीत आपल्या आत्म्याचं सामर्थ्य वाढेल की कमी होईल?

सुरेश ओबेरॉय : आत्म्याचं सामर्थ्य वाढेल पण आपल्या बँक खात्याचं काय?

शिवानीदीदी : देणं म्हणजे काही फक्त आर्थिक दान नव्हे. आपण अनेक मार्गांनी देऊ शकतो. आपण हे तपासलं पाहिजे की, आपण जेव्हा भीतीचे आणि स्पर्धेचे संस्कार वापरतो तेव्हा आपल्या आत्म्याच्या शक्तीचं काय होतं? जेव्हा आपण गोष्टी एकमेकांत विभागून घेण्याचा, एकमेकांची काळजी करण्याचा आणि सहकार्य करण्याचा संस्कार वापरतो तेव्हा आपल्याकडे किती शक्ती असते? असं काय आहे जे आपल्याला शक्तिशाली मनुष्य बनवतं?

सुरेश ओबेरॉय : विभागून घेणं आणि काळजी करणं.

शिवानीदीदी : स्पर्धा आपल्याला कमकुवत बनवते कारण आपण सतत भीती, तणाव आणि चिंतेच्या स्थितीत राहतो. याउलट आपल्याकडे जर सहकार्य करण्याचा आणि इतरांना त्यांच्या प्रवासात प्रोत्साहन देण्याचा संस्कार असेल तर त्याने आपला आत्मा अधिक शक्तिशाली बनेल. आत्म्याचा मूळ गुण टिकून राहणं नाही तर सेवा करणं हा आहे, हे निश्चित करू या.

सुरेश ओबेरॉय : सुंदर!

शिवानीदीदी : जेव्हा आपण टिकून राहण्याच्या स्थितीत गेलो तेव्हा आपण एका ठिकाणी येऊन थांबून राहिलो. पाणी वाहायचं बंद झालं तर काय होईल?

सुरेश ओबेरॉय : त्याचा वास यायला लागेल.

शिवानीदीदी : पाणी वाहतं आणि त्याच्या मार्गात येणाऱ्या प्रत्येकाला जीवन देतं. जर ते वाहायचं थांबलं तर ते साचून राहतं. त्याप्रमाणेच, जर आपला आत्मा प्रवाहित होत राहिला आणि वाटेत येणाऱ्या प्रत्येक गोष्टीला जोपासत गेला, प्रोत्साहन देत गेला तर आपला प्रवासही त्या सुंदर वाहणाऱ्या नदीसारखा होईल. याउलट, जर फक्त गोष्टी साठवण्यासाठी आणि इतरांकडून काही मिळवण्यासाठी जगलो तर आपण साचलेल्या पाण्यासारखे होऊ.

देण्याचा अगदी सामान्य मार्ग म्हणजे पैसा देणं, दान देणं. आपण काहीही देऊ शकतो, पैसा, कपडे, रक्त काहीही. पण आपल्या कृतीमागचा हेतू लक्षात घेणंही गरजेचं आहे. ह्या दानाच्या बदल्यात आपण कशाची अपेक्षा ठेवत आहोत का?

सुरेश ओबेरॉय : एखाद्याला वाईटही वाटू शकतं की, एवढा पैसा दान करूनही दात्यांच्या यादीत त्याचं नाव सर्वांत शेवटी लिहिलं गेलं.

शिवानीदीदी : याचा अर्थ, आपल्या चांगुलपणाच्या खात्यात भर पडावी म्हणून आपण काही देत असलो तरीही त्या बदल्यात आपल्याला काहीतरी मिळावं हा हेतू आहेच. ऊर्जेचा प्रवाह एकाच दिशेने असू शकतो – घेण्याच्या किंवा देण्याच्या.

सुरेश ओबेरॉय : लोकांना असं वाटतं की त्यांनी काहीतरी दिल्याने त्यांना आशीर्वाद मिळतील.

शिवानीदीदी : हे देण्याच्या पहिल्या पायरीपर्यंतच महत्त्वाचं असतं पण सर्वोच्च पायरीवर नाही. आपल्याला ओळख मिळावी, आपली प्रशंसा व्हावी किंवा आपल्या

चांगुलपणात भर पडावी अशा सुप्त इच्छा आपल्यात असू शकतात. असं असेल तर देण्याच्या बदल्यात काही मिळावं ही इच्छा देण्याच्या कर्मातच समाविष्ट आहे.

देण्याचीसुद्धा एक सर्वोच्च पायरी आहे. आपण एखाद्या गरजवंताला मदत करतो आणि विचार करतो की हे आपल्या दोघांच्याही फायद्याचं असेल. ही देण्याची सर्वोच्च पायरी आहे. हा देण्याचा जागृत मार्ग आहे. पण ह्याही पुढची पातळी म्हणजे देण्याच्या बदल्यात काहीतरी मिळावं असा लहानसा विचारही मनात न येता केलेली सेवा. जशी एक आई आपल्या बाळाची निःस्वार्थपणे काळजी घेते तशीच ही निःस्वार्थ सेवा आहे. पण कदाचित आईसुद्धा असं काही मर्यादित काळासाठीच करू शकते.

सुरेश ओबेरॉय : मूल जसं मोठं होईल तसं आईदेखील तिच्या म्हातारपणात त्याच्या आधाराची अपेक्षा करेल.

शिवानीदीदी : आजच्या काळात आपण आपल्याकडे असणाऱ्या सर्व गोष्टी इतरांबरोबर वाटून घेण्याचा प्रयत्न करू शकतो. या पायरीवर आपल्यात खूप प्रगती होईल. आपण सगळं काही आपल्यापुरताच ठेवता कामा नये. 'आपण जितकं जास्त देतो, त्यापेक्षा जास्त आपल्याकडे राहतं,' हा निसर्गाचा आणि अध्यात्माचा नियम आहे. पण देताना त्यामागे एखादी सुप्त इच्छा तर दडलेली नाही ना हे पाहायला हवं.

देणं म्हणजे देऊन टाकणं आणि त्यापुढे पूर्णविराम लावणं, त्याबदल्यात कोणतीही अपेक्षा न ठेवणं. अशा प्रकारच्या देण्यामुळे आत्मा विकसित होतो.

ध्यान आणि चिंतन

आरामात बसा...स्वतःवर लक्ष केंद्रित करा... मी, आत्मा... इतरांना देणं आणि सेवा करणं हाच माझा मूळ गुण आहे... हा माझा सहज संस्कार आहे... मी जितकं देतो, तितकाच सशक्त बनतो... आज मी ज्यांना भेटणार आहे, ज्या घटनेतून जाणार आहे... त्यात मी हे लक्षात ठेवेन की मला त्यांच्याकडून काही घ्यायचं नाहीये... मला त्यांना द्यायचं आहे कारण हाच माझा मूळ गुण आहे... त्यांनी माझा आदर करावा अशी माझी अपेक्षा असेल तर हे त्यांच्याकडून काही घेण्यासारखं असेल... मी विचार बदलत आहे... मी इतरांना आदर देतो... भलेही त्यांचं पद किंवा भूमिका कोणतीही असो... मी भौतिक आणि सूक्ष्म अशा दोन्हींही रूपांत देतो... मी ज्याला भेटतो, त्याला मी वाटतो... मी संपूर्ण सहकार्य करतो... सातत्याने करतो... हा एक देवाचा संस्कार आहे... मी जितकं जास्त देतो, माझ्या आत्म्याची बॅटरी तितकीच चार्ज

होते... हा माझा आध्यात्मिक विकास, आध्यात्मिक शक्ती आहे... ओम शांती!

चिरंतन प्रेमाकडे घेऊन जाण्याचे मंत्र

- आपण जे काही मिळवतो त्याआधारे आपण आपली प्रतिमा बनवतो आणि लोकांनी आपल्याशी कसं वागावं हे ठरवतो. आपल्या अपेक्षांनुसार ते वागले नाहीत तर आपल्याला दुःख होतं.
- स्व-रचित प्रतिमेअनुसार आपण लोकांना भेटतो तेव्हा त्यांच्याकडून प्रेमाची आणि आदराची अपेक्षा ठेवतो. अशा प्रकारे आपण घेण्याच्या भावात येतो - आपल्याला दुसऱ्यांकडून पाहिजे असतं.
- आदर मिळवण्याच्या अपेक्षेचा त्याग करून आपण जेव्हा प्रेम आणि आदर देण्याचा भाव अंगीकारतो तेव्हा आपण घेण्याच्या भावनेतून देण्याच्या भावनेत जातो. देताना आपल्याला खूप हलकं आणि प्रसन्न वाटतं कारण आधी आपल्याला त्या प्रेमाची ऊर्जा जाणवते.
- टिकून किंवा जिवंत राहण्याच्या नियमावर आपण चुकीचा विश्वास ठेवतो. आपल्या जीवनाचा उद्देश टिकून राहणं नसून इतरांची सेवा करणं हा आहे. निसर्गात सगळं काही इतरांची सेवा करण्यासाठी आहे. आपणही प्रेमाच्या आणि शांतीच्या तरंगांसह इतरांची सेवा करण्याचा उद्देश ठेवला पाहिजे.
- जिवंत किंवा टिकून राहण्याच्या भावासह आपण स्पर्धा, भय आणि क्रोध यांना जन्म देतो. सेवाभावामध्ये, सहकार्य, परस्परांत वाटणे, काळजी घेणे इत्यादी भाव आपण निर्माण करतो. परिणामी आपण भावनिक पातळीवर कणखर बनतो.

जीवन जगण्याची कला : 'दान'

सुरेश ओबेरॉय : निसर्ग आपल्याला बिनशर्त देत असतो. पण आपल्याला मात्र सुरुवातीपासूनच – 'जर तुम्ही दान दिलं तर तुम्ही यशस्वी व्हाल', 'एखादं जोडपं एखाद्या विशिष्ट ठिकाणी गेलं तर त्यांना मूल होईल' हे आणि असंच शिकवलं जातं. कुठल्याही प्रकारचं दान हे काहीतरी मिळवण्यासाठीच केलं जातं.

शिवानीदीदी : प्रत्येक कर्म करताना त्यामागचा हेतू आपण तपासायला हवा. कर्म करताना जर ते निःस्वार्थपणे केलं तर ते कर्म करणारा आत्मा वेगळ्याच पातळीवर सशक्त होईल. जर आत्मा काही मिळवण्याच्या हेतूने दान करत असेल तर चांगल्या कर्मामुळे तो सशक्त तर होईल पण त्याची सशक्ततेची पातळी थोडी कमी असेल.

तुम्ही असा उल्लेख केला की, आपण प्रत्येक गोष्ट देण्याच्या बदल्यात काही मिळवायला शिकलो आहोत. पण दान असं द्यावं की एका हाताने दिलं तर ते दुसऱ्या हातालाही कळता कामा नये असंही आपण शिकलो आहे. आपल्याला गुप्त दानाच्या महापुण्याबाबतही सांगितलं गेलं आहे. गुप्तपणे केलेलं दान हेच सकारात्मक कर्म आहे.

सुरेश ओबेरॉय : पण ह्याचा लाभ मला कसा होईल?

शिवानीदीदी : ह्याचा लाभ म्हणजे, आपण निःस्वार्थ कर्म जेवढं जास्त करू, जेवढं जास्त देत राहू, आपल्यातील ऊर्जा तेवढी जास्त प्रवाही राहील. शरीरात रक्तप्रवाह सुरळीत असणं हे चांगल्या तब्येतीचं लक्षण आहे. जर रक्तप्रवाह थांबला किंवा

एखादी गुठळी झाली तर शरीर बधिर होतं किंवा वेदना होतात. त्याचप्रमाणे, आत्म्याचे गुणही निसर्गाप्रमाणे सतत प्रवाही असायला हवेत.

जर आपण दान करायचं ठरवलं तर त्यामागचा हेतू उदात्त का नसावा? आज आपण स्वयंसेवा करतानाही अपेक्षा ठेवतोच. मग ती इतरांसाठी केलेली सेवा उरत नाही. आपल्याला दाता बनायचं असेल तर त्याची सोपी पद्धत म्हणजे दररोज कामावर जाताना आपल्या चेतनेमध्ये थोडा बदल करणं. सगळे असाच विचार करतात की काहीतरी मिळवण्यासाठी आपण कामावर जातो.

सुरेश ओबेरॉय : आपल्याला पैसे मिळतात.

शिवानीदीदी : व्यापार, नोकरी किंवा व्यवसाय, काहीही असलं तरीही आपल्याला माहीत आहे की आपण पैसे कमवायला जात आहोत. हाच कामामागचा हेतू असतो. याचबरोबर कामावर जाताना आपण एक विचार निर्माण करू शकतो की, आज दिवसभरात जो कोणी मला भेटेल त्याला मी काहीतरी देईन.

जर तुम्ही अभिनेते असाल, तर स्पॉटबॉयपासून ते दिग्दर्शकापर्यंत सगळ्यांना काही ना काही द्याल. काहीतरी देणं म्हणजे आपल्याकडची माहिती किंवा वस्तू काहीही वाटणं. आजकालच्या व्यावहारिक जगात आपल्याकडे असलेली माहिती, हुशारी, कौशल्य आणि सुज्ञता फक्त आपल्यापुरताच मर्यादित ठेवणं हा काळजीचा विषय आहे. एखाद्याला आपण विचारलं, ''हा पदार्थ तुम्ही कसा बनवला?'' तर ते सांगतानाही लोक आढेवेढे घेतात. पण गोष्टी फक्त आपल्याकडेच ठेवण्यात आपली प्रगती नाही हे आपल्याला समजत नाही. आपण आपल्याकडची माहिती इतरांना देत नाही कारण ते आपल्या पुढे जातील अशी भीती आपल्याला वाटते. अशा प्रकारे आपण स्वतःवर मर्यादा घालतो आणि थांबतो.

कामाच्या ठिकाणी काहीतरी देण्याची संधी आपल्या प्रत्येकाकडे असते. 'आज मी चांगली नवीन नाती निर्माण करेन' किंवा 'मी प्रत्येकाशी आदरपूर्वक बोलेन,' या हेतूने आज कामावर जाऊ या. फक्त पैसे किंवा बढती मिळवण्याच्या हेतूने नको. दिवसभरात आपण दुसऱ्यांना काय देतो हे तपासणं गरजेचं आहे. आपल्या आतला चांगुलपणाचा प्रवाह जपला पाहिजे - हा जीवन जगण्याचा नैसर्गिक मार्ग आहे, हेच जीवन आहे. हा प्रवाह आपण रोखला तर आयुष्य साचलेलं राहील म्हणजेच आहे तिथेच राहील.

चला- असा विचार निर्माण करू या, 'कामाच्या ठिकाणी किंवा येण्या-जाण्याच्या मार्गात मला जे कोणी भेटेल त्यांच्या बरोबर मी काहीतरी चांगलं शेअर करेन.' बाकी काही नाही तर आपण एखादी स्माइल (स्मितहास्य) तरी नक्कीच देऊ शकतो. जेव्हा आपण काहीतरी देतो तेव्हा ती ऊर्जा प्रथम आपल्याला मिळते आणि नंतर इतरांना.

सुरेश ओबेरॉय : मी एका पुस्तकात वाचलं होतं की जर तुम्ही कोणाच्या घरी कधी रिकाम्या हाताने गेलात तर त्या घरात पाऊल ठेवताना त्या घराला आशीर्वाद द्यावेत. "या घरावर देवाची कृपा राहावी, या घरात आनंद आणि शांतता नांदावी," असं म्हणावं.

शिवानीदीदी : किती सुंदर!

सुरेश ओबेरॉय : कुठल्याही भेटवस्तूपेक्षा आशीर्वाद खूपच चांगले.

शिवानीदीदी : आपण संपूर्ण दिवस आशीर्वाद देऊ शकतो.

सुरेश ओबेरॉय : तुम्ही म्हणालात त्याप्रमाणे, जेव्हा मी चित्रपटाच्या शूटिंगसाठी जातो तेव्हा मी प्रत्येकासाठी सकारात्मक विचार निर्माण करू शकतो.

शिवानीदीदी : सगळ्यांकडे हसून पाहा आणि मनात त्यांच्यासाठी सुंदर विचार निर्माण करा. जर तुम्ही थांबून त्यांच्याशी बोलू शकलात तर अजून चांगलं. या छोट्या छोट्या कृतींतून आपण आपली ऊर्जा आतून बाहेर प्रवाहित करतो. दिवसभर आपली ऊर्जा प्रवाही ठेवल्याने मोठे परिणाम साधता येतात. हा झाली वागण्याची एक पद्धत. दुसरी पद्धत, लोकांमध्ये वावरताना चेहऱ्यावर कोणतेही भाव न दाखवणं, चेहरा रूक्ष ठेवणं आणि कोणाला काहीही देण्याची इच्छा न बाळगणं.

जेव्हा आपण इतरांना काही देतो, तेव्हा ते त्यांना आवडतं. मग ते त्यानंतर त्यांना भेटणाऱ्या प्रत्येकाला देतात आणि अशा प्रकारे त्या जागेचे तरंग पूर्णपणे बदलून जातात. इतरांकडे पाहून स्मितहास्य करणं, त्यांना आपला आशीर्वाद देणं, त्यांची प्रशंसा करणं आणि सर्वांत महत्त्वाचं म्हणजे त्यांच्या बरोबर आपलं ज्ञान, आपली कौशल्यं आणि प्रतिभा वाटून घेणं. यामुळे ते आपल्या पुढे जातील अशी भीती वाटण्याचं काही कारण नाही. इतरांना काहीतरी देणारी व्यक्ती नेहमीच तिच्या क्षमतांच्या आणि कल्पनांच्या पलीकडे यशस्वी होते. अध्यात्म हेच सांगतं.

सुरेश ओबेरॉय : काही लोक इतरांची प्रशंसा करत नाहीत. एखाद्याने खूप चांगलं काम केलं तरी त्याचं साधं कौतुकही करत नाहीत.

शिवानीदीदी : आपला अहंकार आणि आपली असुरक्षितता आपल्याला इतरांची प्रशंसा करण्यापासून थांबवते. जेव्हा बाकीचे काही चांगलं करतात तेव्हा ते आपण सहन करू शकत नाही आणि म्हणूनच आपण त्यांना काही देऊ शकत नाही. पण आपण लोकांना ज्ञान वाटण्यापासून स्वत:ला जेवढं थांबवतो तेवढं आपण आपल्या क्षमतांना मर्यादित करतो.

सुरेश ओबेरॉय : आणि मग आपण जेव्हा एखादं चांगलं काम करू तेव्हा जग आपली प्रशंसा करणार नाही.

शिवानीदीदी : हे दुय्यम आहे. जग आपल्याला काय देतं हा आपला फोकस नाहीये. आपण इतरांना काय देऊ शकतो यावर आपला फोकस आहे. इतरांची प्रशंसा करणं आणि त्यांना प्रेरणा देणं खूप सुंदर आहे आणि सोपंही.

सुरेश ओबेरॉय : जेव्हा आपण मुक्तपणे देतो तेव्हा आपण आतून खुलतो.

शिवानीदीदी : हो, हाच देण्याचा फायदा आहे. इतरांना दिल्याने आपण आपल्या ऊर्जेला प्रवाही करतो. नाहीतर ही ऊर्जा रोखली गेली असती आणि आपण खूपच औपचारिक झालो असतो. म्हणून नेहमी देत राहा.

अजून एक सोपा प्रकार म्हणजे इतरांना जबाबदारी देणं. आपल्या जबाबदाऱ्या दुसऱ्यांवर सोपवताना आपल्याला खूप असुरक्षित वाटतं. भलेही आपण एका कुटुंबाचे किंवा संस्थेचे प्रमुख असलो तरीही, आपल्याला सत्ता आपल्याकडेच ठेवायची असते. इतरांना जबाबदाऱ्या द्या आणि त्यांना त्यांच्या मनाप्रमाणे गोष्टी करण्याचं स्वातंत्र्य द्या. हे करताना आपण त्यांना सशक्त बनवतो. आपलं काम करताना त्यांच्याकडून एखादी चूक घडू शकते ही शक्यता स्वीकारा.

सुरेश ओबेरॉय : घरातही, सासू सुनेला कामं सांगत नाही. ती सुनेला म्हणते, ''तुला हे जमणार नाही.''

शिवानीदीदी : जेव्हा आपण जबाबदाऱ्या दुसऱ्यांना देत नाही तेव्हा आपण स्वत:ला आणि दुसऱ्यांनाही न्याय देत नाही. जेव्हा आपण हे करतो तेव्हा त्यात दोघांचा फायदा असतो.

सुरेश ओबेरॉय : कदाचित आपल्याला सत्ता आपल्या हातून जाण्याची भीती असेल.

शिवानीदीदी : हो, पण आपल्या हे लक्षात येत नाही की, आपण एक फांदी सोडली नाही तर आपण नवीन फांदीवर कधी पोहोचणार नाही. जर आपण फांदी सोडली, तर आपण उंच उडू आणि नवीन शिखरं गाठू.

सुरेश ओबेरॉय : एकदा एका राजाने दोन पक्षी विकत आणले. त्यातला एक पक्षी सतत एका झाडाच्या फांदीवर बसून राहायचा, तर दुसरा सतत उंच उडायचा. राजाने एका प्रथितयश शेतकऱ्याला बोलावणं पाठवलं जो पक्ष्यांचासुद्धा तज्ज्ञ होता. जेव्हा त्याने मध्यस्थी केली तेव्हा पहिला पक्षीही उडायला लागला. राजाने शेतकऱ्याला

विचारलं की त्याने पक्ष्याला कसं उडायला कसं लावलं? यावर तो शेतकरी म्हणाला, ''मी फक्त ती फांदी कापून टाकली.''

शिवानीदीदी : आपण इतरांना जबाबदाऱ्या देत नाही त्यामुळे आपण आपल्या क्षमतेच्या इतर अनेक चांगल्या गोष्टी करू शकत नाही. आपण सतत आपल्या फांदीला धरून राहतो आणि आपण खूप कामात आहोत असं स्वत:ला सांगत राहतो. आपण जबाबदाऱ्या इतरांकडे सोपवायलाच हव्यात.

सुरेश ओबेरॉय : आणि हे करताना संपूर्ण विश्वास ठेवला पाहिजे.

शिवानीदीदी : आपण त्यांना गोष्टी त्यांच्या पद्धतीने करण्याचं स्वातंत्र्यही दिलं पाहिजे. त्यांच्याकडून एखादी चूक होऊ शकते हेही स्वीकारलं पाहिजे. कारण चुका होणं हा शिकण्याचा एक भाग आहे.

सुरेश ओबेरॉय : आपण जेव्हा आपल्या पद्धतीने गोष्टी केल्या तेव्हा आपणही चुका केल्या.

शिवानीदीदी : जेव्हा आपण इतरांचं सशक्तीकरण करतो आणि त्यांना पुढे चालण्याची प्रेरणा देतो तेव्हा आपल्यातून शक्ती प्रवाहित होते. हे केवळ शब्दांतून संपूर्णतः समजणार नाही, आपल्याला हे प्रत्यक्षात करून बघावं लागेल.

सुरेश ओबेरॉय : मी हे केलं आहे. जेव्हा माझा पुतण्या मोठा होत होता तेव्हा आम्ही आर्थिक निर्णय घेताना त्याचं मत विचारायचो. त्यामुळे तो त्याविषयी आधी अभ्यास करायचा आणि मग मत द्यायचा. यामुळे तो सशक्त झाला आणि आज तो त्याचं ऑफिस चालवतो.

शिवानीदीदी : कधीकधी आपण इतरांना जबाबदारी देतो पण वारंवार त्यात हस्तक्षेप करत राहतो.

सुरेश ओबेरॉय : ''मला ठाऊक होतं तुला हे जमणार नाही,'' असंही आपण बोलतो.

शिवानीदीदी : कधीकधी आपण म्हणतो, ''तुला इतक्यांदा सांगूनही तू हे काम असंच करणार असशील तर मग ते काम मी केलं असतं तर बरं झालं असतं.'' पण आपण ते काम अनेकदा केलेलं आहे आणि आता इतरांना संधी द्यायची वेळ आहे.

इतरांना प्रोत्साहन देणं आणि त्यांना त्यांच्या प्रवासात पुढे जायला मदत करणं हा मनुष्यस्वभाव आहे. ह्या छोट्या छोट्या गोष्टींचे प्रयोग आपण कामाच्या ठिकाणी करू शकतो. इतरांना बळ दिल्याने आपल्याला आपोआपच खूप आशीर्वाद

मिळतात. ते मिळवण्यासाठी वेगळे प्रयत्न करायची गरज पडत नाही. आणि हेच आशीर्वाद आपल्याला कल्पनेपलीकडे यशस्वी करतात.

देण्याचा अजून एक प्रकार म्हणजे इतरांवर आपलं मत न थोपवता फक्त ते मांडणं. जेव्हा आपल्याकडे अनुभव आणि समज असते आणि जेव्हा आपल्या आजूबाजूला काही चुकीचं घडताना दिसतं तेव्हा आपण आपलं मत मांडायलाच हवं. ते फेटाळलं जाणार असेल तरीही. पण असं मार्गदर्शन अत्यंत प्रेमाने आणि अप्रत्यक्षपणे करायला हवं.

सुरेश ओबेरॉय : पूर्वी मी खूप निष्ठूरपणे बोलायचो. मी म्हणायचो, ''हे करू नकोस असं सांगितलं होतं मी तुला.'' आता हा कार्यक्रम केल्यानंतर मी नम्रतेने म्हणतो, ''जर मी तुझ्या जागी असतो तर ही गोष्ट मी या पद्धतीने केली नसती, पण तुम्ही तुमचे निर्णय घ्या.'' आता मी माझी मतं इतरांवर थोपवत नाही.

शिवानीदीदी : पण तुम्ही तुमचं मत देता.

सुरेश ओबेरॉय : हो, मी देतो.

शिवानीदीदी : म्हणजे काहीतरी देणं म्हणजे फक्त दान देणं असंच नाही. देण्याचे अनेक प्रकार आहेत – स्मितहास्य देणं, आशीर्वाद देणं, प्रशंसा करणं, आपलं ज्ञान वाटणं, जबाबदारी सोपवणं आणि आपला अनुभव तसंच समज इतरांना वाटणं.

सुरेश ओबेरॉय : हे सगळं आपल्यालाही इतरांकडून मिळालेलं आहे.

शिवानीदीदी : हो, आणि जेव्हा आपण हे पुढे पाठवतो तेव्हा प्रवाह नीट राखला जातो. जेव्हा पाणी वाहतं तेव्हा ते त्याच्या मार्गात येणाऱ्या प्रत्येक गोष्टीला स्पर्श करतं आणि जीवन देतं. हा आयुष्याचा मूळ हेतू आहे – ज्यांना ज्यांना भेटू त्या प्रत्येकाला आपापल्या परीने जोपासणं आणि त्यांचा सांभाळ करणं हा आपल्यातील ऊर्जा प्रवाही ठेवण्याचा मार्ग आहे.

देण्याचा आणखी एक वेगळा प्रकार म्हणजे, आपल्याला जे जे मिळालं आहे त्याप्रति कृतज्ञता दाखवणं. आज आपण आपला बहुतांश वेळ आपल्याकडे नसणाऱ्या गोष्टींवर किंवा आपल्याला न आवडणाऱ्या गोष्टींवर घालवतो. ही मोठी यादी आपल्या लक्षात राहते पण आपल्याला जीवनात मिळालेल्या गोष्टींसाठी आपण ईश्वराचे, माणसांचे किंवा निसर्गाचे आभार मानत नाही, त्यांच्याबद्दल कृतज्ञता व्यक्त करत नाही. ह्या तिघांकडे आपण सतत याचना करत राहतो पण त्यांना या बदल्यात काय द्यायचं याचा विचार करत नाही. जर आपल्याला कृतज्ञता वाटली तर आपल्या आत कोणत्या प्रकारची ऊर्जा निर्माण होईल?

आपल्या मार्गात येणाऱ्या प्रत्येक व्यक्तीप्रति आणि वस्तूप्रति आपण कृतज्ञता व्यक्त करायलाच हवी.

सुरेश ओबेरॉय : माझी आई मला सांगायची की सकाळी उठल्यानंतर जमिनीवर पाय ठेवण्याआधी आपण भूमीला नमस्कार करून तिचे आभार मानायला हवेत. आमचे गुरू त्यांची उशी एखादं बाळ असल्याप्रमाणे जपायचे. मला हे सगळं खूप मजेशीर वाटायचं. पण एक दिवस, मी आजारी होतो आणि दरवाजाला पकडलं नसतं तर जवळजवळ चक्कर येऊन पडणारच होतो. मग मला हॉस्पिटलमध्ये नेलं. तिथे मला जाणवलं की, माझ्या शरीरात टोचलेली सुई आणि औषधं, मी पकडलेला दरवाजा, बेड, थंडीपासून माझं रक्षण करणारी रजई आणि माझा फोन ज्यावरून मी डॉक्टराना कॉल केला या सगळ्या निर्जीव वस्तू आहेत, पण यांनी मला वाचवलं. आपण सतत सजीव आणि निर्जीव असा फरक करत राहतो पण त्या दिवसानंतर दररोज सकाळी उठल्यावर मी या सगळ्या वस्तूंचे आभार मानतो. उदाहरणार्थ, माझी उशी, माझी रजई जे मला आराम देतात. त्यांची मी व्यवस्थित घडी घालतो आणि एका बाजूला ठेवून देतो. जेव्हा मी हॉटेल सोडतो तेव्हा मी त्या खोलीच्या भिंतींचे, पंख्यांचे आणि एसीचे आभार मानतो. असं करणं इतरांना कदाचित वेडेपणाचं वाटू शकतं.

शिवानीदीदी : आपण निसर्गाचेही आभार मानायला हवेत.

सुरेश ओबेरॉय : आपण सूर्याचेही आभार मानायला हवेत. त्याने आपल्याला खूप काही दिलं आहे.

शिवानीदीदी : हे सगळं करताना कसं वाटतं?

सुरेश ओबेरॉय : मला खूप छान वाटतं.

शिवानीदीदी : हाच कृतज्ञतेचा भाव आहे. जेव्हा आपण देव, मनुष्य, निसर्ग आणि निर्जीव वस्तू या सगळ्यांचे आभार मानतो तेव्हा कृतज्ञतेचा संस्कार तयार होतो. आता आतमध्ये जी ऊर्जा निर्माण झाली आहे त्याकडे लक्ष द्या. आपल्या मनातील स्पंदनं खूप शक्तिशाली असतात. आपल्या मनाची स्थिती, आपलं शरीर, माणसं, भोवताल आणि निसर्ग या सर्वांवर ते परिणाम करतात.

सुरेश ओबेरॉय : निसर्गाने आणि निर्जीव वस्तूंनी नेहमीच माझं रक्षण केलं आहे. एका अपघातात माझ्या गाडीतल्या काही जणांचा मृत्यू झाला, काहींना दुखापत झाली पण मला साधं खरचटलंही नाही. याचं कारण मी नेहमी माझ्या गाडीचे आभार मानायचो, तिला प्रेमाने वापरायचो आणि तिची काळजी घ्यायचो.

शिवानीदीदी : निसर्ग आणि निर्जीव वस्तू दोघांबरोबरही आपण नातं विकसित करतो. जर आपण वस्तू इतस्तत: फेकत असू आणि वाया घालवत असू तर आपण त्यांच्या बरोबर चांगलं नात तयार नाही करत आहोत. आपल्या भोवतालच्या वस्तूंना आपण जसं वापरतो त्यानुसार आपल्याला परताव्यात काय मिळणार हे ठरतं.

त्याचप्रमाणे, आपण ज्यांना ज्यांना भेटतो त्या सगळ्यांचे आपण आभार मानायला हवेत. आपल्या आयुष्यात कोणी आव्हानं उभी करत असेल तर आपल्या आंतरिक प्रगतीसाठी आणि आपली आंतरिक शक्ती वाढवण्यासाठी कारणीभूत ठरणाऱ्या त्या व्यक्तीचे आपण आभार मानले पाहिजेत. जर कोणी आपल्या बरोबर चांगलं वागत असेल तर आपण त्याचे आभार मानलेच पाहिजेत. प्रत्येक बाबतीत कृतज्ञता व्यक्त केल्याने आपली वृत्ती तशीच होते. नाही तर आपण आपल्याकडे काय नाही आणि काय असायला हवं याचा विचार करत राहतो. असा विचार केल्याने आपली ऊर्जा कमी होते.

आपण देण्याचे पाच मार्ग बघितले. दान देणं, प्रतिभा, कौशल्यं आणि ज्ञान वाटणं आणि कृतज्ञता व्यक्त करणं. आणखी एक मार्ग, जो देण्याचा सर्वांत उच्च मार्ग आहे. तो म्हणजे आपल्या आध्यात्मिक स्पंदनांद्वारे इतरांची सेवा करणं. आपलं अस्तित्व आपल्या आजूबाजूच्या प्रत्येकाला तरंग पाठवत असतं. त्यासाठी आपल्याला काहीच करावं लागत नाही – आपण जसे आहोत, तसे आपोआप प्रत्येकापर्यंत पोहोचतो.

ध्यान आणि चिंतन

मला स्वतःला बघायचं आहे... मी – एक आत्मा – सुंदर, मौलिक, आणि शुद्ध आहे... आज संपूर्ण दिवस ज्या वस्तू मी वापरेन आणि ज्या लोकांना भेटेन त्यांच्या प्रति मी आधी कृतज्ञता व्यक्त करेन... आत्मा, निसर्ग आणि निर्जीव वस्तू यांबरोबर होणाऱ्या प्रत्येक संवादामध्ये हा शुद्ध आणि शक्तिशाली विचार आहे... सगळ्यांना देणं, सगळ्यांचे आभार मानणं... भेटणाऱ्या प्रत्येकाला सहकार्य करणं... माझ्याकडे असलेली माहिती देणं... त्यांना पुढे जाण्यास मदत करणं... त्यांना सशक्त बनवणं... आपल्या विचारांची आणि स्पंदनांची काळजी घेणं... कारण ते माझ्या आजूबाजूच्या लोकांवर आणि निसर्गावर परिणाम करतात... मी आपोआपच सगळ्यांना देत आहे... निःस्वार्थपणे... मी एका दात्याचं मूल आहे, देवांचा वंशज आहे... मी अखंड देत राहतो... ओम शांती!

चिरंतन प्रेमाकडे घेऊन जाण्याचे मंत्र

- कर्माच्या मागचा हेतू शुद्ध आणि निःस्वार्थ असायला हवा. दान करताना ते केल्याने आपल्याला ओळख मिळेल असा विचार असू नये.
- जेव्हा कर्म निःस्वार्थ असतं तेव्हा ऊर्जा आतून बाहेर प्रवाही होते कारण आपण परताव्याची अपेक्षा ठेवत नाही. काहीतरी देताना ऊर्जा आपल्यातून वाहते आणि सर्वांत आधी ती आपल्याला बळ देते.
- दररोज काहीतरी देण्याच्या उद्देशाने कामाला जाऊ या – आपलं ज्ञान, कौशल्यं वाटणं आणि सहकार्य करणं, प्रशंसा करणं आणि जबबदारी सोपवणं.
- आपले अनुभव आणि समज यांवर आधारित आपली मतं आपण लोकांपुढे मांडली पाहिजेत. त्यांनी आपली मतं फेटाळली तरीही आपली मतं मांडण्याची भूमिका कायम ठेवली पाहिजे. आपला सल्ला नेहमीच अमलात आणला जाईल अशी अपेक्षा ठेवता कामा नये.
- आपण ज्यांना भेटतो त्या माणसांविषयी आणि वापरतो त्या प्रत्येक वस्तूविषयी कृतज्ञतेची भावना ठेवायला हवी.

नात्यांना आरोग्य प्रदान करा

सुरेश ओबेरॉय : मागच्या वेळेस मी काही वाचल्याचा उल्लेख केला होता. ते असं – आपल्याकडे भेटवस्तू विकत घ्यायला पैसे नाहीत म्हणून जर आपल्याला कोणाच्या घरी रिकाम्या हाताने जावं लागणार असेल तर अशा परिस्थितीत आपण आशीर्वादाच्या रूपात सर्वांत मोठी भेट देऊ शकतो. हे तुम्ही सविस्तर स्पष्ट करून सांगाल का?

शिवानीदीदी : आपले विचार आणि स्पंदनं ज्यांनी आपलं ऊर्जाक्षेत्र तयार होतं ते आपल्या बरोबरच त्या घरातही प्रवेश करतात. आपलं ऊर्जाक्षेत्र आपण स्वत:पासून वेगळं करू शकत नाही. सर्वसाधारणपणे आपण परिस्थितीअनुसार आणि व्यक्तीअनुसार आशीर्वाद देणं ग्राह्य धरतो. पण आशीर्वाद देण्याचा दुसरा प्रकार म्हणजे आपले विचार स्वच्छ आणि शुद्ध ठेवणं, सगळ्यांबद्दल चांगला विचार करणं जेणेकरून दिवसभर आपण स्वाभाविकरीत्या आशीर्वाद देत राहू. आशीर्वाद देणं म्हणजे 'ऑल द बेस्ट', 'डू वेल' किंवा 'हॅव अ लाँग लाइफ' अशा ठरावीक शुभेच्छा देणं एवढंच नव्हे तर इतर वेळीही आपल्या इतरांबद्दलच्या विचारांची गुणवत्ता तपासत राहणं. एखाद्या व्यक्तीबाबत आपण इतर वेळी नकारात्मक विचार करत असू पण एका क्षणासाठी आपण त्या व्यक्तीला 'ऑल द बेस्ट' अशा शुभेच्छा दिल्या तर आपण तिच्यासाठी एक चांगला विचार निर्माण केला. आपले इतर अनेक विचारही तिच्यापर्यंत पोहोचत आहेत.

आपण दाता (दान करणारे) बनण्याबाबत चर्चा केली. इतरांना सतत देत राहायचा सोपा आणि शक्तिशाली मार्ग म्हणजे त्यांना आपले तरंग देणं. आपली इच्छा असली तरीही आपल्या विचारांना आणि तरंगांना इतरांपर्यंत पोहोचण्यापासून आपण थांबवू शकत नाही. ही देण्याची एक स्वयंचलित स्थिती आहे. नातं म्हणजे ऊर्जेची देवाणघेवाण. मी तुमच्याबद्दल जो विचार करते तो तुमच्यापर्यंत पोहोचतो, तुम्ही माझ्याबद्दल जो विचार करता तो माझ्यापर्यंत पोहोचतो. हाच आपल्या नात्याचा पाया बनतो. जर मी तुमच्याबद्दल चांगला विचार करत नाही पण तरीही तुमच्यासाठी चांगल्या गोष्टी करते. असं असेल तर मी कितीही प्रयत्न केले तरी आपल्या नात्याचा पाया कधीच पक्का होणार नाही.

सुरेश ओबेरॉय : जेव्हा मी इतरांबद्दल नकारात्मक विचार करतो तेव्हा त्याचा माझ्यावर काय परिणाम होतो?

शिवानीदीदी : जर आपण सतत 'तो तसाच आहे', 'त्याने असं का केलं' आणि असेच विचार निर्माण करत राहिलो तर त्यामुळे आपली मानसिक स्थिती बिघडते. आपला आनंद आणि शांती नाहीशी होते आणि आपल्या प्रेमाच्या ऊर्जेत अडथळा निर्माण होतो. त्याचा आपल्या तब्येतीवरही परिणाम होतो.

सुरेश ओबेरॉय : यामुळे खूप नुकसान होतं का?

शिवानीदीदी : एका व्यक्तीबाबत आपण चांगला विचार केला नाही म्हणजे त्या एकाच व्यक्तीशी आपलं पटत नाही. त्यामुळे तिच्याबद्दल असा विचार करायला काही हरकत नाही, असं आपल्याला वाटतं. कारण इतरांशी आपलं नातं चांगलं असतं. पण एका व्यक्तीबाबत नकारात्मक विचार केल्याने आपली विचारपद्धती तशीच बनत जाते कारण हीणकस विचार तिथेच निर्माण होतात. अशाने आपण जेव्हा इतरांना भेटतो तेव्हाही आपलं ऊर्जाक्षेत्र तसंच (नकारात्मक) राहतं.

सुरेश ओबेरॉय : पूर्वी तुम्ही म्हणालात त्याप्रमाणे आपण जे अत्तर अंगावर शिंपडतो त्याचाच सुगंध पसरतो.

शिवानीदीदी : एखाद्या व्यक्तीबाबत आपण सतत नकारात्मक विचार निर्माण करत असू तर त्याचा प्रभाव आपल्या ऊर्जाक्षेत्रावर पडतो. अशाने आपली मानसिक स्थिती आणि तब्येतच बिघडणार नाही तर आपली इतर नातीही बिघडतील. ज्यांच्याशी आपलं पटत नाही त्यांचाच आपण जास्त विचार करतो.

सुरेश ओबेरॉय : आपल्याला नकारात्मक विचार करायची सवयही लागेल.

शिवानीदीदी : मनातल्या मनात इतरांवर टीका करण्याची ही सवय आपली ऊर्जा कमी करते. त्यामुळे, आपण जेव्हा इतरांना भेटतो तेव्हा होणारी मतमतांतरं किंवा त्यांचं काही अनपेक्षित वागणं यांसमोर आपण तग धरू शकत नाही. आपण कमकुवत झाल्याने आपली नातीही आपोआपच खूप गुंतागुंतीची होतात.

समजा, एखाद्याबरोबर आपले अत्यंत गंभीर वादविवाद झाले आणि ते नातं आपल्याला तोडावं लागलं. याचा अर्थ, आपण दगड उचलला पण तो उचलल्यामुळे हात दुखावला आणि म्हणून आपण तो टाकून दिला. भलेही आपल्या हातावरचं वजन कमी झालं पण हाताला जखम झालीच आहे आणि ती दुखत आहे. त्यामुळे आता आपल्याला त्या हाताने पेन्सिल उचलणंही अवघड झालं आहे.

एका नात्यातील कडवटपणा इतर नात्यांवरही परिणाम करतो कारण आपलं मन दुःखात असतं. आपण असा विचार करतो की नातं बाह्यत: अस्तित्वात असतं, पण खरं तर ते आपल्या मनात असतं. मी तुमच्याबद्दल जो विचार करते, तो विचार मनात नातं निर्माण करतो आणि माझ्या मनात मी काय निर्माण करायचं ही संपूर्णपणे माझी निवड आहे.

एखाद्याबरोबर आपले वादविवाद असतील तर आपण त्यांच्याबद्दल विचार करण्याची पद्धत बदलली पाहिजे. जेव्हा आपण नातं बाह्यत: बदलायचा प्रयत्न करतो जसं, फक्त बोलण्याची किंवा एकमेकांशी वागण्याची पद्धत बदलतो किंवा पूर्वी घडलेल्या घटनेबद्दल चर्चा करून वाद वरवर सोडवण्याचा प्रयत्न करतो. अशा वेळी वाद मिटण्याऐवजी ते जास्त गुंतागुंतीचे होतात. ह्यातून बाहेर पडायचा सोपा मार्ग म्हणजे आपल्या विचारांची गुणवत्ता तपासणं. नात्यांमधले अडथळे आपल्या मनात असतात, आपल्यात नसतात. हा प्रयोग कदाचित वेगळा वाटू शकतो. पण आपण तो करून बघायला हवा.

सुरेश ओबेरॉय : आणि ज्या व्यक्तीशी वाद झाले आहेत त्या व्यक्तीला आपण विसरू शकत नसलो तर काय? हे विचार येऊ न देण्यासाठी काहीतरी मंत्र (उपाय) सांगा.

शिवानीदीदी : जर माझे तुमच्या बरोबर वाद झाले आहेत आणि मी तुमच्याबद्दल विचार करत आहे तर मी खूपच शक्तिशाली नकारात्मक ऊर्जा निर्माण करत आहे. ही ऊर्जा तुमच्यापर्यंत पोहोचेल आणि तुमचे माझ्या बरोबर वाद झालेले असल्याने आणि माझ्याकडून तुम्हाला नकारात्मक ऊर्जा मिळत असल्याने तुमचे विचारही खूप नकारात्मक होतील. नंतर तुमचे विचार माझ्यापर्यंत पोहोचतील आणि मी अजून नकारात्मक बनेन. हे असंच चालू राहील. हे एकमेकांकडे शक्तिशाली नकारात्मक ऊर्जेचे चेंडू फेकण्यासारखं आहे.

सुरेश ओबेरॉय : ही तिरस्काराची देवाण-घेवाण आहे.

शिवानीदीदी : हे चेंडू आपण सतत एकमेकांकडे टाकत आहोत.

सुरेश ओबेरॉय : ह्यावर तोडगा कसा काढायचा?

शिवानीदीदी : आपल्याला नात्यांमध्ये जडपणा जाणवायला लागेल. आपण कितीही मैत्रीपूर्ण वागायचा प्रयत्न केला तरीही त्या नात्यात आपण दुखावले जाऊ कारण आपल्यामध्ये नकारात्मक तरंगांची देवाणघेवाण सुरू आहे.

समजा, नकारात्मक ऊर्जा निळ्या रंगाची आहे. मी तुमच्याकडे हा निळा चेंडू फेकत आहे आणि तोच तुम्ही पुन्हा माझ्याकडे फेकत आहात आणि हे असंच चालू आहे. ह्या प्रचंड नकारात्मक ऊर्जेची देवाणघेवाण थांबवणार कशी?

सुरेश ओबेरॉय : आपण आपल्याकडून थांबवू शकतो.

शिवानीदीदी : त्यासाठी आपल्याला काय करावं लागेल?

सुरेश ओबेरॉय : आपण चेंडू परत फेकायचा थांबवू शकतो, याचा अर्थ आपण एकमेकांबद्दल विचार करणं थांबवू शकतो.

शिवानीदीदी : हे शक्य नाही.

सुरेश ओबेरॉय : आपण सकारात्मक चेंडू पाठवू शकतो.

शिवानीदीदी : हो, आपल्याकडे हा एकमेव पर्याय आहे. चेंडू फेकणं आपण थांबवू शकत नाही कारण ज्यांच्या बरोबर आपलं खूप खोल नकारात्मक कार्मिक खातं असतं त्यांचा विचार करणं आपण थांबवू शकत नाही. भलेही आपण चेंडू (विचार) फेकला नाही तरीही त्यांचे चेंडू आपल्याकडे येतच राहणार. त्याने आपल्या विचारांना पुन्हा चालना मिळेल आणि ही देवाण-घेवाण चालूच राहील. आपल्याला सकारात्मक परिणाम हवा असेल तर आपण पाठवत असलेल्या चेंडूचा रंग खूप काळजीपूर्वक आणि प्रयत्नपूर्वक बदलावा लागेल. दोघांपैकी एकाने जरी असा बदल केला तरी हे होऊ शकतं.

उदाहरणार्थ, मी तुमच्याकडे निळा चेंडू पाठवला आणि तुम्हीसुद्धा माझ्याकडे काळा चेंडू पाठवला. मी पुन्हा तुमच्याकडे निळा चेंडू पाठवला पण या वेळेस तुम्ही माझ्याकडे सकारात्मक ऊर्जेचा पांढरा चेंडू पाठवला. मी जरी तुमच्याकडे सतत निळे चेंडू पाठवत असले तरीही ज्या क्षणी मी तुमच्याकडून पांढरा चेंडू स्वीकारते, तेव्हा मला थोडसं हलकं वाटतं.

सुरेश ओबेरॉय : निळ्या रंगात पांढरा रंग जास्त मिसळला तर निळा रंग फिकट व्हायला लागेल.

शिवानीदीदी : हो, तुम्हाला एवढंच करायचंय. मी तुमच्याकडे पांढरा चेंडू पाठवायची वाट बघायची नाही. जर मी तुमच्याकडे निळ्या रंगाचे चेंडू पाठवत राहिले आणि तुम्ही माझ्याकडे पांढरे चेंडू पाठवत राहिलात तर एक दिवस मी तुमच्याकडे पाठवत असलेल्या चेंडूंचा रंग बदलेल. बदल करण्यासाठी मी जरी वेळ लावला तरी तुम्ही पाठवत असलेल्या चेंडूंचा रंग (विचारपद्धती) बदलेल हे महत्त्वाचं आहे.

सुरेश ओबेरॉय : बरोबर.

शिवानीदीदी : माझ्या बाबतीत नकारात्मक विचार करण्याने तुमचं जे प्रचंड नुकसान झालं असतं त्यापासून तरी तुम्ही नक्कीच वाचाल. तुमची पूर्ण सहमती नसली तरीही माझ्या बाबतीत चांगला विचार करण्याचं तुम्ही उचललेलं एक छोटं पाऊल तुमचं ऊर्जाक्षेत्र हलकं करेल आणि सुधारेल.

सुरेश ओबेरॉय : सकारात्मक विचार करून मी चांगलं कर्मही करत असेन त्यामुळे माझं कार्मिक खातंही सुधारेल.

शिवानीदीदी : हो, देवाण-घेवाण होणाऱ्या ऊर्जेची गुणवत्ता बदलली की सगळं बदलेल. ह्या कष्टांचा लक्षणीय फायदा म्हणजे तुम्हाला हलकं वाटेल, तुमची तब्येत चांगली होईल आणि इतर नात्यांमध्येही तुम्ही सहजतेने पांढरे चेंडू फेकू शकाल.

सुरेश ओबेरॉय : एकदा आपल्याला सवय लागली, की ते सोपं होईल.

शिवानीदीदी : समजा, एका नात्यामध्ये तुम्ही निळ्या रंगाच्या चेंडूंची देवाण-घेवाण करत आहात. म्हणजे तुमच्या मनाचा रंग निळा आहे. दुसऱ्या एखाद्या नात्यातील व्यक्ती कदाचित तुमच्याकडे पांढरा चेंडू फेकत असेल पण तरीही तुम्ही निळ्या रंगाचे चेंडूच निर्माण कराल कारण तो तुमचा रंग बनला आहे. सर्वसाधारणपणे, एखाद-दुसऱ्या नात्यामध्येच वाद असतात, सगळ्या नात्यांत नसतात. पण जर आपण ती एक-दोन नाती सुधारण्यासाठी कष्ट घेतले तर बाकीची नाती आपोआपच अजून समृद्ध होतील आणि आत्म्याची बॅटरी शक्तिशाली होईल.

जर आपण खराब मनःस्थितीत घरी आलो तर त्याचा घरातल्या इतर सदस्यांवर परिणाम होतो, तसंच आहे हे.

सुरेश ओबेरॉय : आणि मग आपल्या घरातल्या सदस्यांचं वागणं बदलायला लागतं.

शिवानीदीदी : कारण एक अस्वस्थ, वादळी ऊर्जा घरात प्रवेश करते.

सुरेश ओबेरॉय : घरातल्या पाळीव प्राण्यांनाही बेचैन वाटतं आणि ते लपून बसतात.

शिवानीदीदी : आपली स्पंदनं अशा प्रकारे परिणाम करतात. भीती आणि नकारात्मकता जेव्हा घरात शिरते तेव्हा ती लहान मुलांवरही परिणाम करते. त्यांची चूक नसतानाही त्यांना सारखं रागवलं जातं कारण आपण मोठी नकारात्मक ऊर्जा घेऊन वावरत असतो. जेव्हा आपण स्वत:ची काळजी घेत नाही तेव्हा आपली नाती गुंतागुंतीची बनतात. आता आपल्याला ही पद्धत बदलायला हवी आणि आपल्या मानसिक स्थितीचा परिणाम आपल्या कुटुंबावर होतो, हे समजून घ्यायला हवं.

आपण जर कोणाला विचारलं की, एवढ्या अडचणी असतानाही तुम्ही इतके कष्ट का करता, तुम्ही तुमच्या तब्येतीकडे लक्ष का देत नाही?

सुरेश ओबेरॉय : ते म्हणतील, ''हे आम्ही आमच्या मुलाबाळांसाठी करत आहोत.''

शिवानीदीदी : त्यांना काय द्यायचं आहे त्यांच्या मुलांना?

सुरेश ओबेरॉय : सगळ्यातलं उत्तम – शिक्षण, कपडे, इ.

शिवानीदीदी : पण त्यांना मुलांना हे सगळं का द्यायचं आहे?

सुरेश ओबेरॉय : ती आनंदी व्हावीत म्हणून.

शिवानीदीदी : आपण असा विचार करतो की, जर आपण मुलांना उत्तम शिक्षण, कपडे आणि सुखसोयी दिल्या तर ते आनंदी होतील. जर आपण मुलांना गरजेचं सगळं दिलं पण नकारात्मक ऊर्जाक्षेत्र घेऊन घरात प्रवेश केला तर मुलं आनंदी होतील का?

सुरेश ओबेरॉय : नाही.

शिवानीदीदी : आजकाल बहुतांश पालक मुलांबद्दल तक्रार करताना दिसतात. ''मुलं मनाने कमकुवत आहेत, मोठ्यांचं ऐकत नाहीत, उलटं बोलतात, खूप लवकर दुखावली जातात, चिडतात आणि निराश होतात.'' अनेक मुलांना लहान वयातच रक्तदाबाचा (ब्लड प्रेशर) त्रास असतो. काही तर आत्महत्याही करतात. हा आनंदी असण्याचा परिणाम आहे का? मुलांच्या आनंदाचा आलेख उंचावण्यासाठी आपण त्यांना जास्तीतजास्त सुखसोयी देतो. पण मग त्यांची सहनशक्ती एवढी कमी का आहे? त्यांच्यावर इतका ताण का आहे? खरं तर तणाव, अस्वस्थता असे शब्द मुलांच्या बाबतीत वापरायची वेळ यायला नको.

तुम्ही जर पालकांना विचारलं, ''आजकाल मुलं खूप तणावाखाली का असतात?'' तर ते शाळा, परीक्षा आणि स्पर्धेला दोष देतात. पण आपल्या पिढीनेसुद्धा अशा प्रकारच्या अव्हानांना तोंड दिलं आहे. आपल्याकडे तर एवढ्या सुखसोयी आणि नवं तंत्रज्ञान यातलं काहीच नव्हतं. त्या काळी ते सोपं नव्हतं पण आपण कधीच तणावाखाली किंवा निराश नसायचो.

सुरेश ओबेरोय : आपण पुस्तकंही एकमेकांची वापरायचो.

शिवानीदीदी : आपण शाळेत चालत किंवा सायकलवर जायचो. आज मुलं एअर कंडिशन्ड घरातून बाहेर पडतात आणि एअर कंडिशन्ड बस किंवा गाडीतून एअर कंडिशन्ड शाळेत जातात. आज प्रचंड सुखसोयी आहेत आणि परीक्षा पद्धतीपण खूप बदलली आहे. खरं तर ताणतणाव कमी आहेत. आजकाल प्रत्येक परीक्षा झाल्यानंतर पुढच्या तयारीसाठी दोनचार दिवसांचा वेळ दिला जातो. जेव्हा मी माझी दहावीची आय.सी.एस.सी. बोर्डाची परीक्षा दिली तेव्हा ती सोमवार ते शुक्रवार अशी सलग पाच दिवस होती. त्यात एकूण दहा विषयांच्या मी परीक्षा दिल्या.

सुरेश ओबेरॉय : एका दिवशी दोन विषयांच्या परीक्षा?

शिवानीदीदी : हो. आम्ही सकाळी ८.०० वाजता जायचो आणि दुपारी ४.०० वाजता परत यायचो. आम्ही खूप कष्ट (अभ्यास) करायचो कारण आम्हाला आठवी, नववी आणि दहावी अशा तीनही वर्षांचा अभ्यासक्रम असायचा. आता, परीक्षा फक्त दहावीच्या अभ्यासक्रमाची असते, तीही एका दिवशी एकाच विषयाची आणि त्यानंतर एक-दोन दिवस सुट्टी. याचा अर्थ आपण आयुष्य सोपं करत चाललो आहोत पण तरीही मुलं मनाने कमकुवत असणं हा मोठा प्रश्न आहे. आपल्यावर दोष देण्याचा संस्कार असल्याने मुलं तणावाखाली असण्यासाठी आपण परीक्षा, स्पर्धा आणि त्यातल्या दबावाला कारणीभूत ठरवतो.

सुरेश ओबेरॉय : याचं मूळ कारण पालकच आहेत.

शिवानीदीदी : एक मुख्य कारण. जेवढ्या लवकर पालक हे स्वीकारतील तेवढ्या लवकर त्यांना ह्या बाजूवर काम करायला सुरुवात करता येईल. जोपर्यंत पालक स्वत: जबाबदारी घेत नाहीत आणि इतरांना दोष देणं थांबवत नाहीत तोपर्यंत ते ह्या अडचणीच्या मुळाशी जाऊ शकणार नाहीत. आजकाल, घरातलं वातावरणच तणावपूर्ण असतं.

सुरेश ओबेरॉय : मुलं अभ्यास नीट करत नाहीत म्हणून आपण त्यांना रागवत राहतो.

शिवानीदीदी : भलेही पालक काही बोलत नसतीलही. पण ते घरात येताना त्यांच्या बाबतीत दिवसभर घडलेल्या घटनांमुळे तयार होणारी तणावाची ऊर्जा घेऊन येतात. जर पालकांना मुलांना सगळ्यातलं उत्तम द्यायचं असेल तर त्यांनी हे लक्षात घ्यायला हवं की उत्तम सुखसोयी देण्यापेक्षा त्यांनी मुलांना उत्तम ऊर्जाक्षेत्र द्यावं. आजकाल आपण अशा मुलांना भेटतो ज्यांनी उत्तम शिक्षण घेतलेलं असतं पण ते मनाने कमकुवत असतात आणि त्यांना प्रचंड अहंकार असतो. कुठल्याही छोट्या गोष्टीने ते दुखावले जातात आणि समूहात काम करू शकत नाहीत.

माणसाचं आयुष्य चार खांबांवर टिकलेलं आहे – भौतिक, मानसिक, सामाजिक आणि आध्यात्मिक. यांतील भौतिक भागाची काळजी आपण मुलांना उत्तम अन्न, घर, कपडे, इ. देऊन घेतो. त्यांच्या मानसिक आणि बौद्धिक वाढीसाठी आपण त्यांना उत्तम शिक्षण देतो. सामाजिक भागासाठी मुलांना चांगले मित्र असणं, त्यांना छंदवर्गात घालणं किंवा इतर उपक्रमांत सहभागी करून घेणं अशा गोष्टी आपण करतो. आपण त्यांना सहलींनाही घेऊन जातो.

या तीन गोष्टी एखाद्या तीन पायाच्या मजबूत टेबलासारख्या आहेत. पण आपल्या मुलांच्या मानसिक आणि आध्यात्मिक शक्तीच्या चौथ्या खांबावर मात्र आपण लक्ष केंद्रित केलेलं नाही. त्यांना ताण येतो, भीती वाटते, अस्वस्थता जाणवते. आपण असा विचार करतो की, इतर तीन खांब शक्तिशाली असतील तर आपोआपच चौथ्या खांबाची काळजी घेतली जाईल. पण हा एक खांब कमकुवत असल्याने मुलांचं आयुष्य नेहमी अस्थिर राहणार आहे. आपल्याला जर स्वत:चं आणि आपल्या मुलांचं आयुष्य स्थिर हवं असेल तर चारही खांब सम पातळीवर सशक्त असायला हवेत.

घरी येताना पालकांनी भेटवस्तू आणल्या नाहीत तरी चालेल. पण त्यांनी घरात येताना आपल्याबरोबर आनंदाची, प्रेमाची आणि शांतीची ऊर्जा आणायला हवी.

सुरेश ओबेरॉय : जेव्हा मी कामावरून घरी येतो तेव्हा माझे ताणतणाव आणि नकारात्मक ऊर्जा मला दाराबाहेर कशी ठेवता येईल?

शिवानीदीदी : तुम्ही तुमचं ऊर्जाक्षेत्र स्वत:पासून वेगळं ठेवू शकत नाही. तुम्ही तुमचा गंध स्वत:पासून कसा वेगळा कराल? दिवसभर, घरात आणि कामाच्या ठिकाणी तुमच्या मनात निर्माण होणाऱ्या विचारांच्या गुणवत्तेकडे तुम्ही सतत लक्ष दिलं पाहिजे.

सुरेश ओबेरॉय : म्हणजे 'मी प्रेम आहे' हे मी दिवसभर लक्षात ठेवलं पाहिजे.

शिवानीदीदी : हो, 'मी शांती आहे, मी खुशी आहे. ज्या मार्गावर लोक संताप, चिडचिड, ताण आणि भीती निर्माण करतात अशा भरपूर मिळवण्याच्या शर्यतीचा मी एक भाग असू शकत नाही.' नाहीतर संध्याकाळी घरी जाऊ तेव्हा ह्या भावनाच घरच्यांसाठी भेटवस्तू बनतात. आजकाल बहुतांश घरांमध्ये ही भेट मिळते. दररोज आपण पैसा आणि ऊर्जा ह्या दोन गोष्टी मिळवतो हे लक्षात ठेवायला हवं; आपण आपल्या मुलांना सुखसोयी आणि स्पंदनं दोन्हीही देतो. आपण त्यांना कमी सुखसोयी दिल्या तरी चालतील कारण आपली आध्यात्मिक आणि मानसिक ऊर्जा ती कमतरता भरून काढेल. पण जर मुलांकडे सहनशक्ती शक्ती नसेल तर त्यांचं आयुष्य कधीच स्थिर राहणार नाही. आपल्याला मुलांना भेटवस्तू, गिफ्ट द्यायचं असेल तर आपल्याला दिवसभरात ते मिळवावं लागेल. आणि त्यासाठी आपल्याला स्वतःकडे लक्ष द्यावं लागेल.

चिरंतन प्रेमाकडे घेऊन जाण्याचे मंत्र

- आपले विचार आणि भावना आपलं ऊर्जाक्षेत्र निर्माण करतात. ह्या ऊर्जाक्षेत्राचा आपल्या शरीरावर, माणसांवर, निसर्गावर आणि निर्जीव वस्तूंवरही परिणाम होतो. आपली चेतना ब्रह्मांडात तरंगित होते.
- जर आपलं ऊर्जाक्षेत्रं शुद्ध आणि शक्तिशाली असेल तर प्रत्येकावर आपल्या शुद्ध स्पंदनांचा प्रभाव पडेल. यातून स्वतःची शुद्धता आणि शक्ती जागृत करण्यात त्यांना मदत मिळेल. यालाच खऱ्या अर्थाने, 'लोकांना आशीर्वाद देणं,' असं म्हणतात.
- एखाद्या नात्यातील वादामुळे आपली ऊर्जा कमी होते आणि त्याचा परिणाम आपल्या इतर नात्यांवर होतो.
- वादविवादात, आपल्यात आणि त्यांच्यात नकारात्मक ऊर्जेची देवाण-घेवाण होते. ते आपल्याला काय देत आहेत याकडे आपण लक्ष द्यायला नको. आपलं सगळं लक्ष त्यांना शुभेच्छांची शुद्ध ऊर्जा पाठवण्याकडे असायला हवं. असं केल्याने आपल्याला आणि त्यांनाही स्वास्थ्य प्राप्त होईल.

मुले पालकांचे विचार ग्रहण करतात

सुरेश ओबेरॉय : एकदा आम्ही लिफ्टमध्ये होतो आणि माझ्या नातवाचा हात लिफ्टच्या दारात अडकेल अशी काळजी मला वाटत होती. मदतनीस नीट काळजी घेत नाहीये असं मला वाटलं म्हणून मी तिला रागावलो. आणि माझा नातू रडायला लागला. नंतर, माझ्या मुलीने मला सांगितलं की, मी त्या मदतनिसावर ओरडलो म्हणून नातू रडत होता. तो तेव्हा एक वर्षाचादेखील नव्हता. मुलं ऊर्जा खूप पटकन शोषून घेतात किंवा ग्रहण करतात का?

शिवानीदीदी : ऊर्जेचं वहन दोन आत्म्यांमध्ये होतं, शरीराचा त्याच्याशी काही संबंध नाही. पण मुलांच्या बाबतीत हा परिणाम जास्त असतो; कारण, जसजसे आपण मोठे होत जातो तसतशी आपली विचारपद्धती विकसित होत जाते आणि आपण इतरांचे संदेश स्वीकारायचे की नाकारायचे हे ठरवू शकतो. तेव्हा आपलं स्वत:चं ऊर्जाक्षेत्र असतं. पण, एक नवजात बाळ त्याच्या शरीराशी आणि ते ज्या कुटुंबात जन्मलं आहे त्यांच्याशी आसक्त नसतं. ते चेतानावस्थेत आणि निरासक्त अवस्थेत असतं. आपण जितके जास्त निरासक्त होत जातो तितकीच इतरांची स्पंदनं ग्रहण करू शकतो.

सुरेश ओबेरॉय : पण मी ह्याउलट विचार केला. एक लहान मूल ज्याचा मेंदू अजून पूर्णत: विकसित नाहीये, त्याला ह्या गोष्टी समजतात?

शिवानीदीदी : त्याला गोष्टी समजत नसल्या तरीही त्याला सगळ्या भावना कळतात. जेव्हा आपण ध्यान आणि अनासक्ती व आत्म्याची चेतना यांसंबंधी शिकतो तेव्हा आपण भौतिक गोष्टींत न अडकण्याचा प्रयत्न करतो, त्यामुळे आपल्या मनातला गोंधळ हळूहळू कमी होऊ लागतो. मन शांत होतं आणि इतरांची स्पंदनं ग्रहण करू शकतं. अगदी संतांप्रमाणेच. जेव्हा आपण आपल्या मनातलं काही विचारायला संतांकडे जातो तेव्हा आपण काही बोलायच्या आधीच ते आपल्याला उत्तर देतात.

सुरेश ओबेरॉय : बरोबर.

शिवानीदीदी : त्यांना हे जमतं कारण अनेक वर्षं ध्यान केल्याने त्यांचं मन शांत असतं. आपल्याला ही जादू वाटते पण हे कोणीही करू शकतं. आपलं मन शांत असताना आपण दुसऱ्या आत्म्याला भेटलो तर त्याचे तरंग आपण सहजतेने ग्रहण करू शकू. आपल्यापैकी काहींना हे तरंग जाणवतात. ज्यांनी अनेक वर्षं ध्यान केलं आहे त्यांना विशिष्ट तरंग जाणवतात आणि त्याप्रमाणे ते प्रतिसादही देतात. लहान मुलांमध्येही तीच शुद्धता, निरागसता आणि आत्म्याची जाणीव असते. लहान मुलांमध्ये विचारांचा पसारा नसतो. त्याला अहंकार नसतो किंवा खूप साऱ्या भावनाही नसतात. त्यामुळे त्याच्याकडे तरंग समजून घ्यायची प्रचंड शक्ती असते. जेव्हा एक आत्मा आईच्या उदरात असतो तेव्हा त्याची ग्रहणक्षमता सर्वाधिक असते.

सुरेश ओबेरॉय : खरंच?

शिवानीदीदी : आईच्या उदरात आत्मा संपूर्णपणे अनासक्त असतो आणि त्यामुळे तो सगळं काही ग्रहण करतो. म्हणूनच आत्म्याचा उदरात प्रवेश झाल्यापासून, अगदी सुरुवातीपासूनच पालकांनी काळजी घ्यायला हवी. जेव्हा आपल्या घरात एखादं मूल जन्माला येणार असतं तेव्हा आपण त्या आत्म्याचं स्वागत शुद्ध स्पंदनांनी करायला हवं. आध्यात्मिक स्तरावर आपल्याला समजतं की त्या आत्म्याबरोबर आपलं कार्मिक खातं (अकाउंट) आहे. आपण त्या आत्म्याला मागील जन्मांत कधीतरी भेटलेलो आहोत. त्यामुळे आपण त्याला अभिनंदनाची ऊर्जा पाठवू शकतो. आजकाल पालक काळजीत आणि तणावाखाली असतात. आपण येणाऱ्या बाळाला चांगलं आयुष्य देऊ शकतो का? त्याला वाढवण्यासाठी आपल्याकडे सगळं आहे ना? असा विचार ते करतात.

सुरेश ओबेरॉय : हे म्हणजे, तुम्ही मला जेवायला तर बोलावलं आणि माझं आदरातिथ्य नीट करता येईल ना असा विचार करत राहिलात, यासारखं आहे.

शिवानीदीदी : बरोबर. जर तुम्ही माझ्या घरी पाहुणे म्हणून येणार असाल आणि मी अशी ऊर्जा निर्माण करत असेन तर तुम्हाला काय संदेश मिळेल?

सुरेश ओबेरॉय : न गेलेलंच बरं, असा विचार मी करेन.

शिवानीदीदी : तुम्हाला नकोसं वाटेल. मी तुमच्याबद्दल नक्की काय विचार करतीय ते तुम्हाला माहीत नसेल पण माझ्या तरंगांमुळे तुमच्या मनात जेवणाचा कार्यक्रम पुढे ढकलण्याचा विचार येईल.

जेव्हा आपल्या घरात मूल जन्माला येणार असतं तेव्हा आपला प्रत्येक विचार शुद्ध आणि शक्तिशाली असायला हवा. विचारांमध्ये काळजीची किंवा भीतीची झाक असता कामा नये. नाही तर आपण न कळत त्या आत्म्याच्या येण्याला विरोध करू. आपल्या आयुष्यात आपल्याला त्याचं स्वागत करायची इच्छा आहे पण जर आपण 'तू येण्यासाठी आमची तयारी अजून झालेली नाही' असा संदेश पाठवला तर त्या आत्म्याला तो आगंतुक असल्यासारखं वाटेल.

सुरेश ओबेरॉय : असं म्हणतात की, प्रत्येक मूल स्वतःचं नशीब घेऊन येतं आणि त्याच्या पोटात जाणारा अन्नाचा प्रत्येक दाणा त्याच्यासाठी पूर्वनियोजित असतो म्हणून आपण त्याची काळजी करण्याची गरज नाही.

शिवानीदीदी : अगदी खरंय. याचं कारण, ते मूल म्हणजे एक आत्मा आहे ज्याने एक शरीररूपी पोशाख सोडून दुसरा पोशाख घातला आहे. त्या आत्म्याने मागच्या जन्मात, जेव्हा तो एका दुसऱ्या कुटुंबाचा भाग होता, तेव्हा काही कार्मिक खाती आणि संस्कार तयार केले आहेत, जे तो त्याच्या बरोबर घेऊन आला आहे. जसा, वर्षअखेरीचा 'क्लोजिंग बॅलन्स' पुढच्या वर्षीच्या पहिल्या दिवसाचा 'ओपनिंग बॅलन्स' असतो तसंच हे आहे. तान्ह्या मुलाची पाटी कोरी कधीच नसते, तिच्यावर आधीपासूनच खूप काही नोंदवलेलं असतं. त्या आत्म्याचा मागच्या जन्मातल्या शरीराचा क्लोजिंग बॅलन्स त्याच्या ह्या नवीन शरीराचा ओपनिंग बॅलन्स आहे. आपण सगळ्यांनीच हे लक्षात ठेवलं पाहिजे कारण आपण अनेकदा आपल्या कृतींमुळे होणाऱ्या परिणामांचा गांभीर्याने विचार करत नाही. आपल्या प्रत्येक कर्माचा आपल्या आत्म्यावर खोलवर परिणाम होतो.

जेव्हा आपण एखाद्याच्या अंत्यविधीला जातो तेव्हा म्हणतो की आपण रिकाम्या हाताने जन्म घेतो आणि पुन्हा रिकाम्या हातानेच जातो. पण यातलं काहीच खरं नाही. ना आपण रिकाम्या हाताने येतो आणि ना आपण रिकाम्या हाताने जातो. प्रत्येक आत्मा त्याचे संस्कार आणि कार्मिक खाती बरोबर घेऊन जन्माला येतो. तो आत्मा आयुष्यभरात जे काही यश मिळवतो आणि साठवतो – संपत्ती, पद,

शरीर आणि नाती – ते सगळं मागे सोडतो. पण त्याने केलेली कर्मं, निर्माण केलेली कार्मिक खाती, संस्कार हे त्याच्या बरोबर प्रवास करतात.

बहुतांश आत्म्यांसाठी मृत्यू खूप वेदनादायी असतो कारण, त्या आयुष्यात त्यांनी जे काही मिळवलं असतं – शरीर, कुटुंब आणि यश – हे सगळं त्यांना नाइलाजाने मागं सोडावं लागतं. त्यामुळे मागच्या जन्मातलं शरीर नुकतंच सोडलेला आत्मा शक्यतो दु:खात असतो. काही आत्म्यांना थोडं जास्त झगडावं लागतं, काहींना कमी. जर कोणाचा अकाली मृत्यू झाला किंवा एखाद्या अपघातात शरीर सोडावं लागलं किंवा एखाद्या आत्म्याला त्या आयुष्यात जे मिळवायचं होतं ते शक्य झालं नसेल तर त्या आत्म्याला खूप वेदना होतात.

म्हणून, जे जोडपं नव्याने आईवडील होणार असतं त्यांनी हे लक्षात घेतलं पाहिजे की, त्यांच्या कुटुंबात येणारा नवीन सदस्य ही त्यांच्यासाठी आनंदाची बाब असते पण जो आत्मा त्यांचं मूल म्हणून जन्माला येणार आहे तो वेदनेत आहे. त्या आत्म्याच्या वेदना कमी करण्यासाठी त्या आत्म्याला प्रेमाची, शक्तीची आणि स्वागताची भरपूर ऊर्जा देणं ही आईवडील म्हगून त्यांची जबाबदारी आहे. नाही तर, जर नवीन कुटुंबाकडूनही वेदना मिळाल्या तर त्या वेदनांमुळे आत्म्याच्या वेदनांमध्ये भर पडते.

गरोदर स्त्रीने कोणत्याही प्रकारचा ताण घेणं, काळजी करणं, भीती बाळगणं परवडणार नाही कारण त्याचा परिणाम थेट उदरातील आत्म्यावर होतो. कुटुंबातील इतर सदस्यांचाही त्या आत्म्यावर परिणाम होतो पण आईचा परिणाम थेट होतो. म्हणून, गरोदर स्त्रीच्या खोलीत चांगली चित्रं लावायला हवीत. तिने चांगली प्रेरणादायक पुस्तकं वाचायला हवीत. जेणेकरून तिचे विचार शुद्ध आणि शक्तिशाली बनतील.

मी अशा एका स्त्रीला भेटली आहे जिचे गर्भारपणातील नऊ महिने आणि त्यानंतरचं वर्ष काळजी करण्यात गेलं कारण त्या काळात तिची आई कॅन्सरच्या शेवटच्या स्थितीत होती. आता तिचा मुलगा १८ वर्षांचा आहे पण आजही भीती आणि काळजी ह्या त्याच्या प्रमुख भावना आहेत. त्याला ह्या भावना त्याच्या आईकडून मिळाल्या जेव्हा तो खूप अलिप्त अवस्थेत होता आणि तिच्याकडून मिळणाऱ्या स्पंदनांच्या बाबतीत पूर्णत: ग्रहणशील होता.

आज, गरोदर स्त्रियांना बाळाच्या तब्येतीसाठी चांगलं खायला सांगतात. व्यवस्थित व्यायाम करायला सांगतात. पण चांगला विचार करायला कोणीच सांगत नाही. होणाऱ्या आईने फक्त बाळाच्या तब्येतीसाठीच नाही तर तिची विचारपद्धती भविष्यात बाळाची विचारपद्धती असणार आहे म्हणून चांगला विचार केलाच पाहिजे.

सुरेश ओबेरॉय : मी अशी अनेक उदाहरणं बघितली आहेत जिथे एक स्वच्छंदी आणि खेळकर मूल काही काळानंतर अचानक कोशात जातं. मग पालक त्या मुलांच्या गळ्यात धार्मिक प्रतीकं आणि ताईत घालतात जेणेकरून तो ह्यातून बरा होईल. लोक म्हणतात की कोणीतरी करणी किंवा काळी जादू केली.

शिवानीदीदी : पालकांचा हेतू चांगला आहे – त्यांना त्यांच्या मुलाला सगळं काही उत्तम द्यायचं आहे. पण त्यासाठी त्यांच्याकडे सर्वोत्तम ऊर्जा असणं गरजेचं आहे. मुलाला सर्वोत्तम द्यायच्या प्रक्रियेत पालक जर सतत तणावाखाली आणि काळजीत असतील तर मुलांनाही तीच स्पंदनं मिळतील.

सुरेश ओबेरॉय : आणि जर पालक असा विचार करत असतील की, त्यांच्याकडे सर्वोत्तम देण्यासाठी पुरेशी साधनं नाहीत, तर...

शिवानीदीदी : असं झालं तर मूल नकाराची किंवा अस्वीकृतीची ऊर्जा ग्रहण करतं. आईच्या उदरात आत्मा असताना, त्याला नकाराची, अस्वीकृतीची ऊर्जा मिळेल असा एकही विचार निर्माण होणार नाही याची काळजी घेतली पाहिजे. एखाद्याच्या मनातून अस्वीकाराची भावना काढण्यासाठी दीर्घ काळ लागू शकतो. याचा आत्म्यावर खूप खोल संस्कार होतो. मागच्या जन्मातही तो आत्मा नाकारला गेलेला असू शकतो. जर या जन्मातही त्याच्यापर्यंत अशा प्रकारचा एक विचार जरी पोहोचला तर तो संस्कार दृढ होऊ शकतो.

जेव्हा मूल जन्माला येणार असतं, तेव्हा कित्येकदा कुटुंबातील काही सदस्य एका विशिष्ट लिंगासाठी त्यांची इच्छा व्यक्त करतात. त्यानुसारच बाळासाठी खेळणी, कपडे इत्यादी ठरवतात. पण जर उदरात असलेलं बाळ मुलगा असेल आणि कुटुंबातील सदस्य मुलीच्या स्वागताची तयारी करत असतील तर त्या आत्म्याला कशा प्रकारची स्पंदनं मिळतील?

सुरेश ओबेरॉय : त्याला असं वाटेल की तो अशा ठिकाणी जात आहे जिथे दुसऱ्याच कोणालातरी आमंत्रण आहे.

शिवानीदीदी : नंतर आईवडिलांनी मूल स्वीकारलं तरीही, गरोदरपणात निर्माण केलेले विचार त्या मुलावर परिणाम करतील. एखाद्या विशिष्ट लिंगाबद्दल चर्चा करणं बाळासाठी चांगलं नसतं. त्यामुळे त्याचं खूप नुकसान होतं.

सुरेश ओबेरॉय : माझ्या एका मित्राने मला सांगितलं की, त्याने एका कार्यक्रमासाठी कोणालातरी निमंत्रण दिलं होतं पण त्या व्यक्तीने येण्यास ऐन वेळी नकार दिला. म्हणून त्याने त्या निमंत्रिताच्या ऐवजी मला उपस्थित राहायची विनंती केली. त्यामुळे

मी दुखावलो गेलो कारण मला मी 'बदली' असल्यासारखं वाटलं. तरीही मी त्याच्या विनंतीला मान दिला आणि कार्यक्रमाला गेलो. पण मला वाटलं की, जर त्याला खरंच मला बोलवायचं होतं तर त्याने आधीच संपर्क साधायला हवा होता. आता मी कल्पना करू शकतो की जर एखादं बाळ त्याच्या आईवडिलांची पहिली पसंती नसेल तर ते कशा प्रकारे अस्वीकृती अनुभवेल?

शिवानीदीदी : नाकारलं गेल्याची भावना बाळाला तीव्रतेने जाणवते कारण ते पूर्णतः आत्म्याच्या चेतनावस्थेत आहे. तुम्ही दुखावले गेलात कारण तुम्ही तर्काचा आणि बुद्धीचा आधार घेतला. तुम्ही तुमचं लक्ष तिथून वळवलं आणि कार्यक्रमाचा भाग बनलात. पण बाळ हे सगळं करू शकत नाही. ते फक्त स्पंदनं स्वीकारू शकतं. त्यामुळे आपण सहज म्हणूनही कधी बाळाच्या लिंगाबद्दल चर्चा करू नये कारण बाळ सगळं ऐकत असतं.

सुरेश ओबेरॉय : बाळाच्या लिंगाबाबत अनेक घरांमध्ये चर्चा होतात. जर घरात पहिला मुलगा असेल तर आईवडिलांना दुसरी मुलगी हवी असते आणि याउलटही असतं.

शिवानीदीदी : आपण 'सहज म्हणून' अनेक गोष्टींबाबत चर्चा करत राहतो. पण हे बदलावं लागेल कारण बाळ ऐकतेय की संपूर्ण कुटुंबाला मुलगी हवी आहे पण तो एक मुलगा आहे. आत्म्यासाठी हा खोलवर असा अस्वीकृतीचा भाव आहे.

बाळाबद्दल आपली फक्त एकच इच्छा असली पाहिजे ती म्हणजे ते आनंदी असावं आणि त्याची तब्येत चांगली असावी. असा विचार केला तर त्या आत्म्याला सकारात्मक संदेश जातो. आपल्या मनात त्या बाळाच्या तब्येतीबाबत साधी शंका जरी आली आणि आपण सतत काळजीत राहिलो तर आपल्या प्रत्येक विचाराचा परिणाम त्या आत्म्यावर आणि त्याच्या शरीरावर होईल. आपलं शरीर आपले विचार स्वीकारतं. बाळाच्या शरीराची वाढ अजून होत असते आणि त्यामुळेच ते खूप संवेदनशील असतं. त्याला, 'तुझं हृदय निरोगी आहे, फुप्फुसं चांगली आहेत,' असे सकारात्मक संदेश पाठवणं खूप चांगलं. आपण इतरांबरोबर आपल्या भूतकाळाची तुलना करून तणावपूर्ण विचारांची निर्मिती करता कामा नये.

सुरेश ओबेरॉय : लोक त्यांचं मूल कोणत्या दिवशी, कोणत्या वेळी जन्म घेणार ह्या बाबतही काळजी करतात. कारण त्याने त्या बाळाची रास आणि नक्षत्र ठरतं. आजकाल तर लोक शुभ काळात बाळाचा जन्म व्हावा म्हणून त्याच्या जन्माची वेळही ठरवतात.

शिवानीदीदी : ह्या सगळ्यामागे महत्त्वाचा विचार काय असतो? आपण असा विचार करतो की, जर आपण बाळाच्या जन्माची तारीख आणि वेळ ठरवू शकलो तर त्या बाळाचं नशीब ठरवू शकतो. आता आपल्याला हे समजलं आहे की, विचारांमधून भावना निर्माण होतात, त्यातून आपली वृत्ती, आपलं व्यक्तिमत्त्व आणि आपलं नशीब आकाराला येतं. त्यामुळे बाळाचं नशीब त्याच्या विचारांवर अवलंबून आहे आणि म्हणून सुरुवातीपासून आपण त्याकडे लक्ष द्यायला हवं.

सुरेश ओबेरॉय : जसे आईचे विचार असतील तसेच बाळाचेही.

शिवानीदीदी : हो. आतापर्यंत आपण याबद्दल आध्यात्मिक अंगाने चर्चा करत होतो. जशा आईच्या भावना तशाच बाळाच्या भावना. ह्यावर अलीकडच्या शास्त्रीय अभ्यासातूनही शिक्कामोर्तब झाले आहे. याचा अर्थ, आई तिच्या भावनांची फोटोकॉपी निर्माण करत असते.

सुरेश ओबेरॉय : आमच्याकडे घरी दोन नातवंडं आहेत. डॉक्टर म्हणतात की मी त्यांच्यावर उपचार करणार नाही कारण मुलं त्यांच्या आई–वडिलांमुळे आजारी असतात.

शिवानीदीदी : बरोबर. मेडिकल सायन्स जे सांगतं तेच डॉक्टर सांगत आहेत. जर बाळाला त्रास होत असेल तर पालकांनी स्वत:कडे लक्ष द्यायला पाहिजे आणि ही काळजी बाळ आईच्या उदरात असेल त्या क्षणापासून घ्यावी लागेल.

बाळाचं नशीब आणि तब्येत बहुतांश प्रमाणात पालकांच्या हातात असते. बाळाच्या भल्यासाठी ते आयुष्यभर प्रयत्न करतात. त्यांनी त्यांचे विचार आणि जीवनपद्धती बदलण्यासाठी आजच कामाला सुरुवात करायला हवी.

अनेक लोक दिवसाची सुरुवात वृत्तपत्र वाचनाने करतात. बाळ त्याच्या आई–वडिलांच्या मनात निर्माण होणारे विचार ग्रहण करतं. त्यामुळे सकाळी–सकाळी अहिंसा, दु:ख, दहशतवाद यांबाबत जाणून घेणं पालकांना परवडणारं नाही. जीवनपद्धतीतील हे बदल फक्त आईनेच नाही तर त्या जोडप्याने आत्मसात करायला हवेत. त्यांनी त्यांच्या दिवसाची सुरुवात एकत्रितपणे एखाद्या शुद्ध आणि शक्तिशाली वाचनाने करायला हवी. खरं म्हणजे त्यांनी त्यांच्या दिवसाची सुरुवात ध्यानाने करायला हवी. दिवसभर ते शांत, संयमी आणि सहज राहतील असं ठरवायला हवं. याचं कारण त्यांचे विचारच त्यांच्या बाळाचे विचार निर्माण करणार असतात. दररोज सकाळी जर पालकांनी अशी कल्पना केली की, त्यांना परमात्म्याकडून शक्ती मिळत आहे आणि ती शक्ती ते त्यांच्या बाळाकडे पाठवत आहेत, तर ते शुद्ध ऊर्जेसह त्यांच्या बाळाचं संरक्षण करायला सुरुवात करतील.

सुरेश ओबेरॉय : असं म्हणतात की, बाळाचं अन्न आईने स्वत: शिजवावं कारण तिचं प्रेम त्या अन्नात मिसळतं.

शिवानीदीदी : हो, हे सगळं स्पंदनांमुळे होतं.

चिरंतन प्रेमाकडे घेऊन जाण्याचे मंत्र

- आत्मा जेव्हा आईच्या उदरात असतो तेव्हा त्याच्या शरीरापासून आणि कुटुंबापासून अनासक्त असतो. या अनासक्त अवस्थेत तो आईवडिलांची स्पंदनं ग्रहण करतो.
- आईच्या उदरात प्रवेश करणाऱ्या आत्म्याने नुकताच मृत्यू अनुभवलेला असतो. त्यामुळे गतजन्मातला वेदनेचा संस्कार त्याच्या बरोबर असतो. त्यामुळे, शुद्ध स्पंदनं निर्माण करून त्या आत्म्याची जखम भावनिक स्तरावर भरून काढणं ही नवीन पालकांची जबाबदारी आहे.
- टी.व्ही.वरील बातम्या, हिंसक किंवा भीतिदायक चित्रपट किंवा खूप कर्कश संगीत अशा कुठल्याही प्रकारे आईने नकारात्मक माहिती स्वीकारू नये. बाळासाठी निरोगी स्पंदनं निर्माण करण्यासाठी पालकांनी एकत्र बसून ध्यान करायला हवं.
- बाळाला वाढवण्याच्या स्वत:च्या क्षमतेविषयी जर पालकांनी चिंता निर्माण केली किंवा होणाऱ्या बाळाच्या लिंगाविषयी विचार निर्माण केले तर ते बाळाला नाकाराची स्पंदनं पाठवतात आणि बाळाला आगंतुक असल्यासारखं वाटतं.

विशुद्ध ऊर्जेद्वारे नवीन जीवनाचे पोषण

सुरेश ओबेरॉय : मी एका घटनेचा मागे उल्लेख केला होता ज्यात मी आमच्या मदतनिसाला रागावलो आणि माझा ११ महिन्यांचा नातू त्यानंतर खूप वेळ अस्वस्थ होता. मी दुसऱ्या कोणावरतरी ओरडलो म्हणून बाळावर एवढा परिणाम का व्हावा?

शिवानीदीदी : आपल्या कुटुंबात जन्म घेणारा आत्मा येताना स्वत:चे संस्कार घेऊन येतो. सगळ्या मुलांमध्ये सारख्याच प्रमाणात अस्वस्थता दिसत नाही. तरंगांचा परिणाम होतो पण प्रत्येक आत्म्याला वाटलेल्या अस्वस्थतेची पातळी समान नसते. काही मुलं इतर मुलांपेक्षा जास्त हळवी असतात, त्यामुळे त्यांच्यात लवकर दुखावलं जाण्याचा संस्कार असतो. ज्या क्षणी आत्म्याला मोठ्यांमध्ये होत असलेल्या वादाची जाणीव होते, तेव्हा तो दुखावला जातो आणि रडायला लागतो.

सुरेश ओबेरॉय : असं मूल एखाद्या तणावाखाली असलेल्या माणसाच्या मांडीवर बसायलाही तयार होत नाही.

शिवानीदीदी : याचा अर्थ, त्या बाळाकडे तरंग ग्रहण करण्याची शक्ती जास्त आहे. आपल्याला या आत्म्याला खूप शक्तिशाली बनवावं लागेल कारण त्याला अजून अनेक गोष्टींना तोंड द्यायचं आहे. त्याच्यात शक्ती आहे आणि त्यामुळे बाह्य गोष्टींचा प्रभाव लगेच पडतो.

सुरेश ओबेरॉय : हा संस्कार त्याच्यावर त्याच्या कुटुंबातूनच झाला असेल.

शिवानीदीदी : संस्कार कुठून झाला हे फार महत्त्वाचं नाही. बाळ खूप लहान असल्याने त्याने तो संस्कार बहुतेककरून त्याच्या पूर्व जन्मातून आणलेला असणार. कदाचित ते बाळ आधी (मागच्या जन्मात, जेव्हा हा आत्मा दुसऱ्या शरीरात होता) डोंगरदऱ्यांमधल्या गावांत असतं तशा अतिशय शांत वातावरणात राहिलं असेल. ज्यामुळे त्याला गोंगाटाचा आणि संतापाचा फारसा अनुभव नसेल. डोंगरदऱ्यांमधले लोक खूप साधे असतात. ते शांततापूर्ण सहजीवन जगतात. ते अत्यंत गोड स्वभावाची असतात. जर अशा ठिकाणच्या आत्म्याने शरीर सोडलं आणि तो मुंबई किंवा दिल्ली यांसारख्या शहरांत जन्माला आला, जिथे प्रचंड आवाज आणि लगबग असते, तर त्याच्यासाठी हा संपूर्णपणे सांस्कृतिक बदल असेल.

सुरेश ओबेरॉय : कदाचित सांस्कृतिक धक्का असेल.

शिवानीदीदी : हो, नवीन वातावरणात रुळण्यासाठी तो आत्मा थोडा वेळ घेईल.

अजून एक शक्यता असू शकते. कदाचित त्या आत्म्याने मागच्या जन्मात काही कटू अनुभव घेतले असतील. समजा, मागच्या जन्मात तो आत्मा खूप ओरडून बोलणाऱ्या आणि शिव्या देणाऱ्या नवऱ्याची बायको असेल, तर तो तशा प्रकारच्या नकारात्मक ऊर्जेबाबत अधिक संवेदनशील असेल.

बाळाच्या अशा वागण्याची अनेक कारणं असू शकतात. त्याच्यावर असलेला संस्कार त्याच्या पूर्वीच्या अनुभवामुळे किंवा सांस्कृतिक बदलामुळे असू शकतो किंवा ते आता ज्या कुटुंबात जन्मलं आहे त्या कुटुंबाकडून आलेला असू शकतो. आत्म्यावर हा संस्कार आहे हे आपण स्वीकारायला हवं आणि मग तो हळूहळू बदलण्यासाठी मदत करायला हवी. हे करताना त्या आत्म्याकडे कोणत्याही प्रकारे वेदनेची आणि काळजीची स्पंदनं पोहोचणार नाहीत ह्याची काळजी घ्यावी लागेल.

सुरेश ओबेरॉय : तुम्ही म्हणालात पालकांनीही तणावमुक्त राहिलं पाहिजे.

शिवानीदीदी : घरामध्ये तणावाची आणि काळजीची ऊर्जा असायला नको. या काळात आत्म्याला सशक्त बनवणं खूप सोपं आहे कारण, बाळ पालकांमधली आणि वातावरणातली ऊर्जा शोषून घेतं.

सुरेश ओबेरॉय : कोणासाठी सोपं आहे?

शिवानीदीदी : बाळासाठी.

सुरेश ओबेरॉय : पण हे पालकांसाठी सोपं नाही, कारण त्यांना कदाचित तणावामध्ये राहायची सवय झाली असेल.

शिवानीदीदी : पण बाळाचीदेखील त्यांच्यावर जबाबदारी आहेच.

सुरेश ओबेरॉय : त्यांना त्यांचा स्वभाव बदलावा लागेल का? त्यांच्या कुटुंबाकडून त्यांच्यावर झालेल्या संस्कारांमध्ये ते कदाचित बांधले गेले असतील.

शिवानीदीदी : जर त्यांनी ठरवलं तर ते याकडे संपूर्ण लक्ष देऊ शकतात. पालक मुलांच्या बाबतीत – त्यांचं खाणं, झोपेच्या वेळा, झोप, कपडे, इ. अनेक गोष्टींची काळजी घेतात. आई बाळाबरोबरच तिचा वेळ घालवत असते. त्यामुळे ते त्यांच्या संस्कारांची काळजी नक्कीच घेऊ शकतात. बाळाच्या सुरुवातीच्या वर्षांमध्ये तयार झालेले संस्कार बदलणं नंतर खूप अवघड जातं. बाळाला स्वत:चा अहंकार नसतो त्यामुळे सुरुवातीच्या काही वर्षांत त्यांचे संस्कार बदलणं आणि त्यांना आकार देणं खूप सोपं आहे.

असंही होऊ शकतं, की काही मुलं स्वभावाने खूप शांत असतात, पण नवीन वातावरणात ते ज्या प्रकारची ऊर्जा ग्रहण करतात ती खूपच अस्वस्थ करणारी, संघर्षाची आणि गडबड-गोंधळाची असते. अशा वेळी त्यांचे संस्कार वाइटाच्या दिशेने बदलतात. म्हणूनच पालकांनी त्यांच्या मुलांना चांगले संस्कार देणं ही त्यांची जबाबदारी आहे. आपण असा विचार करतो की, चांगले संस्कार देणं म्हणजे बोलायचं कसं, वागायचं कसं, प्रामाणिकपणा, इ. गोष्टी शिकवणं. पालकांचे संस्कार आणि त्यांची विचारपद्धती मुलांवर थेट परिणाम करते. कोणालाही संस्कार देण्याचा हा खूप तरल किंवा सहज लक्षात न येणारा मार्ग आहे.

प्रत्येक आत्म्याकडे पाच प्रकारचे संस्कार असतात. पहिला – पूर्वायुष्यातून आलेले संस्कार. हा खूपच परिणामकारक घटक आहे. दुसरा – वर्तमान परिस्थितीत मिळणारे संस्कार. यात आनुवंशिक घटक येतात. त्याचबरोबर त्याच्या कुटुंबाकडून आणि अन्य नातेवाइकांकडून मिळणारे संस्कारही येतात. तिसरा – शाळा, धर्म, देश, इ.माध्यमांद्वारे समाजाकडून मिळणारे संस्कार. चौथा – स्वत:च्या संकल्पशक्तीद्वारे त्याने स्वत: निर्माण केलेले संस्कार. या संबंधीच आपण या मालिकेत जाणून घेत आहोत – आपले जुने नकारात्मक संस्कार सोडून देऊन नवीन सकारात्मक संस्कार स्वत:च्या इच्छेने आणि निश्चयाने निर्माण करणं. पाचवा आहे – आत्म्याचे मूळ संस्कार – विवेक, शुद्धता, शांती, प्रेम, प्रसन्नता, परमानंद आणि सामर्थ्य. आपल्या घरात नवजात बाळाच्या रूपात आलेल्या आत्म्याकडे हे पाच प्रकारचे संस्कार असतात. हा आत्मा कोणते संस्कार घेऊन आला आहे आणि त्याला कसं सशक्त बनवता येईल याकडे आपल्याला लक्ष द्यावं लागेल. हे करण्यासाठी आपण मोठ्यांनी

स्वत:ची काळजी घ्यायला हवी. याशिवाय दुसरा कोणताही मार्ग नाही. जर घरात सतत वादविवाद आणि ताणतणाव असतील, तर त्याचा थेट परिणाम बाळाच्या फक्त संस्कारांवरच नाही तर त्याच्या तब्येतीवरही होईल. आजकाल, अनेक मुलं सतत आजारी पडतात. डॉक्टर म्हणतात की त्यांची रोगप्रतिकारक शक्ती कमी आहे. पण ती कमी का आहे? आपल्याला माहीत आहे की ताणतणावाचा आपल्या रोगप्रतिकारक शक्तीवर परिणाम होतो. पण मुलांकडे त्यांचा स्वत:चा ताणतणाव नसतो. पालकांचा ताणतणाव मुलांपर्यंत पोहोचतो आणि त्यांच्या रोगप्रतिकारक शक्तीवर परिणाम करतो.

सुरेश ओबेरॉय : याचा अर्थ, जसे आईवडील तशी मुलं.

शिवानीदीदी : बरोबर. जर पालकांनी सुरुवातीपासूनच त्यांचे संस्कार सुधारण्याकडे लक्ष दिलं नाही तर ते त्यांच्या मुलांच्या संस्कारांबद्दल आयुष्यभर तक्रार करत राहतील.

एके दिवशी मी एका महिलेला भेटले. ती दुसऱ्यांदा गरोदर होती. मी तिला हे सगळं समजावलं आणि ''शांत राहा, रागवू नका,'' असं सांगितलं. त्यावर ती म्हणाली की, तिला हे अजिबात जमणार नाही. कारण तो थोड्या फार दिवसांचा प्रश्न नसून नऊ महिन्यांचा आणि त्यापुढच्या २-३ वर्षांच्या कालावधीचा प्रश्न होता. इतका प्रदीर्घ काळ ती न रागावता, न चिडता राहू शकत नव्हती. मग ती म्हणाली की, तिचं पहिलं मूलही खूप लवकर चिडायचं आणि हा संस्कार मुलाने तिच्याकडूनच उचलला असेल याची तिला जाणीवही नव्हती. मी तिला सांगितलं की, दुसऱ्या मुलाच्या वेळेस तरी तिने यासाठी कष्ट घ्यावे. तशी संधी तिच्याकडे आहे. अशा प्रकारे सगळ्या पालकांनी हे करायलाच हवं.

पालकांनी, ते कोणत्या प्रकारचं अन्न सेवन करतात या गोष्टीची काळजी घेतली पाहिजे कारण जसं अन्न, तसं मन. आईवडील सात्त्विक भोजन घेत असतील आणि बाळ आईच्या उदरात असेल किंवा नवजात अर्भक असेल तर बाळाचं मन शुद्ध होण्यासाठी त्यामुळे मदत मिळेल. आई ज्या अन्नाचं सेवन करते त्याचा बाळाच्या मनावर आणि शरीरावर निश्चितच परिणाम होतो. म्हणूनच तिने तामसिक अन्नाचं म्हणजेच नकारात्मक ऊर्जा असलेल्या अन्नाचं सेवन करायला नको.

सुरेश ओबेरॉय : डॉक्टर आईवडिलांना मद्यपान आणि धूम्रपान टाळायला सांगतात. पण त्यांना कदाचित सात्त्विक अन्नाबद्दल माहीत नसेल.

शिवानीदीदी : डॉक्टरनी जरी मांसाहार करायला सांगितला तरी ते तसं फक्त शारीरिक तब्येतीच्या दृष्टिकोनातून सांगतात.

पण आता आपल्याला शास्त्रज्ञही सांगतात की शाकाहारामध्येही प्रचंड प्रमाणात सत्त्वं असतात.

शिवानीदीदी : हे पालकांना पटत नसलं आणि त्यांना मांसाहार करायचा असेल, तरीही मांसाहार केल्याने कोणत्या प्रकारच्या ऊर्जेचं सेवन ते करत आहेत याची जाणीव तरी त्यांना असायला पाहिजे. मांसाहारात आध्यात्मिक ऊर्जा अत्यल्प असते. कत्तलखान्यांमध्ये कत्तल होण्याआधी प्राणी मोठ्या प्रमाणात भीती, अस्वस्थता अशा नकारात्मक भावना अनुभवतात.

ते प्राण्यांना अन्न कमी देतात कारण त्यांना ठरावीक खर्चात अनेक प्राण्यांना खायला घालायचं असतं. प्राण्यांनी अतिरिक्त हालचाल करून त्यांची चरबी गमावू नये म्हणून त्यांना हालचालही करू दिली जात नाही.

शिवानीदीदी : हे सगळे अत्याचार आहेत. या दिवसांत आपल्याला समजतं की, या प्राण्यांना किती त्रासदायक अवस्थेत ठेवलं जातं. प्राण्यांमध्येसुद्धा आत्मा आहे आणि तो भीती, अस्वस्थता आणि तिरस्कार निर्माण करतो ह्याची जाणीव आपल्याला असायला हवी.

मागे तुम्ही एकदा म्हणाला होता, ''आपण निर्माण केलेला प्रत्येक विचार आपल्या शरीरातील प्रत्येक पेशीवर परिणाम करतो.'' यानुसार, सगळ्या नकारात्मक भावनांचा प्राण्याच्या शरीरातील प्रत्येक पेशीवर परिणाम होत असेल.

शिवानीदीदी : म्हणूनच, त्या मांसाहाराबरोबर आपण इतर काय काय ग्रहण करतोय हे आपल्याला समजायला हवं.

सुरेश ओबेरॉय : लोक स्मशानाभूमीजवळ घरही बांधत नाहीत.

शिवानीदीदी : कारण त्या जागेचे तरंग चांगले नसतात.

सुरेश ओबेरॉय : एका माणसाला जेव्हा विचारलं की तुम्ही मांसाहार का करत नाही तेव्हा तो म्हणाला की त्याचं पोट म्हणजे काही स्मशान नाही.

शिवानीदीदी : किती सुंदर! जेव्हा आपण आपल्या मुलांसाठी काहीही करायला तयार असतो तेव्हा आपण त्यांना नकारात्मक ऊर्जा असलेलं अन्न देऊ शकत नाही.

अंत्यविधीनंतर सर्वांत पहिल्यांदा आपण हातपाय धुतो. आपण हे का करतो? त्या तरंगांतून स्वतःला बाहेर काढण्यासाठी. ज्या घरात मृत्यू होतो त्या घरात त्या दिवशी अन्न शिजवत नाहीत अशी प्रथा आहे. प्रेत घरातून बाहेर काढल्यावर आणि

काही धार्मिक विधी करून घराची शुद्धी केल्यावर मगच अन्न शिजवतात. त्या वेळी घरातलं वातावरण खूप विषारी असतं म्हणून हे सगळे विधी आणि नियम पाळले जातात. मग आपण स्वत: एखाद्या प्राण्याचं मृत शरीर (प्रेत) खातो तेव्हा काय? हे विषारी नाहीये का? मांसाहार करून आपण नवीन जीव निर्माण करण्यासाठी मृत ऊर्जेचा वापर करत आहोत याची जाणीव असायलाच पाहिजे.

सुरेश ओबेरॉय : आणि तोही खूप वेदनादायी मृत्यू.

शिवानीदीदी : हो. याची परिणती काय? आयुष्य जगण्याची उमेद असणारं अन्न आपण सेवन करायला हवं, जसं अंकुरित धान्य, डाळी इत्यादी. पण बहुतांश पालक काय करतात? ते स्वत: मृत ऊर्जेचं सेवन करतात आणि नवीन जिवाच्या पायाभरणीसाठी त्याचा वापर करतात. त्यांनी त्यांच्या बाळाला आध्यात्मिक ऊर्जा देणारं अन्न द्यायला हवं. तुम्ही म्हणालात त्याप्रमाणे, बाळाला थोडीही इजा होऊ नये म्हणून पालकांनी दारू किंवा अशा कोणत्याही पदार्थाचं सेवन करू नये. मर्यादित प्रमाणात घेतलं तर चालेल का असा प्रश्न डॉक्टरांना विचारायची किंवा यासंबंधी इंटरनेटवर माहिती शोधायची गरज नाही. त्यांच्या बाळाला इजा होईल अशा पदार्थांचा एक कणही, थेंबही त्यांनी घ्यावा का? काही महिन्यांसाठी हा छोटासा त्याग ते करू शकणार नाहीत का?

त्यांनी सात्त्विक अन्नाचं सेवन करावं आणि तेही सकारात्मक तरंगांचा वापर करून बनवलेलं असेल याची काळजी घ्यावी. ते अन्न एखाद्या शांत वृत्तीच्या माणसाने प्रेमाने बनवलेलं असावं. अन्न शिजवताना तुम्ही भक्तीपर गाणीही लावू शकता जेणेकरून हे भोजन मंदिरासारख्या शुद्ध वातावरणात बनवलं जाईल.

इतक्या सूक्ष्म गोष्टींमुळे खरंच फरक पडतो का? अशी शंका आपल्याला येऊ शकते पण याचा बाळावर खूप दूरगामी परिणाम होतो. हे बाळाला दररोज प्रसाद देण्यासारखं आहे. हे अन्न देवाचं नाव घेत बनवलं आणि आधी त्याला नैवेद्य दाखवला तर त्याचा प्रसाद होतो. आता कल्पना करा, पहिला पर्याय हा की बाळाचं संगोपन रोज प्रसादाने करायचं किंवा दुसरा पर्याय, त्याला मृत ऊर्जा द्यायची. ह्या दोन्हींमध्ये तुलना होऊच शकत नाही. बाळाचं शरीर तयार होत असताना त्याचं नशीब लिहिण्याची शक्ती पालकांकडे असते हे लक्षात ठेवलं पाहिजे.

सुरेश ओबेरॉय : आता पेंट, ब्रश आणि कॅनव्हास आपल्या हातात आहेत.

शिवानीदीदी : बरोबर, या काळात पालक ज्या रंगांचा वापर करतील त्याचा खोलवर परिणाम होईल. म्हणूनच त्यांनी सात्त्विक अन्नाचं सेवन करायला हवं आणि इंटरनेट, चित्रपट किंवा बातम्या कोणत्याही माध्यमातून नकारात्मक गोष्टी

ऐकणं, वाचणं आणि पाहणं टाळायला पाहिजे. त्यांनी अशा कोणत्याही गोष्टीचं सेवन करायला नको ज्याचा फक्त त्यांच्यावरच नाही तर बाळावरही परिणाम होईल. कारण आईच्या उदरात बाळाची ग्रहणक्षमता सर्वांत जास्त असते. ते आत्मचेतनेच्या अवस्थेत असतं. त्यामुळे पालकांनी फक्त निर्मळ, शक्तिशाली आणि प्रबोधनपर मजकूर वाचला पाहिजे. जर ते संगीत ऐकत असतील तर त्यांनी शांत आणि आल्हादायक संगीत ऐकायला हवं. खूप कर्कश आणि अस्वस्थ करणार काही ऐकायला नको आणि खूप गडबड गोंधळ असणाऱ्या ठिकाणी जायला नको. हे सगळे प्रयत्न आत्म्याची जोपासना करतील. म्हणूनच आईवडिलांनी त्यांच्या अन्नाची आणि मनाची काळजी घ्यायला हवी.

तिसरा घटक म्हणजे पैसा. पालकांनी कोणाचीही फसवणूक करून थोडाही पैसा घरात आणू नये. अशा पैशाने कधीच मुलांसाठी अन्न खरेदी करू नये, कारण त्या पैशाबरोबर त्याचं दुःख आणि दुर्दैवही आणलं जातं. जर आपण व्यवसायात कुणाला फसवत असू किंवा कामाच्या ठिकाणी सहकाऱ्यांवर ओरडत असू किंवा वर्चस्व गाजवत असू तर ते आपल्याबद्दल नकारात्मक विचार निर्माण करतील आणि पैशांबरोबर आपण नकारात्मक ऊर्जाही मिळवू. ही ऊर्जा बाळावर परिणाम करते. पालकांचा पैसा, अन्न, मन आणि शरीर जसं असेल तसं बाळाचं व्यक्तिमत्त्व असेल.

सुरेश ओबेरॉय : जसा पैसा, तसं अन्न आणि जसं अन्न तसं मन.

शिवानीदीदी : आणि जसं मन तसं शरीर. या सर्व चार ऊर्जा पालकांच्या हातात आहेत. म्हणूनच या महत्त्वाच्या काळात पालकांनी सबबी सांगू नयेत. खासकरून आईने कुटुंबातील छोट्या छोट्या गोष्टींत पडू नये. तिच्या बाळाची तब्येत ही तिच्यासाठी प्राधान्याची बाब आहे म्हणून तिने कोणाशीही वाद घालू नयेत.

भावी आईला सहज वाटावं, तिने तणावरहित राहावं म्हणून तिला शारीरिक आणि भावनिक विश्रांती देणं ही संपूर्ण कुटुंबाची जबाबदारी आहे. भावनिक विश्रांती म्हणजे तिचं मन शांत आणि स्थिर राहावं.

सुरेश ओबेरॉय : अध्यात्म शाळेत शिकवलं जात नाही. बाळ जेव्हा आईच्या उदरात असतं तोच त्याच्यासाठी शिकण्याचा सर्वांत महत्त्वाचा कालावधी असतो, हे तुम्ही खूप छान समजावून सांगितलं. या काळात पालक त्यांना पाहिजे ते मुलांना शिकवू शकतात.

शिवानीदीदी : या काळात ते बाळाला ज्या गोष्टी सांगितल्या जातात त्या सगळ्या गोष्टी बाळ आत्मसात करतं. बाळाला मूल्यं शिकवण्याचा तो योग्य काळ आहे. बाळ ऐकत नाहीये असा विचार कधीच करू नका. ते आईवडिलांचं सगळं बोलणं ऐकतं आणि त्यांची स्पंदनं शोषून घेतं, ग्रहण करतं.

ध्यान आणि चिंतन

आपल्या मुलांचं आणि कुटुंबातील सदस्यांचं आरोग्य आणि आनंद ही आपली जबाबदारी आहे... ही आपल्यासाठी सर्वाधिक प्राधान्याची बाब आहे... आपण आपल्या मुलांच्या आणि स्वतःच्या कल्याणाकडे लक्ष देतो... आपण शुद्ध आणि सरळ मार्गांनी पैसा मिळवतो... असा पैसा घरी आणतो ज्याच्या बरोबर आशीर्वादही येतात... आपण जे खातो ते अन्न सात्त्विक आहे आणि प्रचंड ऊर्जा असणारंही... अशा प्रकारे मनही शुद्ध, पवित्र आणि सकारात्मक आहे... शरीर निरोगी आहे... आपल्याला आपल्या या चार ऊर्जांची काळजी घ्यायची आहे... ज्याचा आपल्या मुलांवर थेट सकारात्मक परिणाम होतो... ही आपली जबाबदारी आहे... आता आपण घेत असलेल्या प्रयत्नांतून आपल्या मुलांचं भविष्य लिहिलं जाईल... प्रत्येक पालक–आत्म्याची नवीन सृष्टीप्रति हीच जबाबदारी आहे... ओम शांती!

चिरंतन प्रेमाकडे घेऊन जाण्याचे मंत्र

- बाळ म्हणजे नवीन शरीर धारण केलेला जुना आत्मा. हा आत्मा अनेक जन्मांचा प्रवास करून आला आहे. बाळाचं वर्तमानातलं वागणं त्याच्या पूर्वजन्मातील अनुभवांमुळे आणि कंडिशनिंगमुळे आहे. काही वर्षांतच मागच्या स्मृती विरून जातील आणि वर्तमानातील कंडिशनिंग त्याची जागा घेईल. म्हणून पालकांनी वर्तमानातील वातावरणाची आणि तरंगांची काळजी घेण्याची गरज आहे.
- प्रत्येक आत्म्याचे पाच प्रकारचे संस्कार असतात. पूर्वजन्मातले संस्कार. कुटुंबातून मिळणारे संस्कार. आजूबाजूच्या वातावरणातून आणि मित्रांकडून मिळणारे संस्कार. आपल्या संकल्पशक्तीतून उत्पन्न झालेले संस्कार. शुद्धता, शांती, प्रेम आणि परमानंदाचे मूळ संस्कार. प्रत्येक आत्मा या पाच प्रकारच्या संस्कारांचं गाठोडं आहे.
- आपण ज्या प्रकारचं अन्न खातो त्याचा आपल्या मनावर परिणाम होतो. मांसाहारी अन्नात तिरस्कार, राग, भीती आणि वेदना यांची स्पंदनं असतात. जेव्हा आपण मांसाहार करतो तेव्हा आपण ही स्पंदनंही ग्रहण करतो आणि त्याचा आपल्या मनावर आणि मेंदूवर परिणाम होतो.

मुलांचे पालन प्रेमाने करा

सुरेश ओबेरॉय : मागच्या भागात तुम्ही 'प्राधान्य' हा शब्द वापरला. 'मी प्रेम आहे आणि हेच आपलं प्रथम प्राधान्य आहे' याचं आपण स्मरण ठेवलं तर आयुष्यातील कोणत्याही परिस्थितीत आपण तसेच राहू.

शिवानीदीदी : याचा आपल्या जीवनातील आरोग्य, समृद्धी, कल्याण अशा प्रत्येक पैलूवर परिणाम होईल. म्हणूनच आपलं प्राधान्य कशाला आहे हे लक्षात ठेवण्याची गरज आहे. आपलं आरोग्य उत्तम असणं आणि आपण आनंदी असणं याचा प्रभाव आपल्या मुलांवर पडतो, या बाबत आपण पूर्वी चर्चा केली आहे. जेव्हा कुटुंबात नवीन आत्मा येणार असतो तेव्हा पालक त्यांच्या इंद्रियांमधून जे काही स्वीकारतील – जसं, ते जे बघतील, वाचतील, ऐकतील, खातील त्याचबरोबर जे अनुभवतील – त्या सगळ्याचा आईच्या उदरात आकारास येणाऱ्या जिवावर थेट परिणाम होतो.

सुरेश ओबेरॉय : जर पालकांनी ते प्रेमस्वरूप आहेत असा विचार केला तर ते त्यांच्या बाळाला जास्तीतजास्त आनंद देऊ शकतात. आणि हेच त्यांना पाहिजे असतं. पण नेहमीच ते इतकं सरळ नसतं कारण एक मोठं संयुक्त कुटुंब असतं आणि परस्परांतील संबंध गुंतागुंतीचे असू शकतात.

शिवानीदीदी : आपल्या कुटुंबात जन्म घेणाऱ्या आत्म्याचं घरातल्या प्रत्येक सदस्याबरोबर एक कार्मिक खातं असतं, हे आपण लक्षात घेतलं पाहिजे.

सुरेश ओबेरॉय : आत्म्याचं त्याच्या दोन्हींकडच्या आजी–आजोबांच्या कुटुंबाबरोबरही खातं असतं. बाळाला कसं वाढवायचं या बाबतीत त्या सगळ्यांची स्वत:ची काही मतं असतात. ह्यातून खूप गोंधळ निर्माण होतो.

शिवानीदीदी : बाळासंबंधी अनेक गोष्टींबाबत मतभिन्नता असणार आहे. घरात चार व्यक्ती असतील तर असं असणारच.

सुरेश ओबेरॉय : हे फक्त चार व्यक्तींपुरतं मर्यादित नाही. आता इंटरनेटपण आहे. आणि बाळासाठी काय योग्य हे ठरवण्यासाठी आईवडील ऑनलाइन उपलब्ध असलेले सल्लेही वाचतात.

शिवानीदीदी : भारत हा विपुल प्रमाणात आध्यात्मिक आणि सांस्कृतिक संपत्ती असणारा देश आहे. आपल्या वडीलधाऱ्यांनी जे काही केलं त्याचा आधार आपलं प्राचीन ज्ञान होतं. आणि तेच पुढच्या पिढ्यांमध्ये झिरपत गेलं. आपण गोष्टींकडे शास्त्रीय तसंच आध्यात्मिक दृष्टिकोनातून बघायला हवं. आपण आध्यात्मिक बाजूकडे दुर्लक्ष केलं तर आपलं प्रचंड नुकसान होणार आहे हे लक्षात घ्यायलाच हवं. जेव्हा आपण एखादी गोष्ट इंटरनेटवर शोधतो तेव्हा आपण ती जागतिक स्तरावर शोधत असतो. कोणत्याही वेबसाइटवरची माहिती ही, ती माहिती लिहिणाऱ्या माणसांच्या पार्श्वभूमीवर आणि त्यांच्या संस्कृतीवर आधारित असते.

सुरेश ओबेरॉय : ती माहिती कोणी दिली आणि कोणत्या आधारावर दिली हे आपल्याला माहीत नसतं. कदाचित त्यांचं एखादं उत्पादन विकण्यासाठीही दिलेली असू शकते.

शिवानीदीदी : शक्य आहे. आजकाल आपल्या पालकांनी दिलेला सल्ला आणि आपल्याला इतर माध्यमांमधून मिळणारी माहिती या दोन्हींतली तफावत वाढत आहे. आपल्या पालकांच्या सल्ल्यांकडे आपण जुनेपुराणे म्हणून बघतो. त्यांचं ज्ञान हे आपल्या पर्यावरणावर आणि संस्कृतीवर आधारित आहे हे आपण विसरतो. पिढ्यान्‌पिढ्या लाभदायक प्रज्ञा हस्तांतरित केली जात आहे.

सुरेश ओबेरॉय : आजकाल मुलांना वाढवताना मदत व्हावी म्हणून पालक मदतनीस ठेवतात. पण आपल्या सहज ज्ञानाच्या आधारे वागणं कधीही चांगलं.

शिवानीदीदी : आपल्या आयुष्यातली स्पंदनांची भूमिका समजणं सर्वांत महत्त्वाचं आहे. कधीकधी नियुक्त केलेले मदतनीस बाळाला वाढवण्यात तरबेज असतात आणि कदाचित आजीआजोबांमध्ये तेवढी शारीरिक ताकद नसते. पण बाळाला

वाढवण्यासाठी, आत्म्याचं संगोपन करण्यासाठी बाह्य परिपूर्णतेपेक्षाही आपल्याकडे योग्य स्पंदनं असण्याची गरज आहे.

सुरेश ओबेरॉय : प्रेमाची स्पंदनं.

शिवानीदीदी : आईने बनवलेला पदार्थ आणि बाहेर हॉटेलमध्ये बनवलेला पदार्थ ह्यांमध्ये काय फरक असतो? स्पंदनांचा. आई घरी प्रेमाने स्वयंपाक करते. बाहेर जे पदार्थ आपण खातो ते पैसे मिळवण्याच्या हेतूने शिजवलेले असतात आणि त्या पदार्थांमध्ये तशीच स्पंदनं असतात.

सुरेश ओबेरॉय : बाळाला खुर्चीत बांधून ठेवून त्याला भरवणारी मदतनीस मी पाहिली आहे. ते बाळ एकसारखं रडत होतं आणि त्याला मोकळं हवं होतं पण ती त्याला सोडत नव्हती. बाळाची आई बाळाला नीट भरवलं नाही म्हणून रागवेल याची तिला भीती वाटत होती. त्या मदतनिसाचा हेतू फक्त तिच्या मालकिणीच्या सूचनेप्रमाणे वागणं हा होता. त्यामुळे त्या क्षणी तिला बाळाबद्दल प्रेमही वाटलं नाही आणि त्या अन्नाचा बाळावर काय परिणाम होईल हेही तिला समजलं नाही.

शिवानीदीदी : मदतीसाठी नोकरांची गरज असू शकते. पण बाळाला भरवताना किंवा त्याला झोपवताना चांगल्या स्पंदनांची गरज असते. बाळाला सर्वांत जास्त गरज याचीच असते. आईवडील किंवा आजीआजोबा यांची स्पंदनं आणि मदतनिसांचे तरंग यांची तुलना होऊ शकत नाही. मदतनीस पैसे मिळवण्यासाठी किंवा तिच्या मालकाला प्रसन्न करण्यासाठी ते करते. बाळाला त्याच्या कुटुंबाकडून जे प्रेम, शक्ती, विवेक आणि स्पंदनं मिळतात ती त्याला इतर कोणीही देऊ शकत नाही. आजीआजोबांची मात्र उपस्थितीही बाळाचं संगोपन चांगल्या स्पंदनांनी करते. बालपणात जर बाळ एकत्र कुटुंबात वाढत असेल तर ते खूप नशीबवान असतं. कारण ते कुटुंबातील अनेक सदस्यांची स्पंदनं ग्रहण करतं. पण जेव्हा एखादं बाळ मदतनिसाच्या हाताखाली किंवा पाळणाघरात वाढतं तेव्हा त्याला कुटुंबातील सदस्यांची स्पंदनं मिळत नाहीत.

सुरेश ओबेरॉय : पालक बाहेर गेले की मदतनीस मुलांना टी.व्ही.वर कार्टून लावून देते.

शिवानीदीदी : अशा सगळ्या छोट्या छोट्या पण महत्त्वाच्या घटकांमुळेच आजकालची मुलं मनाने कमकुवत होत आहेत. जेव्हा आपण लहान होतो तेव्हा आपल्या घरातील वातावरण आजच्या वातावरणापेक्षा वेगळं होतं. बाह्यत: परिपूर्ण असणं चांगलं आहे पण, त्या मार्गावर आपण जेवढे पुढे जाऊ तेवढे आपण

आपल्या आतील परिपूर्णतेपासून लांब होत जाऊ. म्हणजेच आपण आपल्या सहज ज्ञानापासून दूर जाऊन केवळ तर्कावर आधारित ज्ञानावर अवलंबून राहू. आपण आपल्या विवेकापासून लांब जाऊन केवळ शास्त्रीय आधारांवर विसंबून राहू. पूर्वी आपण सगळं लक्षात ठेवायचो पण आता आपण आपल्याकडील यंत्रांवर (गॅजेट्स) अवलंबून आहोत. आपल्या उपजत गुणांपासून आपण स्वत:ला दूर करत आहोत. मग आपण आपल्या मुलांना काय देणार? आपण त्यांना भौतिक सुखसुविधा देणाऱ्या गोष्टींवर अवलंबून राहायला सांगत आहोत. जर आपल्याला त्यांना काही द्यायचं असेल तर सर्वांत प्रथम शुद्ध स्पंदनं द्यायला हवीत.

बाळाचं संपूर्ण कुटुंबाबरोबर कार्मिक खातं असतं. जर आईचं तिच्या सासूबरोबरचं नातं चांगलं नसेल तर त्याचा थेट परिणाम बाळावर होईल. त्या दोघींमधील तणावपूर्ण नात्यामुळे आईला बाळाने आजीकडे जावं असं वाटणार नाही. बाळाच्या आयुष्यातील या दोन महत्त्वाच्या आत्म्यांबरोबर बाळाचं एक सुंदर कार्मिक खातं आहे पण जेव्हा आपल्यामुळे त्या दोघींमध्ये तणाव आहे याची जाणीव बाळाला होईल तेव्हा त्याला चांगली स्पंदनं मिळणार नाहीत.

सुरेश ओबेरॉय : त्याला अपराधी वाटेल.

शिवानीदीदी : बाळ काही महिन्यांचं असेल तरीही त्याला ते जाणवेल.

सुरेश ओबेरॉय : बाळाला आईच्या उदरात असतानाही गोष्टी जाणवतात. महाभारतात, अभिमन्यूला चक्रव्यूहाचा भेद कसा करायचा ते अवगत होतं. कारण त्याने त्याविषयी त्याच्या आईच्या उदरात असतानाच ऐकलं होतं. एखाद्या बाळाला खूप कमी वयात श्लोक मुखोद्‌गत होतात कारण त्याच्या जन्माच्या आधी त्याचे वडील ते श्लोक म्हणत असतात. आपण हेही बघतो की, संगीतकाराची मुलं लहान वयातच सहजतेने संगीत शिकतात.

शिवानीदीदी : याचं कारण त्या मुलांवर स्पंदनांचा थेट प्रभाव पडतो. ही सगळी स्पदनांच्या शक्तीची उदाहरणं आहेत. आपण 'शुद्धता' हा शब्द लक्षात ठेवला पाहिजे. घरातील स्पंदनं सुसंगत ठेवणं हेच आपलं प्राधान्य असलं पाहिजे. बाळाच्या वाढीबाबत प्रत्येक गोष्टीवरून आपण वाद घालू नये. असे वाद आई-सासू आणि अगदी नवरा-बायको यांच्यातही होऊ शकतात.

सुरेश ओबेरॉय : जर आपण असा विचार केला की, बाळाचं आणि माझं प्रेमस्वरूप अस्तित्व हेच माझं प्राधान्य आहे, तर आपण स्वत:ला तपासू शकतो.

शिवानीदीदी : कित्येकदा आया, 'ते माझं बाळ आहे', असा विचार करतात.

सुरेश ओबेरॉय : त्यांना असं वाटतं की ते बाळ म्हणजे फक्त त्यांची मालमत्ता आहे.

शिवानीदीदी : त्यांची इच्छा असते की, त्यांच्या बाळाला इतर कोणाच्याही हस्तक्षेपाशिवाय त्यांना हवं तसं वाढवायला मिळावं. पण असा विचार कोणी करू नये कारण त्या बाळाचं म्हणजे आत्म्याचं कुटुंबातील इतर आत्म्यांबरोबरही नातं असतं. जर कुटुंबातल्या सगळ्या सदस्यांकडून चांगली स्पंदनं मिळाली तर बाळाचा फायदा होईल हे नेहमी लक्षात ठेवायला हवं.

सुरेश ओबेरॉय : अनेक आजीआजोबा अशी तक्रार करतात की, त्यांचा मुलगा आणि सून त्यांना बाळाच्या आयुष्यात दखल देऊ देत नाहीत. खरं तर ते बाळ सगळ्यांचं असतं.

शिवानीदीदी : हो, त्याचा संबंध कुटुंबातील इतर सदस्यांबरोबरही असतो, म्हणूनच ते या कुटुंबात जन्म घेतं. सगळ्यांकडून त्याला जेवढं जास्त प्रेम मिळेल तेवढं त्याचं संगोपन चांगलं होईल. त्या आत्म्याने पूर्वायुष्यातील अनेक नाती मागे सोडली आहेत. आता त्याने अनेक लोकांशी नाती जोडण्याची गरज आहे. म्हणून, 'फक्त मीच बाळासाठी सगळं चांगलं करू शकते,' असा विचार आईने करता कामा नये. बाळाला जेव्हा सगळ्यांच्या प्रेमाची स्पंदनं मिळतील तेव्हा आपली काळजी नीट घेतली जातीय असं त्याला वाटेल. त्यासाठी, घरातील मोठ्यांनी प्राधान्याने घरातलं वातावरण प्रसन्न ठेवायला पाहिजे. जेणेकरून घरातली स्पंदनं चांगली राहतील.

सुरेश ओबेरॉय : बाळाला त्याचे आजीआजोबा, काका काकू, शेजारी ह्या सगळ्यांचं प्रेम मिळायला हवं – हे आईसाठीपण चांगलं आहे...

शिवानीदीदी : हो, कारण बाळाला याचा फायदा होतो. नवजात बाळ म्हणजे पूर्वायुष्यातील शरीर सोडलेला आत्मा आहे आणि तो खूप वेदनांतून गेलेला आहे. त्याला कुटुंबातील सदस्यांकडून जेवढी प्रेमाची स्पंदनं मिळतील त्याच्या वेदना कमी होण्यास मदत होईल.

सुरेश ओबेरॉय : हे मला समजलं नाही.

शिवानीदीदी : लहान बाळाकडे बघा. कधीकधी ते झोपेत हसतं, कधी रडतं. कारण त्याला पूर्वायुष्यातील घटना आठवतात. दुसरं म्हणजे, त्याच्या पूर्वायुष्यातील कुटुंबाकडून – या आत्म्याच्या जाण्याने दुःखात असलेले आत्मे – त्याला वेदनेची स्पंदनं मिळत असतात. ते अजून या दुःखातून बाहेर पडलेले नसतात. समजा, एखाद्या लहान बाळाने शरीर सोडलं, तर त्याचे पालक अनेक वर्षं या धक्क्यातून बाहेर पडू शकत नाहीत.

म्हणून, आपल्या घरात जन्माला येणारा आत्मा हा वेदनेत आहे हे लक्षात ठेवायलाच हवं आणि आता त्याला इतकं प्रेम आणि शक्ती मिळायला हवी की तो बरा होईल. पण जर वर्तमानातही त्याला ताणतणाव अनुभवायला मिळणार असतील तर त्याला कसं वाटेल?

म्हणूनच, त्याचं खाणं आणि स्वच्छता या बाबत फार चोखंदळ राहायला नको. हे घटक बाळाच्या आरोग्यासाठी आणि स्वच्छतेसाठी महत्त्वाचे आहेत पण त्यामुळे वादाची, रागाची आणि दुखावलं जाण्याची नकारात्मक स्पंदनं निर्माण होणं परवडणारं नाही. आपण बाळाला शुद्ध आणि शक्तिशाली स्पंदनंच द्यायला हवीत. ही त्याच्याप्रति आपली जबाबदारी आहे. आजकाल, बाळाला खाणं भरवताना आपण टी.व्ही. किंवा फोन किंवा आयपॅड देतो. या गोष्टी त्याच्यासाठी नुकसानकारक आहेत.

सुरेश ओबेरॉय : पालक म्हणतात की अशा गोष्टींनी त्यांचं लक्ष दुसरीकडे वळवलं नाही तर मुलं खात नाहीत.

शिवानीदीदी : पण जेव्हा आपण लहान होतो तेव्हा अशी कुठलीच यंत्रं नव्हती. आजही अनेक घरांत या वस्तू नसतात. त्या घरांतली मुलं खात नाहीत का?

शास्त्रीय संशोधनानुसार मुलांना त्यांच्या बालपणात या यंत्रांची सवय लावू नये. आपण त्यांना यंत्रांची जेवढी जास्त सवय लावू तेवढे ते त्यांच्या उपजत गुणांपासून लांब जातील. यंत्रांचा वापर करायला लागल्यापासून आपण – मोठे लोकही आपली उपजत क्षमता आणि अंत:प्रेरणेची शक्ती विसरलो आहोत. मूल तर अजून लहान आहे आणि वाढीच्या वयात आहे. जर पालक मुलांना या प्रकारे भरवत असतील तर मुलांना याची सवय लागेल आणि मग पुढची काही वर्षं त्यांना असंच भरवावं लागेल.

मोठ्या माणसांनीही खाताना टी.व्ही. बघायला नको. अन्न, मन आणि शरीर परस्परांशी जोडलेले आहेत. म्हणूनच अन्नाबरोबर आपण अजून कशाचं सेवन करत आहोत याकडे लक्ष द्यायला पाहिजे.

मुलांना भरवताना पालकांचा संयम टिकत नाही म्हणून ते मुलांचं लक्ष वळवण्यासाठी टी.व्ही. लावून देतात. यंत्रांचा वापर करून त्यांचं लक्ष वळवण्याने मुलांचं नुकसान होतं. मुलांना स्क्रीनची आणि त्यातील किरणांची सवय लावणं आणि यंत्रांचं व्यसन लावणं चांगलं नाही. खरं तर, मुलं लहान असताना, पालकांनी यंत्रं त्यांच्या हाताशी न ठेवता लांब ठेवली पाहिजेत. यंत्रांची ओळख जेवढी उशिरा होईल तेवढं ते मुलांच्या वाढीसाठी आणि अंत:प्रेरणेसाठी चांगलं ठरेल.

आजकाल पालकांना त्यांची मुलं फोनचा किंवा आयपॅडचा वापर लीलया करतात याचा अभिमान असतो. यात अभिमान वाटण्यासारखं काहीच नाही. आजकाल मुलांची यांसारख्या यंत्रांशी लवकर ओळख होते त्यामुळे ते निरागसता लवकर

गमावतात. त्यांची शुद्धता विकसित होऊ द्या. भविष्यातही तुम्ही त्यांना ही गॅजेट्स, यंत्र देऊ शकता जी त्यांच्या विकासात आणि सहज ज्ञानात साहाय्यक ठरतील.

सुरेश ओबेरॉय : यंत्रांचा वापर करायला लागलं की मुलं शारीरिक व्यायाम करणंही सोडून देतात. व्हिडिओ गेम्सपेक्षा मुलांनी बाहेर मैदानी खेळ खेळले पाहिजेत.

शिवानीदीदी : मुलं मानसिक आणि आध्यात्मिक स्तरावर सशक्त होत नाहीत. आपल्याला असं वाटतं की, टेक्नोसॅव्ही झाल्याने मुलं हुशार होतात. पण सर्वांत महत्त्वाचं म्हणजे त्यांचा मानसिक आणि आध्यात्मिक विकास होत नाही. त्याकडे दुर्लक्ष होतं. आपली मानसिक आणि आध्यात्मिक शक्ती हाच आपल्या विकासाचा पाया आहे.

सुरेश ओबेरॉय : हा खूप चांगला विचार आहे. या विचारावर ध्यान करू या.

ध्यान आणि चिंतन

मला स्वतःला पाहायचं आहे... माझ्या आयुष्यातील चार पैलू– शारीरिक, बौद्धिक, सामजिक आणि आध्यात्मिक... संतुलित जीवनासाठी मी या चारही पैलूंकडे समान लक्ष देत आहे... शारीरिक आरोग्य, बौद्धिक विकास, सामाजिक संबंध व आध्यात्मिक समज... मी, मला आणि माझ्या कुटुंबाला संतुलित, पवित्र, आनंदी आणि निरोगी आयुष्य देईन... आजपासून मी या चारही पैलूंमध्ये समान गुंतवणूक करेन... कारण माझ्या मनाचा माझ्या शरीरावर परिणाम होतो... माझ्या नात्यांवर होतो... मी कसा विचार करतो आणि मला कसं वाटतं हे मला पाहायचं आहे... माझ्या आयुष्यात आणि माझ्या कुटुंबात मी समतोल निर्माण करतो... ओम शांती!

चिरंतन प्रेमाकडे घेऊन जाण्याचे मंत्र

- आपल्या मोठ्यांकडून जे ज्ञान आपल्याला मिळतं ते आपली संस्कृती आणि पर्यावरण यांनुसार असतं. आपल्या शरीरासाठी काय योग्य हे विज्ञान सांगतं आणि आपल्या मनासाठी काय योग्य हे अध्यात्म सांगतं.
- आपल्या मुलांची काळजी घेणारी मदतनीस ते काम तिची नोकरी म्हणून करते. ते त्यांच्या कामात तरबेज असतात पण कुटुंबातील आजीआजोबा, आईवडील आणि इतर सदस्य ज्या प्रकारे प्रेमाची, सामर्थ्याची आणि आशीर्वादाची स्पंदनं बाळाला देतात त्या प्रकारे मदतनीस देऊ शकत नाही.
- बाळाच्या आईचे तिच्या सासूसासऱ्यांशी चांगले संबंध नसतील तरीही त्या बाळाचं त्याच्या आजीआजोबांच्या आत्म्याशी एक विशेष कार्मिक खातं आहे हे आईने समजून घ्यायला हवं.
- बाळाच्या वाढीसंबंधी अनेक मतभेद असू शकतात पण त्याचं वादविवादात रूपांतर होणं आपल्याला परवडणारं नाही. बाळाच्या आनंदासाठी आणि आरोग्यासाठी घरात सामंजस्याची ऊर्जा निर्माण करणं हेच आपलं प्राधान्य आहे.

मूल : नवीन शरीर धारण करून आलेला पूर्वज आत्मा

सुरेश ओबेरॉय : आपण चर्चा करत होतो की, पालकांचा त्यांच्या मुलांवर खूप खोलवर प्रभाव पडतो. बाळ आईच्या उदरात असल्यापासूनच त्यांनी बाळाची काळजी घेतली पाहिजे कारण आईच्या उदरात असताना बाळाची ग्रहण क्षमता खूप जास्त असते.

शिवानीदीदी : लहान बाळांशी बोलताना आपण एका आत्म्याशी बोलत आहोत हे नेहमी लक्षात ठेवायला हवं. आपण हे समजलं पाहिजे की, बाळाच्या आत्म्याला नाही, त्याच्या शरीराला, शारीरिकदृष्ट्या शक्तिशाली बनवायचं आहे. समजा, बाळाचा शरीररूपी पोशाख परिधान करण्याआधी तो आत्मा पूर्वजन्मात एका ऐंशी वर्षीय वृद्धाचा होता. आत्मा एखाद्या सीडीसारखा आहे. पूर्वी तो दुसऱ्या सीडी प्लेअरमध्ये होता. आताचा प्लेअर (शरीर) अजून पूर्णपणे तयार नाहीये. पण सीडी व्यवस्थित रेकॉर्डेड आहे त्यामुळे आत्म्याला सगळं समजतं आहे.

माणूस जेव्हा कोमामध्ये असतो तेव्हा तो ऐकू किंवा बोलू शकत नाही. त्या वेळी त्याला सगळ्या गोष्टींचं नीट आकलनही होत नसेल पण त्याचा आत्मा सगळं ग्रहण करत असतो. आत्मा शरीराशी किंवा मेंदूशी संबंध प्रस्थापित करू शकत नाही आणि मेंदू शरीराला संकेत पाठवू शकत नाही. शरीर पूर्णपणे कार्यरत नसलं, वर्तमानात आत्मा स्वतःला व्यक्त करण्यास सक्षम नसला तरीही तो ऐकत असतो आणि अनुभवतही असतो.

आत्मा एखाद्या ऑपरेटर, चालकासारखा आहे. तर मेंदू कम्प्यूटरसारखा आहे आणि शरीर म्हणजे त्या कम्प्यूटरला जोडलेलं मशीन आहे. ऑपरेटर म्हणजे 'मी', कम्प्यूटरला सूचना देतो. कम्प्यूटर म्हणजे मेंदू त्यावर प्रक्रिया करतो. मग तो शरीराला म्हणजे मशीनला संकेत पाठवतो आणि शरीर त्याप्रमाणे खाणं, बोलणं इ. क्रिया करतं. त्यामुळे सगळी शक्ती ही ऑपरेटरकडे असते. जेव्हा कोणी कोमामध्ये असतं तेव्हा ऑपरेटर नीट असतो पण कम्प्यूटर माहितीवर प्रक्रिया करण्यासाठी सक्षम नसतो.

बाळाच्या बाबतीतही असंच आहे. शरीराची (मशीन) वाढ अजून व्हायची आहे त्यामुळे बाळ नीट चालू किंवा बोलू शकत नाही. मेंदूचाही (कम्प्यूटर) विकास होत आहे आणि त्याला अजून तर्क समजत नाही. त्याचा आत्मा (ऑपरेटर) नाही तर शरीररूपी मशीन एक वर्षाचं आहे.

सुरेश ओबेरॉय : एकदा माझ्या मुलीला कुठेतरी जायचं होतं. तिचा मुलगा माझ्या बरोबर खेळत असताना ती हळूच निघून गेली. थोड्या वेळाने तो आईला शोधायला लागला आणि खूप रडला. म्हणून मी तिला म्हणालो की तू त्याला सांगून जात जा. पुढच्या वेळेस तिने माझ्या नातवाला सांगितलं, की ती बाहेर जात आहे आणि ती परत येईपर्यंत तुला आजोबांकडे राहायचं आहे. नातू दहा महिन्यांचा असूनही त्याला सगळं समजलं.

शिवानीदीदी : कोणाला सगळं समजलं?

सुरेश ओबेरॉय : आत्म्याला.

शिवानीदीदी : हो, कारण आत्मा सगळे संस्कार घेऊन येतो त्यामुळे त्याला सगळं समजतं. बाळ म्हणजे नवीन शरीर धारण केलेला जुना आत्मा आहे हे आपण समजून घ्यायला हवं म्हणूनच, त्याच्याशी समजेने आणि प्रगल्भतेने संवाद साधायला हवा. आपल्याला त्याच्याशी लहान मुलांसारखं बोलायची गरज नाही. बाळाला प्रतिसाद नीट देता येत नसेल तरी ते सगळं ऐकत आहे आणि त्याला समजतंही आहे.

सुरेश ओबेरॉय : माझ्या नातवाशी प्रगल्भतेने बोलण्याचा प्रयत्न आम्ही नेहमी करतो आणि त्याचा आम्हाला नेहमीच फायदा होतो. जेव्हा त्याला व्हॅक्सिन (लस) द्यायचं होतं तेव्हा ते थोडंसं दुखेल असं सांगून आम्ही त्याला तयार केलं होतं. त्याला हे समजलं आणि त्याने ते सहनही केलं.

शिवानीदीदी : आत्म्याने या सगळ्या गोष्टी पूर्वीही अनुभवलेल्या असतात त्यामुळे आपण फक्त त्याला माहिती देण्याची गरज आहे. अशा गोष्टींच्या बाबतीत आपण

प्रयोग केले पाहिजेत आणि त्यातून काय निष्पन्न होतंय हे बघितलं पाहिजे. आपण आत्म्याशी आदराने आणि सन्मानपूर्वक बोलायला पाहिजे. पालक मुलांना रागवतात, कधीकधी अपशब्दही वापरतात. मुलं लहान असल्याने त्यांना हवं तसं वागवता येतं असं पालकांना वाटतं.

सुरेश ओबेरॉय : आपल्याला वाटतं की आपण मुलांना शिस्त लावत आहोत.

शिवानीदीदी : जर कोणी कुणावर हात उचलत असेल – नवरा बायकोला मारतो किंवा बॉस हाताखाली काम करणाऱ्या माणसाला मारतो – अशाने कदाचित शारीरिक इजा होणार नाही पण सर्वांत जास्त कोण दुखावलं जाईल? माझ्या बाबतीत असं घडलं तर मला कसं वाटेल?

सुरेश ओबेरॉय : मी खजील होईन, मला अपमानास्पद आणि उदास वाटेल.

शिवानीदीदी : हो, अपमानास्पद. पालक स्वतःला परवानगी देतात की मुलं लहान आहेत तर त्यांना मार देऊन आपल्या ताब्यात ठेवता येईल.

सुरेश ओबेरॉय : जेव्हा बायको ''आता बास'' म्हणते किंवा मूल ''मी उलटवार करेन'' अशी धमकी देतं तेव्हा गोष्टी बदलतात हे मी बघितलं आहे.

एकदा मी माझ्या पाळलेल्या कुत्र्यावर चिडलो होतो. म्हणून तो पलंगाखाली गेला आणि अनेक तास त्याने आमच्या हाकांना प्रतिसाद दिला नाही. मी त्याला मनवण्याचा प्रयत्न केला तरीही त्याने काही खाल्लं नाही. प्राणीही दुखावले जातात.

शिवानीदीदी : जेव्हा मोठी माणसं मुलांना मारतात तेव्हा ते त्यांचा विकसितही न झालेला स्वाभिमान चिरडतात. त्याचा सन्मान दुखावतात. त्याच्याकडे वेगळ्या दृष्टिकोनातून बघू या. हाच आत्मा एक वर्षापूर्वी एका म्हाताऱ्या शरीरात होता जो कदाचित कुटुंबप्रमुख असेल.

सुरेश ओबेरॉय : आणि त्याला आदर मिळण्याची सवय असेल.

शिवानीदीदी : समजा, आपल्याला सगळ्यांकडून आदर मिळण्याची सवय असेल आणि मग आपण एखाद्या अशा ठिकाणी जातो जिथे संपूर्णतः विरुद्ध तरंग मिळतात. आपल्याला आतून कसं वाटेल? जेव्हा तो आत्मा एका मोठ्या माणसाच्या शरीरात होता तेव्हा लोक त्याचं ऐकत होते, त्याचं मत आणि आशीर्वाद घेत होते. आता शरीर बदलल्यानंतर, तो एका बाळाच्या पोशाखात आहे म्हणून त्या आत्म्याला सारखं रागवलं जातंय किंवा मारलंही जातंय. याचा त्या आत्म्यावर काय परिणाम होईल?

सुरेश ओबेरॉय : हे आयुष्यातही घडतं. सुरुवातीला वडिलांचं ऐकलं जातं, त्यांना आदर दिला जातो. नंतर मुलगा त्यांच्या मतांना जुनीपुराणी म्हणून नाकारतो.

शिवानीदीदी : पण जेव्हा हे आपल्या आयुष्यात घडतं आणि आपण सगळं काही समजण्याएवढे मोठे होतो तेव्हा आपण परिस्थिती समजून घेऊ शकतो. सर्वांत महत्त्वाचं म्हणजे, या बाबत आपण कोणाशीतरी बोलू शकतो.

सुरेश ओबेरॉय : काळानुसार गोष्टी स्वीकारतोही.

शिवानीदीदी : हो, पण बाळाला व्यक्त होता येत नाही. ''मी दुखावलो गेलोय,'' इतकं त्याला सांगताही येत नाही.

एका सामाजिक कार्यक्रमात, दहा वर्षांखालच्या मुलांना आम्ही व्यासपीठावर बोलावलं. दु:ख होण्याचं सगळ्यात मोठं कारण कोणतं असं त्यांना विचारलं. सगळ्यांनी दिलेल्या उत्तरांमध्ये, ''जेव्हा पालक त्यांना रागावले आणि शिक्षा केली तेव्हा ते सर्वांत जास्त दुखावले गेले,'' हे उत्तर आलं. हे ऐकल्यानंतर अनेक पालकांना जाणीव झाली की त्यांच्या कृतीमुळे मुलं दुखावली गेली आणि त्यांचे डोळे पाणावले. पालकांना असं वाटतं की ते मुलांच्या भल्यासाठी त्यांना रागवतात. त्यांचा हेतू शुद्ध आहे पण मुलांना कोणत्या प्रकारची ऊर्जा मिळतीय?

सुरेश ओबेरॉय : मी माझ्या मुलांवर, त्यांच्या मित्रांसमोर हात उचलला आहे.

शिवानीदीदी : आपल्याला फक्त स्वत:ला त्यांच्या जागी ठेवून बघायचं आहे. जर आपण आपल्या मित्रांबरोबर आहोत आणि आपल्या आयुष्यातील एखाद्या मोठ्या माणसाने आपल्याला असं वागवलं तर आपल्याला कसं वाटेल?

सुरेश ओबेरॉय : अशा जखमा भरून यायला वेळ लागतो.

शिवानीदीदी : अशा जखमा भरून येणं फार अवघड आहे. एखादं मूल मोठं झाल्यावरही ते दु:ख विसरणं त्याला जमणार नाही. कारण मूल संस्कारक्षम वयात असताना ते दु:ख इतर कोणी नाही तर त्याच्या पालकांनी दिलेलं असतं.

लहान मुलांसाठी आईवडील म्हणजे त्यांच्या जीवनातील सर्वांत महत्त्वाच्या, आदर्श आणि देवासमान अशा व्यक्ती. किमान मुलं मोठी होईपर्यंत तरी नक्कीच. हेच जर मुलांना त्याचे शेजारी किंवा शिक्षक रागवले तर कदाचित त्याचा एवढा परिणाम होणार नाही. पण पालक जे काही सांगतात तेच मुलांसाठी सत्य असतं. त्यामुळे, जर पालक म्हणाले, ''तू हे करू शकत नाहीस'' किंवा ''तू काही कामाचा नाहीयेस,'' तर तेच मुलांसाठी सत्य बनतं. या बाबतीत कोण कोणाशी बोलतंय हे महत्त्वाचं आहे.

सुरेश ओबेरॉय : एकदा मी माझ्या गुरूंना सांगितलं की तुमच्या कामासाठी माझ्या मुलाला बँकेत पाठवू नका. कारण त्याच्या हातून निष्काळजीपणाने पैसे हरवू शकतात. तेव्हा गुरू म्हणाले की माझा दृष्टिकोन नकारात्मक होता आणि त्यामुळे माझ्या मुलाला वाईट स्पंदनं मिळत होती. असं वागणं म्हणजे स्वत:च्याच मुलाला शाप देण्यासारखं होतं.

शिवानीदीदी : हो, हे खरं आहे. आशीर्वाद किंवा शाप म्हणजे काय? आशीर्वाद म्हणजे शुद्ध, शक्तिशाली, सशक्त करणारी ऊर्जा.

सुरेश ओबेरॉय : आपण नेहमी मुलांमध्ये तुलना करतो आणि म्हणतो की एक जण हे करू शकतो आणि दुसरा नाही.

शिवानीदीदी : असं करणं म्हणजे मुलाचं नशीब लिहिण्यासारखं आहे. जर तुम्ही पालकांना विचारलं की तुम्ही असं का म्हणालात? तर ते सांगतील, ''कारण हेच सत्य आहे – बाळाला हे करता येत नाही.'' पालकच हे बोलत असल्यामुळे, मूल ते खरं मानतं आणि त्याप्रमाणे स्वत:ची प्रतिमा निर्माण करतं. बाळ मोठं होऊन स्वत:ला समजून घेईपर्यंत पालकांकडूनच स्वत:ची ओळख करून घेत असतं. पालकांची आणि मोठ्या माणसांची मतं म्हणजेच मूल स्वत:ची प्रतिमा निर्माण करण्यासाठी वापरत असणारे रंग आहेत.

सुरेश ओबेरॉय : किती छान आहे हे – बाळाला स्वत:ची ओळख पालकांकडून मिळते. त्यांचे शब्द बाळाच्या शब्दसंग्रहाचा भाग बनतात. बाळ म्हणतं, ''मी कमकुवत आहे आणि हे करू शकत नाही.'' कारण त्याचे पालक त्याला असं सांगतात.

शिवानीदीदी : मूल हा समज स्वत:त रुजवतं. जेव्हा ते मोठं होतं तेव्हा हा समज आपण लहानपणी करून घेतलाय याची जाणीव त्याला नसते. त्याने ते स्वत:बद्दलचं सत्य म्हणून स्वीकारलेलं असतं. त्यामुळे, 'मी हे करू शकत नाही, मी नाकारलेला आहे, मी संथ गतीचा आहे,' असाच विचार ते सतत करत राहतं. हे सगळं प्रोग्रॅमिंग कधी झालं? हे तेव्हा झालं जेव्हा ऑपरेटरने (बाळाने) पालकांना त्याचा कम्प्यूटर प्रोग्रॅम करायचा अधिकार दिला. जर पालक, ''तू खरोखरच छान आहेस, चांगला आहेस, तू समजूतदार आणि सुंदर आहेस,'' असं म्हणत असतील तर बाळ स्वत:ची प्रतिमा त्याप्रमाणे निर्माण करेल.

सुरेश ओबेरॉय : हत्तीला त्याच्याच ताकदीचा अंदाज नसतो. ज्या साखळदंडाने त्याला बांधून ठेवलं आहे तो साखळदंड तो स्वत:च तोडून स्वत:ला मुक्त करू शकतो याची त्याला जाणीवही नसते. एखाद्या छोट्या झाडाला, अगदी बारीक

दोरीने जरी त्याला बांधलं असेल तरीही तो स्वत:ला सोडवण्याचा प्रयत्न करत नाही. कारण त्याने पहिल्यापासून स्वत:ला याच स्थितीत बघितलेलं असतं.

शिवानीदीदी : यालाच कंडिशनिंग म्हणतात. जेव्हा तो हत्ती छोटा होता, तेव्हा त्याने स्वत:ला सोडवण्याचा प्रयत्न केला पण त्याला जमलं नाही. त्या वेळी त्याच्याकडे पुरेशी ताकद नव्हती.

सुरेश ओबेरॉय : याचं कारण, तो लहान होता तेव्हा त्याला मजबूत साखळीने झाडाला बांधलेलं असायचं. त्यामुळे तो कधीच सुटू शकत नाही हे त्याने स्वीकारलं.

शिवानीदीदी : 'मी हे करू शकत नाही,' असा त्याचा समज झाला. हा समज त्याने आयुष्यभर बाळगला.

सुरेश ओबेरॉय : एवढा बलाढ्य प्राणीदेखील, त्याच्या लहानपणी त्याच्यावर जे बिंबवलं गेलं त्याप्रमाणे संपूर्ण आयुष्य जगतो. याचा अर्थ आपण बाळाचं प्रोग्रॅमिंग खरोखरच बिघडवू शकतो.

शिवानीदीदी : बाळाच्या मनात अत्यंत सकारात्मक प्रोग्रॅमिंग करण्याची ताकदही आपल्याकडेच आहे.

कधीकधी पालक मुलांशी शिवराळ भाषेत बोलतात. असं बोलताना पालकांनी हे लक्षात ठेवायला हवं की, त्यांचा प्रत्येक शब्द बाळाला स्वत:ची ओळख करून देतो आणि त्यावर बाळ स्वत:ची प्रतिमा निर्माण करतं. त्यांनी बाळाची प्रतिमा 'तू सर्वोत्तम आहेस,' अशा चुकीच्या माहितीवर निर्माण करायची गरज नाही. पण बाळाला शिकवताना आणि शिस्त लावताना ते कोणत्या प्रकारचे शब्द वापरतात हेही तपासायला हवं.

सुरेश ओबेरॉय : विपर्यासामुळे तयार झालेली बाळाची प्रतिमा पालक सुधारू शकतात का?

शिवानीदीदी : हो, ते करू शकतात, पण बाळानेही त्याच्याकडून प्रयत्न केले पाहिजेत. जेव्हा बाळ मोठं होईल तेव्हा स्वत:ची नवीन प्रतिमा बनवण्यासाठी त्याने स्वत: रंग निवडले पाहिजेत. पालकांनी जरी नेहमी टीका केली असली तरीही त्याच्या पेंटिंगसाठी आता त्याने नवीन रंग निवडायला हवेत. त्याने स्वत:ला सांगायला हवं की, आतापर्यंत 'मी हे करू शकत नाही,' यावर त्याने विश्वास ठेवला पण ते खरं नाहीये कारण त्याने आयुष्यात बरंच काही मिळवलं आहे. त्याने स्वत:च त्याच्या मनाचं पालक बनायला हवं आणि मनावर वेगळ्या पद्धतीने संस्कार करायला हवेत.

सुरेश ओबेरॉय : बाळाने स्वत:ची प्रतिमा नकारात्मक बनवली यासाठी जर मी कारणीभूत असेन तर मी आता ती चूक निस्तरू शकतो का?

शिवानीदीदी : तुम्ही त्याच्याशी बोलताना जे शब्द वापरता ते बदलू शकता. शब्दांबरोबरच तुम्हाला विचारांतही बदल करावा लागेल. तुमचा प्रत्येक विचार आणि शब्द हे तुमच्या बाळासाठी आशीर्वाद असायला हवेत, ते विरोधात जाता कामा नयेत. मुलाने खूप मोठी चूक केली तरीही हे असंच असायला पाहिजे कारण पुन्हा उभं राहण्यासाठी तुम्हाला त्याला ऊर्जा द्यायची आहे.

आज आपल्या आयुष्यात कोणताही काळ चालू असला तरीही आज आपण कोणताही बदल करू शकतो. लहान मुलाच्या बाबतीत, आपण हे समजून घ्यायला हवं की, त्याचं नशीब तो स्वत:च्या विचारांनी घडवणार आहे, जे आपण दिलेल्या माहितीवर आधारित असणार आहे. म्हणूनच त्याच्या मनाचं प्रोग्रॅमिंग करताना आपल्याला खूपच काळजी घ्यायला हवी.

जर मूल मोठं झालेलं असेल तर आपण टीका करण्याचा आपला संस्कार बदलू शकतो. त्याच्यासाठी आपण शक्तिशाली शब्दांची आणि विचारांची निवड करू शकतो. सर्वांत महत्त्वाचं म्हणजे, कोणावरही कधीही हात उचलायचा नाही असं ठरवू या. समोरच्याचं वय कितीही असलं तरीही त्याचा अपमान करायचा अधिकार आपल्याला नाही. जेव्हा आपण आपल्या मुलांना मारतो तेव्हा आपण त्यांचा अपमान करतो आणि तरीही त्याने आत्मसन्मान निर्माण करावा अशी अपेक्षा ठेवतो. अशा प्रकारे आपण आपल्याच हेतूला पराभूत करतो.

चिरंतन प्रेमाकडे घेऊन जाण्याचे मंत्र

- जेव्हा आपण एखाद्या लहान बाळाशी बोलतो तेव्हा आपण एका आत्म्याशी बोलत आहोत हे लक्षात ठेवायला हवं. बाळाला कदाचित संवाद साधता येणार नाही कारण त्याचा मेंदू आणि इतर अवयव अजून विकसित व्हायचे आहेत, पण आत्म्याला सगळं समजतं.
- बाळावर हात उचलल्याने आपण आत्म्याचा अपमान करतो आणि त्याच्या आत्मसन्मानावर हल्ला चढवतो. शरीर लहान असले तरीही आत्म्याला आदरपूर्वक आणि सन्मानपूर्वक वागवा.
- पालकांची मुलांवर टीका करण्याची आणि संतापाची ऊर्जा त्यांना शिस्त लावण्याच्या नावाखाली तयार होते पण त्याने बाळाला मानसिक वेदना होतात. ह्या जखमा आयुष्यभर तशाच राहू शकतात.
- पालक आपल्या मुलाच्या बाबतीत जो विचार करतात, जे बोलतात त्यानुसार बाळ स्वत:ची प्रतिमा निर्माण करतं.

टीका करू नका, सबल बनवा

सुरेश ओबेरॉय : आदर हा मानवी नात्यांचा पाया आहे. आजकाल, तुलना आणि टीका करणं एवढं वाढलं आहे की आदराला जागाच उरलेली नाही. इतरांच्या चुका दुरुस्त करताना आपण खूप असभ्य होतो आणि छोट्या छोट्या गोष्टी उगाच वाढवतो.

शिवानीदीदी : इतरांना आपली प्रतिक्रिया दिलीच पाहिजे आणि मतंही मांडलीच पाहिजेत पण त्यांच्यावर टीका करणं संपूर्णत: वेगळं आहे.

सुरेश ओबेरॉय : आपण इतरांना म्हणतो, ''तुम्ही नेहमी असंच करता.''

शिवानीदीदी : जेव्हा आपण म्हणतो, ''तुम्ही नेहमी हेच करता, ही काही पहिली वेळ नाही.'' तेव्हा आपण त्या कृतीपेक्षा, त्या कृतीत गुंतलेल्या व्यक्तीवर हल्ला करतो. एखाद्याने चूक केली तरीही– उदाहरणार्थ, एखाद्या व्यक्तीने वस्तू खाली पाडली आणि ती तोडली, तर आपली प्रतिक्रिया कशाबाबत असायला हवी?

सुरेश ओबेरॉय : हा खूप चांगला मुद्दा आहे – आपण कृतीवर हल्ला करत नाही पण त्या व्यक्तीच्या स्वाभिमानावर करतो.

शिवानीदीदी : बरोबर. म्हणजे जर ती चूक मी केली असेन आणि तुम्ही अधिकारी पदावर असाल, तर ''तू ते नीट पकडलं नाहीस,'' असं तुम्ही मला सांगायला हवं. सर्वांत महत्त्वाचं म्हणजे, पुढच्या वेळेस ते काम कसं नीट करायचं म्हणजे मी ते

पुन्हा पाडणार नाही, हे सांगायला हवं. एक मित्र, पालक किंवा अधिकारी व्यक्ती म्हणून मला प्रतिक्रिया देणं हे तुमचं काम आहे. असं असलं तरीही, प्रतिक्रियेत टीकेची सरमिसळ असता कामा नये. दोन्ही प्रकारच्या प्रतिक्रियांमध्ये खूप फरक आहे. टीकेची भाषा, 'मी तुला किती वेळा हे शिकवलं आहे पण तू शिकशील तर ना' किंवा 'तू नेहमी असंच करतोस', अशी आहे.

सुरेश ओबेरॉय : ''हे काम तू गेली अनेक वर्षं करत आहेस पण तरी काही शिकला नाहीस,'' असंही आपण म्हणतो.

शिवानीदीदी : समजा तुम्ही चिडलेले आहात आणि माझ्यावर टीका करत आहात. हा प्रसंग बघणाऱ्याला माझ्याबद्दल वाईट वाटेल कारण त्याला वाटेल की माझ्यावर अन्याय होत आहे. तुमच्याकडून नकारात्मक ऊर्जा आणि कटू शब्द मिळाल्यानंतर, मी दु:ख निर्माण करेन. पण जर तुम्ही दोन्ही बाजूंची तुलना केली – एक, ज्याच्यावर टीका होत आहे आणि दुसरी, जो टीका करतो आहे – तर दोन्हींमध्ये जास्त नुकसान कोणाचं आहे?

सुरेश ओबेरॉय : इतरांवर टीका करणारे जास्त दु:ख अनुभवतात असं मला नाही वाटत.

शिवानीदीदी : ज्याच्यावर टीका होते त्याला दु:ख होतं कारण त्याला नकारात्मक ऊर्जा मिळते. परिणामी त्या व्यक्तीचा स्वाभिमान चिरडला जातो. दुसरी व्यक्ती टीका करते. स्वत:मध्ये सतत संताप निर्माण करणाऱ्या व्यक्तीला कसं वाटेल?

आपण या दोन्ही भूमिका अनुभवतो त्यामुळे आपण त्या समजून घ्यायचा प्रयत्न करायला हवा आणि आपलं आरोग्य सुधारायला हवं. टीका करणं म्हणजे हिंसा करण्यासारखं आहे. शारीरिक हिंसा हा हिंसेचा एक प्रकार आणि दुसरी हिंसा शब्द, विचार आणि ऊर्जा यांतून होते. शारीरिक जखमांना विसरणं एक वेळ शक्य आहे पण नकारात्मक शब्द आणि तरंग यांमुळे होणाऱ्या जखमांना विसरणं अवघड आहे. यातून बाहेर पडायला बराच वेळ लागू शकतो.

सुरेश ओबेरॉय : कदाचित ते दु:ख आयुष्यभरही राहू शकतं.

शिवानीदीदी : जर माझ्यावर टीका होत असेल तर त्या संवादाने माझं मन दुखावेल. पण ज्याने माझ्यावर टीका केली आहे, हा त्याचा संस्कार आहे. ही त्याची बोलण्याची पद्धत बनेल. ती फक्त त्याचे शब्द आणि संवाद यांच्यापुरतीच मर्यादित राहणार नाही. एकटं असतानाही, कदाचित तो टीकेचे विचार निर्माण करेल जसं, 'त्याने असं करायला नको होतं' किंवा 'हे कसं करायचं हे त्यांना माहीत नव्हतं,' वगैरे वगैरे...

सुरेश ओबेरॉय : त्याने लोकांवर टीका नाही केली तरी तो कदाचित शासनावर, अत्यावश्यक सेवासुविधांवर, जगातील परिस्थितीवर किंवा देवावरही टीका करेल.

शिवानीदीदी : जर कोणी आपल्यावर टीका करत असेल, तर त्या व्यक्तीवर आपलं नियंत्रण नसल्याने आपण तिला बदलू शकत नाही. आपण पण अशा परिस्थितीत स्थिर राहायचं की स्वत:वर परिणाम करून घ्यायचा हा पर्याय आपल्याकडे उपलब्ध असतो.

जी व्यक्ती टीका करते तिच्या मनात इतर तिच्या आज्ञेचं पालन करतील की नाही अशी सूक्ष्म भीती असते. कारण टीका करणं आणि ऊर्जेवर नियंत्रण ठेवणं या दोन्ही गोष्टी एकत्र असतात. सततचा संताप आणि भीती यांमध्ये खूप वेदना आहेत. त्यामुळे त्या व्यक्तीची आध्यात्मिक शक्ती कमी होत राहते. अशा प्रकारे टीका करणं आणि टीका ऐकणं या दोन्हीही गोष्टी आपली ऊर्जा कमी करतात.

सुरेश ओबेरॉय : एखाद्याची चूक लपवायची म्हणूनही कोणी टीका करायला नको.

शिवानीदीदी : बरोबर.

पालकांना वाटतं की त्यांनी मुलांना शिकवलंच पाहिजे. त्यांना अभिप्राय द्या पण आधी त्या व्यक्तीला त्या कृतीतून बाजूला काढा. आणि मग कृतीबद्दल बोला. आपण जेवढा एखाद्या व्यक्तीवर हल्ला करू तेवढी तिची ऊर्जा घटेल. अशाने ती व्यक्ती त्याच चुकीची पुनरावृत्ती करेल. त्यामुळे, "तू नेहमीच हे चुकीचं करतोस," असं म्हणण्यापेक्षा आपला हेतू ती चूक सुधारण्याचा आणि भविष्यात टाळण्याचा असायला हवा. त्याचबरोबर, जुन्या संभाषणांतील संदर्भ या संवादात आणण्याची गरज नाही कारण आता ते आपल्या नियंत्रणात नाहीत.

सुरेश ओबेरॉय : जर मला टीका करायची सवय असेल तर, त्या सवयीमुळे माझ्या आत प्रचंड गोंधळ निर्माण होईल. आपले विचार आपल्या शरीरातील प्रत्येक पेशीवर परिणाम करतात, त्यामुळे माझी तब्येत खालावेल. आणि इतरांकडून मला नकारात्मक ऊर्जा मिळेल.

शिवानीदीदी : जेव्हा तुम्ही माझ्यावर टीका करता तेव्हा त्या नकारात्मक ऊर्जेला प्रथम तुम्ही तुमच्या आत अनुभवता. तुम्ही जे बोललात त्यामुळे जर मी दुखावली जात असेन तर त्या भावनेसाठी मी तुम्हाला जबाबदार ठरवेन. सुंदर नात्यांमध्येही – जिथे कोणीच जाणूनबुजून एकमेकांबद्दल नकारात्मक विचार निर्माण करत नाही तिथेही – एक जण दुखावला गेला तर ती नकारात्मक ऊर्जा ज्या माणसामुळे दु:ख निर्माण झालं त्याच्याकडे आपोआपच पोहोचते. त्यामुळे, जेवढा जास्त काळ मला दु:खी वाटेल तेवढा वेळ माझे नकारात्मक तरंग तुमच्यापर्यंत पोहोचत राहतील.

अशा प्रकारे दोन्हींकडे निर्माण होणाऱ्या या भावनांमुळे आत्म्याची शक्ती कमी होण्यासाठी टीका हा सहज मार्ग बनतो.

आत्मा स्वत:च दु:ख निर्माण करतो हे जरी आपल्याला माहीत असलं तरी त्या वेदनेचं कारण आपण असलो तर आपल्यावरही त्याचा त्वरित परिणाम होईल. ह्या वस्तुस्थितीकडे आपण लक्ष द्यायला हवं आणि लवकरात लवकर उपाय शोधायला हवा. समोरच्या व्यक्तीत चुका काढण्यापेक्षा आणि 'मी बरोबर आहे, तो लवकर दुखावला जातो ही त्याची अडचण आहे,' असा विचार करण्यापेक्षा, गुंता लवकर सोडवायचा प्रयत्न आपण करायला हवा.

आपल्यामुळे जेवढा काळ कोणी दुखावलेलं राहील तेवढा काळ आपली बॅटरी डिस्चार्ज होत राहील. याचं कारण, जोवर डिस्चार्ज्ड बॅटरी आपल्याशी कनेक्टेड आहे तोवर आपली शक्तीही कमी होईल.

सुरेश ओबेरॉय : तुमच्यावर टीका करून मी बरोबर केलं आहे, हे जर मला पटलं असेल तर माझी ऊर्जा कमी का होईल?

शिवानीदीदी : हो. कारण मी माझ्या आत दु:ख निर्माण करत आहे आणि त्याचे तरंग तुमच्यापर्यंत पोहोचत आहेत.

सुरेश ओबेरॉय : पण जर मी बरोबर आहे असं मी समजतो तर ते तरंग मला मिळणार नाहीत.

शिवानीदीदी : इतरांकडून येणारे तरंग तुम्ही रोखू शकत नाही. त्यांना सकारात्मक ऊर्जेने प्रतिसाद देण्याचा पर्याय तुम्ही निवडू शकता. नाही तर, मला पूर्वपदावर यायला जेवढा जास्त वेळ लागेल तेवढा वेळ मी तुमच्याबद्दल नकारात्मक विचार करत राहीन.

सुरेश ओबेरॉय : ज्याच्यावर टीका होतीय त्याला शक्ती कमी झाल्यासारखं वाटेल. दुसऱ्या व्यक्तीची ऊर्जा का कमी होईल?

शिवानीदीदी : एखाद्याने आपल्याला आशीर्वाद दिला तर काय होतं?

सुरेश ओबेरॉय : आपल्याला आनंद होतो.

शिवानीदीदी : बरोबर. त्याचप्रमाणे, जर कोणी आपल्याला आशीर्वादाच्या विरुद्ध ऊर्जा पाठवत असेल तर ती ऊर्जाही आपल्यापर्यंत पोहोचेल पण तो खूप सूक्ष्म, तरल अनुभव असेल.

सुरेश ओबेरॉय : म्हणजे एक कार्मिक खातं निर्माण होईल.

शिवानीदीदी : हो आणि ते सतत सुरू राहील.

अनेकदा आपल्याला असं वाटतं की, जर कोणी दुखावलं गेलं तर तो त्याचा प्रॉब्लेम आहे कारण छोट्या छोट्या गोष्टींवर दुखावलं जाण्याचा त्याचा स्वभाव आहे. असा विचार करण्याऐवजी, त्याला बरं करण्याची जबाबदारी आपण घेऊ शकतो. नाही तर नाती कशासाठी असतात? नातं म्हणजे, एकमेकांचे संस्कार समजून घेणं आणि एकमेकांसाठी उपलब्ध असणं.

सुरेश ओबेरॉय : यालाच प्रेमळ अस्तित्व म्हणतात.

शिवानीदीदी : हो, ज्या क्षणी आपण कुटुंबातील दुखावल्या गेलेल्या माणसाकडे प्रेम पाठवतो, त्या क्षणी त्या वेदनेतून बाहेर पडणं त्याच्यासाठी सोपं होतं.

सुरेश ओबेरॉय : पण ह्यासाठी आपल्याला त्या क्षणी प्रेम पाठवायचं आहे याची जाणीव व्हायला हवी.

शिवानीदीदी : समोरचा कधी दुखावला गेलाय हे आपल्याला सहज समजतं. मग अशा वेळी ती व्यक्ती तिच्या दु:खातून बाहेर पडावी म्हणून तसा विचार किंवा सूचक कृती करायला काय हरकत आहे? नाही तर तिला बाहेर पडण्यासाठी काही तास किंवा काही दिवसही लागू शकतील. आणि तेवढा काळ त्या व्यक्तीकडून येणारे नकारात्मक तरंग आपल्यापर्यंत पोहोचत राहतील.

आपण हे लक्षात ठेवायला हवं की, जशी एक बॅटरी दुसऱ्या बॅटरीशी जोडलेली असते तसेच आपले सगळ्यांचे आत्मे एकमेकांशी जोडलेले आहेत. त्यामुळे, जर एक बॅटरी डिस्चार्ज्ड असेल - म्हणजे कुटुंबातील एखादी व्यक्ती जरी अस्वस्थ असेल - तरी आपल्यालाही ते जाणवेल.

सुरेश ओबेरॉय : एका संतांचे काही शिष्य, दररोज सकाळी धार्मिक विधींसाठी मडक्यात पाणी भरून आणायचे. पाणी आणण्यासाठी एक मडकं सोडून इतर सगळी मडकी ते वापरू शकतात असं संतानी त्यांना सांगितलं होतं. एका शिष्याला त्यांच्या सांगण्याचं कुतूहल वाटलं आणि त्या मडक्यात एवढं काय विशेष आहे हे बघण्यासाठी त्याने तेच मडकं पाण्याने भरलं. मडकं फुटलं. त्या शिष्याने रडत रडत त्याची चूक कबूल केली. संतांनी अगदी प्रेमाने समजावलं की, ते मडकं खूपच जुनं असल्यामुळे वापरू नका असं सांगितलं होतं. तसंही ते मडकं फुटणारच होतं त्यामुळे शिष्याने काळजी करायचं काही कारण नाही.

हाच धडा मी माझ्या आयुष्यात एकदा वापरला. एकदा माझ्या मुलीने माझा आवडता कप फोडला. वरची गोष्ट मला माहीत असल्याने, मी तिला सांगितलं की, मानवी आयुष्याप्रमाणेच, प्रत्येक वस्तूला तिची एक्स्पायरी डेट असते. हे ऐकून तिला बरं वाटलं. जर मी तिला रागावलो असतो तर ती स्व–शंकेच्या घेऱ्यात अडकली असती.

शिवानीदीदी : त्या क्षणी तुम्ही काय केलं?

सुरेश ओबेरॉय : मी तिला सशक्त बनण्यास मदत केली.

शिवानीदीदी : आता तुम्हाला प्रत्येकाच्या बाबतीत हेच करायचं आहे.

सुरेश ओबेरॉय : पण हे मी माझ्या मुलीवरच्या प्रेमापोटी केलं. हे मी इतरांच्या बाबतीत कसं करू शकेन?

शिवानीदीदी : 'बीइंग लव्ह' लक्षात ठेवा. याचा अर्थ, इतरांवर प्रेम करण्यासाठी आपल्याला कष्ट घ्यायची गरज नाही कारण प्रेम हाच आत्म्याचा मूळ गुण आहे. जो आपल्याकडून सगळ्या आत्म्यांकडे स्वाभाविकरीत्या प्रसारित होतो. जेव्हा आपण इतरांवर टीका करतो तेव्हा प्रेमाच्या ऊर्जेत अडथळा येतो. एका वेळी, या दोन्हींपैकी कोणतीही एकच ऊर्जा प्रवाहित होऊ शकते.

नुकसान कितीही मोठं असलं तरीही वस्तू ही वस्तूच असते. आत्म्याने केलेल्या चुकीपेक्षा एक आत्मा निश्चितच जास्त महत्त्वाचा असतो. भलेही एखाद्या आत्म्याने महापाप केलं असलं तरीही त्या आत्म्याचं सशक्तीकरण हीच सर्वांत महत्त्वाची गोष्ट आहे. एकदा आत्मा सशक्त झाला की, तो पुन्हा ती चूक करणार नाही.

सुरेश ओबेरॉय : कधीकधी डॉक्टरही चुकू शकतात. कित्येकदा त्यांच्याकडूनही मोठमोठ्या चुका होतात.

शिवानीदीदी : हो, हे शक्य आहे. त्या वेळी जर डॉक्टरांवर जास्त टीका झाली तर त्यांची काम करण्याची क्षमता कमी होईल. भलेही त्यांची चूक कितीही मोठी असली तरीही त्या माणसावर हल्ला करण्याऐवजी त्याच्या कामावर लक्ष द्यायला हवं. त्या व्यक्तीची कामाची पद्धत योग्य नाही हे आपण त्यांना सांगायला हवं. सर्वांत महत्त्वाचं म्हणजे, पुढच्या वेळेस योग्य प्रकारे काम कसं करायचं हे आपण त्यांना सांगायला हवं.

आईवडील आणि मुलं या नात्यातही, पुढच्या वेळेस काय करायला हवं याकडे पालक लक्ष देत नाहीत तर जास्तकरून घडलेल्या घटनेबद्दल ते चर्चा करतात. आपल्या संभाषणात, आधी जे घडून गेलंय त्यावर लक्ष केंद्रित करायची

गरज नाही कारण त्यामुळे आपली ऊर्जा कमी होते. आपल्या संभाषणात उपाय योजना, सुधारणा आणि सशक्तीकरण या गोष्टी केंद्रस्थानी असायला हव्यात. शिक्षा, टीका, संताप किंवा अपमान यांचा वापर आपण करता कामा नये कारण त्यामुळे ती व्यक्ती स्वाभिमान गमावेल. या छोट्या छोट्या गोष्टींची काळजी घेतली तर प्रेमळ होण्याचा हा प्रवास आनंददायक बनेल.

सुरेश ओबेरॉय : जेव्हा मी माझ्या बायकोवर टीका करतो, तेव्हा मी तिच्यावर प्रेम करत नाही का?

शिवानीदीदी : प्रत्येक आत्मा सहज भावनेतून प्रेमच प्रसारित करत असतो पण ज्या क्षणी तो टीका करतो त्या क्षणी प्रेमाच्या ऊर्जेत अडथळा येतो. तुम्ही एकाच वेळी एखाद्यावर प्रेम आणि टीका दोन्हीही करू शकत नाही. तुमच्या दिवसाची सुरुवात उदासवाणी झालेली असतानाही 'गुड मॉर्निंग' म्हणण्यासारखं आहे हे. प्रेम ही आत्म्याची सहज ऊर्जा आहे. त्यामुळे ते व्यक्त, प्रकट होण्यासाठी कोणत्याही प्रकारच्या प्रयत्नांची आवश्यकता नाही.

सुरेश ओबेरॉय : हा उत्तम विचार आहे. ह्या विचारावर ध्यान करू या.

ध्यान आणि चिंतन

जी शक्ती या शरीराला चालवत आहे... सुंदर व प्रेमळ ऊर्जा, तो मी, आत्मा आहे जो विचार करतो आणि अनुभवतो... प्रेम हाच माझा नैसर्गिक संस्कार आहे... जेव्हा मला या मूळ संस्काराची जाणीव असते तेव्हा माझ्याकडून इतर आत्म्यांना प्रेम पाठवलं जातं... हा माझ्या प्रेमाचा गंध आहे... जर कोणी चूक केली तर त्यावर माझं मत मांडण्याकडे किंवा प्रतिक्रिया देण्याकडे मी आज लक्ष देईन... मी उद्यासाठी सल्ला देईन... पण माझ्याकडून प्रेमाच्या प्रवाहात अडथळा येऊ देणार नाही... मी प्रेमळ अस्तित्वासह अभिप्राय देईन... लक्षात घ्या, मी एक प्रेमळ आत्मा आहे जो दुसऱ्या आत्म्याबरोबर बोलत आहे... ओम शांती!

चिरंतन प्रेमाकडे घेऊन जाण्याचे मंत्र

- अभिप्राय देणं किंवा मत मांडणं हे टीका करण्यापेक्षा वेगळं आहे. अभिप्रायात कामाविषयी बोललं जातं. तर टीकेमध्ये, कृती करणाऱ्यावर हल्ला केला जातो.
- जेव्हा कोणी चूक करतं, तेव्हा त्या चुकीवर चर्चा करून पुढच्या वेळेस चांगलं कसं करता येईल हे आपण सांगू शकतो. टीका करताना, याआधीही त्याने कशा चुकीच्या गोष्टी केल्या यावर आपण हल्ला करतो.
- टीका केल्याने, टीका होणाऱ्याची आणि करणाऱ्याचीही ऊर्जा कमी होते. टीका करणारा नाकारल्याच्या आणि संतापाच्या भावना निर्माण करतो, आणि 'त्यांनी माझं ऐकलं नाही तर?' अशी भीती त्याला वाटते.
- जर आपल्यामुळे कोणी दुखावलं गेलं तर आपले तरंग त्यांना आणि आपल्याला क्षीण बनवतात. आपण त्या गोष्टी लगेचच सोडवायला हव्यात जेणेकरून त्यांना बरं वाटेल आणि आपला बचाव होईल.

मूल पूर्वजन्मीचे संस्कार सोबत घेऊन येते

सुरेश ओबेरॉय : आपण टीका करण्याबाबत चर्चा केली. अशीच अजून एक बाजू म्हणजे तुलना. पालक नेहमी एका मुलाच्या तुलनेत दुसऱ्याला हुशार समजतात. आणि सगळ्यांनी एकसारखंच समजूतदार असावं असा त्यांचा आग्रहदेखील असतो.

शिवानीदीदी : आपण टीका करतो कारण आपल्याला दुसऱ्या व्यक्तीचा एखादा संस्कार पटत नाही. उदाहरणार्थ, घरात दोन मुलं आहेत. एक खूप लाजाळू आणि अंतर्मुख आहे आणि दुसरा एकदम बिनधास्त आणि बहिर्मुख आहे. ह्या दोघांमध्ये तुलना झाली तर त्यात पहिल्या मुलावर तो भित्रा असल्यामुळे टीका होणार. पालकांना असंही वाटेल की, किती साधा मुलगा आहे हा... जगामध्ये आपलं स्थान कसं मिळवणार... ह्याला तर लोकांशी आत्मविश्वासाने बोलताही येत नाही.

सुरेश ओबेरॉय : तुलना करणं हेदेखील टीका करण्याइतकंच वाईट आहे का?

शिवानीदीदी : पालकांना वाटतं त्यांचं मूल म्हणजे एक स्वच्छ, कोरी पाटी आहे आणि त्यांना हवं तसं ते त्यावर लिहू शकतात. पण इथेच ते गल्लत करतात. 'तो माझा मुलगा आहे म्हणून त्याच्यावर माझेच संस्कार असायला हवेत,' असा विचार ते करतात.

आत्मजाणीव असणं किंवा आत्म्याबद्दल साधी माहिती असणं ही अनेक अडचणी सोडवण्याची किल्ली आहे. 'माझं बाळ हे मुळात एक आत्मा आहे. हा

आत्मा जन्म घेण्यापूर्वी बराच प्रवास करून मग वर्तमानातील या भूमिकेत आला आहे. येताना तो पूर्वजन्मांतील अनेक संस्कार घेऊन आला आहे,' हे एवढं लक्षात घेतलं तरी अनेक गोष्टी स्पष्ट होतील.

एका आयुष्यातही आत्मा अनेक अनुभव घेतो, अनेक परिस्थितींना सामोरा जातो आणि अनेक संस्कार ग्रहण करतो. मग तो शरीररूपी पोशाख सोडून नवीन जन्म घेतो, नवीन नाती तयार करतो, नवीन परिस्थितींना सामोरा जातो आणि पुन्हा नवीन संस्कार ग्रहण करतो. अशा प्रकारे 'तान्हं बाळ' हा असा आत्मा आहे ज्याने त्याच्या पूर्वजन्मांमध्ये अनेक शरीररूपी पोशाख धारण केलेले आहेत आणि अनेक संस्कार घेऊन तो आला आहे. पण आपण मात्र खूप सहज ठरवून टाकतो की, माझं बाळ माझ्यासारखंच असलं पाहिजे. आपण अगदी सहज म्हणतो, ''माझ्या दोन मुलांवर सारखेच संस्कार असले पाहिजेत.'' असं म्हणताना आपण विसरतो की, मुळात ते वेगवेगळ्या पार्श्वभूमींतून आलेले दोन आत्मे आहेत.

गतजन्मात कदाचित त्या आत्म्याने खूप दुःखदायक घटना किंवा विश्वासघात अनुभवला असेल. समजा, पूर किंवा तत्सम नैसर्गिक आपत्ती आली असेल त्यामुळे कुटुंब विखुरलं असेल आणि त्यातल्या एकाने देह सोडला असेल. आयुष्याच्या शेवटच्या काळात त्या आत्म्याने स्वतःचं कुटुंब, यश, मालमत्ता, इ. सगळं गमावताना बघितलं असेल.

अशा प्रकारे आत्म्याची शेवटची अवस्था वेदना, नुकसान आणि भीतीची होती.

आता त्या आत्म्याने दुसऱ्या कुटुंबात नव्याने जन्म घेतला. वर्तमान आयुष्यात, भीती हा त्या बाळाचा मुख्य संस्कार असेल कारण तो संस्कार ते बाळ घेऊन आलं आहे. तो आत्मा आईवडिलांना घट्ट धरून राहील, कोणीतरी सोडून जाईल अशी भीती त्याला वाटेल. त्याला अंधारात बाहेर जायची भीती वाटेल. त्याला कदाचित पाण्याची भीतीही वाटेल आणि आपलं मूल इतकं भित्रं कसं याचं पालकांना आश्चर्य वाटेल.

सुरेश ओबेरॉय : ते कदाचित विनोदही करतील, ''हे आपलं बाळ नाहीये, हॉस्पिटलमध्ये चुकून दुसऱ्या कोणाच्यातरी बाळाबरोबर अदलाबदल झाली असेल.''

शिवानीदीदी : याचं कारण पालकांना त्यांच्या आणि बाळाच्या संस्कारांमधला फरक दिसत असेल. ते जर अशीच टीका, थट्टा करत राहिले तर भीतीचे आणि वेदनेचे हे संस्कार अजून खोलवर रुजतील. पण जर पालक अध्यात्माविषयी जागरूक असतील तर त्यांचं बाळ म्हणजे एक आत्मा आहे ज्याचा भूतकाळ आपल्याला माहीत नाही हे ते समजून घेतील.

मी एकदा एका आईला भेटले होते. तिने मला सांगितलं की, तिचा मुलगा खूपच हुशार आहे. तो अनेक भाषा शिकला आहे. त्याची बौद्धिक क्षमता खूप जास्त आहे आणि तो गोष्टी खूप पटकन शिकतो. मग ती म्हणाली की हे कसं शक्य आहे? कुटुंबातील इतर कोणीही इतकं हुशार नाही. मी तिला सांगितलं की आत्मा त्याचे पूर्वीचे संस्कार घेऊन आला आहे.

पण मुलाच्या बाबतीत तिला एक अडचणही होती. तो मुलगा पाण्याला खूप घाबरायचा आणि एखाद्या पोहण्याच्या तलावाच्या किंवा पाण्याच्या आसपासही जायची टाळाटाळ करायचा. एक दिवस, पोहण्याच्या तलावाच्या जवळ जायला त्याने नकार दिला तेव्हा ती त्याच्यावर जरा जास्तच चिडली.

आत्म्याचे आपल्यापेक्षा वेगळे असणारे गुण आपण स्वीकारतो तर त्याचे कमकुवत संस्कार दिसताच आपण त्याची तुलना इतरांशी का करतो? आपल्याला त्याचे संस्कार त्याच रूपात स्वीकारायला हवेत ज्या रूपात ते भूतकाळातून (गतजन्मातून) समोर आले आहेत. आईवडिलांनी त्या आत्म्यावर इतकं प्रेम करायला हवं की त्याचा भीतीचा पूर्वसंस्कार बरा होईल, पुसला जाईल, तो त्यातून बाहेर पडेल. त्या आत्म्याची तुलना इतरांबरोबर न करता ते त्याचा बचाव करू शकतात. जेव्हा आपण दोन आत्म्यांची तुलना करतो तेव्हा ते दोन आत्मे वेगवेगळ्या पार्श्वभूमींतून आले आहेत हे आपण विसरतो. समजा, मागच्या जन्मात, एक आत्मा शहरात राहिलेला असेल आणि दुसरा एखाद्या छोट्या गावात. अशा वेळी त्या दोन्ही आत्म्यांच्या संगोपनात, संस्कृतीत आणि व्यक्तिमत्त्वात प्रचंड तफावत असणार. त्यांच्या वर्तमान जन्मात जर ते एकाच कुटुंबात जन्मले तर सख्खे भाऊ असूनही ते दोघे इतके वेगळे कसे या बाबत आपल्याला आश्चर्य वाटेल.

आपल्याला दोन भावंडांत कोणतीही तुलना न करता त्यांना प्रेरणा आणि प्रोत्साहन द्यायचं आहे. नाही तर, तुलना हा संस्कार त्यांच्यात एवढा रुजेल की मोठेपणीही ते इतरांशी तुलना आणि स्पर्धा करत राहतील.

सुरेश ओबेरॉय : मी असं बघितलंय की, जर बहीणभावांमध्ये सतत तुलना केली तर त्यांच्या मनात एकमेकांबद्दल द्वेष निर्माण होतो.

शिवानीदीदी : संपूर्ण कुटुंबाच्या केंद्रस्थानी पहिलं मूल असतं. जेव्हा ते थोडं मोठं होतं आणि घरात दुसरं बाळ जन्माला येतं तेव्हा, जर घरात कोणी त्याला काहीच समजावून सांगितलं नाही तर त्या परिस्थितीचा स्वीकार करणं पहिल्या मुलाला अवघड जातं. त्याला फक्त एकच गोष्ट समजू शकते ती म्हणजे इतके दिवस फक्त त्याच्यासाठीच असलेलं पालकांचं प्रेम आणि लक्ष आता विभागलं जाणार आहे. त्यामुळे सुरुवातीला, त्याची समज तयार होईपर्यंत कदाचित त्याला नवीन

भावंड आवडणार नाही. परिणामी भावा-बहिणींमधल्या वैमनस्याला खूप कमी वयात सुरुवात होते. त्यामुळे त्या दोघांमधे समतोल आणि सामंजस्य राखण्यासाठी पहिल्या मुलाची नवीन आलेल्या छोट्या बाळाशी व्यवस्थित ओळख करून देणं ही पालकांची जबाबदारी आहे.

तथापि, जर सातत्याने दोन मुलांमध्ये तुलना केली गेली तर पालक त्यांच्याही न कळत, 'तुझी बहीण/भाऊ तुझ्यापेक्षा चांगली/चांगला आहे,' असाच संदेश देतील. हा संदेश मोठ्या मुलापर्यंत असा पोहोचतो की त्याला वाटतं, कुटुंबात सगळे त्याच्या भावंडावर जास्त प्रेम करतात. ह्या अप्रत्यक्ष संदेशामुळे सततची तुलना त्या बाळासाठी वेदनादायी ठरते.

सुरेश ओबेरॉय : आईवडील भावंडावर जेवढं प्रेम करतात तेवढं आपल्यावर करत नाहीत अशी तक्रार काही मुलं करतात.

शिवानीदीदी : मुलांना असं वाटतं जेव्हा त्यांच्या भावंडाचं कौतुक होतं पण त्याला मात्र "तू त्याच्यासारखा हुशार नाहीयेस," असं सांगितलं जातं. नंतर आयुष्यात जर पालकांनी त्यांना समजावण्याचा प्रयत्न केला की त्यांचं दोघांवर समान प्रेम आहे तरी त्या मुलाचा पालकांवर विश्वास बसणार नाही. याचं कारण, आपल्या बरोबर दुजा भाव केला गेला ही भावना तोवर खोलवर रुजलेली असेल.

कोणत्याच मुलाच्या बाबतीत तुलना करणं चांगलं नाही कारण त्यामुळे एका मुलात न्यूनगंड निर्माण होईल आणि दुसऱ्यात अति आत्मविश्वास. म्हणूनच दोन्हीही मुलांना वेगवेगळ्या आत्म्यांच्या रूपात पाहणं महत्त्वाचं आहे.

सुरेश ओबेरॉय : शेजाऱ्यांबरोबर आणि नातेवाइकांबरोबरही तुलना केली जाते.

शिवानीदीदी : हो.

जर आपल्याला लहान मुलातील किंवा मोठ्या माणसांतील संस्कार बदलायचा असेल तर आपल्याला त्याच्याकडे स्वतंत्र व्यक्तिमत्त्व म्हणूनच बघायला हवं. जर आपल्याला एखाद्याच्या कमजोरींबद्दल बोलायचं असेल तर सुरुवातीला त्याच्याशी त्याच्या चांगल्या गुणांबद्दल बोलणं खूप महत्त्वाचं आहे. नाही तर संस्कारांचं परिवर्तन खूप अवघड होतं. कोणत्याही प्रसंगासाठी हे खरं आहे. जर आपण एखाद्याला फक्त त्याच्यातले नकारात्मक गुणच सांगितले तर त्याला खूप उदास वाटेल. त्यानंतर, त्याच्या संस्कारांमध्ये बदल करणं त्याला खूप अवघड होईल. म्हणून पहिल्यांदा त्या व्यक्तीतील चांगल्या गुणांबद्दल बोला. असं केल्याने त्या माणसाचा आत्मविश्वास वाढेल. त्याचं बळ वाढल्याने, त्याच्यात गरजेचे बदल करण्यासाठी तो तयार होईल. जर आपल्याला एखाद्याच्या सवयी बदलाव्यात म्हणून त्याला प्रेरणा द्यायची असेल

तर प्रथम आपल्याला पाया तयार करावा लागेल. पण आपण चांगल्या गुणांवर खूप कमी वेळा लक्ष केंद्रित करतो. आपण गुणवत्ता आणि वैशिष्ट्यं यांचं कौतुक न करता, त्यांच्याकडे दुर्लक्ष करतो.

सुरेश ओबेरॉय : आपल्याला इतरांवर टीका करायची, त्यांची तुलना करायची आणि चेष्टा करायची सवय लागली आहे.

शिवानीदीदी : आपण आपल्या सवयी बदलायला हव्यात. 'आज मी माझ्या नोकरवर्गाचं किंवा कुटुंबातील सदस्याचं, एखाद्या विशेष गुणासाठी कौतुक केलं का?' हे आपण दररोज तपासलं पाहिजे.

सुरेश ओबेरॉय : त्याआधी आपण स्वत:ची पाठ थोपटायला शिकलं पाहिजे.

शिवानीदीदी : प्रशंसा हे परिवर्तनाचं इंधन आहे. जोवर आपण प्रशंसा करत नाही तोवर 'मोटार'ला इंधन मिळणार नाही. मग ती कशी चालेल? प्रत्येक आत्म्याकडे विशेष गुण आहेत. ह्या गुणांवर जेवढा भर देऊ तेवढा तो आत्मा सशक्त होईल. जेवढा भर आपण वाईट गुणांवर देऊ तेवढा तो आत्मा कमकुवत बनेल.

साधारणपणे, जेव्हा आपण एखाद्या व्यक्तीच्या गुणांबाबत बोलतो तेव्हा आपण ते एका वाक्यात सांगतो. पण जेव्हा आपण तिच्या नकारात्मक बाजूंवर बोलतो तेव्हा आपण अनेक बारकाव्यांसहित बोलतो. आपण आत्म्याच्या वैशिष्ट्यांवरही सविस्तर बोलायला हवं कारण त्याला आधीपासूनच आपल्या कमजोरींची जाणीव असते.

सुरेश ओबेरॉय : अनेकदा, मोठी मुलं त्यांना समान वागणूक दिली नाही म्हणून त्यांच्या म्हाताऱ्या आईवडिलांना दोष देतात. भलेही पालकांकडून काही चुका झाल्या असतील पण मुलं त्यांना माफ करू शकत नाहीत का?

शिवानीदीदी : जागृती आणि समज असल्याशिवाय, भूतकाळातील जखमा भरून येत नाहीत.

सुरेश ओबेरॉय : आणि त्यांच्या आईवडिलांनी त्यांच्यासाठी केलेल्या चांगल्या गोष्टींचं काय?

शिवानीदीदी : आईवडील आपल्यासाठी खूप काही करतात पण आपण कोणत्या गोष्टी लक्षात ठेवतो?

सुरेश ओबेरॉय : आपण जास्त करून दुखावलं गेल्याचे प्रसंग लक्षात ठेवतो.

शिवानीदीदी : कधीकधी, इतरांनी आपल्यासाठी काय काय केलं त्याबद्दल आपण कृतज्ञता व्यक्त करतो आणि त्याचं आपल्याला कौतुकही असतं, पण जर त्यांनीच कधी भूतकाळात आपल्यावर टीका केली असेल किंवा आपल्याला दुखावलं असेल तर अशा कटू आठवणींवर आपण मात केलेली नसते. असं म्हणू या, तुम्ही मला खूप भेटवस्तू दिल्या. त्या बाबत मी तुमची ऋणी आहे. पण एकदा कधीतरी तुम्ही मला खूप जोरात मारलं आणि मला जखम झाली. मी त्यातून बाहेर आले नाही आणि त्यासाठी मला कोणी मदतही केली नाही. ती जखम कधीच भरून आली नाही. ''मी तुम्हाला दिलेल्या भेटवस्तू तुम्ही लक्षात का ठेवत नाही?'' असं तुम्ही मला म्हणू शकता. त्या भेटवस्तू अजूनही माझ्याकडे आहेत पण ती जखम अजूनही वेदना देतीय, हेच सत्य आहे.

सुरेश ओबेरॉय : कधीकधी भेटवस्तूही आपण गृहीत धरतो.

शिवानीदीदी : असं नसेल तरीसुद्धा, भूतकाळातील जखमा जोवर भरत नाहीत तोवर त्या वेदना देत राहतात.

अनेक वडीलधारी माणसं भूतकाळात अडकलेली आहेत. काळाप्रमाणे त्यांचं शरीर परिपक्व झालं आहे पण त्यांच्यातला आत्मा लहान मूल असताना होता तसाच आहे. बालपणातील किंवा भूतकाळातील जखमा ह्या फक्त शरीररूपी पोशाख वयाने वाढला म्हणून भरून येणार नाहीत. त्या बुद्धिमत्तेच्या किंवा शिक्षणाच्या आधाराने भरणार नाहीत. त्यासाठी आध्यात्मिक समजच लागते. यशस्वी व्यावसायिकही त्यांच्या भूतकाळाबद्दल तक्रार करतात कारण आत्म्याच्या जखमांचा संबंध तुम्ही किती पदव्या मिळवता किंवा तुमचं वय किती वाढलं याच्याशी नसतो. म्हणूनच आपण इतरांशी बोलताना आणि वागताना काळजी घ्यायला हवी नाही तर ते दुःख बराच काळ राहील.

आपल्याला आपल्या अंतरंगातही डोकवायला हवं. जर माझ्या आत जखमा असतील तर त्या माझ्या मलाच भरून काढाव्या लागतील कारण त्या आपोआप भरणार नाहीत आणि दीर्घ काल वेदना देणाऱ्या दुःखात बदलतील. स्वतःच्या जखमा भरून काढून आत्म्याला आरोग्य देण्यासाठी मी स्वत:ला सांगायला हवं की, जरी माझ्या पालकांनी मला नीट वागणूक दिली नसली तरी त्यांचा त्यामागचा हेतू वाईट नव्हता... त्यांनी मला हेतुपुरस्सर इजा केली नाही... त्या वेळी मी दुखावले गेले कारण मला अनेक गोष्टी कळत नव्हत्या पण आज कळतात. अशा प्रकारे स्वत:शी बोलून मी माझ्या जखमा बऱ्या करू शकते.

सुरेश ओबेरॉय : जर पालकांचा हेतू चांगला होता तर मग त्यांनी बाळावर टीका का केली आणि त्याला का दुखावलं?

शिवानीदीदी : त्यांचा हेतू चांगला होता पण त्यांची पद्धत चांगली नव्हती. तुम्ही मला एखादी भेटवस्तू दिली पण ती देताना खूप तुटकपणे दिली. त्यामुळे मी दुखावले गेले. आज जेव्हा मी मागे वळून बघते, तेव्हा स्वत:ला हे सांगू शकते की, काहीही असलं तरी भेटवस्तू छान होती. यातून अनेक वर्षं जी वेदना होत होती तिला संपवलं जातं. स्वत:ला बरं करण्याचा अजून एक मार्ग आहे. पालकांचं त्यांच्या सगळ्या मुलांसोबत समान नातं असायला हवं पण प्रत्यक्षात ते शक्य नाही हे वास्तव समजून घेणं.

सुरेश ओबेरॉय : कारण सगळ्या मुलांच्या आत्म्यांचं त्यांच्या वर्तमान पालकांच्या आत्म्याशी असलेलं कार्मिक खातं वेगळं आहे. एक कदाचित बदला घ्यायला जन्मला असेल, दुसरा प्रेमाचा वर्षाव करायला.

शिवानीदीदी : हो, अगदी बरोबर. वरवर हे आईवडील आणि मुलं असं नातं आहे. पण मुळात, आईवडिलांचं त्यांच्या आयुष्यात त्यांची मुलं बनून आलेल्या प्रत्येक आत्म्याशी वेगवेगळं कार्मिक खातं आहे. त्यामुळे पालकांचं त्यांच्या प्रत्येक मुलाशी होणारं संभाषणही वेगवेगळं असेल. हा एक महत्त्वाचा मुद्दा आहे जो आपल्याला आपल्या जखमा भरून काढायला मदत करू शकतो. हे जाणल्यानंतर आपल्या पालकांनी आपल्या बरोबर पक्षपात केला अशी तक्रार आपण कधीच करणार नाही.

सुरेश ओबेरॉय : माझ्या कुटुंबातील कोणी एक आमच्या दोघांचं पूर्वीचं कार्मिक खातं आहे म्हणून माझ्याशी अमुकअमुक वागतो, अशी कल्पना करणंही किती अवघड आहे.

शिवानीदीदी : मला एक असा माणूस माहीत आहे ज्याचे आईवडील त्याच्या बरोबर राहतात. तो त्यांच्यासाठी सगळं करतो, तेही खूप प्रेमाने. तरीही, आईवडील त्याच्या भावाचीच प्रशंसा करतात. हे असं गेली अनेक वर्षं घडत आहे.

सुरेश ओबेरॉय : एक मूल सेवा करत आहे आणि त्याचं बक्षीस दुसऱ्याला मिळतं आहे!

शिवानीदीदी : जो आईवडिलांची सेवा करत आहे त्याने हे लक्षात ठेवायला हवं – 'माझं माझ्या आईवडिलांबरोबर पूर्वजन्मीचं कार्मिक खातं (ऊर्जेची देवाणघेवाण) आहे... माझ्या कष्टांचं श्रेय जर मला मिळत नसेल तर तोही कार्मिक खात्याचाच भाग आहे... आणि कोणत्याही कष्टांशिवाय जर माझ्या भावाला श्रेय मिळत असेल तर ती माझ्या आईवडिलांच्या आत्म्यांशी त्याच्या कार्मिक खात्याची देवाण-घेवाण आहे. जेव्हा आपल्याकडे आत्मा आणि कर्म या बाबत ज्ञान असतं तेव्हा आपल्या

मनातील अनेक प्रश्नांची उत्तरं आपल्याला मिळतात. स्वत:ला बरं करणं आणि वास्तवाचा स्वीकार करणं सोपं होतं.

सुरेश ओबेरॉय : हे सगळं खूपच चित्तवेधक आहे. ही माहिती जर समजून घेतली तर प्रेमस्वरूप बनणं खूप सोपं होईल.

शिवानीदीदी : हो. जेव्हा आपल्याला आध्यात्मिक सत्यं समजतात तेव्हा आपली प्रेमाची ऊर्जा 'माझ्या बरोबर असं का होतं आहे' किंवा 'घरातलाच असूनही हा माझ्याशी असं का वागतो' अशा प्रश्नांमुळे रोखली जाणार नाही. आता आपल्याला हे माहीत आहे की कोणतंही नातं हे प्रत्यक्षात दोन आत्म्यांमधला संबंध आहे.

सुरेश ओबेरॉय : गोष्टी आता खूप स्पष्ट झाल्या आहेत.

ध्यान आणि चिंतन

मी, एका आत्म्याच्या रूपात प्रदीर्घ प्रवासावर आहे... मी अनेक पोषाख धारण केले आहेत, अनेक परिस्थितींना सामोरा गेलो आहे आणि अनेक संस्कार निर्माण केले आहेत... आज मी या शरीररूपी पोशाखात आहे... आज माझी जी काही नाती आहेत, त्या सगळ्या आत्म्यांना मी पूर्वी भेटलो आहे... आईवडील, मुलं, भाऊ, बहीण – माझं या सगळ्यांबरोबर पूर्वीचं कार्मिक खातं आहे... माझ्यासाठी या नात्यांना समजणं, त्यांची ऊर्जा आणि त्यांच्या बाबतीत माझी वागणूक समजणं सोपं होत आहे... कारण त्या फक्त भूमिका नसून ते असे आत्मे आहेत ज्यांना मी पूर्वी भेटलो आहे... ऊर्जेची देवाण-घेवाण पूर्वीच झालेली आहे... तेच कार्मिक खातं आजही चालू आहे... मला माझ्या प्रश्नांची उत्तरं मिळायला सुरुवात झाली आहे... माझी वेदना बरी झाली आहे... प्रेमाची ऊर्जा जी रोखली जात होती, ती आता सहज भावाने प्रवाही होत आहे... ओम शांती!

चिरंतन प्रेमाकडे घेऊन जाण्याचे मंत्र

- प्रत्येक जन्मात आत्म्याचे आईवडील वेगळे, वातावरण आणि परिस्थिती वेगळी आणि त्यानुसार संस्कारही वेगळे असतात.
- अनेक जन्मांचे संस्कार बाळगणारा आत्मा बाळाच्या रूपात जन्म घेतो आणि ते बाळ आईवडिलांसारखंच असलं पाहिजे अशी आपण अपेक्षा करतो. त्या कुटुंबाच्या संस्कारांचा प्रभाव बाळावर पडतो पण त्याचे जास्तीतजास्त संस्कार त्याने पूर्वायुष्यातून आणलेले असतात.
- तुलना केल्याने, आईवडील आपल्यापेक्षा आपल्या भावंडावर जास्त प्रेम करतात असं मुलाला वाटतं. यातून त्याचा आत्मविश्वास कमी होतो आणि भावा-बहिणींतलं वैमनस्य वाढतं.
- जेव्हा इतरांनी त्यांचे संस्कार बदलावेत असं आपल्याला वाटतं, तेव्हा आपण त्यांना बळ द्यायची गरज़ असते. त्यांची प्रशंसा केल्याने आणि त्यांच्यातील सुंदर संस्कार अधोरेखित केल्याने त्यांना बळ मिळतं.

आपल्या निवडींचा आदर करा

सुरेश ओबेरॉय : मला एकाने सुविचार पाठवला. तो असा – 'पालक म्हणून तुमची वृत्ती कशी आहे हेच मुलं शिकणार आहेत. तुम्ही काय शिकवता ते मुलं लक्षात ठेवत नाहीत तर तुम्ही कसे आहात ते मुलं लक्षात ठेवतात.'

शिवानीदीदी : खूप सुंदर!

सुरेश ओबेरॉय : मी अजून एक सुविचार सांगतो – 'तुमची मुलं तुमचं ऐकत नाहीत म्हणून काळजी करू नका, ते तुम्हाला सतत बघत आहेत याची काळजी करा.'

शिवानीदीदी : या दोन विचारांमध्ये आपण आतापर्यंत जी चर्चा केली त्याचं सार आहे.

आपण लोकांना काय सांगितलं हे त्यांच्या लक्षात राहीलच असं नाही. आपण मुलांना लहान वयातच चूक-बरोबर शिकवायला लागतो त्या मुलांच्या बाबतीत तर हे अगदीच सत्य आहे. या वयात मुलं संवेदनशील आणि स्वागतशील असतात. सुविचार असं सांगतो – 'तुमची मुलं तुमचं ऐकत नाहीत म्हणून काळजी करू नका तर ती तुम्हाला सतत बघत आहेत याची काळजी करा.' या सुविचारात अजून एका वाक्याची भर घालू या, – 'सर्वांत महत्त्वाचं म्हणजे मुलं नेहमी तुमच्या आजूबाजूला आहेत.' भलेही ते बघू शकणार नाहीत असं काही तुम्ही करत असाल तरीही तुमची स्पंदनं नक्कीच त्यांच्यापर्यंत पोहोचत आहेत.

सुरेश ओबेरॉय : हे कसं काय?

शिवानीदीदी : आपण जो काही विचार करतो आणि मानतो तो आपल्या स्पंदनांचा एक भाग आहे. कदाचित आपण काही बोलणार नाही, आपण काय विचार करतोय हे मुलांना दिसणार नाही किंवा ऐकू जाणार नाही. पण ती आपल्या आजूबाजूलाच आहेत आणि आपली स्पंदनं ग्रहण करत आहेत ह्या बाबतीत आपण काळजीपूर्वक असायलाच पाहिजे.

सुरेश ओबेरॉय : माझ्या एका नातेवाइकांचा मुलगा एवढ्यातच खूप चिडचिडा, भित्रा झाला. शिवाय त्याचा आहारही कमी झाला. त्या संदर्भात त्यांनी डॉक्टरांचा सल्ला घेतला. डॉक्टर म्हणाले, "तुम्हाला स्वत:त बदल करायची गरज आहे कारण तुम्ही आणि तुमचं मूल सारखेच आहात." त्यांना काय म्हणायचं होतं हे मला आता कळतंय.

शिवानीदीदी : हो, लहान मूल पालकांच्या विचारांना आणि समजांनाच पकडतात, ग्रहण करतात आणि त्यांना आपलं बनवतात. ते मूल पालकांचं ऐकत नाही किंवा पालकांनी सांगितलेल्या गोष्टी विसरतं, असं होऊ शकतं. पण ते पालकांची वृत्ती नक्कीच पकडतं. ह्या पैलूची जाणीव होणं खूप गरजेचं आहे कारण बऱ्याचदा पालकांचे समज, त्यांचा विचार आणि ते जे बोलतात हे तिन्ही एकमेकांशी जुळत नाही. त्यांचा असा गैरसमज होऊ शकतो की, ते जे बोलत आहेत तेच लोकांना ऐकू जातंय आणि त्यांचे विचार नेहमी लपून राहू शकतात.

कधीकधी पालक मुलांना 'खोटं बोलू नये, प्रामाणिकपणा हाच खरा अलंकार,' असं शिकवतात; पण 'सध्याच्या जगात खोटं न बोलता कोणीच मार्ग काढू शकत नाही,' यावर त्यांचा ठाम विश्वास असतो. पालकांची ही विचारपद्धती त्यांच्या वृत्तीत आणि ऊर्जाक्षेत्रात उतरते आणि मुलं पालकांनी शिकवलेल्या इतर गोष्टी विसरली तरी हे बरोबर ग्रहण करतात.

सुरेश ओबेरॉय : जर मी एखाद्याला सांगितलं की त्याने घातलेले कपडे त्याला शोभत नाहीयेत, तर तो दुखावला जाऊ शकतो. खरं बोलण्याच्या पण काही क्लृप्त्या आहेत का?

शिवानीदीदी : सर्वांत महत्त्वाचा आणि प्रत्येक नात्यात अनिवार्य असा एक घटक म्हणजे प्रामाणिकपणा. प्रामाणिकपणा म्हणजे आपण एकमेकांशी खरं बोलणं. पण त्याआधी आपण स्वत:शी खरं बोलायला हवं. माझे विचार, शब्द आणि कृती यांमध्ये सुसंगती आहे का हे तपासायला हवं. जर नसेल तर या तीन ऊर्जाक्षेत्रांत असलेल्या विसंगतीमुळे माझ्या आत नेहमी संघर्ष राहील. मग बाह्य जगात सुसंगती निर्माण

करणं मला शक्य होणार नाही कारण माझ्या नात्यांमध्ये विश्वास, प्रामाणिकपणा आणि एकनिष्ठता या गुणांचा अभाव असेल. जर मी स्वत:शी प्रामाणिक नसेन तर मी तुमच्याशी प्रामाणिक कशी असू शकेन? हे काहीसं असंच आहे की जर आपण स्वतःचा आदर करत नसलो तर इतरांचा आदरही करू शकणार नाही. किंवा जर आपण स्वत:वर प्रेम करत नसलो तर आपण इतरांवरही प्रेम करू शकणार नाही. म्हणूनच प्रामाणिकपणा खूप महत्त्वाचा आहे.

आता तुम्ही दिलेलं उदाहरण बघू या. जर आपण एखाद्याला सांगितलं की त्याचे कपडे त्याला शोभत नाहीयेत, तर त्याला वाईट वाटू शकेल. याचं कारण, समोरचा मनुष्य त्याच्या आनंदासाठी आपल्यावर अवलंबून आहे. आपल्या परवानगीसाठी आणि प्रशंसेसाठी तो थांबला आहे. आयुष्यातील मोठ्या निर्णयांनाही हे लागू पडतं.

सुरेश ओबेरॉय : माझा नातू असं करतो. त्याने उडी जरी मारली तरी आम्ही त्याचं कौतुक करावं असं त्याला वाटतं.

शिवानीदीदी : आपल्या बालपणी आपण सगळे असंच शिकलेलो असतो. म्हणूनच हा धडा महत्त्वाचा आहे.

तेच उदाहरण पुन्हा घेऊ या. आपण नवीन ड्रेस विकत घेतो, कार्यक्रमाला घालून जातो आणि मग इतरांनी त्या ड्रेसचं कौतुक करावं म्हणून वाट बघतो. जर कोणी आपल्या ड्रेसबद्दल काही बोललं नाही तर बोलता बोलता आपण स्वत:हून तो विषय काढतो. लोकांनी त्या ड्रेसचं कौतुक करावं म्हणून आपण तिथेच थांबतो कारण इतरांनी कौतुक केल्याशिवाय आपली निवड योग्य आहे हे आपल्याला पटत नाही. जेव्हा लोक आपल्याला जाणवून देतात तेव्हाच आपल्याला स्वत:बद्दल खात्री वाटते. जर कोणी आपलं कौतुक केलं, मनापासून केलेलं असो अथवा नसो, की मग आपल्या आनंदाचा आलेख उंचावतो. याचा अर्थ, आपला आनंद लोकांच्या मतांवर अवलंबून आहे.

सुरेश ओबेरॉय : आम्हा कलाकारांना सीन झाल्यानंतर दिग्दर्शकाकडून 'एक्सलन्ट शॉट' असं ऐकायची सवय असते. पण जर कधी दिग्दर्शक कमी बोलणारा असेल आणि प्रत्येक शॉटनंतर फक्त 'ओके' एवढंच म्हणत असेल तर आम्हाला स्वत:बद्दल शंका वाटायला लागते. कदाचित आपण चांगलं परफॉर्म करत नसू असा विचार आम्ही करतो.

शिवानीदीदी : याचा अर्थ जर लोकांनी आपलं कौतुक केलं नाही तर आपण स्वत:वर शंका घ्यायला लागतो. मग तो चित्रपटातला सीन असेल किंवा प्रत्यक्ष

आयुष्यातला. आपला स्वत:वर विश्वास असायलाच हवा. इतरांनी प्रशंसा केली तरीही आपल्या कामगिरीचं परीक्षण आपल्याला करता यायलाच हवं.

सुरेश ओबेरॉय : प्रशंसा केली गेली तरीसुद्धा जर मी समाधानी नसेन तर कधीकधी मी स्वत:च री–टेक घ्यायला सांगतो.

शिवानीदीदी : या घटनेत तुमचं कौतुक झालं पण तुम्हाला असं वाटतं की मी अजून चांगलं करू शकतो. हे सोपं आहे. याविरुद्ध जेव्हा तुमच्या कामाबद्दल तुमचं कौतुक होत नाही तेव्हा ती परिस्थिती अवघड असते. असं असेल तर त्या वेळी तुम्ही तुमच्याकडून जितकं चांगलं करता येईल तितकं केलं यावर तुमचा विश्वास असायला हवा. हे आयुष्यातल्या कुठल्याही प्रसंगात लागू होतं. आता पुन्हा मागच्या उदाहरणाकडे जाऊ या. मत देताना आपण खरं बोललं पाहिजे की नाही हा तुमचा प्रश्न होता. सर्वसाधारणपणे लोक खोटं सांगतात की, तू खूप सुंदर दिसत आहेस, कारण त्यांना तसं वाटत नसलं तरी समोरच्या व्यक्तीला दुखवायचं नाही म्हणून ते असं करतात. जर ती व्यक्ती असं म्हणाली की, हा ड्रेस तुला शोभत नाही, तर समोरच्या व्यक्तीच्या आनंदाच्या आलेखाचं काय होईल?

सुरेश ओबेरॉय : तो खाली येईल.

शिवानीदीदी : कारण आनंदाचा आलेख इतरांच्या मतांनुसार वरखाली होत राहतो. जर गोष्टी इतरांच्या मतांवर अवलंबून असतील तर सकारात्मक मत आलं की जास्त आनंद होईल आणि मत नकारात्मक आलं तर कमी होईल. याचं कारण, आपल्या भावनांचा रिमोट कंट्रोल दुसऱ्या कोणाच्यातरी हातात आहे. त्यामुळे जो ड्रेस ती व्यक्ती निवडेल तो सगळ्यांना आवडणं गरजेचं आहे.

सुरेश ओबेरॉय : नाही, ह्याची गरज नाही आणि हे शक्यही नाही.

शिवानीदीदी : असं का?

सुरेश ओबेरॉय : कारण प्रत्येकाची आवड अतुलनीय असते.

शिवानीदीदी : हो, अगदी बरोबर. प्रत्येकाचे चूक की बरोबर याविषयीचे विचार, निवड आणि समज वेगवेगळी असते. आणि म्हणूनच प्रत्येकाचं मतही वेगळं असेल. जेव्हा कोणी आपला ड्रेस नापसंत करतं तेव्हा आपली मानसिक स्थिती कशी असायला हवी?

सुरेश ओबेरॉय : तरीही आपल्याला तो ड्रेस आवडायला हवा कारण तो आपण स्वत: आपल्या आवडीप्रमाणे विकत घेतला होता.

शिवानीदीदी : आपल्याला कौतुक होत असताना मन स्थिर ठेवायची सवय असेल तर आपण आपल्यावर होणाऱ्या टीकेला स्थिरपणाने तोंड देऊ शकतो. जर कोणी कौतुक केल्याने आपला अहंकार सुखावत असेल तर जेव्हा टीका होईल तेव्हा आपण नक्कीच उदास होऊ. अध्यात्म आपल्याला दोन्ही परिस्थितींमध्ये स्थिर राहायला शिकवतं.

सुरेश ओबेरॉय : हे शक्य आहे?

शिवानीदीदी : हो, हे शक्य आहे.

तुम्ही तुमच्या आवडीअनुसार आणि 'सुंदर' असण्याच्या तुमच्या व्याख्येअनुसार एक ड्रेस विकत घेतला, असं समजू या. जर कोणाला तो ड्रेस आवडला नाही तर तुम्ही त्याच्या आवडीचा आदर राखायला हवा. त्याची आवड तुमच्यापेक्षा वेगळी आहे आणि मतमतांतरं असणं अगदीच स्वीकारार्ह आहे. तथापि, अडचण तेव्हा येते जेव्हा, आपण अशा परिस्थितीला सामोरं जातो तेव्हा आपण हे सगळं विसरतो आणि त्याच वेळी स्वत:वर शंका घ्यायला लागतो.

सुरेश ओबेरॉय : मी तो ड्रेस घेतला तेव्हा कदाचित मलाही तो शंभर टक्के आवडला नसावा. आणि आता इतर जणही त्या शंकेत भर घालत आहेत.

शिवानीदीदी : बघा, आपण लगेच शंका घ्यायला लागतो. ज्या क्षणी आपल्यावर टीका होते, त्या क्षणी लगेच आपल्याला कोणाच्यातरी आश्वासनाची गरज भासते. म्हणून आपण अजून दोन जणांना ''तुम्हाला हा ड्रेस आवडला का,'' असं विचारतो. ''हा ड्रेस खूप छान आहे, तुला असं का वाटतंय की हा तुला शोभत नाहीये,'' असं ते म्हणाले तर आपण ज्यांनी टीका केलेली असते त्यांना दोष द्यायला लागतो. आपण त्यांचा अनादर करतो कारण आपणच आपल्या पसंतीचा आदर राखलेला नसतो. आपण जेव्हा इतरांच्या मतांमुळे आपल्या पसंतीचा आदर राखत नाही, तेव्हा आपण इतरांचा आदर राखू शकतच नाही.

चला, आता आपल्या म्हणण्यावर परत येऊ या. प्रत्येकाची आवड आणि मतं वेगळी असतात असं मानू या. जर अन्नपदार्थ आणि कपडे यांमध्ये आपली आवड इतकी वेगळी असेल तर आपली विचारपद्धती वेगळी असणार नाही का?

सुरेश ओबेरॉय : नक्कीच वेगळी असेल.

शिवानीदीदी : याचं कारण आपली आवड आणि विचार आपल्या संस्कारांवर आधारित आहे, जे वेगवेगळे आहेत.

प्रत्येकाला स्वत:चं मत असण्याचा हक्क आहे. इतरांना जरी आपली आवड नामंजूर असली तरीही आपण त्या बाबत ठाम असायला हवं. नाही तर आपण इतरांना आपल्या न कळत संदेश देतो की, त्यांनी माझ्याशी खोटं बोलावं आणि माझ्या आवडीच्या बाजूने मत द्यावं, कारण आपल्याकडे सत्य ऐकण्याची ताकद नाहीये. स्वत:ला छान वाटावं म्हणून आपण त्यांचं खोटं स्वीकारतो. अशा प्रकारे, खोट्यावर आपण आपल्या स्वाभिमानाचा पाया रचत आहोत. इतर लोकांना आपण जितके आवडतो त्यानुसारच आपण आपल्याला आवडतो या गोष्टीवर हा पाया आधारित असतो.

सुरेश ओबेरॉय : याचा अर्थ आपण स्वत:ला ओळखत नाही असा होतो का?

शिवानीदीदी : आपण फक्त स्वत:वर विश्वास ठेवत नाही. स्वत:ला ओळखणं हा खूप खोल विषय आहे. पण आज आपण आपल्याच आवडीनिवडींबाबत ठाम नाही आहोत.

सुरेश ओबेरॉय : पण इतरांचं मत विचारण्यात काय चुकीचं आहे? उदाहरणार्थ, नवीन गाडी घेण्याआधी मी कदाचित माझ्या ड्रायव्हरचं मत घेईन.

शिवानीदीदी : इथे तुम्ही सल्ला मागत आहात आणि हे आपण नेहमीच करतो. इथे आपण घेतलेल्या निर्णयाबद्दल बोलत आहोत. समजा, तुम्ही आयुष्यात एक निर्णय घेतला ज्याला इतर कोणाचीच मंजुरी मिळाली नाही.

सुरेश ओबेरॉय : पण मी तो निर्णय घेण्यामागे काहीतरी कारण असेल.

शिवानीदीदी : हो, घेतलेल्या निर्णयाबाबत तुम्ही सहज असाल, तुम्हाला ते आवडत असेल आणि त्यामुळे कोणीही दुखावलं जाणार नसेल, तर मग तुम्हाला तो निर्णय घ्यायचा पूर्ण अधिकार आहे.

सुरेश ओबेरॉय : जेव्हा माझ्या कुटुंबातील किंवा मित्रपरिवारातील कोणी थंड हवेच्या ठिकाणी जातं तेव्हा मी त्यांना थंडीपासून बचाव करण्यासाठी गरम कपडे घालायचा सल्ला देतो. कधीकधी ते असं करायला नकार देतात कारण ते त्यांच्या फॅशनमधे बसणारं नसतं. अशा वेळी ते त्यांच्या शारीरिक स्वास्थ्याबरोबर तडजोड करायला तयार असतात.

शिवानीदीदी : आपण आपल्या सोयीसुविधांचा विचारही करत नाही.

सुरेश ओबेरॉय : याचा अर्थ आपण एवढे कमकुवत झालो आहोत की आपण प्रशंसेची भीक मागत आहोत. एखाद्या कार्यक्रमाला खूप महाग दागिने घालून गेल्यानंतर त्या दागिन्यांची कोणीच प्रशंसा केली नाही, अशी तक्रार आपण करतो.

शिवानीदीदी : वास्तविक, इतक्या लाखांच्या दागिन्यांचं कोणी कौतुक केलं नाही म्हणून आपल्याला ते आवडेनासे होतात. हा दुबळेपणा आहे. कपडे आणि दागिने खूप किरकोळ गोष्टी आहेत. पण जेव्हा आपण आयुष्यातले मोठे निर्णय घेतो आणि स्वत:वर विश्वास ठेवत नाही किंवा स्वत:शी प्रामाणिक नसतो तेव्हा आपण इतरांच्या मतांवर अवलंबून राहतो. लोकांची मतं बदलत राहणार आहेत हे कायम लक्षात ठेवायला हवं.

सुरेश ओबेरॉय : कधीकधी लोक त्यांच्या मित्रांना म्हणतात, "तू ह्या व्यक्तीशी लग्न का केलं? तू दिसायला किती सुंदर आहेस पण तुझा जोडीदार तुला शोभत नाही." हे मत त्या व्यक्तीवर कायमचा परिणाम घडवू शकतं.

शिवानीदीदी : म्हणून नेहमी लक्षात ठेवा – 'माझी आवड, माझा निर्णय.'

उदाहरणार्थ, जेव्हा मी ब्रह्मकुमारीजचा भाग बनण्याचा निर्णय घेतला तेव्हा माझ्या जवळच्या मित्रांपैकी कोणीही मला पाठिंबा दिला नाही. त्यांनी माझ्यावर टीका केली आणि यातून बाहेर पडण्यासाठी समजावलं. काहीतरी चुकीचं घडलं असेल असा विचारही त्यांनी केला. अशा वेळी स्वत: घेतलेल्या निर्णयाच्या योग्यतेबाबत आपण ठाम असलं पाहिजे.

उद्या कदाचित आपला एखादा निर्णय चुकीचा ठरेल. पण ठीक आहे. आपले सगळे निर्णय नेहमी बरोबरच असतील असं नाही. पण ते आपले निर्णय असतील आणि आपण सगळी खात्री करूनच ते घेतलेले असतील. त्यामुळे होणाऱ्या परिणामांना आपण जबाबदार असू आणि त्यांना सामोरं जाण्याची आपली तयारी असायला हवी. जर आपण स्वत:चे निर्णय स्वत: घेत नसलो तर आपली निर्णयक्षमता विकसित होणार नाही.

ध्यान आणि चिंतन

मला स्वत:वर लक्ष केंद्रित करायचं आहे... मी एक आत्मा आहे... एक सुंदर ऊर्जा... माझे सगळे विचार आणि संस्कार माझ्या जाणिवेतून निर्माण झाले आहेत... माझ्या आयुष्यात तयार होणारी परिस्थिती माझ्या मागच्या कार्मिक खात्याप्रमाणे आहे... मी माझ्या निर्णयाचा सन्मान आणि आदर करतो... माझ्या निवडीचा मी आदर करतो... माझी निवड इतरांच्या मतांवर अवलंबून नाही... माझा आनंद इतरांच्या कौतुकावर अवलंबून नाही... मी संपूर्ण स्वाभिमानाने जगतो... आयुष्यातील माझ्याच निवडींचा आणि निर्णयांचा आदर करतो... बदल करण्यासाठी मी तयार आहे... ओम शांती!

चिरंतन प्रेमाकडे घेऊन जाण्याचे मंत्र

- मुलं कदाचित तुम्ही काय सांगत आहात ते ऐकणार नाहीत; पण तुमची विचारपद्धती आणि वृत्ती यांचा मुलांवर खूप प्रभाव पडतो कारण ही तुमची स्पंदनं निर्माण करतात.
- नात्यांमध्ये प्रामाणिकपणा आणण्यासाठी आधी स्वत:मध्ये प्रामाणिकपणा असणं गरजेचं आहे. स्वत:त प्रामाणिकपणा म्हणजे तुमचे विचार, शब्द आणि कृती यांच्यात सुसंगती असणं.
- आपली कामगिरी, आवडनिवड आणि निर्णय या सगळ्यांबाबत आपण लोकांच्या प्रशंसेवर अवलंबून असतो तेव्हा आपला आत्मविश्वासही लोकांच्या स्वीकारार्हतेवर अवलंबून राहतो.
- वेगवेगळ्या लोकांचे दृष्टिकोन वेगवेगळे असतात आणि त्यामुळे त्यांची आवडनिवडही वेगवेगळी असते. त्यामुळे लोकांच्या बरोबर–चूक, चांगलं–वाईट, पसंती–नापसंती यांच्या व्याख्यापण वेगवेगळ्या असतात. आपल्या आवडनिवडीला किंवा निर्णयांना ते नेहमीच मंजुरी देतील अशी अपेक्षा आपण करू शकत नाही.

आतून बाहेरच्या दिशेने रूपांतरण

सुरेश ओबेरॉय : प्रेम हा आपला उपजत गुण आहे. तरीही या मालिकेतून आपण त्या गुणाचं पुनरुज्जीवन कसं करायचं याचे मार्ग शोधत आहोत.

शिवानीदीदी : याचं कारण आपण गेली अनेक वर्षं प्रेमस्वरूप असण्याच्या गुणधर्माविरुद्ध कृती करत आहोत. आपण याकडे असं पाहू या – आरोग्य आपल्यासाठी नैसर्गिक असतं पण जर आपण आपली काळजी घेतली नाही तर आपल्याला आजार होतात. जसजसा काळ पुढे जातो तसतसं पूर्णतः निरोगी राहणं शक्यच नाही असं आपण समजायला लागतो. प्रेमस्वरूप असण्याबाबतही असंच आहे. आपला मूळ गुण अनुभवण्यासाठी आपण आजकाल इतरांच्या प्रशंसेवर इतकं अवलंबून राहतो की आपली निवड इतरांनी मंजूर केल्यानंतरच आपल्याला हायसं वाटतं.

सुरेश ओबेरॉय : तुम्ही नेहमी आग्रह धरता की, आपल्या आयुष्याच्या प्रवासात इतर लोक आपल्याशी कसेही वागले तरीसुद्धा आपण आपल्यासाठी निवडलेल्या गोष्टींचा वापर करून स्वतःचा बचाव करायलाच हवा. एक कुशल चालक अत्यंत कौशल्याने गाडी चालवतोच; शिवाय रस्त्यावर अविचाराने गाडी चालवणाऱ्यांपासून स्वतःचा बचावही करतो.

शिवानीदीदी : हो. आपल्या मार्गात येणाऱ्या प्रत्येक माणसामध्ये न अडकणं खूप महत्त्वाचं आहे. स्वतःची गाडी चालवण्याकडे लक्ष न देता इतरांच्या गाडी

चालवण्यावर टिप्पणी करायला लागलो तर नक्कीच आपला अपघात होईल. हीच समज आपल्याला आयुष्यातही वापरायची आहे.

सुरेश ओबेरॉय : प्रेम हा नैसर्गिक गुण आहे, पण ह्या सजगतेमध्ये राहण्याऐवजी आपण आपल्या आजूबाजूच्या जवळजवळ प्रत्येक माणसामुळे प्रभावीत होतो. असं का होतं?

शिवानीदीदी : कारण आपल्या आयुष्याचा रिमोट कंट्रोल आपण इतरांच्या हातात दिला आहे. याची सुरुवात अगदी लहानपणापासूनच होते.

जेव्हा घरी पाहुणे येतात तेव्हा घरातले आपल्या मुलांना त्या पाहुण्यांसमोर नाच सादर करणं, कविता म्हणणं असं काहीतरी करायला सांगतात किंवा शाळेत मिळालेलं एखादं बक्षीस दाखवायला सांगतात. कामगिरी झाली की सगळे मुलाचं कौतुक करतात. एखाद्याचं कौतुक करणं चांगलं आहे, पण कौतुक कशाचं होत असतं तर मुलाच्या कामगिरीचं.

आपल्याला मुलाला सांगायचं असतं की, तू खूप छान नाच केलास. पण बोलताना आपण म्हणतो ''व्हेरी गुड बॉय.'' लहान मुलगा ही माहिती स्वत:मध्ये अशी उतरवतो – ''जेव्हा मी चांगलं परफॉर्म करतो, तेव्हा माझं कौतुक होतं आणि सगळ्यांना वाटतं की मी खूप शहाणा मुलगा आहे.'' हीच त्याची विश्वासप्रणाली बनते. ''तू खूप छान कलाकार आहेस,'' असं आपण म्हणालो असतो तर गोष्ट वेगळी होती.

त्याचप्रमाणे, मोठ्यांना न आवडणारी एखादी गोष्ट मुलाने केली की, त्या कृतीबद्दल असहमती दाखवण्याऐवजी मोठे त्याला, ''तू बॅड बॉय/गर्ल आहेस,'' असं म्हणतात.

सुरेश ओबेरॉय : जेव्हा कोणी खूप चविष्ट पदार्थ बनवतं, तेव्हा त्या पदार्थाची स्तुती करण्याऐवजी कुटुंबातील सदस्य ''किती चांगली/चांगला आहेस तू,'' असं म्हणतात. ''पदार्थ चविष्ट झाला आहे,'' असं ते म्हणत नाहीत.

शिवानीदीदी : हो. ह्या गोष्टी दिसायला खूप छोट्या असतात पण त्यांमध्ये खूप महत्त्वाचे संदेश असतात. ज्याची प्रशंसा होते त्या माणसासाठी ती प्रशंसा मानसिक प्रोग्रॅमिंग करते. जेव्हा आपण चांगलं परफॉर्म करू आणि सगळे आपली प्रशंसा करतील तेव्हा 'मी चांगला माणूस होईन,' असा त्याचा समज होतो.

सुरेश ओबेरॉय : आणि जेव्हा तो चांगलं परफॉर्म करत नाही तेव्हा तो स्वत:ला चांगला समजत नाही.

शिवानीदीदी : हो. कारण लोक कधीच ''वाईट कामगिरी'' असं म्हणत नाहीत तर त्याऐवजी ते ''वाईट माणूस,'' असं संबोधतात. एखाद्याची कामगिरी वाईट होणं ही अडचण नाहीये कारण चढउतार सगळीकडेच असतात. त्या व्यक्तीचा स्वाभिमान तिच्या कामगिरीला चिकटवणं किंवा तिच्या चांगुलपणाचं मोजमाप तिच्या कामगिरीवरून करणं ही खरी अडचण आहे.

सुरेश ओबेरॉय : आपण त्या व्यक्तीचं कौशल्य तिच्यापासून वेगळं करत नाही.

शिवानीदीदी : व्यक्तीला, माणसाला आणि त्याच्या कृतीला वेगळं न केल्याने, स्वत:बद्दल चांगल्या भावना निर्माण होण्यासाठी लोक इतरांच्या प्रशंसेवर अवलंबून राहतात, हा धोका आहे. विशेषत: लहान मुलांच्या बाबतीत हे अगदीच खरं आहे. पालकांची मुलांबाबतची मतं ही मुलांची स्वत:शी ओळख असते ह्यावर आपण पूर्वी चर्चा केली आहे. जेव्हा पालक म्हणतात, ''तू खूप शहाणा मुलगा आहेस,'' तेव्हा ते लहान मूल स्वत:च्या मनाचं प्रोग्रॅमिंग अशा प्रकारे करतं की, जेव्हा मी माझ्या आईवडिलांना आनंद होईल असं वागतो तेव्हा ते मला मी शहाणा आहे असं म्हणतात... शहाणा मुलगा बनायचं असेल तर मला चांगलं परफॉर्म करावं लागेल... तरच माझं कौतुक होईल... जेव्हा ते माझं कौतुक करत नाहीत तेव्हा त्याचा अर्थ मी शहाणा मुलगा नाहीये. – खूप कमी वयापासूनच मुलावर या प्रकारचे संस्कार होतात आणि हे खूपच धोकादायक आहे.

सुरेश ओबेरॉय : जेव्हा आमचा कुत्रा आज्ञा पाळायचा नाही तेव्हा आम्ही त्याला ''बॅड बॉय'' म्हणायचो. पण आमच्या डॉग ट्रेनरने सांगितलं, ''तुम्ही पाळलेल्या प्राण्यावर कधीच चिडू नका. त्याऐवजी 'बॅड हॅबिट' असं म्हणा कारण असं केल्याने 'सवय वाईट आहे, तो नाही'; असा संदेश त्याला मिळतो.''

शिवानीदीदी : हे खूपच सुंदर आहे. ''वाईट मुलगा नाही, वाईट सवय,'' असं म्हणा. दोन्ही संदेशांत खूपच फरक आहे.

सुरेश ओबेरॉय : तो कुत्रा आमच्या बरोबर खूप आनंदी आयुष्य जगला. आणि त्याच्या अपेक्षित आयुष्यापेक्षा पाच वर्षं अधिक जगला.

शिवानीदीदी : याचा अर्थ, वाईट सवय असलेला चांगला मुलगा असणं हेही ठीक आहे. आता हाच समजूतदारपणा आपल्याला सगळ्यांच्या बाबतीत दाखवायचा आहे.

जर का पालकांनी प्रयत्न करून त्यांचं कंडिशनिंग बदललं तर त्यांच्या कुटुंबाचं कंडिशनिंग आपोआपच बदलेल. मुलांच्या हातून चुका झाल्या तरीसुद्धा व्यक्ती

म्हणून ती चांगली आहे हे पालकांनी आपल्या मुलांपर्यंत पोहोचवणं खूप महत्त्वाचं आहे. याचं कारण प्रत्येक आत्मा हा मूलतः सुंदर आहे.

मूल जेव्हा जन्माला येतं तेव्हा ते पूर्णतः निरागस असतं. पण 'वाईट मुलगा' असं लेबल लावून मोठी माणसं त्याचा स्वाभिमान कमी करतात. म्हणूनच, मोठं झाल्यानंतरही ते मूल इतरांनी कौतुक करावं अशी आशा बाळगतं. लोक समाजाच्या मतांवर एवढे अवलंबून असण्याचं हे कारण आहे. म्हणूनच ते एकमेकांना खूश करण्यासाठी खोटं बोलतात.

जेव्हा आपण एकमेकांना खूश करण्यासाठी खोटं बोलतो तेव्हा आपल्या नात्याचा पाया असत्य, फसवणूक आणि लबाडी यांनी तयार होतो. आजकाल नात्यांचा पाया सत्यावर आधारित नसल्यामुळे ती कमकुवत असतात आणि सहज तुटतात. तुम्हाला खूश करण्यासाठी आणि अस्वस्थ करण्यासाठी काय बोलायचं हे जर मला माहीत असेल, तर तुमचा रिमोट कंट्रोल माझ्या हातात आहे. मी तुमच्या बरोबर मला पाहिजे त्या मार्गाने लबाडी करू शकते. आजकाल लोक एकमेकांच्या भावनांशी अशा प्रकारे खेळत आहेत.

सुरेश ओबेरॉय : माझ्या वाढदिवशी मला खूप गिफ्ट्स आणि कार्ड्स मिळाली. पण मला सर्वांत जास्त भावलं ते म्हणजे माझ्या आईची दोन ओळींची चिठ्ठी. त्या दोन ओळींमध्ये शुद्धता आणि सत्य होतं. इतर संदेशांमध्ये तर अक्षरही पाठवणाऱ्याचं नव्हतं.

शिवानीदीदी : लोक हे सगळं का करतात? एकमेकांना खूश ठेवण्यासाठी. एकमेकांना खूश ठेवणं इतकं महत्त्वाचं का आहे? मोबदल्यात आपली प्रशंसा व्हावी म्हणून. कोणीतरी आपली प्रशंसा करणं का महत्त्वाचं आहे? कारण त्यांना वाटतं की, लोकांनी कौतुक केल्याने ते चांगला माणूस बनतात.

याचा अर्थ, प्रत्येक जण सतत एकमेकाकडून कौतुकाची अपेक्षा करतो. आता आपल्याला या भावनात्मक प्रोग्रॅमिंगवर पुन्हा लक्ष द्यावं लागेल. कारण कौतुक झाल्याने आपल्याला आनंद होत असेलही; पण इतरांपेक्षा वेगळी प्रतिक्रिया मिळाली तर आपण खूपच अस्वस्थ होऊ. आपण एका मुद्द्यावर ठाम असायला हवं – प्रत्येकाला स्वतःचं मत असतं आणि विचारपद्धती असते कारण प्रत्येकाचे संस्कार वेगवेगळे आहेत. त्यामुळे आपल्या मताशी सहमत नसणारं मत एखाद्याने मांडलं तर आपण अस्वस्थ व्हायला नको. आपला दृष्टिकोन पूर्णतः विरुद्ध असला तरीही त्याचा आणि त्याच्या मताचा आदर करायला हवा. योग्यतेच्या आपल्या व्याख्येशी त्याचं मत जुळलंच पाहिजे हे गरजेचं नाही. जेव्हा आपण एवढे स्थिर, ठाम राहू तेव्हा लोक आपल्याशी खरं बोलायला लागतील.

आपण दुसऱ्या बाजूवरही ठाम राहायला हवं. आपण जो विचार करतो तेच आपण बोललं पाहिजे. खोटं बोलून कोणाला खूश करायची गरज नाही. जर आपण कोणाशी खोटं बोललो तर त्याचा आपल्या स्वत:शी असलेल्या नात्यावर नकारात्मक परिणाम होईल.

सुरेश ओबेरॉय : जर माझ्या मुलीने पहिल्यांदाच केक केला आणि माझं मत विचारलं आणि तो चांगला झालेला नसतानाही मी तिचं कौतुक केलं तर ते खोटं असेल?

शिवानीदीदी : जेव्हा तुम्ही विचार एक करता आणि बोलता दुसरंच तेव्हा ते खोटं असतं.

सुरेश ओबेरॉय : तिचं कौतुक करण्यामागे तिला प्रेरणा देणं हा हेतू होता नाही तर ती निराश झाली असती.

शिवानीदीदी : बरोबर. आपण इतरांना प्रोत्साहन द्यायला हवं, प्रेरणा द्यायला हवी, त्यांचं कौतुक करायला हवं. पण आपण आपल्या विचारांशी आणि शब्दांशी प्रामाणिक राहायला हवं.

उदाहरणार्थ, जर आपल्याला एखाद्याचा ड्रेस आवडला नाही तर 'तो माझ्या आवडीप्रमाणे चांगला नसेल, पण त्या व्यक्तीच्या आवडीचा असेल,' असा विचार निर्माण करायला हवा. नाही तर आपण, 'तुमच्या आवडीप्रमाणे हा ड्रेस तुमच्यासाठी छान आहे,' अशा शब्दांत प्रामाणिकपणाने कौतुक करू शकतो. या मार्गाने आपल्याला आपल्या विचारांत आणि शब्दांत सुसंगती साधता येईल. पण जर, 'किती वाईट पसंती आहे,' असा विचार करून, 'तुमची निवड चांगली आहे,' असं म्हणत असू तर ते धोकादायक आहे. आपल्या शब्दांत आणि आपल्या विचारांत विरोधाभास आहे. आपण समोरच्याला दोन संदेश पाठवत आहोत.

सुरेश ओबेरॉय : आपण प्रेमस्वरूप असण्याच्या मूळ स्वभावापासून लांब जाण्यामागे हेच कारण आहे का?

शिवानीदीदी : आपल्या विचारांत आणि शब्दांत साम्य नसेल तर आपल्या ऊर्जांमध्ये सुसंगती नसेल. भलेही आपल्याला एखाद्यामध्ये बदल घडवायचा असेल, त्याला उद्धटपणे न बोलता सत्य सांगायचं असेल – तर मग ते आपल्याला चांगल्या पद्धतीने सांगावं लागेल. आपली प्रतिक्रिया देताना, हे 'माझ्या मते आहे' असा स्पष्ट उल्लेख करणं खूप महत्त्वाचं आहे.

समजा, तुम्ही रात्रीच्या भोजन समारंभाला पांढरा ड्रेस घालून गेला. कोणीतरी आलं आणि तुम्हाला म्हणालं, "माझ्या मते रात्रीच्या भोजन समारंभाला पांढऱ्या

रंगाचे कपडे घालू नयेत, काळ्या रंगाचे अधिक शोभतात.'' ही त्यांची निवड आहे. आता चेंडू तुमच्याकडे आहे. त्यामुळे, ''रात्रीच्या भोजनासाठी काळा रंग कदाचित शोभत असेलही पण मला पांढरा आवडतो,'' असं तुम्ही म्हणू शकता. असं बोलणं म्हणजे एकमेकांचा आदर करणं. अशा प्रकारे आपल्या आतही आणि बाह्यरीत्या इतरांशी संवाद साधतानाही आपल्या ऊर्जा सुसंगत राहतील.

स्वत:पासून सुरुवात करू या. आपण जो विचार करतो तेच बोलू या. जर एखादी गोष्ट बोलण्यालायक नसेल तर ती विचार करण्यालायकही नाही हे अधोरेखित करा. आपल्याला इतरांना दुखवायचं नाही म्हणून आपण काही बोललो नाही तर आपण त्याचा विचार करणंही टाळायला हवं. कारण आपल्या विचारांचे तरंग त्यांच्यापर्यंत पोहोचतात आणि तेच विचार आपल्यात नकारात्मक ऊर्जाही निर्माण करतात.

आपल्याला एक विचार करण्याची आणि तो लपवण्यासाठी दुसरंच काही बोलण्याची सवय असेल तर आपल्या आत प्रचंड ढीग जमा होईल. आणि मग एक दिवस अचानक अशी एखादी घटना घडेल ज्याने तुमच्या आतल्या कपाटाचे दरवाजे उघडतील. तसं झालं तर आपल्याला अशा पद्धतीने बोलताना बघून इतरांना धक्का बसेल. कदाचित आपल्याच शब्दांवर आपला विश्वास बसणार नाही. म्हणूनच मनात सगळं साठवून ठेवल्याने आपल्यामध्ये आणि आपल्या नात्यांमध्ये विसंगती निर्माण होते. भलेही आपल्या आतल्या कपाटाचे दरवाजे बंद राहिले आणि इतरांना ते समजलं नाही तरी त्याची स्पंदनं त्यांच्यापर्यंत निश्चितच पोहोचतात.

सुरेश ओबेरॉय : जर कोणी माझ्याशी खूप वाईट वागलं आणि मला ते पटलं नाही. तर अशा वेळी मी काय करावं?

शिवानीदीदी : 'ती व्यक्ती भयानक आहे' हा विचार तुम्ही करत राहिलात तर ती वेदना सहन करणारी पहिली व्यक्ती तुम्हीच असाल कारण तुम्ही हा नकारात्मक विचार निर्माण केला आहे. आता तुमचा विचार बदला आणि पुढीलप्रमाणे विचार करा : 'त्या व्यक्तीने तिला जे योग्य वाटलं ते केलं, ते माझ्यासाठी पूर्णपणे चुकीचं होतं... मी अशा गोष्टींचं समर्थन कधीच केलं नसतं, पण ती व्यक्ती तिचे संस्कार आणि दृष्टिकोन यांनुसार वागली... तो किस्सा आता संपला आहे... मी ते दु:ख धरून ठेवायची गरज नाही.'

आपल्या अगदी जवळच्या नात्यांमध्ये आपण समोरच्या व्यक्तीला ''तुझ्या कृतीमुळे मला वेदना होतीय,'' पण ''तुझ्यामुळे वेदना होत नाहीये,'' असं सांगू शकतो. ''जर तू बदललास तर मला योग्य वाटेल,'' असं आपण त्या व्यक्तीला सांगू शकतो. एवढं सांगूनही जर त्या व्यक्तीने तिच्या वागण्यात बदल केला नाही,

तर आपल्याला हे स्वीकारायची गरज आहे कारण आपण दु:ख खूप काळ धरून ठेवू शकत नाही.

आपण समोरच्याला विचारांतून आणि शब्दांतून विरोधाभास निर्माण करणारे असे दोन संदेश कधीच पाठवू नयेत. जर मी तुम्हाला, ''वाईट व्यक्ती'' आणि ''प्रेमळ व्यक्ती'' असं सांगणारे दोन संदेश फोनवर एका पाठोपाठ एक पाठवले तर तुम्हाला कसं वाटेल? अनेक नात्यांमध्ये, लोक खूप गोड बोलतात पण आपल्याला त्यांच्याकडून चांगली स्पंदनं मिळत नाहीत. अशी नाती पक्की होत नाहीत. आपल्याला बदल कसा करायचा हे माहीत आहे पण तो बदल आपण फक्त शाब्दिक स्तरावर करतो आणि सगळी नकारात्मकता आपल्या आत ठेवतो. जर खरंच आपल्याला बदल करायचा असेल तर, तो वैचारिक स्तरावर करू या. जर आपलं मन शुद्ध राहिलं तर आपल्या विचारांत, शब्दांत आणि कृतीत सुसंगती असेल. असं केल्याने आपली नाती सुसंवादी होतील. जर आपले विचार स्वच्छ आणि शुद्ध असतील तर आपल्या आतील कपाटाची दारं (वाईट विचार आणि शब्द) आपोआप उघडली जाण्याची भीती राहणार नाही. आपण प्रामाणिक राहिलो तर आपलं आयुष्य आधीपेक्षा जास्त सहज, सोपं आणि सुटसुटीत होईल.

जर आपण कुठलाही नकारात्मक विचार धरून ठेवला नाही तर आपले तरंग स्वच्छ राहतील. परिणामी आपल्याला इतरांशी हळुवारपणे आणि माधुर्याने बोलण्यासाठी कोणत्याही प्रकारचे कष्ट घ्यावे लागणार नाहीत. आपण आपल्या विचारांवर काम केल्यामुळे हा बदल आपोआप घडेल. जे मनात असेल तेच बाहेर येईल. जर आधीपासूनच आपलं मन स्वच्छ असेल तर आपण टीका केल्यानेही कोणाचं मन दुखावणार नाही. याचं कारण त्यांच्यापर्यंत पोहोचणारे तरंग शुद्ध आणि शक्तिशाली असतील.

चिरंतन प्रेमाकडे घेऊन जाण्याचे मंत्र

- जेव्हा लहान मूल परफॉर्म करतं किंवा त्याची बक्षिसं दाखवतं तेव्हा सगळे त्याचं कौतुक करतात आणि त्याला शहाणा मुलगा म्हणतात. त्या वयात त्या मुलाच्या मनात अशी विचारप्रणाली विकसित होते की, जेव्हा तो चांगलं काम करतो तेव्हा लोक त्याचं कौतुक करतात आणि त्याला चांगला मुलगा म्हणतात.
- लहान असताना जेव्हा आपण चुका करतो तेव्हा लोक आपल्या कृतीवर नाही तर आपल्यावर म्हणजे चुका करणाऱ्यावर टीका करतात. आपला स्वाभिमान सार्वजनिक मतावर उभारला जातो. जर लोकांनी कौतुक केलं तर आपण चांगले आहोत आणि जर लोकांनी टीका केली तर वाईट असं आपण समजायला लागलो.
- सवयी चुकीच्या असतील, वर्तमानातील संस्कार नकारात्मक असतील तरीसुद्धा प्रत्येक आत्मा शुद्ध आणि सुंदर आहे. व्यक्तीला तिच्या सवयींपासून वेगळं करा. असं केल्याने आत्म्याला स्वत:मधल्या शुद्धतेसह व्यक्त होण्यासाठी ताकद मिळेल आणि त्याला त्याच्या सवयी बदलण्यासाठी मदत होईल.
- जेव्हा आपण इतरांना आपलं मत सांगतो तेव्हा आपले विचार आणि शब्द यांत सुसंगती असायला हवी. जर आपण नकारात्मक विचार निर्माण करत असू आणि गोड बोलत असू तर ही विरोधाभास निर्माण करणारी ऊर्जा आहे. शाब्दिक स्तरावर बदल करण्याऐवजी वैचारिक स्तरावर बदल करा. हाच प्रामाणिकपणा आहे.

तुमच्या क्षमतेअनुसार काम करा

सुरेश ओबेरॉय : 'लोक काय म्हणतील' – हा विचार आज आपल्या समोरचं मोठं आव्हान आहे. आपली गाडी छोटी आहे की मोठी, आपण कोणते कपडे वापरतो, कोणत्या प्रकारची भांडी वापरतो या सगळ्याबद्दल लोक काय म्हणतील याची आपण खूप काळजी करतो. एवढं लक्ष आपण प्रेमस्वरूप होण्याकडे दिलं तर त्याचा आपल्याला खूपच फायदा होईल.

शिवानीदीदी : लहानपणापासूनच आपण 'लोक काय म्हणतील,' या विचारानेच आपल्या मनाचं प्रोग्रॅमिंग केलं आहे. जेव्हा लोक आपलं कौतुक करतात तेव्हा आपल्याला चांगलं वाटतं. आपण लोकांच्या कौतुकानेच आनंदित होत असू तर केवळ आपलं कामच नाही तर आपला स्वाभिमानही त्यांच्यावर अवलंबून राहील. मग लोकांचं मत हेच आपल्यासाठी सर्वोच्च ठरेल. जर आपण नीट बघितलं, तर दिवसाच्या सुरुवातीपासून म्हणजे अगदी आज कोणते कपडे घालायचे इथपासूनच आपण लोकांची मान्यता मिळवण्यामागे असतो.

सुरेश ओबेरॉय : सकाळी आपण घराबाहेर पडतो तेव्हा आपल्या सगळ्यांनाच फिट दिसायचं असतं. पण जर आपण उदास चेहऱ्याने आणि रूक्ष अंतःकरणाने घराबाहेर पडलो तर 'लोक काय म्हणतील,' असा विचार कधीच करत नाही.

शिवानीदीदी : आपल्याला वाटतं की पोशाख, वागणंबोलणं, काम आणि समाजातलं स्थान यांच्या आधारे लोक आपल्यावर प्रेम करतात, आपला आदर

करतात आणि आपल्याला स्वीकारतात. म्हणून आपण नेहमीच बाह्य पैलूंवर लक्ष केंद्रित करतो.

लोकांच्या मतांची काळजी करणं हा संस्कार आपल्यात इतका रुजला आहे की आपल्या आयुष्यातले महत्त्वाचे निर्णयही आपण ह्याच विचाराने घेतो. यामागे, आपण समाजात राहतो त्यामुळे समाजाची मंजुरी असणं गरजेचं आहे, असा सर्वसामान्य विचार असतो. आपल्यामुळे इतर लोक दुखावले जाऊ नयेत याची काळजी घ्यायलाच हवी. पण त्याही पलीकडे आपण आपल्या आणि आपल्या कुटुंबाच्या सोयीसुविधांवर आधारित निर्णय घ्यावेत.

आपलं मन अशांत असतं तेव्हा आपण प्रेमस्वरूप होऊ शकत नाही. इतरांच्या मतांवर किंवा प्रतिक्रियांवर आपली मानसिक अवस्था अवलंबून असेल तर शांत राहणं आपल्यासाठी खूप अवघड आहे. भलेही आपण कितीही प्रयत्न केले तरी काही जण आपल्या निर्णयाची प्रशंसा करतील आणि काही जण टीका करतील.

सुरेश ओबेरॉय : एक खूप प्रसिद्ध बोधकथा आहे. एकदा एक वडील आणि मुलगा गाढवावरून प्रवास करत असतात. त्यांना बघून रस्त्यावरचे लोक म्हणतात, ''किती लाजिरवाणी गोष्ट आहे की तरुण मुलगा गाढवावर बसला आहे आणि वयस्क वडील चालत प्रवास करत आहेत.'' हे ऐकून ते बापलेक स्वतःच्या जागा बदलतात. थोड्या वेळानंतर, काही जण म्हणतात, ''वडील स्वतः आरामात गाढवावर बसले आहेत आणि लहान मुलगा पायी चालतो आहे. किती क्रूर आहे हे.'' मग हे ऐकून वडील आणि मुलगा दोघंही त्या गाढवावर बसतात. पण तरीही लोक त्यांच्या वागण्यात चुका काढत म्हणतात, ''त्या गरीब बिचाऱ्या प्राण्यावर किती ओझं टाकत आहेत!''

शिवानीदीदी : आपण सगळ्यांनी ही गोष्ट वाचली आहे आणि हसलोही आहोत. वडील, मुलगा आणि गाढव यांच्यात शक्य ते सगळे पर्याय अवलंबूनही प्रत्येक वेळी चूक काढणारं कोणी ना कोणीतरी होतंच, हा या गोष्टीतला सर्वांत महत्त्वाचा संदेश आहे. याचा अर्थ, गोष्टीतल्या पात्रांनी इतरांच्या बोलण्याकडे लक्ष देण्यापेक्षा स्वतःच्या सोयीप्रमाणे वागायला हवं होतं. हे आपल्या आयुष्यातही लागू पडतं. प्रत्येक जण स्वतःच्या संस्कारांप्रमाणे मत मांडणार त्यामुळे त्यांच्या संस्कारांप्रमाणे ते मत योग्य आहे.

आता तुम्ही दिलेलं उदाहरण घेऊ या. जर तुम्ही तुमच्याकडची एखादी मोठी, महागडी गाडी घरात ठेवून छोट्या गाडीतून प्रवास केला. तर ते पाहून एखादी व्यक्ती कपाळाला आठ्या पाडून म्हणेल, ''एवढं प्रसिद्ध कुटुंब पण एवढ्या छोट्या गाडीतून प्रवास करतंय.'' – त्याच वेळी कोणीतरी तुमच्या साधेपणाची प्रशंसा करेल. ते दोघंही त्यांच्या त्यांच्या संस्कारांप्रमाणे त्यांची मतं मांडत आहेत हे लक्षात ठेवा.

सुरेश ओबेरॉय : महागडी गाडी घरी जपून ठेवली म्हणून दुसरा एखादा आम्हाला कंजूस समजेल.

शिवानीदीदी : बरोबर. अनेक प्रकारचे लोक असतात – म्हणजेच वेगवेगळे संस्कार असलेले वेगवेगळे आत्मे – त्यामुळे मतमतांतर असणारच. आपलं आयुष्य जगताना जर आपण प्रत्येकाच्या मताचा विचार करायला लागलो तर आपण शांतपणे जगू शकणार नाही.

समजा, कोणीतरी तुम्हाला सांगितलं, ''पांढरा रंग तुम्हाला शोभत नाही, त्याऐवजी तुम्ही निळ्या रंगाचे कपडे घाला.'' तुम्ही त्या व्यक्तीचं ऐकलं आणि तो बदल केला. मग कोणीतरी म्हणालं, ''काळा रंग तुझ्यावर जास्त छान दिसेल.'' आणि तुम्ही लगेचच त्यांचा सल्लाही ऐकला. मग तिसरं कोणीतरी म्हणालं, ''काळा खूपच गडद आहे. तुम्ही फिकट शेड असलेल्या दगडी रंगाचे कपडे घाला.'' जर तुम्ही इतरांच्या मतांप्रमाणे बदलत राहिलात तर तुमच्या वैयक्तिक आवडीनिवडींचं काय होईल? इतरांचा सल्ला घेणं ठीक आहे पण इतरांना खूश करण्यासाठी त्यांच्या सल्ल्यांप्रमाणे स्वतःचं आयुष्य जगणं बरोबर नाही.

इतरांना समाधान देणं हा आपल्या समाधानाचा पाया असेल तर ते मिळवणं अशक्य आहे. जर हा संस्कार बदलला तर आपण अनेक बंधनांतून मुक्त होऊ. याचा अर्थ असा नाही की आपण इतरांबरोबर राहता कामा नये. आपण त्यांच्या सोबत राहायला हवं आणि त्यांच्यासाठी शक्य ते सगळं करायलाही हवं. पण व्यक्तिगत स्थैर्य मिळवण्यासाठी आपण आपलं आयुष्य; आपले अधिकार, योग्य–अयोग्य यांतील फरक, सोयींचा स्तर आणि क्षमता यांनुसार जगावं.

सुरेश ओबेरॉय : आपला दृष्टिकोन जर एवढा व्यक्तिनिष्ठ असेल तर आपण अहंकारी आणि ताठ स्वभावाचे नाही का होणार? उदाहरणार्थ, मी जर तुम्हाला सांगितलं की तुमच्यामध्ये तुम्ही विचार करता त्यापेक्षा खूप जास्त क्षमता आहे. तर यात चुकीचं काय आहे?

शिवानीदीदी : तो सल्ला आहे आणि ती वेगळी गोष्ट आहे. सल्ला आणि अभिप्राय मागणं ठीक आहे पण त्यानंतर निर्णय माझा मी घ्यायला हवा आणि कृती करायला हवी.

तुम्ही सुरुवातीला दिलेलं उदाहरण घेऊ या. तुम्ही साधी भांडी वापरायची की चांदीची हे तुम्ही तुमच्या क्षमतेअनुसार ठरवायला हवं. इतर लोक तुमच्याबद्दल काय मत बनवतील या आधारावर कृती करायला नको. कधीकधी आपण आपल्या क्षमतेपेक्षा जास्त गोष्टी करतो.

सुरेश ओबेरॉय : हो, कधीकधी लोक त्यांच्याकडे येणाऱ्या पाहुण्यांवर छाप पाडायची म्हणून शेजाऱ्यांकडून गोष्टी मागून आणतात.

शिवानीदीदी : आपण आपल्या क्षमतेपेक्षा जास्त करतो कारण आपण लोकांच्या कौतुकाचे भुकेले आहोत. अशा वेळी कौतुक होत असताना आणि त्या नंतरही आपल्याला शांत वाटत नाही. जेव्हा मन स्थिर नसतं तेव्हा प्रेमाच्या मूळ ऊर्जेमधे अडथळा येतो. म्हणूनच आपल्या समजेअनुसार, सहज भावाने आणि अंत:प्रेरणेने आपल्याला जे योग्य वाटतं त्याप्रमाणे आपण कृती करायला हवी.

सुरेश ओबेरॉय : हे जग अशी जागा आहे जिथे तुमची इच्छा असेल तरी तुम्ही स्वत:ला बदलू शकत नाही. जेव्हा मी अहंकार सोडून द्यायचा म्हणून छोट्या छोट्या गोष्टी करत होतो, जसं मी जाणूनबुजून इकॉनॉमी क्लासने विमान प्रवास करायचो तेव्हा विमानातला स्टाफ, ''तुम्हाला जागा बदलून हवी आहे का,'' असं मला विचारायचा.

शिवानीदीदी : ठीक आहे. आपल्या आजूबाजूच्या लोकांमध्ये, 'लोक काय म्हणतील' हा संस्कार आहे हे आपल्याला माहीत आहे.

सुरेश ओबेरॉय : एकदा, माझं विमान उतरल्यानंतर, मी स्वत: माझं सामान उचललं. माझ्या एका सहप्रावाशाने मला, ''तुम्ही असं का केलंत?'' असं विचारलं. मी त्याला सांगितलं की, मी स्वत:मध्ये आणि माझ्या मानसिकतेमध्ये बदल करायचा प्रयत्न करत होतो. तो मला म्हणाला की, तुम्हाला स्वत:मध्ये खूप काही बदल करावे लागतील आणि त्यासाठी प्रचंड कष्ट पडतील.

शिवानीदीदी : जर तुम्ही कुठलाही संस्कार बदलायला गेलात तर सुरुवातीला तुमचं मन त्यासाठी विरोध करेल. कोणत्याही परिस्थितीत ते हाच विचार करेल की, मी इकॉनॉमी क्लासने प्रवास केला तर लोक काय म्हणतील? पण स्वत:मध्ये बदल घडवणं इतकंही अवघड नसतं.

तथापि यासाठी आपल्याला आपल्या सुविधांच्या स्तरांत जाणूनबुजून तडजोड करत इकॉनॉमी क्लासने प्रवास करायची गरज नाही. आपण कोणत्याही परिस्थितीत आणि आपल्या क्षमतेअनुसार काम करायला हवं हे महत्त्वाचं!

सुरेश ओबेरॉय : हो, आपल्या सुखसुविधांचा त्याग करण्यात काहीच अर्थ नाही. आध्यात्मिक गृहपाठाचा मी केलेला तो एक वैयक्तिक प्रयत्न होता.

मला खूप प्रसिद्ध लोक माहीत आहेत जे अत्यंत विनम्रतेने राहतात. त्यांचं कार्य हीच त्यांची ओळख आहे.

शिवानीदीदी : त्यांच्या कामापेक्षा, लोक त्यांच्या नीतिमूल्यांचा आदर करतात.

जर आपण करिअरमध्ये खूप यश मिळवलं पण आपली नीतिमूल्यं विरुद्ध प्रकारची असतील तर लोक आपला आदर करणार नाहीत. तरीसुद्धा कदाचित लोक आपल्याला बसायला जागा देतील किंवा सलाम ठोकतील पण तो सहज भावातून आलेला आदर मात्र नसेल. मनापासून मिळालेला सलाम किंवा आदर आपल्या मिळकतीला, पदाला किंवा यशाला नसतो. तो आपल्या गुणांमुळे आणि वैशिष्ट्यांमुळे मिळतो.

सुरेश ओबेरॉय : जेव्हा आपण हॉटेलमध्ये जातो तेव्हा तिथला द्वारपाल आपल्याला नाही तर आपल्या गाडीला सलाम ठोकतो. जर खरंच कोणी आपला आदर करावा असं आपल्याला वाटत असेल तर आपल्याला या सगळ्यातून वर यावं लागेल.

शिवानीदीदी : हो, या सगळ्यातून आपण जसजसे बाहेर पडू तसतसे आपण आपल्या अहंकारावर विजय मिळवू आणि आपण स्वत:भोवती बांधलेल्या बंधनांतून मुक्त होऊ. जेव्हा जेव्हा आपल्याला स्वत:मध्ये सकारात्मक बदल दिसेल तेव्हा तेव्हा आपण आपली पाठ थोपटली पाहिजे. स्वतःच तयार केलेल्या संकुचित विचारसरणीतून बाहेर पडणं किंवा ती बदलणं खूप अवघड नाही हे आपण स्वत:ला सांगायला हवं.

सुरेश ओबेरॉय : मी नेहमीच मर्यादित विचारसरणीत राहिलो आहे. पूर्वी, माझी हँडबॅग विमानापर्यंत नेण्यासाठी मी हमालाची वाट बघायचो.

शिवानीदीदी : हे सगळं करत असताना तुमच्या मनाचा अँटेना काय पकडत असेल? लोक माझ्याकडे बघत आहेत असा विचार तुम्ही करायचा. तुमच्या घरात मात्र तुम्ही कितीही वजनदार बॅग उचलत असाल कारण तुम्हाला माहीत असतं की तुमच्याकडे कोणी बघत नाहीये.

सुरेश ओबेरॉय : मला राजेशाही पद्धतीची जीवनशैली आवडत होती. यातील काही सवयी मी माझ्या वरिष्ठांकडून उचलल्या.

शिवानीदीदी : 'मूव्ही स्टार' म्हणजे अशी व्यक्ती जी स्वत:चं सामान स्वतः उचलणं यांसारखी कामं करत नाही अशी व्याख्या तुम्ही केली. 'जेव्हा लोक असं वागतात तेव्हा त्यांना इतरांकडून आदर मिळतो आणि त्यांची प्रशंसा होते. जर ते असं काही

करत नसतील तर त्यांना श्रेष्ठ समजलं जात नाही,' अशा विचारांनी तुम्ही तुमच्या मनाचं प्रोग्रॅमिंग केलं. मनाच्या अशा प्रोग्रॅमिंगमुळेच सगळा गुंता झाला आहे.

सुरेश ओबेरॉय : आता मी जाणूनबुजून इकॉनॉमी क्लासने प्रवास करतो.

शिवानीदीदी : साधेपणा हा आपलं मन शांत ठेवण्याचा सोपा मार्ग आहे. आपण सकस अन्न सेवन करण्याची आणि नीटनेटके कपडे परिधान करण्याची पण तरीही साधं राहण्याची गरज आहे. सर्वांत महत्त्वाचं म्हणजे साधा विचार करण्याची गरज आहे. जर पूर्ण वेळ आपल्या मनात कोलाहल असेल आणि आपला स्वाभिमान इतरांच्या मतांवर अवलंबून असेल तर मन शांत ठेवणं आपल्याला अवघड होईल.

आज आपल्यापैकी कित्येक जण, करिअर किंवा नाती यांसारखे आयुष्यातले महत्त्वाचे निर्णय इतरांच्या मतांप्रमाणे घेतात. अनेकदा हे निर्णय चुकतातही. आपल्या करिअरचा मार्ग ठरवणाऱ्या एखाद्या विद्यार्थ्याचं उदाहरण घेऊ या. त्याचे संस्कार आणि त्याचं कार्मिक खातं या दोन महत्त्वाच्या घटकांवर तो हा निर्णय घेईल. तो अंत:प्रेरणेने त्या बाजूकडे ओढला जाईल. त्याच्या आजूबाजूचे लोक त्यांच्या संस्कारांप्रमाणे मत देतील. ते सगळे जरी बरोबर असले तरीही अंतिम निर्णय त्या विद्यार्थ्यालाच घ्यायचा आहे. म्हणून त्याच्या आवडीप्रमाणे आणि क्षमतेप्रमाणे त्याने तो घ्यायला हवा.

कोणताही निर्णय घेतल्यानंतर आपल्याला सकारात्मक आणि नकारात्मक प्रतिक्रिया मिळतात, त्यामुळे आपल्या आणि आपल्या कुटुंबाच्या सोयीप्रमाणे अंतिम निर्णय घेणं सर्वांत उत्तम. यामुळे आपलं जीवन अत्यंत सरळ आणि साधं बनेल.

सुरेश ओबेरॉय : हो, आज माझं आयुष्य साधं–सोपं आहे. १९७०च्या दशकात, माझ्या कुटुंबातील आणि मित्रपरिवारातील बहुतांश सदस्यांनी चित्रपटात करिअर करू नकोस. ते क्षेत्र व्यावसायिक घराण्यातील व्यक्तीला शोभणारं नाही असा सल्ला दिला होता.

शिवानीदीदी : जर तुम्ही त्यांच्या मतांप्रमाणे वागला असता तर आता तुमचं आयुष्य खूप वेगळं असतं.

सुरेश ओबेरॉय : मी खूप दु:खी असतो. इतर अभिनेत्यांना चित्रपटांत काम करताना बघून मला स्वत:बद्दल वाईट वाटलं असतं.

शिवानीदीदी : कारण तुम्ही समाजाच्या मतासाठी स्वत:च्या अंत:प्रेरणेला दाबून टाकलं असतं.

आजकाल आपण, 'मी हे केलं नाही तर लोक काय म्हणतील,' या विचाराने अनेक रीतिरिवाज सांभाळतो, परंपरा पुढे नेतो, पूजापाठांचं आयोजन करतो. काहींना शारीरिक व्याधींमुळे नवरात्रीत नऊ दिवस उपवास करणं त्रासदायक वाटतं. तरीही इतरांच्या नजरेत चांगलं बनण्यासाठी ते हे उपवास क़रतात. आपण धार्मिक विधीसुद्धा सामाजिक दबावाखाली करायला लागलो तर त्यामागचा शुद्ध हेतू आपल्याला साध्य करता येणार नाही. आपल्या हेतूमध्येच भेसळ असेल.

सुरेश ओबेरॉय : 'हेतू' हा शब्द मला आवडला.

शिवानीदीदी : हा कर्मामागे दडलेला हेतू आहे. जर आपण आपल्या घरी जागरण, कीर्तन किंवा काही पूजापाठ आयोजित करत असू तर ते देवावरच्या प्रेमापोटी आणि आपल्या त्याच्या बरोबरच्या नात्यापोटी करायला हवं. आपण हे सगळं खऱ्या भावनेने करायला हवं.

सुरेश ओबेरॉय : कधीकधी, ''पूजेसाठी आमच्या घरी किती तरी श्रेष्ठ व्यक्ती येऊन गेल्या किंवा आम्ही किती थाटामाटात कार्यक्रम आयोजित केला होता,'' अशा बढाया लोक मारतात.

शिवानीदीदी : अशा घटनेत, पूजापाठाशी संबंधित व्यवस्थापनाबाबतच एखाद्या व्यक्तीला छान वाटेल पण तो फक्त 'फील गुड फॅक्टर' असेल. त्यामुळे आत्म्याचं जे सबलीकरण होणार होतं त्याचा अनुभव ती व्यक्ती घेऊ शकणार नाही.

आपण आपल्या कृतींमागचे हेतू तपासत नसल्यामुळे आपल्या मौलिकतेपासून लांब जात आहोत. म्हणूनच ''आजकाल खूप दिखाऊपणा आहे,'' असं लोक म्हणतात. प्रत्येक जण स्वत:च्या क्षमतांपलीकडे जाऊन गोष्टींचं बाह्य स्वरूप परिपूर्ण करण्याचा प्रयत्न करत आहे. त्या कृतीमागचा हेतू कोणीच तपासत नाही. लोकांकडून प्रशंसा व्हावी किंवा लोक काय म्हणतील या भीतीपायी आपण काही करत असू तर त्या गोष्टी आपल्याला आनंद देणार नाहीत. परिणामी आपण आपल्या मौलिकतेचा विस्तार करू शकणार नाही.

आज या संस्कारावर काम करू या. प्रेमस्वरूप होण्यातला हा मोठा अडथळा आहे आणि बदलण्यासाठी तसा सोपाही आहे. आपल्या आयुष्यात छोट्या गोष्टीपासून ते मोठ्या निर्णयापर्यंत आपण जे काही करू, ते आपल्याला आणि आपल्या कुटुंबाला योग्य वाटतं म्हणून केलं पाहिजे... एका महिन्यासाठी प्रयोग म्हणून आपण याची सुरुवात करू शकतो. मग त्यानंतर जीवन खूप साधं आणि सुंदर होईल.

चिरंतन प्रेमाकडे घेऊन जाण्याचे मंत्र

- इतरांच्या स्वीकृतीवर जर आपले निर्णय अवलंबून असतील तर आपण आपल्यासाठी अयोग्य निर्णय घेण्याचीही शक्यता आहे.
- एकाच परिस्थितीत, वेगवेगळे आत्मे, त्यांच्यावर झालेल्या भूतकाळातील आणि वर्तमानातील संस्कारांनुसार वेगवेगळी मतं मांडतील. आपण निवडलेल्या प्रत्येक गोष्टीसाठी सगळ्यांची स्वीकृती मिळणं अशक्य आहे.
- गरज असेल तर निर्णय घेण्याआधी कुटुंबाकडून आणि मित्रपरिवाराकडून सल्ला घ्या. पण लोकांना खूश करण्यासाठी किंवा त्यांच्याकडून कौतुक होण्यासाठी निर्णय घेऊ नका.
- जेव्हा आपण शांत आणि स्थिर असतो तेव्हाच आत्म्याचे मूळ गुण प्रकाशित होतात. जेव्हा आपल्यावर इतरांच्या मतांचा परिणाम होतो तेव्हा आपण अस्वस्थ राहतो. परिणामी आपल्या प्रेमाच्या ऊर्जेत अडथळा येतो.

प्रत्येकाचाच प्रवास वैशिष्ट्यपूर्ण!

सुरेश ओबेरॉय : पालक आणि मुलं ह्या नात्यावरची ही चर्चा मला खूपच रंजक वाटतीय. मी आजोबा झाल्यापासून खूप नवीन अनुभव घेतोय. आमचं नातवंड आम्हा दोघांपैकी कोणावर जास्त प्रेम करतं याची आम्हा उभयतांमध्ये गोड स्पर्धा चाललेली असते. यामुळे घरातील सदस्य आणि आईवडील यांच्याकडूनच लहान मुलांमध्ये स्पर्धेची जाणीव बिंबवली जाण्याची शक्यता असावी.

शिवानीदीदी : 'गोड स्पर्धा' असं काही नसतं.

सुरेश ओबेरॉय : ''आई आणि वडील यांपैकी तुझं कोणावर जास्त प्रेम आहे?'' असं अनेकदा पालकच मुलांना विचारतात.

शिवानीदीदी : हे खूप नुकसानदायक आहे. ह्याच्यामध्ये काहीच चांगलं नाही कारण असं बोलून आपण मुलांना कमी प्रेम करणं, जास्त प्रेम करणं अशा संज्ञा शिकवतो. नाही तर अशा गोष्टी मुलांच्या गावीही नसतात.

सुरेश ओबेरॉय : हो, हे खरोखरंच वाईट आहे. मला कधीच जाणवलं नाही.

शिवानीदीदी : मजेत बोलल्या जाणाऱ्या गोष्टी मुलांच्या बाबतीत प्रत्यक्षात उतरू शकतात. जेव्हा पालक मुलांना त्यांच्यापैकी कोण जास्त आवडतं असं विचारतात तेव्हा प्रत्यक्षात या स्पर्धेला सुरुवात कोण करतं?

सुरेश ओबेरॉय : नवरा आणि बायको.

शिवानीदीदी : हो, ही स्पर्धा सासू-सुनेमध्येही असू शकते.

सुरेश ओबेरॉय : आजीआजोबा आणि नोकरवर्ग अशीही स्पर्धा असू शकते.

शिवानीदीदी : हो. स्पर्धेचा हा संस्कार खूप सूक्ष्म असतो. आपल्याला वाटतं की, स्पर्धा फक्त कामाच्या ठिकाणी, व्यावसायिक जगात असते किंवा समाजात इतरांपेक्षा वरचं स्थान मिळावं या इच्छेत दडलेली असते. पण घरातही सूक्ष्म स्तरावर स्पर्धा असूच शकते. जसं तुम्ही म्हणाला तसं, मूल कोणाचं जास्त ऐकतं किंवा घराची काळजी कोण जास्त चांगली घेतं, इ. साठी स्पर्धा असू शकते. 'मी इतरांपेक्षा जास्त चांगल्या प्रकारे कार्यं करू शकते,' असा विचार जेव्हा आपण करतो त्या क्षणी आपण चांगली ऊर्जा निर्माण करत नाही. सूक्ष्मपणे आपण आपली आणि इतरांची प्रेमाची ऊर्जा रोखतो.

एका महिलेने मला एकदा सांगितलं की तिचा संपूर्ण दिवस मुलाची काळजी घेण्यात जातो पण तिच्या नवऱ्याने कधीच तिच्या कष्टांची किंमत केली नाही. एक दिवस जेव्हा नवऱ्याने मुलाची काळजी घेईन असं सांगितलं तेव्हा, 'आता बघू या सगळं कसं करतो,' असा तिने स्वत:शी विचार केला. म्हणजेच, त्याला या कामात यश मिळू नये म्हणजे त्याला तिची किंमत कळेल असा विचार तिने न कळत केला होता. तिच्या नवऱ्यासाठी आणि मुलासाठी तिने कोणत्या प्रकारची ऊर्जा निर्माण केली? कुटुंबातील सदस्य न कळतपणे अशा प्रकारची स्पर्धा करतात.

सुरेश ओबेरॉय : आणि जर मुलाची नीट काळजी घेण्यात नवऱ्याला यश मिळालं तर?

शिवानीदीदी : कदाचित तिला त्याचा आनंद होणार नाही. कधीकधी एखादं काम आपल्यापेक्षा चांगलं कोणी करूच शकत नाही असा आपल्याला विश्वास असतो. आपल्या कुटुंबातील एखाद्याला जरी ते जमलं तरी आपण ते पटकन स्वीकारू शकत नाही किंवा आपल्याला त्याचं कौतुक वाटत नाही. आपण आपल्या विचारांबाबत सजग राहायला हवं आणि आपण काही चांगलं केल्यानंतर जसा आपल्याला आनंद होतो तसंच इतरांच्या जीवनातही काही चांगलं झाल्यावर आपल्याला तसंच वाटतं का हे तपासायला हवं. अशा प्रकारे आपल्या कुटुंबातील सदस्यांप्रमाणेच आपण इतरांसाठीही प्रेमाची ऊर्जा निर्माण करू शकतो.

तेव्हा, स्पर्धा कधीही चांगली नसते.

सुरेश ओबेरॉय : या सगळ्याची सुरुवात शाळेपासून होते जेव्हा मुलं वेगवेगळ्या खेळांमध्ये स्पर्धा करतात.

शिवानीदीदी : ती स्पर्धा वेगळी आहे कारण तिथे आपण सजगतेने हेतुपुरस्सर स्पर्धा करतो. जेव्हा असजगतेमुळे आपोआप स्पर्धा व्हायला लागते आणि स्पर्धा हा संस्कार बनतो तेव्हा ती धोकादायक बनते. त्यानंतर आपण नक्की कोणाशी स्पर्धा करत आहोत ह्याची जाणीव नसते. पालक आणि मुलं यांच्यामध्येसुद्धा स्पर्धा होऊ शकते.

एक उदाहरण बघू या. अनेक वर्षं कष्ट करून एक वडील व्यवसायात साम्राज्य उभं करतात. नंतर, समजा २५ वर्षांनी त्यांचा मुलगा तो व्यवसाय बघायला लागतो. जर मुलाला त्याची नवीन कौशल्यं वापरून त्या संस्थेत काही सकारात्मक बदल करता आले आणि त्याची प्रशंसा झाली किंवा संस्थेतील कर्मचारीवर्गाला तो खूप आवडू लागला, तर कदाचित वडिलांना सूक्ष्म स्तरावर ते आवडणार नाही. त्या क्षणी वडील आपल्या मुलाबरोबरच स्पर्धा करू लागतात.

घरातला कर्मचारीवर्ग जर नवऱ्यापेक्षा जास्त बायकोचं ऐकत असेल, आणि नवऱ्याला ते आवडत नसेल तर याचा अर्थ त्या जोडप्यामध्ये सूक्ष्म स्पर्धा आहे. स्पर्धा म्हणजे एखादी गोष्ट आपल्यापेक्षा कोणी चांगली करत असेल तर त्याबद्दल आनंद न होणं. प्रेम रोखण्याचा हा सर्वांत सोपा मार्ग आहे.

सुरेश ओबेरॉय : प्रेमस्वरूप अस्तित्व आपल्याला काय शिकवतं?

शिवानीदीदी : प्रेमस्वरूप अस्तित्व आपल्याला शिकवतं की, एखाद्याचं नातं जर आपल्यापेक्षा इतरांशी जास्त चांगलं असेल तर हे खूप छान आहे. उदाहरणार्थ, इतर लोक तुमच्या नातवंडाची काळजी तुमच्यापेक्षा जास्त चांगल्या प्रकारे घेऊ शकत असतील तर ते खूप छान आहे.

सुरेश ओबेरॉय : सासू आपल्या बाळावर आपल्यापेक्षा जास्त प्रेम करते असं जर सुनेला वाटत असेल तर तिने या बाबत खूश असायला हवं. कारण सरतेशेवटी तिच्या बाळाला त्याचा फायदाच होणार आहे.

शिवानीदीदी : हो, नक्कीच. पण स्पर्धेच्या संस्कारामुळे ती, 'मी असं का नाही केलं?' असा विचार करते. 'चांगलं कोण आहे, पहिल्या क्रमांकावर कोण आहे,' ही स्पर्धेची भाषा आहे.

सुरेश ओबेरॉय : माझी वहिनी वारली तेव्हा मी खूप लहान होतो. एखाद्याला गमावण्याचा, हरवण्याचा तो माझा पहिलाच अनुभव होता म्हणून मी खूप दुःखात

होतो. अंत्यविधी सुरू असताना काही कारणाने चिता पहिल्या प्रयत्नात पेटली नाही. त्या वेळी आमच्या घरातील पुजाऱ्यांनी पुढे येऊन लाकडं पुन्हा एकदा नीट लावली आणि त्यानंतर चिता लगेच पेटली. नंतर ते पुजारी, अशा कामांमध्ये ते इतरांपेक्षा किती चांगले आहेत याच्या बढाया मारायला लागले.

शिवानीदीदी : जेव्हा स्पर्धा आपला संस्कार बनते तेव्हा ती आपोआपच केली जाते. मग आपण ती कोणत्या ठिकाणी, आपल्याच नातेवाइकांबरोबर किंवा कोणत्या प्रसंगात करत आहोत किंवा त्याचा आपल्याच कुटुंबातील सदस्यावर काय परिणाम होत आहे याचं भानही आपल्याला राहत नाही. आपण आपल्या संस्कारांकडे काळजीपूर्वक पाहायला हवं. कारण तेच आपल्या पुढच्या पिढ्यांकडे जाणार आहेत. लहान मुलांना अजिबातच स्पर्धेची जाणीव नसते. ते त्यांच्या आजूबाजूच्या वातावरणातून स्पर्धा शिकतात.

सुरेश ओबेरॉय : जर मी माझ्या मुलांना स्पर्धा करायला शिकवलं नाही तर आयुष्याच्या स्पर्धेत ती मागं पडतील.

शिवानीदीदी : 'स्पर्धा' ह्या संज्ञेचा आपण नव्याने विचार करायची गरज आहे. मुलांनी उत्तम कामगिरी करावी आणि मग त्याचं मूल्यमापन करावं यासाठी पालकांनी आपल्या मुलांना प्रोत्साहन द्यायला हवं. जर मुलं त्यांच्या क्षमतांचा संपूर्ण वापर करत नसतील तर पुढच्या वेळेस आणखी कष्ट घेण्यासाठी त्यांना प्रोत्साहन द्यायला हवं. पण सर्वसाधारणपणे, पालक असं करताना दिसत नाहीत. उदाहरणार्थ, जेव्हा मुलगा परीक्षा देऊन घरी येतो तेव्हा पालक पहिला प्रश्न विचारतात, ''कसा गेला पेपर?'' मुलगा म्हणतो, ''चांगला गेला.'' त्यांचा पुढचा प्रश्न, ''इतरांना कसा गेला पेपर?'' हाच असतो. हा अतिशय संदर्भहीन प्रश्न आहे पण तरी ते तो विचारतात. जर मुलगा म्हणाला की, त्यांनापण चांगला गेला, तर पालकांना त्यांचा मुलगा वर्गात मागे पडेल की काय अशी काळजी वाटते.

''इतरांना पेपर फार काही चांगला गेला नाही,'' असं मुलगा म्हणाला तर पालकांना हायसं वाटतं. याचा अर्थ, पालक त्यांच्या मुलाच्या वैयक्तिक क्षमतेवर लक्ष केंद्रित करत नाहीत. आपला मुलगा इतरांपेक्षा पुढे जायला पाहिजे हेच पालक त्यांच्यावर बिंबवतात.

प्रत्येक मुलाच्या स्वतःच्या क्षमता आणि बुद्धिमत्ता असते. अभ्यासात, खेळात किंवा इतर क्षेत्रांतही पालकांनी मुलाच्या क्षमतांवर काम केलं पाहिजे आणि त्या वाढवल्या पाहिजेत. पण जेव्हा ते इतरांशी तुलना करतात तेव्हा दोन प्रकारे नुकसान होतं. पहिलं म्हणजे ते मुलाच्या संपूर्ण क्षमतांचा वापर करत नाहीत किंवा त्याच्या क्षमता ओढूनताणून वापरायचा प्रयत्न करतात. सर्वांत महत्त्वाचं म्हणजे, स्वतःचं

सर्वोत्तम देण्याऐवजी इतरांपेक्षा चांगली कामगिरी करणं– हाच संस्कार त्याच्यात रुजवला जातो. यातून फक्त असमाधान हाती येतं.

सुरेश ओबेरॉय : पण जर आपण इतरांपेक्षा वरचढ ठरलो नाही तर आपण आयुष्यात नापास होऊ.

शिवानीदीदी : त्याऐवजी आपण स्वत:च्या क्षमतांवर लक्ष केंद्रित नाही का करू शकणार? आपण इतरांच्या कामगिरीवरून प्रेरणा घेऊन त्याचा उपयोग आपली कामगिरी सुधारण्यासाठी करू शकतो. पण इतरांना मागे टाकण्यासाठीच प्रयत्न केले गेले तर याचा शेवट काय होईल? जर आपण एकाला मागे टाकलं तर पुढे गेल्यावर अजूनही कोणीतरी असेल. आणि मग आपल्याला त्याला मागे टाकावंसं वाटेल. त्यानंतर आणखी कोणीतरी पुढे असेल... आणि हे असं चालूच राहील. अशाने आपण कधीच आनंदी आणि समाधानी होणार नाही.

खेळामध्ये किंवा प्रत्यक्ष आयुष्यातील स्पर्धेमध्ये, जिथे आपण जाणीवपूर्वक स्पर्धा करत असतो, तिथे आपल्याला फक्त स्वत:च्या कामगिरीवर लक्ष केंद्रित करायला सांगितलं जातं. जर आपण इकडेतिकडे बघत बसलो तर काय होईल?

सुरेश ओबेरॉय : एकाग्रता नसल्याने आपला वेग कमी होईल.

शिवानीदीदी : त्याचबरोबर भीती आणि काळजी या भावना निर्माण होतील आणि आपली कार्यक्षमता घटेल. याऐवजी जर आपण आपल्या खेळावर मन एकाग्र केलं तर आपण आपल्या क्षमतेप्रमाणे सर्वोत्तम कामगिरी करू.

सुरेश ओबेरॉय : स्पर्धेमध्ये एका सेकंदासाठी जरी आपलं दुर्लक्ष झालं तरी आपल्यासाठी सगळं संपलेलं असतं.

शिवानीदीदी : एक सेकंदाच्या दुर्लक्षामुळे आपण स्पर्धा हरू शकतो तर कल्पना करा की, आयुष्यात आपल्या पुढे कोण जातंय हेच आपण इकडेतिकडे बघत राहिलो तर स्वत:बरोबर काय करू?

आता या विषयाकडे आध्यात्मिक बाजूने बघू या. अध्यात्म आपल्याला सांगतं की प्रत्येक आत्म्याचं एक कार्मिक खातं असतं. भलेही वर्तमान जीवनात दोन आत्म्यांवर समान कष्ट घेतले तरी त्याचा परिणाम समान असणार नाही. याचं कारण त्यांचे संस्कार आणि पूर्वजन्मीची कर्मं वेगवेगळी आहेत आणि ह्या दोन्ही गोष्टी त्यांच्या नशिबावर प्रभाव पाडतात. प्रत्येक आत्म्याकडे यश मिळवून देणारे घटक वेगवेगळे असतील तर आयुष्याला स्पर्धा समजणं कितपत योग्य आहे?

काही मुलं खूप कष्ट करतात पण तरी त्यांचा निकाल चांगला लागत नाही आणि काही मुलं खूप कष्ट न घेताही चांगल्या मार्कांनी पास होतात. व्यवसायातही हेच होतं.

सुरेश ओबेरॉय : जेव्हा मी फिल्म स्कूलमध्ये शिकत होतो तेव्हा सगळे म्हणायचे की, माझ्या वर्गमित्रांना लवकर कामं मिळतील पण मला कामं मिळवणं अवघड होईल. पण प्रत्यक्षात, माझ्या वर्गात ज्याला सर्वांत पहिल्यांदा काम मिळालं तो मी होतो.

शिवानीदीदी : जेव्हा आपण एखाद्याची परीक्षा घेतो – मग ती कामगिरी, कौशल्य, दिसणं कशाही बाबतीत असली तरी, ती आपण त्या वेळेस ठरलेल्या मापदंडांनुसार घेतो. ती व्यक्ती काय करण्यास समर्थ आहे आणि काय करण्यास नाही हे आपण त्यानुसार ठरवतो. तुम्ही म्हणालात की तुमच्या बाबतीत लोकांच्या अपेक्षेच्या अगदी उलटं झालं. सगळ्यांसाठीचे मापदंड सारखेच होते तरीही निकाल अपेक्षेपेक्षा वेगळा कसा काय लागला? आणि हे काही फक्त तुमच्या सोबत झालं असं नाही तर अशी अनेक लोक असतात. एक गृहीतक मांडू या. एकाच मापदंडात तोलल्या जाणाऱ्या दोन व्यक्ती. असं समजा की ती एकसारखी जुळी मुलं आहेत. त्यांची जन्मवेळ, आईवडील आणि त्यांच्या आजूबाजूचं वातावरण सगळं सारखं आहे. असं समजा की, त्यांची प्रतिभा, कौशल्य, शिक्षण आणि बुद्धिमत्ता समान आहे. जर त्या दोन्ही व्यक्तींनी एकच उत्पादनव्यवसाय चालू केला तर व्यवसायातही समान परिणाम साधला जाईल का?

सुरेश ओबेरॉय : हे गरजेचं नाही.

शिवानीदीदी : तो परिणाम सारखा नसेल. जेव्हा सगळे इनपुट्स सारखे असतात तेव्हा आउटपुटही समान असायला हवं. पण असं होणार नाही कारण त्या दोन्ही व्यक्तींसाठी वेगवेगळा असणारा घटक म्हणजे त्यांची पूर्वजन्मांतली कार्मिक खाती.

असं समजू या, की त्यांच्यातील एकाने मागील जन्मात खूप सकारात्मक कर्मं केली आहेत. त्याने इतरांना सहकार्य केलं असेल, खूप लोकांना त्याच्यामुळे फायदा झाला असेल. मागच्या जन्मातून पुढे आलेलं ते कार्मिक खातं त्याला वर्तमान जन्मात मोठं यश मिळवून देईल.

समजा, त्याच्या भावाने मागच्या जन्मात इतरांच्या यशाच्या वाटेत अडथळे निर्माण केले असतील. तो मागचा हिशोब त्याला या जन्मात चुकता करावा लागेल. आता जरी त्याने अधिक परिश्रम घेतले तरी त्याला जास्त परिणाम साधता येणार नाहीत. जेव्हा पूर्वजन्मांतील कार्मिक खाती वेगळी आहेत तेव्हा वर्तमानात प्रामाणिक स्पर्धा कशी होऊ शकेल? नेहमी लक्षात ठेवा की, आयुष्यात दोन आत्मे कधीच

एकमेकांशी स्पर्धा करू शकत नाहीत कारण, त्यांच्या इनपुटचे निकष कधीच एकसारखे नसतात.

कधीकधी आपण ऐकतो की, दिवसरात्र अभ्यास करणारा मुलगा परीक्षेत नापास झाला आणि दुसरा जो अगदीच निवांत असायचा, परीक्षेच्या आदल्या दिवशीही चित्रपट बघायचा, तो उत्तम मार्कांनी पास झाला. त्या वेळी आपल्याला खूप आश्चर्य वाटतं. याचं कारण, एका मुलाने परीक्षेच्या आदल्या दिवशी पुस्तक उघडलेलं असतं आणि दुसरा मुलगा वर्षभर परीक्षेची तयारी करत असतो. अशा वेळेस आपण संपूर्ण चित्र लक्षात घेतलं पाहिजे.

त्याचप्रमाणे, जेव्हा आपण स्वत:ला किंवा इतरांना पारखतो तेव्हा आपण फक्त वर्तमान जीवनाचा विचार करतो. माझ्याकडे यश मिळवण्यासाठी आवश्यक ती साधनसामग्री असतानाही आणि मी एवढे कष्ट करूनही मला माझं ध्येय का गाठता आलं नाही याचं आपल्याला नेहमी आश्चर्य वाटतं. आपण वर्तमानात खूप कष्ट केलेले असले तरी कदाचित पूर्वजन्मांत तेवढे कष्ट केलेले नसतात. जर दुसऱ्या माणसाचं त्याच्या पूर्वजन्मातलं कार्मिक खातं आपल्यापेक्षा वरचढ असेल तर आपण त्याच्या बरोबर स्पर्धा कशी करणार?

सुरेश ओबेरॉय : लहानपणी माझं अभ्यासात खूप लक्ष असायचं. माझे सगळे धडे माझ्या डोक्यात पक्के व्हायचे. परीक्षा देण्याआधी मला शेवटच्या मिनिटापर्यंत कधीच अभ्यास करावा लागला नाही.

शिवानीदीदी : वर्गातले धडे लक्षात ठेवणं प्रत्येकालाच जमतं असं नाही. आपल्या प्रत्येकाची ग्रहणशक्ती आणि स्मरणशक्ती वेगवेगळी असते.

सुरेश ओबेरॉय : हेपण पूर्वजन्मातून येतं का?

शिवानीदीदी : हो, आपली वर्तमानातली बुद्धिमत्ता ही आपलं पूर्व कार्मिक खातं आणि पूर्वीच्या संस्कारांमुळे असते.

प्रत्येकाचा प्रवास वेगळा असतो हे लक्षात ठेवू या. पुढे जाणं आपल्या हातात आहे पण जर आपण इकडेतिकडे बघत राहिलो तर आपण संधी गमावतो.

चिरंतन प्रेमाकडे घेऊन जाण्याचे मंत्र

- तुलना आणि स्पर्धा इतरांपेक्षा चांगलं बनण्याच्या आणि करण्याच्या भावनेतून येते. आपण इतरांपेक्षा चांगले आहोत ही भावना, आपली किंमत आपल्याच नजरेत वाढवते.
- व्यावसायिक जगात निर्माण झालेली स्पर्धेची भावना आपला संस्कार बनते. मग आपला हा संस्कार आपल्याला कुटुंबातील आणि मित्रपरिवारातील सदस्यांबरोबर स्पर्धा करायला लावतो आणि आपली प्रेमाची ऊर्जा रोखतो.
- जेव्हा कुटुंबातील इतर व्यक्ती आपल्यापेक्षा जास्त चांगल्या गोष्टी करतात किंवा त्यांची नाती चांगली असतात, तेव्हा आपण त्यांच्या गुणांची प्रशंसा करायला हवी. जर आपल्याला त्यांच्याबद्दल मत्सर निर्माण झाला किंवा त्यांच्यापेक्षा निकृष्ट वाटलं तर आपण त्यांना नकारात्मक ऊर्जा पाठवत आहोत.
- आपल्या क्षमतेअनुसार सर्वोत्तम बनण्याचा आणि सर्वोत्तम कृती करण्याचा आपला हेतू असायला हवा. आपल्या गुणांवर आणि कौशल्यांवर लक्ष केंद्रित करा आणि इतरांशी तुलना करण्याऐवजी स्वतःच्या क्षमतेअनुसार अजून चांगलं करत राहा. जीवनाचा हेतू आपण इतरांपेक्षा चांगलं बनावं असा नसावा तर आपण स्वतःच सर्वोत्तम बनावं, हा असायला हवा.
- इतरांपेक्षा चांगलं बनण्याची इच्छा ठेवणं ही न संपणारी स्पर्धा आहे. नेहमीच कोणीतरी आपल्या पुढे असेल त्यामुळे आपण कधीच आनंदी होणार नाही. स्पर्धेच्या भावनेबरोबरच भीती, ताण, संताप, असुरक्षितता आणि मत्सर या भावनाही निर्माण होतील.
- प्रत्येक आत्म्याचं व्यावसायिक यश, आरोग्य, नाती आणि इतर गोष्टी त्याच्या पूर्व कार्मिक खात्याने प्रभावीत असतात. त्यामुळे फक्त वर्तमानातील कर्मांवरून त्याला पारखता येत नाही.
- दोन आत्म्यांचे वर्तमानातील मापदंड जरी सारखे असले तरी त्यांच्यातील तुलना आणि स्पर्धा अप्रामाणिक आहे. याचं कारण दोन्ही आत्म्यांची पूर्वायुष्यातील कर्मं वेगवेगळी आहेत.

कर्म आणि नाती

सुरेश ओबेरॉय : आपल्या कार्मिक खात्याची सुरुवात आपला जन्म झाल्यावर होते की आपल्या कार्मिक खात्यामुळेच आपला त्या कुटुंबात जन्म होतो?

शिवानीदीदी : पूर्वी ज्या आत्म्यांबरोबर आपण ऊर्जेची देवाण-घेवाण केलेली असते त्यांच्या बरोबर आपलं कार्मिक खातं तयार होतं. वर्तमानात आपण त्यांच्याकडे आपले आईवडील, जोडीदार, मुलं, कुटुंब आणि मित्र या भूमिकांच्या लेबलमधून बघतो. जर आपण ती लेबल्स काढून टाकली तर काय शिल्लक राहील? केवळ मी, एक आत्मा - माझी त्यांच्या आत्म्यांबरोबर झालेली ऊर्जेची देवाण-घेवाण उरेल. काही आत्म्यांबरोबर सामंजस्यपूर्ण ऊर्जेची देवाण-घेवाण होईल. तर काही आत्म्यांबरोबर परस्पर वादविवाद आणि ताळमेळाचा अभाव असेल. कित्येकदा आपल्याला एखाद्या विशिष्ट व्यक्तीसाठी खूप काही करायची इच्छा असते, पण त्यांच्याकडून आपल्याला तसा प्रतिसाद मिळत नाही.

सुरेश ओबेरॉय : जर मी एखाद्यासाठी खूप काही केलं आहे पण त्याच्याकडून तितकाच चांगला प्रतिसाद मिळत नाही. याचा अर्थ, माझा आणि त्याचा एखाद्या मागच्या जन्मातला हिशोब बाकी आहे असा होतो का?

शिवानीदीदी : हो.

सुरेश ओबेरॉय : माझ्या ज्योतिषाने मला सांगितलं होतं की, तुम्ही इतरांसाठी खूप कराल, पण त्याबदल्यात तुम्हाला काही मिळणार नाही. – हे ऐकून मला खूप वाईट वाटलं होतं आणि आयुष्य किती अन्यायकारक आहे असा विचार केला होता. यासाठी मी देवाला आणि विश्वाला दोष दिला होता.

शिवानीदीदी : ऊर्जेची देवाण–घेवाण म्हणजे देणं आणि घेणं. आपल्यातले काही ऋणी असू शकतात. समजा, तुम्ही माझ्यासाठी खूप काही केलं होतं. तुमचे सकारात्मक तरंग मला सूक्ष्म रूपात मिळाले आणि बाह्य रूपात तुमचं सहकार्य आणि मदत मिळाली. अशा प्रकारे आपल्यामध्ये ऊर्जेची देवाण–घेवाण झाली. त्यानंतर एक काळ असा येईल जेव्हा आपण दोघंही आपला शरीररूपी पोशाख बदलू, म्हणजेच आपण पुनर्जन्म घेऊ. नवीन आयुष्यात किंवा त्यानंतरच्या आयुष्यात, पूर्वीच्या त्या कर्जाची परतफेड करण्यासाठी आपण नात्यांचं नवीन लेबल घेऊन एकमेकांच्या संपर्कात येण्यासाठी बांधील असू.

सुरेश ओबेरॉय : आपण मित्र, भावंड किंवा नातेवाईक यांच्या रूपात असू शकतो.

शिवानीदीदी : हो, कोणत्याही. मी तुमचं मूलही असू शकते.

सुरेश ओबेरॉय : त्या ज्योतिषाने माझं भविष्य सांगताना एका वाक्याची भर घालायला हवी होती – ''तुम्हाला इतरांना द्यावंच लागेल कारण मागच्या जन्मात तुम्हाला त्यांच्याकडून खूप काही मिळालं आहे. तुम्ही तुमचं कर्ज फेडत आहात, त्यामुळे तुम्ही आनंदी असायला हवं.''

शिवानीदीदी : हे दुसऱ्या वाक्यात बदलू या : ''इतरांना देणं हा तुमचा संस्कार आहे त्यामुळे त्या मोबदल्यात तुम्हाला काय मिळेल त्याचा हिशोब न ठेवता त्यांच्यासाठी चांगल्या गोष्टी करत राहा.''

सुरेश ओबेरॉय : आमच्याकडे घरी पहारा द्यायला एक कुत्रा आहे. जेव्हा दरवाजावर कोणी येतं तेव्हा आम्हाला ते कळवणारा तो पहिला असतो. घरातील नोकरांनी आम्हाला कळवण्याची वाट तो बघत नाही. लोकांना बिनशर्त देत राहण्याची कला आपण प्राण्यांकडूनही शिकू शकतो.

शिवानीदीदी : तुमच्याकडचा पाळीव प्राणी त्याच्या संस्कारांप्रमाणे वागतो.

सुरेश ओबेरॉय : असं करणं हे त्याचं कर्तव्य आहे, हो ना!

शिवानीदीदी : नाही, कर्तव्य आणि संस्कार यांत बराच फरक आहे. वृद्ध आईवडिलांची काळजी घेणं ही मुलांची जबाबदारी आहे. पण प्रत्येक मुलगा हे कर्तव्य त्याच्या संस्कारांप्रमाणे पार पाडेल. एक मुलगा त्यांची मनापासून काळजी घेईल. तर दुसरा काळजी घेतल्याचं ढोंग करेल. तिसऱ्याला कदाचित त्यांची पर्वाही असणार नाही. काही जणं तर त्यांच्या आजारी आईवडिलांना, ''तुम्ही चांगल्या डॉक्टरकडे जाऊन उपचार करून घ्या, मी फक्त पैसे भरेन,'' असं सांगतात.

सुरेश ओबेरॉय : एखादा मुलगा बिल भरायलाही नाही म्हणेल. कदाचित तो आईवडिलांना त्याच्या भावाकडून पैसे घ्यायला सांगेल.

शिवानीदीदी : हो, असंही होऊ शकतं. या बाबतीत वेगवेगळे प्रतिसाद आणि ऊर्जा असू शकतात. खूप जण ह्याला 'नशीब' असं संबोधतात. पण प्रत्यक्षात, दोन आत्म्यांमध्ये असणाऱ्या जुन्या कार्मिक खात्यानुसार नशीब ठरतं. या उदाहरणात, आईवडील आणि मुलांचे आत्मे यांच्या दरम्यान मागील ऊर्जेची देवाणघेवाण आहे.

आपल्या कार्मिक खात्यामुळे जर आपण इतरांना देण्यासाठी बांधील असलो तर आपल्याला मनापासून द्यायची इच्छा निर्माण होईल किंवा कोणत्यातरी प्रकारे त्यांना देण्यासाठी कारण बनू. 'इतरांना मदत करूनही मला त्या बदल्यात काही मिळत नाही म्हणून पुढच्या वेळेस मी कोणालाही मदत करणार नाही' असं जरी आपण स्वत:ला समजावलं तरी जेव्हा तशी परिस्थिती निर्माण होईल तेव्हा आपण पुन्हा इतरांना मदत करू. याचं कारण आपला देण्याचा संस्कार आणि आपलं कर्जबाजारी कार्मिक खातं आपोआपच त्यांची त्यांची भूमिका बजावतात.

सुरेश ओबेरॉय : हो, मी असं घडताना पाहिलं आहे. माझ्या माहितीत आठ भावंडांचं एक कुटुंब आहे, ज्यांची कोर्टात केस चालू आहे. त्यांच्यातला एक भाऊ स्वत:हून सगळ्या कायदेशीर बाबींची काळजी घ्यायचा. एक क्षण असा आला की तो म्हणाला, ''आता हे सगळं मी एकटा एकहाती करू शकत नाही.'' पण जसजशी सुनावणीची तारीख जवळ आली तसं त्याने पुन्हा सगळं हाताळायला सुरुवात केली आणि बाकीचे सगळे कुटुंबीय नेहमीप्रमाणे निश्चिंत होते.

शिवानीदीदी : असं घडणारच होतं. कारण त्या आत्म्यांबरोबर पूर्वी झालेल्या ऊर्जेच्या देवाण-घेवाणीवर त्याचं नशीब ठरलं आहे. या आयुष्यात, त्याच्याशी संबंध आलेले आत्मे आराम करतील आणि त्याला खूप कष्ट पडतील हे त्याच्याच पूर्वकर्मांनी ठरवलं आहे. हे कोणीही बदलू शकत नाही.

सुरेश ओबेरॉय : जेव्हा मी अशा परिस्थितीतून जातो तेव्हा माझ्या मनात इतरांबद्दल नकारात्मक विचार येतात. 'माझ्या कष्टांची ते दखलही घेत नाहीत आणि वर मलाच प्रश्न विचारतात.' ती परिस्थिती समाप्त होते तरीसुद्धा ते नकारात्मक विचार मनात घुटमळत राहतात.

शिवानीदीदी : आपण हे समजून घ्यायची गरज आहे की, आपण जी काही चांगली कर्मं करतो ती आपल्या सकारात्मक संस्कारांनुसार आणि इतर आत्म्यांबरोबर असलेल्या पूर्व कार्मिक खात्यानुसार करतो. जर बाकीचे टीका करत असतील तर ते त्यांच्या संस्कारांनुसार आणि कार्मिक खात्यानुसार करतात. पण वर्तमानात, आपण अशा परिस्थितीत कसे वागतो तेही आपलं कर्मच आहे. ही जाणीव असणं हाच त्या कर्माला सकारात्मकतेत बदलण्याचा मार्ग आहे.

सुरेश ओबेरॉय : कधीकधी मी असा विचार करतो की, मी अडून राहावं आणि कोणासाठी काहीही करू नये. पण जेव्हा करायची वेळ येते तेव्हा मी माझाच निश्चय विसरतो.

शिवानीदीदी : या बाबतीत तुम्ही निश्चित असा पवित्रा घेऊ शकत नाही. कारण तुम्ही तुमच्या कार्मिक खात्याला बांधील आहात.

तुमचं कार्मिक खातं तुम्हाला विशिष्ट परिस्थिती, नाती किंवा विशिष्ट करिअर यांच्याकडे ओढून नेईल. संपूर्ण जगाने जरी तुम्हाला थांबवण्याचा प्रयत्न केला किंवा तुम्ही जरी स्वत:ला थांबवण्याचा प्रयत्न केला तरी तुम्ही त्याच दिशेने जाल कारण तुम्ही त्या दिशेने ओढले जात आहात.

समजा, मी कर्ज घेतलं आणि ते परत करायला नकार दिला तर ज्या लोकांना किंवा क्रेडिट कंपनीला मी पैसे देणं लागते ते मला सोडणार नाहीत. माझ्याकडून पैसे मिळवण्यासाठी ते हरतऱ्हेने प्रयत्न करतील.

सुरेश ओबेरॉय : बरोबर.

शिवानीदीदी : त्याचप्रमाणे, ज्या आत्म्यांबरोबर माझं कार्मिक खातं आहे तेदेखील माझ्या आयुष्यात त्यांचा हिशोब पूर्ण करण्यासाठी येतील आणि माझे विचार आपोआपच त्या दिशेने जातील. माझ्या कार्मिक खात्यानुसार, वर्तमानात मला जे काम करावंच लागणार आहे त्याची गुणवत्ता बरोबर आहे की नाही याची मला काळजी घ्यायची आहे.

समजा, मला एखाद्याला मदत करायची नाहीये पण तरी मी त्या दिशेने ओढली जात आहे. तरीसुद्धा मला हे माहीत असायला हवं की ते चांगलं कर्म आहे. याउलट, जर एखादं वाईट काम करण्याकडे मी ओढली जात असेन तर, मी

कोणत्याही नकारात्मक कर्माकडे आकर्षित होऊ नये म्हणून मी स्वतःला थांबवायला हवं. त्या क्षणी मला माझी सकारात्मक कर्मं माझ्या पूर्व कार्मिक खात्यावर वरचढ व्हावीत म्हणून इच्छाशक्ती वापरावी लागेल.

सुरेश ओबेरॉय : जर मी चांगलं कर्म करूनही मला त्याबदल्यात नकारात्मकता मिळत असेल तर? उदाहरणार्थ, मी माझ्या मित्राला त्याच्या आयुष्याचा जोडीदार शोधण्यासाठी मदत केली होती पण ते जोडपं सतत भांडत राहतं. मला अपराधी वाटलं.

शिवानीदीदी : तुमच्या कर्माचा हेतू चांगला होता. तुम्हाला त्याला मदत करायची होती. त्यानंतर जे काही घडलं तो त्या जोडप्याच्या निर्णयांचा परिणाम होता.

सुरेश ओबेरॉय : त्यांनी एकत्र यावं म्हणून मी त्यांना खूप समजावलं पण नंतर त्यांनी घटस्फोट घेतला. त्यामुळे मीही त्या कार्मिक खात्यामध्ये गुंतलो गेलो. कधीकधी आपण इतरांना मदत करायचा प्रयत्न करतो, पण ते चुकूही शकतं.

शिवानीदीदी : एक गोष्ट नक्की आहे की, त्या दोन आत्म्यांचं - ज्यांनी लग्न केलं आणि नंतर घटस्फोट घेतला - त्यांना आपापसांत कर्मांचा हिशोब पूर्ण करायचा होता. त्यामुळे ते घडणारच होतं. पण यातून तुम्ही हे शिकू शकता की, इतरांसाठी कधीही तुम्ही निर्णय घेऊ नका, तुमच्या मुलांसाठीही नाही. सर्वसाधारणपणे, सगळ्या पालकांना असं वाटतं की, त्यांच्या मुलांसाठी काय चांगलं ते त्यांना माहीत आहे. त्यांचा हेतू चांगला असेलही कदाचित पण त्यांना ते त्यांच्या क्षमतेच्या आणि संस्कारांच्या भिंगातून म्हणजेच त्यांच्या दृष्टिकोनातून बरोबर वाटतं.

सुरेश ओबेरॉय : स्वाभाविकतः पालक त्यांच्या समजेप्रमाणे आणि त्यांनी घातलेल्या चश्म्यातून जे दिसतं त्यानुसारच ठरवतात.

शिवानीदीदी : बरोबर. त्यामुळेच तो निर्णय त्यांच्या योग्य-अयोग्यच्या व्याख्येअनुसार बरोबर ठरतो. पण मुलांच्या योग्य असण्याच्या व्याख्येशी तो जुळेलच असं नाही. जर दोन्ही बाजूंचे संस्कार आणि क्षमता सारख्या असतील तर तो त्या दोघांनाही बरोबर वाटेल. हे काही बाबतींतच शक्य आहे, सगळ्या नाही.

जेव्हा पालक मुलांना, ''आम्ही म्हणतोय म्हणून तू हे कर,'' असं सांगतात तेव्हा परिस्थिती बिघडते. कदाचित मुलं स्वतःची बुद्धिमत्ता वापरण्याऐवजी त्यांच्या पालकांचं भीतीपोटी, प्रेमापोटी, आदरापोटी किंवा कर्तव्य म्हणून ऐकतील.

सुरेश ओबेरॉय : बऱ्याचशा कुटुंबांमध्ये, लोकांना मोठ्यांच्या सल्ल्याप्रमाणे वागायला सांगितलं जातं.

शिवानीदीदी : मोठे जे सांगतात ते बरोबरच असतं पण ते त्यांच्या क्षमतांप्रमाणे बरोबर असतं. समजा, तुम्ही एखाद्याला त्याचं आरोग्य चांगलं राहावं यासाठी दररोज सकाळी दोन किलोमीटर चालण्याचा सल्ला दिला. चालण्याचे आणि शुद्ध हवेचे फायदे समजावून सांगितले. तुम्ही म्हणताय ते सगळं बरोबर आहे.

सुरेश ओबेरॉय : पण निम्मं अंतर चालल्यानंतर तो चक्कर येऊन पडूही शकतो.

शिवानीदीदी : तुमचा सल्ला बरोबर होता तरीही असं का झालं? कारण, तुमच्या मतानुसार दोन किलोमीटर चालणं फार काही अवघड नसून तो तुमच्या दिनचर्येचा भाग आहे. पण तोच सल्ला इतरांना देताना अगोदर तुम्ही त्यांच्या क्षमतेचं मोजमाप केलं नाही.

सुरेश ओबेरॉय : पण ऐकणाऱ्याने त्याच्यावर अंमलबजावणी करण्यापूर्वी त्याचं मूल्यमापन का केलं नाही?

शिवानीदीदी : तुम्ही आत्ताच उदाहरण दिलं की, अनेक लोक भीती, आदर किंवा जबाबदारी यांच्या दडपणाखाली येऊन मोठ्यांचं ऐकतात. त्यामुळे दिलेल्या सल्ल्यावर विचार करण्याची शक्यताच नसते. मुलांनी पालकांचं ऐकलं नाही तर काही पालक त्यांना भावनिकरीत्या ब्लॅकमेल करतात किंवा भविष्यात होणाऱ्या परिणामांची भीती दाखवतात.

सुरेश ओबेरॉय : मुलांबरोबर सगळी नाती तोडून टाकण्याची भीती दाखवतात.

शिवानीदीदी : हो, अशा अनेक गोष्टी बोलल्या जातात.

आता पुन्हा तुमच्या उदाहरणाकडे येऊ या. जर त्या माणसाने दोन किलोमीटर चालण्याचा तुमचा सल्ला प्रत्यक्षात आणला आणि चक्कर येऊन तो निम्म्या अंतरावर कोसळला. तेव्हा त्यातून निर्माण होणाऱ्या कर्मामध्ये ती व्यक्तीही समाविष्ट असेल जिने तो सल्ला दिला होता. कारण त्या व्यक्तीने फक्त सल्लाच दिला नव्हता तर तसं करण्यासाठी त्याला भाग पाडलं होतं.

सुरेश ओबेरॉय : पण त्या क्षणी तो पडणार आहे असं त्याच्या कार्मिक खात्यामध्ये लिहिलेलंच असणार.

शिवानीदीदी : पण ते आलं कुठून? सल्ला देणारा माध्यम बनला. तेव्हा, अशीं कर्मं रचण्यासाठी आपण साधन बनणार नाही, अशा कर्मांसाठी आपण कारणीभूत ठरणार नाही असा आपण यातून धडा घेऊ या.

सुरेश ओबेरॉय : कुटुंब प्रमुख असल्याने, मी घरातील दोन लग्नं ठरवली आणि दोन्ही लग्नं अपयशी झाली. अनेक वर्षं त्याचा सल माझ्या मनात होता. जेव्हा माझी मुलं मोठी झाली, मी माझा दृष्टिकोन बदलला. जेव्हा लग्नासाठी स्थळ आलं तेव्हा मी, मुलगा आणि मुलगी यांची भेट घालून दिली ज्यामुळे ते एकत्रितपणे हा निर्णय घेऊ शकतील. माझ्या निर्णयावर मी खूप खूश आहे.

शिवानीदीदी : हाच दृष्टिकोन आयुष्यातल्या इतर प्रसंगांत, अगदी छोट्या प्रसंगातही ठेवला पाहिजे. दुसऱ्या व्यक्तीसाठी आपण निर्णय घेता कामा नये. आपण सल्ला अवश्य द्यावा पण निर्णय काय घ्यायचा हे त्यांच्यावर सोडून द्यावं. जेव्हा कोणी आपला सल्ला घ्यायला येतं तेव्हा त्यांना अशा प्रकारे सांगायला हवं – ''माझ्या मते, हे करणं बरोबर आहे,'' किंवा ''मी जर तुझ्या जागी असते, तर मी हे केलं असतं.'' त्या व्यक्तीला सोयीचं काय आहे त्यानुसार तिने निर्णय घ्यायला हवा, ही गोष्ट तुम्ही अधोरेखित करा. तुम्हाला या गोष्टीकडे विशेष लक्ष द्यावं लागेल.

सुरेश ओबेरॉय : काही पालक त्यांनी विवाहित आयुष्यात जसे निर्णय घेतले तसेच मुलांनीही घ्यावेत असं सांगतात. पण त्या दोघांसाठी परिस्थिती वेगळी असू शकते.

शिवानीदीदी : हो, पालक आणि मुलं यांचे संस्कार आणि कार्मिक खाती वेगवेगळी असू शकतात. त्यामुळे एकमेकांसाठी निर्णय घेऊ नये. जेव्हा कोणी आपल्याकडे सल्ला घ्यायला येतं तेव्हा आपल्याला स्वत:चा अभिमान वाटतो, छान वाटतं आणि मग आपण प्रकरणावर फार विचार करायच्या आधीच आपलं मत मांडून मोकळे होते. सल्ला घ्यायला आलेल्या व्यक्तीचं मन त्या वेळी कमकुवत असतं. तिला स्वत:साठी निर्णय घ्यायचा नसतो म्हणून इतर कोणीतरी तिच्यासाठी हे काम करावं असं तिला वाटतं. सर्वांत महत्त्वाची गोष्ट म्हणजे त्या व्यक्तीला त्या निर्णयाची जबाबदारी स्वतःवर घ्यायची नसते. म्हणूनच आपण खूप काळजीपूर्वक राहायला हवं.

जेव्हा आपण त्या व्यक्तीबाबतचे निर्णय तिच्यावरच सोडतो, तेव्हा ती उपाय शोधण्यासाठी प्रयत्न करते. सरतेशेवटी, तिचं कार्मिक खातं आणि संस्कार तिला योग्य निर्णय घेण्याच्या दिशेने प्रवृत्त करतील.

सुरेश ओबेरॉय : विश्वही मदत करेल.

शिवानीदीदी : आपण एकमेकांकडून जे विचार आणि ऊर्जा प्राप्त करतो ते म्हणजेच विश्व. बरोबर निर्णय घेण्यासाठी आपण आपल्या अंत:प्रेरणेची मदत घेऊ शकतो. जसं प्रेम हा आपला सहज स्वभाव आहे, त्याचप्रमाणे विवेक हासुद्धा आत्म्याचा उपजत गुण आहे. तथापि, आपण आपल्या मूळ प्रज्ञेवर अनेक आवरणं चढवली आहेत.

सुरेश ओबेरॉय : आपल्यापेक्षा इतर लोक अधिक समजूतदार आहेत, त्यांचा सल्ला घेणंच योग्य ठरेल असा विचार करून आपणच अनेकदा स्वत:चं खच्चीकरण करतो. असं करण्याने आपलं सामर्थ्य आपण इतरांना देतो.

शिवानीदीदी : भलेही आपण महात्मा किंवा संतांकडे गेलो तरी त्यांचे आशीर्वाद घेऊ, त्यांना सल्ला मागू पण निर्णय हा आपलाच असायला हवा. याचं कारण, तेदेखील त्यांचा विवेक, संस्कार आणि क्षमता यांनुसारच निर्णय घेतील. समजा, त्यांनी आपल्या क्षमतांनुसार निर्णय घेतला तरीही त्याची अंमलबजावणी करणारे आपणच असणार आहोत. त्यामुळे त्यांचा सल्ला ऐकल्यानंतरही तो लगेचच अमलात आणला पाहिजे हे गरजेचं नाही. त्यांचा सल्ला ऐकल्यानंतर घरी जाऊन त्यावर काही दिवस विचार करणं जास्त योग्य होईल. तो सल्ला आपल्यासाठी प्रभावी आहे की नाही, त्याच्यावर अंमलबजावणी करण्याची आपल्यात क्षमता आहे की नाही हे आपल्यालाच पाहावं लागेल. तेव्हा ते कर्म आपलं असेल, त्या निर्णयाची आणि त्याच्या परिणामांची जबाबदारी आपली असेल. आणि मग जे काही होईल त्याला आपण सामोरं जाऊ शकू कारण तो निर्णय आपला होता. याउलट, जर इतर कोणी आपल्यासाठी निर्णय घेतला आणि तो चुकला तर त्या व्यक्तीला दोष देण्याची आपली प्रवृत्ती बनेल. ज्या क्षणी आपण दोषारोपांमध्ये अडकतो त्या क्षणी आपली आध्यात्मिक शक्ती कमी होते.

ध्यान आणि चिंतन

आरामात बसा... मी, आत्मा, इतर आत्म्यांबरोबर असलेली माझी भूमिका निभावण्यासाठी या जगात आलो आहे... वेगवेगळ्या नात्यांनी जोडल्या गेलेल्या सगळ्या आत्म्यांना मी पूर्वी भेटलो आहे... जेव्हा आमची पहिली भेट झाली होती तेव्हा एक खातं चालू झालं होतं... भलेही आम्ही आमचे शरीररूपी पोशाख बदलले तरीसुद्धा ते खातं अजूनही चालूच आहे... ते सगळे आत्मे माझ्या आजूबाजूला वेगवेगळ्या भूमिकांमध्ये आणि नात्यांमधे उपस्थित आहेत... जे काही घडत आहे ते अगदी न्याय्य आणि अचूक आहे... माझं मन कधीच त्यांना ''हे

अन्याय्य आहे,'' असं म्हणत नाही... मी आणि इतर आत्मे यांच्यामध्ये ज्या प्रकारचं नातं आहे त्यानुसार ते न्याय्य आहे... तेच खातं अजूनही चालू आहे... आता माझं लक्ष फक्त माझ्या वर्तमानातील कर्मांवर आहे... भूतकाळ कसाही असला तरी आता तो माझ्या नियंत्रणात नाही... पण माझं वर्तमानातील कर्म - म्हणजेच माझे विचार, शब्द आणि कृती - माझं भविष्य ठरवत आहेत... मी सगळ्यांची काळजी घेतो... इतरांनी काहीही केलं तरी माझं कर्म संपूर्णतः शुद्ध, पवित्र आणि सुंदर आहे... ओम शांती!

चिरंतन प्रेमाकडे घेऊन जाण्याचे मंत्र

- कार्मिक खातं म्हणजे पूर्वी कोणत्याही आत्म्याबरोबर आपण केलेली ऊर्जेची देवाण-घेवाण.
- आपल्या कुटुंबातले सदस्य आणि मित्रमंडळी ते आत्मे आहेत ज्यांना आपण गतजन्मांतही भेटलो आहोत. जेव्हा आपण पहिल्यांदा भेटलो होतो तेव्हा एका नात्याचा अनुभव आला आणि ऊर्जेची देवाण-घेवाण झाली. या जन्मात आपल्या नात्यावर पूर्वीच्या अनुभवांचा खोलवर प्रभाव असेल.
- काही आत्मे असे असतील जे आपल्यासाठी खूप काही करतील पण आपण त्यांच्यासाठी फार काही करू शकणार नाही. काही लोकांसाठी आपण काही करू पण त्या बदल्यात काहीच मिळणार नाही. काही आपल्या अयुष्यात अडथळे निर्माण करतील. वर्तमानातील हे अनुभव त्यांच्याशी पूर्वी झालेल्या ऊर्जेच्या देवाण-घेवाणीचाच परिणाम आहेत.
- इतरांसाठी कधीच निर्णय घेऊ नका. आपण आपल्या संस्कारांप्रमाणे आणि क्षमतांप्रमाणे निर्गय घेतो पण त्यांना तो त्यांच्या क्षमतांनुसार प्रत्यक्षात आणायचा असतो. त्यांना सल्ला देऊन इतकं सशक्त बनवा की त्यांचे निर्णय ते स्वतःच घेतील.

अनासक्त हस्तक्षेप

सुरेश ओबेरॉय : आपण कर्माबद्दल चर्चा केली. एखादी छोटीशी कृतीही आपल्याला कार्मिक खात्यामध्ये अडकवते आणि आपण काहीच करू शकत नाही असं वाटतं.

शिवानीदीदी : चांगलं कर्म करत राहा. इतर काय करत आहेत याकडे लक्ष देऊ करू नका.

सुरेश ओबेरॉय : पण मला माझी क्षमता कशी कळणार?

शिवानीदीदी : आपल्या सगळ्यांकडेच विवेक आणि निर्णय घेण्याची क्षमता असते. हे दोन्ही गुणसुद्धा प्रेम, शांती, आनंद, शुद्धता आणि संकल्प यांसारखेच आत्म्याचे उपजत गुण आहेत.

सुरेश ओबेरॉय : हे सगळे गुण जर आत्म्यामध्ये आहेत तर आपण याची उत्तरं बाह्य जगात का शोधत आहोत?

शिवानीदीदी : कारण, आपल्या मूळ गुणांवर अनेक आवरणं चढली आहेत. समजा, आपण दोघांनी पांढरे कपडे परिधान केले. थोड्या काळानंतर, तुमच्या कपड्यांवर धुळीचे दोन थर चढले आणि माझ्या कपड्यांवर दहा थर चढले. त्यामुळे तुमचा मूळ पांढरा रंग अजूनही दिसत आहे पण माझा अजिबातच दिसू शकत नाही.

त्याचप्रमाणे जर मला जाणवलं की, तुमचं मूळ रूप अजूनही तसंच आहे तर मला असं वाटेल की तुम्ही माझ्यापेक्षा अधिक बुद्धिमान आहात. म्हणून मी माझ्या छोट्या छोट्या अडचणी घेऊन तुमच्याकडे येईन. पण जर तुम्हीच माझ्यासाठी निर्णय घेत राहिलात तर माझे मूळ गुण कधीच वर येणार नाहीत.

माझ्यावर चढलेले ते थर काढून टाकण्यासाठी तुम्ही मला मदत करू शकता जेणेकरून माझं मूळ रूप उदयाला येईल. याचा अर्थ आहे – मला फक्त थोडाफार सल्ला द्या आणि मग सगळी जबाबदारी माझ्यावर सोडा. मला माझ्याच समस्यांवर उपाय शोधण्यासाठी प्रोत्साहन द्या. माझ्यासाठी कोणताही निर्णय घेऊ नका.

सुरेश ओबेरॉय : डॉक्टर नेहमी म्हणतात, ''जर तुम्ही एखादा अवयव वापरला नाहीत तर तुम्ही तो गमावून बसाल.'' जर आपण व्यायाम केला नाही आणि दिवसभर फक्त कम्प्यूटरसमोर काम करत बसलो तर आपले हातपाय सक्षमतेने काम करणार नाहीत. त्याचप्रमाणे, जर आपण आपला मूळ विवेक आणि सामर्थ्य यांचा उपयोग केला नाही आणि आपल्यासाठी इतरांनी निर्णय घ्यावा असं आपल्याला वाटत राहिलं तर आपल्या आतले स्नायू ताणले जाणार नाहीत.

शिवानीदीदी : जेव्हा इतर कोणी आपल्यासाठी निर्णय घेतं तेव्हा कदाचित आपण त्याप्रमाणे वागूही पण तो आपला निर्णय नसल्यामुळे, आपण आपल्या परीने शंभर टक्के कष्ट घेणार नाही. जेव्हा आपल्या क्षमता पूर्णतः वापरल्या जात नाहीत तेव्हा आपल्याला अपेक्षित निकालही मिळत नाहीत. परिणामी आपल्याला आणखीनच कमकुवत वाटतं. मग आपण आपल्यासाठी निर्णय घेणाऱ्या व्यक्तीलाच दोषी मानतो. इतरांना दोष देणं हा आपली ऊर्जा कमी करायचा सर्वांत सोपा मार्ग आहे.

यामुळे आपल्यावर साचलेले थर बाजूला होण्याऐवजी पुन्हा घट्ट होतात. आणि असे थर आपल्यावर जितके जास्त असतील तितके आपण स्वत:साठी निर्णय घ्यायला घाबरू. आणि पुन्हा एकदा निर्णय घेण्यासाठी आपण इतरांवर अवलंबून राहू.

पालक म्हणून आपल्यावर अजून एक जबाबदारी आहे ती म्हणजे, मुलं लहान असल्यापासूनच त्यांना स्वत:चे निर्णय स्वतः घेण्यासाठी प्रोत्साहन देणं. मुलांनी चुका केल्या तरीसुद्धा होणारं नुकसान फार नसतं कारण या प्रक्रियेत पालक मुलांना त्यांचा विवेक आणि त्यांची निर्णय क्षमता यांचा विकास करण्यासाठी मदत करत असतात. याचा अर्थ, मुलांच्या प्रत्येक गोष्टीला पालकांची मान्यता असतेच असं नाही. तरीही पालकांनी मुलांवर स्वत:चा निर्णय थोपवण्याऐवजी त्यांना मार्गदर्शन करायला हवं.

सुरेश ओबेरॉय : जेव्हा काही चुकीचं घडतं तेव्हा पालक नेहमी मुलांना म्हणतात, "तू माझं ऐकलं नाहीस... बघ आता काय झालं."

शिवानीदीदी : हे खूपच धोकादायक आहे.

मुलं त्यांच्या संस्कारांप्रमाणे आणि कार्मिक खात्याप्रमाणे वागतात. त्यांच्यासाठी त्यांना स्वत:ला निर्णय घेऊ द्या. मुलांच्या बाबतीत काहीच चुकीचं घडायला नको या हेतूने पालक त्यांच्यासाठी निर्णय घेतात. पण काळानुसार, आपले निर्णय मुलांवर थोपवण्याचा संस्कार त्यांच्यात विकसित होतो. अशाने मुलं निर्णय घेण्यासाठी आईवडिलांवर विसंबतात आणि हाच संस्कार मोठेपणीही कायम राहतो.

सुरेश ओबेरॉय : अशा वातावरणात वाढणारा मुलगा निर्णय घेण्यासाठी पुढे जाऊन बायकोशी सल्लामसलत करेल. जर बायकोचे त्याच्या आईवडिलांबरोबर किंवा आईवडिलांचे त्याच्या बायकोबरोबर अनेक मुद्द्यांवर मतभेद झाले तर हे प्रकरण मध्येच लटकेल.

शिवानीदीदी : हो, जर मुलाची निर्णय घेण्याची क्षमता विकसित झालेली नसेल आणि त्याला फक्त सूचनांचं पालन करायची सवय असेल तर पुढे जाऊन गोष्टी खूप अवघड होतील. जर त्याने त्याच्या आईवडिलांचं किंवा कुटुंबातील सदस्यांचं ऐकलं नाही तर ते त्रस्त होतील. त्यांनी निराश होऊ नये असं मुलाला वाटेल म्हणून ते म्हणतील ते ऐकणं त्याच्यासाठी बंधनकारक ठरेल. त्याच्या मनाचं प्रोग्रॅमिंग तसं होईल.

भलेही पालकांनी आपल्या मुलांसाठी उत्तम निर्णय घेतले तरी त्यातले काही निर्णय मुलांसाठी बरोबर असतील, काही तसे नसतील. त्यामुळे मुलांनी स्वतःचे निर्णय स्वतः घेणं आणि स्वत:साठी चांगलं-वाईट ठरवणं हे जास्त योग्य राहील. या प्रक्रियेत मुलांच्या आंतरिक शक्तींचा विकास होईल.

जर कोणी आपला सल्ला घ्यायला आलं तर आपण त्यांच्यासाठी निर्णय घेता कामा नये. त्यांना मार्गदर्शन करणं आणि त्यांना त्यांच्या क्षमतांची ओळख करून देणं हे आपलं काम आहे. आपल्याकडून हीच त्यांच्यासाठी सर्वांत मोठी भेट असेल.

एक उदाहरण पाहू या. एक मुलगी आपल्या आईवडिलांच्या घरी आली आणि तिने तिच्या नवऱ्याची आणि सासू-सासऱ्यांची तक्रार केली. ती दु:खात आहे. तिचे आईवडील तिच्याशी जोडले गेलेले असल्याने त्यांनाही दुःख होईल. आता ते सगळे एकाच नावेतले प्रवासी आहेत त्यामुळे बरोबर निर्णय घेणं त्यांच्यासाठी अवघड ठरेल.

सुरेश ओबेरॉय : आईवडिलांना अजून दुसरी बाजू माहीत नाही. मुलीने तिची अडचण खूप वाढवून सांगितलेली असेल किंवा ती खूप हळवीही असेल.

शिवानीदीदी : या गोष्टीकडे लक्ष द्या की, मुलगी खोटं बोलत नसून ती फक्त तिचं दुःख सांगत आहे. पालकांना असंही वाटू शकतं की मुलगी खूप वाढवून सांगत आहे पण ती जाणूनबुजून तसं करत नाही. ती खरंच खूप दुखावली गेली असेल. प्रत्येकाची दुःख हाताळायची क्षमता वेगळी असते. पटकन दुखावलं जाणं हा तिचा संस्कार आहे हे जर आईवडिलांना माहीत असेल तर त्यांनी तिची अडचण खूप मोठी नसून छोटी आहे हे पहिल्यांदा मुलीला समजावून सांगायला हवं. तिचे संस्कार आणि तिची क्षमता यांबाबत जर आईवडील जागरूक असतील तर ते तिला बरोबर सल्ला देतील. नाही तर तिची तक्रार ते गांभीर्याने घेणार नाहीत आणि त्यांचा सल्लाही खूप उथळ असेल.

सुरेश ओबेरॉय : कधीकधी पालक खूप तीव्र प्रतिक्रिया देतात.

शिवानीदीदी : कारण मुलीसोबत असलेल्या भावनिक जवळीकतेमुळे ते दुःख त्यांना स्वतःचं वाटतं.

सुरेश ओबेरॉय : हो.

शिवानीदीदी : पालक तक्रार आहे तशी स्वीकारतात आणि मग मुलगी जे म्हणेल त्याला पाठिंबा देतात. ''तू बरोबर आहेस, ती माणसं चुकीची आहेत,'' असं ते म्हणतात. पण त्याच वेळी, ते तिला असंही सांगतात की, तिला तिच्या नवऱ्याकडे आणि सासूसासऱ्यांकडे जावंच लागेल कारण तेच तिचं कुटुंब आहेत. तिचे आईवडील तिच्या दुःखाची पुष्टी तर करतात पण त्याच वेळी तिला परत जाण्याव्यतिरिक्त कोणताही पर्याय उपलब्ध नाही हेही सांगतात. या वेळी मुलगी पूर्वीपेक्षा जास्त कमकुवत होऊन सासरी जाते. तिथे एखादं छोटंस आव्हानही तिला झेपत नाही कारण आता ती तिथे एक शोषित म्हणून राहते. ती पुन्हा तिच्या आईवडिलांकडे तक्रार करते आणि हे असंच चालू राहतं आणि त्याचं दुष्ट चक्र बनतं.

इथे आईवडिलांचा हेतू चांगला आहे पण त्यांनी अडचण सोडवण्याची पद्धत बदलायची गरज आहे. त्यांनी मुलीला पुन्हा सासरी पाठवण्याआधी तिचं खच्चीकरण न करता तिला बळ देणं गरजेचं आहे.

आता हीच परिस्थिती वेगळ्या प्रकारे हाताळू या. मुलगी आईवडिलांकडे येते. त्यांच्याकडे नवऱ्याची आणि सासूसासऱ्यांची तक्रार करते. ती खूप दुखावली गेली आहे. ती खूप हळवी आहे हे तिच्या आईवडिलांना माहीत आहे त्यामुळे, परिस्थिती जशी सांगितली जातीय त्यापेक्षा कमी त्रासदायक आहे याचा अंदाज ते बांधू शकतात. त्यामुळे ते तिचं दुःख स्वतःचं दुःख बनू न द्यायची काळजी घेतात. कारण जर त्यांनी तसं केलं नाही तर ते तिला कोणत्याच मार्गाने मदत करू शकणार नाहीत.

सुरेश ओबेरॉय : मागच्या एका भागात तुम्ही म्हणाला होता की, एक समुपदेशक योग्य सल्ला तेव्हाच देऊ शकतो जेव्हा तो इतरांचं दुःख स्वतःच बनवत नाही आणि तटस्थ राहतो.

शिवानीदीदी : एका समुपदेशकाला हे जमू शकतं. त्याचप्रमाणे संत, तत्त्ववेत्ता आणि मार्गदर्शकही हे करू शकतात. शिवाय कुटुंबीय आणि मित्रदेखील हे करू शकतात.

एखादी व्यक्ती किती वेळा बाहेरून मदत घेऊ शकते? त्याऐवजी आपणच स्वतःला कुटुंबीयांपासून आणि मित्रांपासून अनासक्त ठेवून त्यांना गरज असेल तेव्हा योग्य सल्ला आणि पाठिंबा देणं चांगलं ठरणार नाही का? भलेही लग्नाच्या किंवा करिअरच्या बाबतीत त्यांना अडचण असेल तर ती तटस्थपणे, अनासक्तपणे ऐकून आपण मदत करू शकतो.

सुरेश ओबेरॉय : अनेक माणसं, त्यांचा बॉस खूप कडक आहे अशी तक्रार करतात आणि त्यांचे पालक त्यांचा हा समज अधिकच बळकट करतात.

शिवानीदीदी : फक्त एवढंच नव्हे तर दुसरा कोणताही पर्याय उपलब्ध नसल्याने पालक मुलांना काहीही झालं तरी कामावर जायला सांगतात. याचा अर्थ ते त्यांच्या मुलांचं खच्चीकरण करतात, त्यांना शोषिताच्या रूपात प्रस्तुत करतात आणि पुन्हा कामावर जायला सांगतात.

आपला प्रत्येक विचार, शब्द आणि तरंग महत्त्वाचा आहे. पालक म्हणून कुटुंबातील सदस्य आणि मित्र म्हणून, आपल्या जवळच्या माणसांना त्यांनी दररोजच्या आव्हानांना सामोरं जाण्यासाठी बळ दिलं पाहिजे. समान परिस्थिती हाताळण्यासाठी त्यांना पूर्वी जेवढं सोयीचं वाटायचं त्यापेक्षा जास्त सोयीचं वाटण्यासाठी जे गरजेचं आहे ते सगळं आपण करायला हवं. ते दुःखात आहेत कारण ते फक्त त्यांच्या दृष्टिकोनातून गोष्टी बघू शकतात. गोष्टींची दुसरी बाजू बघण्यासाठी आपण त्यांना मदत करू शकतो.

आपण संभाषण जास्त न वाढवता त्यांचं ऐकून घ्यायला हवं. आपण खरंच त्यांना समजून घेतो हे त्यांना कळू द्या. ते खूप हळवे आहेत म्हणून त्यांना नाकारू नका किंवा ते जे सांगत आहेत ते खोटं आहे म्हणून सोडून देऊ नका. ते दुःखात असताना आपल्याकडे आले आहेत हे लक्षात घ्या. त्यांना बरं करण्यासाठी आपण त्यांचं दुःख समजून घ्यायला हवं. ''तू नेहमी असंच करतोस त्यामुळे चूक त्यांची नाही तर तुझी आहे,'' असं जर आपण त्यांना म्हटलं तर हादेखील त्यांचं खच्चीकरण करण्याचा मार्ग आहे.

जेव्हा कोणी त्यांना बरं वाटावं म्हणून आपल्याकडे येतं तेव्हा आपण त्यांच्या दुःखात भर तर घालत नाही ना, या बाबत आपण खूप सावध असलं पाहिजे. कारण

त्यामुळे ते अजूनच कमकुवत होतील. त्या क्षणी आपला प्रत्येक विचार आणि शब्द महत्त्वाचा असतो. त्यामुळे तो त्यांना आरोग्य देणाराच असायला हवा.

सुरेश ओबेरॉय : जर आपण प्रत्येकाला ते जसे आहेत तसं स्वीकारलं तर याचा अर्थ कोणीच चुकीचं नसतं का? काही लोक तर गोष्टी रचून सांगतात आणि इतरांना दोष देतात.

शिवानीदीदी : हो, कोणीच चुकीचं नाही. जे खोटं बोलत आहेत तेही त्यांच्या संस्कारांमुळे आणि दृष्टिकोनामुळे असं वागत आहेत.

सुरेश ओबेरॉय : ही गोष्ट मानणं माझ्यासाठी जरा अवघड आहे.

शिवानीदीदी : कोणीच चुकीचं नाही हे जेव्हा आपल्याला समजतं तेव्हा नाती सांभाळणं जास्त सोपं होतं. मागे एकदा बोलताना तुम्हीच म्हणाला होता की, प्रत्येक जण स्वतः ज्या रंगाचा चश्मा घालतो त्या रंगाचं जग बघतो.

सुरेश ओबेरॉय : बरोबर, पण जर प्रत्येक जण त्याच्या दृष्टिकोनाचं स्पष्टीकरण देत राहिला तर आपण कधीच निष्कर्षापर्यंत पोहोचणार नाही. जर एक व्यक्ती म्हणाली की तिचा संस्कार बरोबर आहे तर दुसरी स्वतःच्या संस्कारावर ठाम राहील.

शिवानीदीदी : आपण ज्या चश्म्यातून जग बघतो तो चश्मा स्वच्छ करायला अध्यात्म शिकवतं. जर तुम्ही म्हणाला की माझ्या काचा अस्वच्छ आहेत आणि मीदेखील म्हटलं की माझ्याही अस्पष्ट आहेत तर आपापल्या दृष्टिकोनातून काय बरोबर यावर आपण वाद घालत राहू. आता आपण अध्यात्म शिकत आहोत. आपल्यापैकी एकाने जरी याचा वापर काचा स्वच्छ करण्यासाठी केला आणि सर्वसमावेशक दृष्टिकोन विकसित केला तर आपलं नातं चांगलं होईल.

इतरांना शिस्त लावणं किंवा त्यांना नियंत्रणात आणणं ही आपली भूमिका नाही. जर आपण त्यांना आपलं प्रेम आणि प्रशंसा दिली तर त्यांच्या मूळ गुणांवर जमा झालेला धुळीचा थर काढण्यासाठी मदत होईल. त्या बाबत आपण खूपच कौतुकास्पद काम करत आहोत.

सुरेश ओबेरॉय : मी ह्या संभाषणाचा आनंद घेत आहे आणि यातून मला एक गोष्ट आठवली. एक सिंहाचा बछडा शेळ्यामेंढ्यांमध्ये वाढतो. तो जेव्हा त्याच्या सिंह पालकांना सापडतो तेव्हा त्याच्या कमकुवतपणाची किंवा शेळ्यामेंढ्यांसारखं असण्याची ते चेष्टा करत नाहीत. त्याऐवजी ते त्याला तळ्याजवळ घेऊन जातात आणि त्याचं प्रतिबिंब दाखवतात. सांगतात, ''हे बघ तू आमच्यासारखा दिसतोस.

त्यामुळे तूही आमच्या इतकाच शक्तिशाली आहेस.''

शिवानीदीदी : त्यांनी प्रेम आणि शक्ती त्याच्याकडे पाठवून त्याला त्याच्यातील शक्तीची जाणीव करून दिली. मुलांना त्यांच्यावर चढलेले धुळीचे थर काढून टाकण्यासाठी साहाय्यक ठरणं हीच पालकांची भूमिका असायला हवी.

आता पुन्हा आपल्या चर्चेकडे वळू या. जेव्हा मुलगी तिच्या सासरच्या तक्रारी घेऊन घरी येते तेव्हा तिला दुसऱ्या व्यक्तीचा दृष्टिकोन पाहायला शिकवणं ही पालकांची जबाबदारी आहे. ''तू जे म्हणतेस ते बरोबर आहे, पण तुझ्या सासरच्यांचा हेतू तुला त्रास द्यायचा नाहीये. ते फक्त त्यांच्या संस्कारांप्रमाणे वागत आहेत,'' असं पालक म्हणू शकतात.

उदाहरणार्थ– सासू, तिचा मुलगा आता तिच्यापेक्षा जास्त सुनेचं ऐकतो या दुःखात असेल. मुलावरचा आणि कुटुंबावरचा हक्क जाण्याची भीती, असुरक्षितता, मत्सर अशा भावना तिच्यात असू शकतात. ती अशा संस्कारांच्या प्रभावानुसार वागत असेल. अशा वेळी सासूला तिच्या संस्कारांतून मुक्त होण्यासाठी मदत म्हणून तिला प्रेम देऊन ''बरं कर,'' असं आईवडील त्यांच्या मुलीला सांगू शकतात. जेव्हा अडचण सोडवण्यासाठी पालकांचा असा दृष्टिकोन असतो तेव्हा संभाषण, त्यात वापरले जाणारे शब्द आणि तरंग खूपच वेगळ्या स्तरावर असतात.

समजा, नवरा दररोज रात्री उशिरा घरी येतो आणि मुलीवर ओरडतो म्हणून ती दुःखात आहे. जेव्हा मुलगी तिचं दुःख पालकांना सांगते तेव्हा त्यांनी त्या परिस्थितीकडे तटस्थपणे बघितलं पाहिजे आणि नवऱ्याचा दृष्टिकोन मुलीला दाखवला पाहिजे, त्याच्या दृष्टिकोनातून तिला घटनेकडे पाहायला सांगितलं पाहिजे – 'कदाचित, नवऱ्याला कामाच्या ठिकाणी खूप त्रास सहन करावा लागत असेल. त्यामुळे त्याच्याकडून अपेक्षा करण्याऐवजी तो घरी गोंधळलेल्या अवस्थेत आल्यानंतर त्याला आपुलकीने शांत करण्याचा आणि त्याला सांभाळण्याचा प्रयत्न कर. तो तुझ्यावर टीका करत नसून कदाचित दिवसभरात साठलेली उदासीनता बाहेर काढत असेल.' अशा प्रकारे नवऱ्याचा दृष्टिकोन समजावून पालक तिची विचारपद्धती बदलू शकतात. इतरांच्या दृष्टिकोनाप्रमाणे तडजोड करण्यासाठी तिला प्रोत्साहन देऊ शकतात. पुन्हा तशाच परिस्थितीला सामोरं जाण्याआधी ते तिला सशक्त बनवू शकतात.

सुरेश ओबेरॉय : आता मुलीचं लक्ष स्वतःच्या अडचणींवरून दूर होऊन तिच्या नवऱ्याच्या अडचणींकडे वेधलं जाईल.

शिवानीदीदी : अगदी बरोबर. तिचा नवरा किंवा सासू–सासरे तिच्यावर टीका करत नसून त्यांच्या स्वतःच्या दुःखामुळे अशी प्रतिक्रिया देत आहेत हे जेव्हा मुलीला

समजेल तेव्हा तिला बरं वाटेल आणि परिस्थितीला सामोरं जाण्यासाठी तिच्याकडे विचारांची स्पष्टता असेल.

सुरेश ओबेरॉय : प्रतिक्रिया देण्यापेक्षा परिस्थिती समजून घेण्याशी हे सगळं जोडलेलं आहे.

शिवानीदीदी : हो, आणि अशा प्रकारे आपल्या नात्यांमधे प्रेम सहजतेने प्रवाहित होईल.

चिरंतन प्रेमाकडे घेऊन जाण्याचे मंत्र

- जेव्हा इतर आपल्यासाठी निर्णय घेतात तेव्हा तो अस्तित्वात आणण्यासाठी आपण शंभर टक्के प्रयत्न करत नाही. आणि निर्णय चुकल्याचा दोष आपण त्यांना देतो.
- मुलांसाठी निर्णय घेण्यापेक्षा, त्यांची निर्णयक्षमता विकसित करण्यासाठी त्यांना मदत करा. मुलांचं आयुष्य नियंत्रित करणं ही पालकांची भूमिका नाही. तर मुलांना त्यांच्या आयुष्याची जबाबदारी उचलण्यासाठी सशक्त बनवणं हे त्यांचं काम आहे.
- जेव्हा कुटुंबीय किंवा मित्रमंडळींपैकी कोणी त्यांचं दु:ख घेऊन आपल्याकडे येतं तेव्हा त्यांचं दु:ख आपण ग्रहण करणार नाही या बाबत काळजी घ्यायला हवी. स्थिर राहा आणि त्यांचा दृष्टिकोन समजून घ्या.
- 'आपण परिस्थितीची शिकार बनलो आहोत,' या लोकांच्या भावनेला पाठिंबा देऊ नका. त्यांच्या ज्या गुणांच्या साहाय्याने ते या परिस्थितीतून बाहेर पडू शकतात त्यांचं दर्शन त्यांना घडवा. तसंच ज्यांनी अशा परिस्थितीचा सामना केला आहे त्यांचा दृष्टिकोनही त्यांना दाखवा.

आपल्या आतील बालकापर्यंत पोहोचा

सुरेश ओबेरॉय : समोरची व्यक्ती माझ्याप्रमाणेच एक प्रेमस्वरूप आत्मा आहे हे सतत लक्षात ठेवणं मला शक्य होत नाही.

शिवानीदीदी : आपण एक आत्मा आहोत आणि प्रेम हाच आपला मूळ गुण आहे असं आपण दिवसभर जाणीवपूर्वक लक्षात ठेवू शकत नाही. हे अशा प्रकारे काम करत नाही. यासाठी दोन मार्ग आहेत. पहिला, जर आपण आत्मा आहोत हे आपण लक्षात ठेवलं तर प्रेम आपोआपच आपल्याकडून प्रसारित होईल. दुसरा मार्ग म्हणजे जर आपला संवाद प्रेमळ असेल तर आपल्याला आपोआपच आत्मजाणीव होईल. प्रेमाने संवाद साधणं म्हणजे आपला प्रत्येक विचार स्वच्छ असणं होय.

सुरेश ओबेरॉय : मी लहान बाळांशी संवाद साधतो तेव्हा माझ्याकडून प्रेमाव्यतिरिक्त इतर काहीही पाठवलं जात नाही.

शिवानीदीदी : यामागचं कारण काय असेल असं तुम्हाला वाटतं?

सुरेश ओबेरॉय : कदाचित लहान मुलांबरोबर कोणाचेही मतभेद असू शकत नाहीत.

शिवानीदीदी : आपण लहान बाळाशी प्रेमाने संवाद साधतो कारण ते सतत प्रेमाची ऊर्जा पाठवतं. लहान बाळ कोणावरही टीका करत नाही किंवा कोणाला पारखतही नाही. आपण काहीही केलं तरी ते त्यात चुका काढत नाही किंवा ते दुखावलं जात नाही किंवा त्याला राग येत नाही.

सुरेश ओबेरॉय : बाळ सगळ्यांकडे सारख्याच नजरेने बघतं. चोर किंवा संत असा फरक ते करत नाही. तसंच गरीब किंवा श्रीमंत, चांगला किंवा वाईट अशी लेबल्सही लावत नाही. ते फक्त निरपेक्ष प्रेम करतं.

शिवानीदीदी : बाळ कुणाला लेबल लावत नाही किंवा कुणाच्या चुका लक्षात ठेवत नाही. इतरांचं मोजमाप करणं या संज्ञेची सूक्ष्म जाणीवही त्याला नसते. दुःख, तुलना आणि टीका या भावनांपासून ते मुक्त असतं. त्याच्यात अशा प्रकारचे कोणतेही अडथळे नसल्याने त्याच्याकडून सहजतेने प्रेम प्रवाहित होतं. हेच प्रेमस्वरूप असण्याचं सूत्र आहे.

इतरांकडे प्रेम पाठवण्यासाठी बाळाला विशेष कष्ट घ्यावे लागत नाहीत. त्याच्याकडून सहजभावनेनेच प्रेम प्रवाहित होतं.

सुरेश ओबेरॉय : पण मी पुन्हा एकदा लहान मूल होऊ शकत नाही.

शिवानीदीदी : हो, तुम्ही बनू शकता. बाळ आंतरिक अडथळे आणि लेबल्स यांपासून मुक्त असतं त्यामुळे ते सतत प्रेम देऊ शकतं. आपणही जर आपल्यातील नकारात्मक सवयी काढून टाकल्या तर आपली अवस्थाही बाळाच्या अवस्थेच्या जवळ जाणारी असेल.

प्रेमाचा प्रवाह निर्माण करण्यासाठी आपल्याला विशेष काही करायची गरज नाही हे लक्षात घ्या. आपण फक्त त्याच्या मार्गातील अडथळे बाजूला करायची गरज आहे जेणेकरून नैसर्गिक प्रवाह सुरळीत होईल. ह्याचं साम्य आपल्या शरीरातील रक्तप्रवाहाशी आहे. आपल्या शरीरात रक्त नैसर्गिकरीत्या प्रवाही असतं. पण जेव्हा रक्तवाहिन्यांमध्ये अडथळे निर्माण होतात तेव्हा शारीरिक अडचणी उद्‌भवतात.

सुरेश ओबेरॉय : लोक म्हणतात, "छोटं बाळ हे देवाचं रूप असतं."

शिवानीदीदी : याचं कारण बाळाचे भाव शुद्ध असतात. त्याच्यावर कोणत्याही अहंकाराचे थर नसतात. त्यामुळे त्याचं ऊर्जाक्षेत्र शुद्ध आणि चुंबकीय असतं. ह्या ऊर्जाक्षेत्रात एखाद्या मोठ्या व्यक्तीने जर अहंकार, दुःख, टीका आणि इतर भावना घेऊन प्रवेश केला तरीही बाळाकडून त्या व्यक्तीला शुद्ध प्रेमाचे तरंग मिळायला सुरुवात होते. त्यामुळे न कळतच त्या व्यक्तीचा 'प्रेम' हा मूळ गुण अगदी सहज वर येतो.

सुरेश ओबेरॉय : या परिस्थितीत, एक छोटं बाळ मोठ्या माणसांवर प्रभाव पाडत आहे.

शिवानीदीदी : हो, का नाही? एका आत्म्याचा दुसऱ्या आत्म्यावर होणारा परिणाम आहे हा. जर मोठी माणसं मुलांवर प्रभाव पाडू शकतात तर गोष्टी याउलटही होऊ शकतात.

सुरेश ओबेरॉय : माझा मुलगा आणि जावई म्हणतात की, लहान मुलांच्या फक्त सहवासात राहिल्यानेसुद्धा दिवसभराचा थकवा विसरून प्रसन्न वाटतं. लहान मुलांच्या सहवासात मोठी माणसं त्यांचा थकवा विसरतात आणि पुन्हा त्यांच्या सामान्य अवस्थेत येतात.

शिवानीदीदी : लहान मुलांच्या सहवासात मोठी माणसं स्वत:मधली निर्मळता अनुभवतात. कामाच्या ठिकाणी फक्त अहंकाराची भाषा असते – पदाची पदाशी, वरिष्ठांची कनिष्ठांशी, मालकाची नोकरांशी आणि पैशाची पैशांशी. त्यामुळे मोठी माणसं दिवसभर देहजाणिवेत असतात. त्याचबरोबर ते टीका आणि इतर नकारात्मक तरंग ग्रहण करत असतात.

सुरेश ओबेरॉय : लहान मुलांबरोबर ते प्रेमाचा आणि प्रेमाच्या सान्निध्यात असण्याचा अनुभव घेतात.

शिवानीदीदी : जेव्हा आपण लहान बाळांबरोबर असतो तेव्हा आपणही त्यांच्यासारखेच बनतो. यावरून हे सिद्ध होतं की, 'प्रेम' हा मूळ गुण दोघांमध्येही सारखाच आहे.

सुरेश ओबेरॉय : जेव्हा आपण आपल्या मूळ गुणाबरोबर असतो तेव्हा आपल्याला थकवा जाणवत नाही.

शिवानीदीदी : कारण आत्मा मुळात शक्तिशाली आहे.

आपण स्वतःवर चढवलेल्या आवरणांमुळे आपली नाती गुंतागुंतीची बनवली आहेत.

सुरेश ओबेरॉय : मागच्या संभाषणात, आपण संपूर्णपणे चार्ज्ड बॅटरीच्या साहाय्याने आपल्या आत्म्याची बॅटरी चार्ज करू शकतो, असा उल्लेख तुम्ही केला होता. बाळ संपूर्णपणे चार्ज्ड असतं. इतरांना काही दिल्याने ते काही गमावत नाही कारण फक्त प्रेम वाढत राहतं.

शिवानीदीदी : जेव्हा बाळ प्रेम करतं तेव्हा आपल्या आत असलेली प्रेमाची ऊर्जा जागृत होते. जसं, मी तुमच्यासाठी नकारात्मक तरंग निर्माण केले तर तुमच्या आतही काहीतरी नकारात्मक घडेल.

सुरेश ओबेरॉय : हे तुम्ही समजावून सांगू शकता का?

शिवानीदीदी : जर मी तुमच्याबद्दल नकारात्मक विचार करत असेन तर तो तुमच्यापर्यंत पोहोचेल. तुमच्याकडे प्रतिसाद कसा द्यायचा यासाठी पर्याय उपलब्ध आहेत. पण तुम्ही जाणीवपूर्वक तुमच्या विचारांची निवड करू शकत नसाल तर अशा अज्ञानावस्थेत माझ्या विचारांची नकारात्मकता तुमच्यातील नकारात्मकेला नक्कीच स्पर्श करेल.

सुरेश ओबेरॉय : जर मी जागरूक अवस्थेत जगत असेन तर तुमचे नकारात्मक तरंग ग्रहण करणार नाही किंवा त्यांना सकारात्मक तरंगांमध्ये बदलवेन.

शिवानीदीदी : हो. जागरूक असणं याचा अर्थ, नकारात्मक विचार सकारात्मक बनवण्याचं सामर्थ्य असणं. त्यासाठी, स्वत:ला फक्त हे सांगण्याची गरज आहे की, मी अशा पद्धतीने विचार करण्याची गरज नाही. जेव्हा आपल्या मनात नकारात्मक विचार येतो तेव्हा तो आपण निर्माण केला आहे की इतर कुणाच्या नकारात्मक विचारांनी जागृत झाला आहे हे आपल्याला माहीत नसतं. सर्वांत महत्त्वाची गोष्ट म्हणजे तो विचार बदलण्याचं सामर्थ्य आपल्याकडे आहे.

सर्वसाधारणपणे आपण ज्या प्रकारची ऊर्जा समोरच्याला पाठवतो त्याच प्रकारची ऊर्जा आपल्याला इतरांकडून मिळते. अशाच प्रकारे, बाळाचं प्रेम आणि शुद्धतेचे संस्कार आपल्यामध्येही तेच भाव निर्माण करतात. एखाद्या संत-महात्म्यांना भेटण्यासारखा हा अनुभव असतो.

सुरेश ओबेरॉय : अशाच प्रकारची शांतता आपल्याला प्रार्थनास्थळीही मिळते.

शिवानीदीदी : जेव्हा आपण मंदिरात जातो किंवा एखाद्या शुद्ध आत्म्याला (महात्म्याला) भेटतो तेव्हा त्या ठिकाणच्या एकत्रित तरंगांमुळे आपण शांतता अनुभवतो. पण प्रत्यक्षात असं ठिकाण किंवा अशी व्यक्ती आपल्या आत असणारी शांतता जागृत करते. त्यामुळे ते फक्त आपल्याला हे अनुभवण्याची संधी देतात. म्हणूनच आपल्याला वारंवार अशा ठिकाणी जावंसं वाटतं किंवा अशा व्यक्तींना भेटावसं वाटतं. आपल्याला असं वाटतं की, आपण फक्त त्या लोकांच्या सहवासात असतानाच शांतता अनुभवू शकतो आणि जेव्हा आपण त्यांच्या सहवासात नसतो तेव्हा पुन्हा जुन्या तरंगांमध्ये गुंतून पडतो. पण सत्य हे आहे की, आपल्या आतली शांतता आणि वैशिष्ट्य अनुभवण्यामागे त्या व्यक्तींची प्रेरणा असते.

याविरुद्धही जर कोणी नकारात्मक तरंग पाठवत असेल तर आपल्यातही नकारात्मकता निर्माण होईल. पण हे तेव्हाच घडेल जेव्हा आपल्या आत आधीपासूनच नकारात्मकता असेल.

सुरेश ओबेरॉय : जर माझ्यात एखादी नकारात्मक सवय असेल पण मला ती सवय पुन्हा जागृत करण्याची इच्छा नसेल तर मी यावर नियंत्रण आणू शकतो का?

शिवानीदीदी : तुम्ही या बाबतीत जागरूक राहू शकता आणि ती बदलू शकता.

उदाहरणार्थ, जेव्हा आपण संतांना भेटतो तेव्हा त्यांच्यातील शुद्धता आपल्यातील शुद्धतेला चालना देते. पण आपल्यातील अशुद्धता त्यांच्यावर प्रभाव पाडत नाही. याचं कारण, अनेक वर्षांच्या अभ्यासातून त्यांनी स्वतःवर असलेली आवरणं बऱ्याच प्रमाणात दूर केलेली असतात.

सुरेश ओबेरॉय : मंदिरात न जाता, संतांना न भेटता आणि लहान मुलांच्या सहवासात न राहता आपण आपल्या मूळ संस्कारांना जागृत करू शकतो का?

शिवानीदीदी : नक्कीच करू शकतो. दिवसभर आपण लक्ष दिलं तर अनेकदा आपले मूळ संस्कार जागृत असतात. संपूर्ण दिवस आपण नकारात्मक स्थितीतच असतो असं नाही. आपण नेहमी असं शुद्ध प्रेम अनुभवतो. कधीकधी आपण एखाद्या अनोळखी माणसाला सर्वतोपरी मदत करतो. याचं कारण इतरांना देणं हा आपला मूळ गुण आहे.

सुरेश ओबेरॉय : थोड्या वेळापूर्वी, मी लहान मुलांना खेळताना बघितलं. मी त्यांच्यासाठी चॉकलेट्स पाठवली.

शिवानीदीदी : पण जेव्हा नात्यांच्या बाबतीत अशी वेळ येते तेव्हा, 'त्याने माझ्यासाठी काहीच केलं नाही तर मी त्याला सहकार्य का करू?' असा विचार आपण करतो.

जसं, कोणताही परतावा मिळणार नाही हे माहीत असतानाही तुम्ही अचानक मुलांना चॉकलेट्स वाटली त्याचप्रमाणे आपल्याला आपल्यातलं माधुर्य इतरांना द्यायचं आहे. इतर लोक माझ्यासाठी काही करतील का, ते मला पुन्हा कधी भेटतील का, अशा गोष्टींची काळजी न करता आपण इतरांसाठी गोष्टी करायला हव्यात. आपल्याला जरी त्या बदल्यात नकारात्मकता मिळणार असेल तरी आपण इतरांना गोडवाच द्यायला हवा.

सुरेश ओबेरॉय : एकदा, मी उपाहारगृहातून बाहेर पडताना द्वारपालाला टिप दिली. माझ्या बरोबर असलेल्या सद्गृहस्थांना ते पटलं नाही. ते म्हणाले, "ज्या माणसाला आपण पुन्हा कधीही भेटणार नाही अशा माणसाला टिप देणं न पटणारं आहे." ज्या ठिकाणी मी वारंवार जातो त्या ठिकाणी मी टिप दिली पाहिजे कारण त्या बदल्यात मला तिथे आदर मिळेल.

शिवानीदीदी : अशा घटनेमध्ये, देण्याची ही कृती खरं तर घेण्याची असते. लोक द्वारपालाला किंवा वेटरला टिप देतात जेणेकरून ते जेव्हा पुन्हा त्या ठिकाणी जातील तेव्हा तिथला स्टाफ त्यांची जास्त काळजी घेईल, इतरांसमोर त्यांना शुभेच्छा आणि आदर देईल. हे सगळं त्यांना एका छोट्या टिपच्या बदल्यात मिळावं हा त्यांचा हेतू असतो. हा त्यांचा सदिच्छा विकत घेण्याचा मार्ग आहे. त्यामुळे प्रत्यक्षात ते काहीही देत नाहीत.

सुरेश ओबेरॉय : जर आपण सगळ्या गोष्टींचं एवढं मोजमाप करतो तर आपण आपल्या क्षमतांचा वापर आपली आध्यात्मिक बाजू विकसित करण्यासाठी का नाही करत?

शिवानीदीदी : साधारणपणे आपण इतरांकडून काय मिळालं पाहिजे हे मोजतो. त्यांच्याकडून प्रेम, आदर आणि काळजी मिळवण्यासाठी काय लागतं या बाबत आपण जागरूक आहोत. आता, आपल्याला ही जागरूकता दुसरीकडे वळवायची आहे. प्रेम, आदर आणि काळजी देण्यासाठी काय करायला हवं याचा विचार करा.

आपण नक्कीच 'जागरूक अवस्थे'त जगत आहोत. पण आपण कशासाठी जागरूक आहोत? लोक आपल्याला काय देतात आणि आपल्याशी कसे वागतात याची आपल्याला सतत जाणीव असते. पण ही जागरूकता इतरांच्या बाबतीत असते आणि एवढ्या सगळ्यांवर लक्ष ठेवणं अवघड आहे. जर आपण इतरांचे तरंग ग्रहण करण्याइतके हुशार असू तर स्वतःचे तरंग ग्रहण करणं अधिकच सोपं असेल. आपली मानसिक अँटेना देण्यासाठी की घेण्यासाठी ट्यून इन केली आहे हे तपासणं गरजेचं आहे.

इतरांना मुक्तपणे देत राहण्याची भूमिका अवलंबली तर आयुष्य खूप सोपं होतं. पण जेव्हा इतरांनी प्रशंसा करावी किंवा बदल्यात काहीतरी द्यावं म्हणून आपण देतो, तेव्हा मन तसं घडतं की नाही हे तपासत राहतं. या प्रक्रियेत आपण काहीही वाटू शकत नाही. आपण 'घेण्या'च्या भूमिकेत जातो आणि आपल्या कष्टांच्या बदल्यात काय मिळतंय याची तुलना करत राहतो. हा दृष्टिकोन ठेवल्याने आपण आपली ऊर्जा रोखतो. लहान बाळ यातलं काहीच करत नाही.

लहान बाळ जसजसं मोठं होतं तसं बदलत जातं. ते इतरांना चांगलं-वाईट, चूक-बरोबर यांच्यात विभाजित करायला शिकतं. ते इतरांवर दोषारोपण करायला शिकतं आणि हे असंच चालू राहतं. हळूहळू, त्याच्या निरागसतेवर इतर थर जमा होतात. छोट्या छोट्या नकारात्मक गोष्टीही त्याची स्वाभाविकता घालवतात. ते बाळ त्याच्या अवतीभोवती असलेल्या वातावरणातून त्याला जे दिलं जाईल ते ग्रहण करतं. ते त्याच्या आईवडिलांची वृत्तीही ग्रहण करतं. आज, आपल्या आयुष्यावर

माध्यमांच्या अतिक्रमणामुळे लहान मुलांमधली निरागसता पूर्वीपेक्षा खूप लवकर लोप पावताना दिसते. टी.व्ही. आणि इंटरनेटमुळे माहितीचा पूर आला आहे.

प्रत्येक जण मूलतः सारखाच आहे, पण बाह्य जगातील गोष्टींच्या प्रभावामुळे आपण आपल्या अस्तित्वावर अनेक थर चढवले आहेत. अध्यात्म आपल्याला आपल्यातील बालकापर्यंत पोहोचायला शिकवतं.

सुरेश ओबेरॉय : जेव्हा आहाराशी निगडित प्रश्न पडतात तेव्हा आपण नैसर्गिक आणि सेंद्रिय अन्न सेवन करण्याला महत्त्वं देतो. आपल्या अन्नातील पोषक तत्त्वं नाहीशी होऊ नयेत म्हणून आपल्याला ते कमी शिजवलेलं हवं असतं. पण माणूस म्हणून आपण आपल्या मूळ गुणांपासून लांब जात आहोत.

शिवानीदीदी : आपण आपल्या मौलिकतेपासून खूप लांब आलो आहोत पण पुन्हा परत जाणं इतकंही अवघड नाही. प्रेमस्वरूप बनण्यासाठी आपल्याला कष्ट करण्याची गरज नाही कारण आपण तसेच आहोत. आपल्याला फक्त आपल्या अस्तित्वातून निंदा, टीका, वैर आणि क्रोध यांना दूर करावं लागेल. आपणच हे अडथळे निर्माण केले आहेत त्यामुळे ते आपल्यालाच दूर करावे लागतील.

चिरंतन प्रेमाकडे घेऊन जाण्याचे मंत्र

- बाळ लोकांकडे त्यांच्या लेबलनुसार, नात्यांप्रमाणे किंवा व्यवसायाप्रमाणे बघत नाही. बाळ लोकांबाबत कोणतीही पारख करत नाही किंवा त्याची वृत्ती टीकात्मकही नसते. त्याचा आत्मा म्हणून आत्म्याशी संबंध येतो त्यामुळे ते सहज भावाने फक्त प्रेम पसरवतं.
- अहंकार, दोष, नियंत्रण, तुलना किंवा स्पर्धा यांमुळे निर्माण झालेले अडथळे काढले तर आपल्यात सहज भावनेनेच प्रेम प्रवाही होईल. जेव्हा आपण हे करतो, तेव्हा आपण अहंजाणिवेतून आत्मजाणिवेमध्ये बदलतो.
- आपल्यामध्ये सहज भावनेतून प्रवाहित होणारं प्रेम हे आपल्याला भेटणाऱ्या प्रत्येक आत्म्यामध्ये प्रेमाचा मूळ संस्कार निर्माण करतं. जिथे शुद्ध तरंग असतात अशा ठिकाणी जायला आणि अशा लोकांना भेटायला आपल्याला आवडतं. कारण ते आपल्यातील शुद्धतेचे संस्कार बाहेर आणण्यास साहाय्यक ठरतात.
- इतरांकडून मिळणारं प्रेम, आदर आणि काळजी यांच्या बाबतीत आपण सजग असतो. आपल्याला काय मिळतंय आणि काय नाही हेही आपल्याला माहीत असतं. आता इतरांना प्रेम देण्यासाठी आणि त्यांची काळजी घेण्यासाठी आपण सजग व्हायचं आहे.

विचारऊर्जेचा पिंगपाँग

सुरेश ओबेरॉय : तुम्ही असं म्हणाला होता की, आपण कृती करायच्या आधीच इतरांप्रतिचे आपले विचार आणि तरंग त्यांच्यापर्यंत पोहोचतात.

नुकतंच, माझ्या टीममधील एका व्यक्तीचं वागणं टीममधील इतर व्यक्तींसाठी इतकं त्रासदायक ठरत होतं की तिने काम सोडून निघून जावं असं सगळ्यांनाच वाटत होतं. एक दिवस सकाळी टीममधील या सदस्याचे कोणी नातेवाईक दिल्लीला जाणार होते आणि त्या सदस्याने, "मीपण दिल्लीला जाऊ शकतो का," असं मला विचारलं. जेव्हा मी त्याला विचारलं की, तुला नोकरी का सोडायची आहे? तेव्हा त्याला काही विशेष स्पष्टीकरण देता आलं नाही. तो फक्त म्हणाला की मला काम करायची इच्छा नाहीये. त्याने काम सोडून निघून जावं अशी आम्हा सगळ्यांचीच इच्छा होती. खरोखरंच ते विचार आणि ते तरंग त्याच्यापर्यंत पोहोचले.

शिवानीदीदी : निश्चितच! किती काळ तुम्ही असे तरंग निर्माण करत होता?

सुरेश ओबेरॉय : दोन किंवा तीन दिवस.

शिवानीदीदी : हे नेहमी काम करतं. हे कोणीही करून बघू शकतं.

सुरेश ओबेरॉय : एखाद्याला प्रेमाचे तरंग पाठवण्यानेच त्या व्यक्तीबरोबर असलेल्या आपल्या नात्यात सुधारणा होऊ शकते, हे पूर्वी मला पटायचं नाही. पण ह्या घटनेने

माझा दृष्टिकोन पूर्ण बदलला. वरील घटनेत जर आपल्या नकारात्मक तरंगांमुळे नकारात्मक परिणाम होऊ शकतो तर जेव्हा आपण गोष्टी घडाव्यात म्हणून प्रयत्न करू तेव्हाही आपण निर्माण केलेल्या सकारात्मक तरंगांचा सकारात्मक परिणाम नक्कीच होईल.

शिवानीदीदी : जर काही लोकांनी मिळून एका व्यक्तीवर टीका केली आणि त्या व्यक्तीला एकत्रित नकारात्मक तरंग पाठवली तर ती नक्कीच त्या व्यक्तीपर्यंत पोहोचतील आणि त्या व्यक्तीला खूप अवघडल्यासारखं होईल आणि निमंत्रित नसल्यासारखं वाटेल.

सुरेश ओबेरॉय : आमच्या टीममधील एका सदस्यासाठी आम्ही काही जणांनी मिळून त्याच्यापासून लांब असलेल्या एका बंद खोलीमध्ये काही विचार निर्माण केले. आणि नोकरी सोडून निघून जाण्यासाठी त्याच्याकडे फक्त एकच कारण होतं ते म्हणजे, त्याला आमच्या बरोबर काम करायची इच्छा होत नव्हती.

शिवानीदीदी : त्याला राहावंसं वाटलं नाही कारण तो सतत नकारात्मक तरंग ग्रहण करत होता. मागे चर्चा केल्याप्रमाणे, आपण इतरांना जसे तरंग पाठवतो ते त्यांच्यामध्ये त्याच गुणवत्तेचे विचार निर्माण करतात. म्हणूनच आपल्यावर जबाबदारी असते.

आपण निर्माण केलेली जड ऊर्जा सर्वप्रथम आपल्यालाच क्षीण बनवते.

सुरेश ओबेरॉय : जेव्हा मी टीममधील त्या सदस्याबाबत नकारात्मक विचार केला तेव्हा माझी शक्ती कमी झाली?

शिवानीदीदी : त्याच्याबद्दल नकारात्मक विचार करताना तुम्हाला कसं वाटलं? आधी आपण दुसऱ्या व्यक्तीसाठी नकारात्मक विचार करतो आणि आपल्याला क्षीण वाटतं. मग ते तरंग त्या माणसापर्यंत पोहोचतात आणि तो क्षीण होतो. परिणामी आपलं त्याच्या बरोबरचं नातं कमकुवत होतं. नंतर प्रतिसादात, तोही आपल्याबद्दल त्याच प्रकारचे विचार निर्माण करतो आणि ते तरंग आपल्यापर्यंत पोहोचतात आणि आपल्यावर परिणाम करतात. पिंगपाँगचा हा खेळ पुढचे काही दिवस, महिने, वर्षं किंवा दशकं असाच चालू राहतो.

मागे एकदा आपण ऊर्जेच्या देवाण-घेवाणीबद्दल बोलत होतो, त्यामुळे तुमच्या टीममधील सदस्य असा का वागला याचा अंदाज तुम्ही बांधू शकला. नाही तर, आपणच समोरच्या व्यक्तीच्या वागण्याला कारणीभूत आहोत हे आपण स्वीकारत नाही. तरंगांच्या हस्तांतरणाच्या पार्श्वभूमीबद्दल आपल्याला काही माहीत नसेल तर या घटनेत आपण टीममधील त्या सदस्याला दोष दिला असता आणि म्हणालो असतो, ''सोडून जाण्यामागे त्याची स्वत:ची अशी काही कारणं असतील.''

त्याचबरोबर कदाचित, ''तसंही तो मागचे काही दिवस नीट वागत नव्हता,'' असंही म्हणालो असतो.

सुरेश ओबेरॉय : त्याने स्वत:च अपराधी वाटून नोकरी सोडण्याचा निर्णय घेतला असेल आणि त्याने हा निर्णय घेतला ते बरंच झालं, असंही आपण समजलो असतो.

शिवानीदीदी : आपल्याला त्या व्यक्तीची गरज आहे किंवा आपल्याला ते नातं चालू ठेवायचं आहे म्हणून त्याने सोडून जाऊ नये अशी आपली इच्छा असेल तरीही आपण आपल्या विचारांची गुणवत्ता बदलत नाही. ह्या बाबतीत, ती व्यक्ती अजून काही दिवस राहीलसुद्धा, पण पुन्हा जुन्या विचारपद्धतीने ऊर्जेची देवाण-घेवाण चालू झाली की हळूहळू तीच परिस्थिती उद्‌भवेल.

सुरेश ओबेरॉय : एखाद्याला जाण्यापासून थांबवणं म्हणजे अर्धवट प्रयत्न असतो. जणू एखादी गोष्ट सक्तीने करावी लागत असल्यासारखा.

शिवानीदीदी : पहिल्यांदा आपण आपल्याच विचारांचं समर्थन करतो आणि मग दुसऱ्या व्यक्तीला दोष देतो. ज्या क्षणी आपण दुसऱ्या व्यक्तीकडे बोट दाखवतो त्या क्षणी ते नातं आपल्या हातातून निसटतं.

सुरेश ओबेरॉय : आपल्याला जर कधीच हे नातं नको असेल तर? जर आपण त्या व्यक्तीला पुन्हा कधीच भेटणार नसू तर?

शिवानीदीदी : नातं असणं म्हणजे, आपलं त्या आत्म्याबरोबर कार्मिक खातं असणं.

सुरेश ओबेरॉय : तुम्हाला असं म्हणायचं आहे का की, हे नातं पूर्वजन्मांतही अस्तित्वात होतं आणि भविष्यातही असेल?

शिवानीदीदी : असं असेलच असं नाही. समजा, आपण एखाद्याला नकारात्मक तरंग पाठवले आणि त्या व्यक्तीने आपल्यापासून वेगळं होण्याचा निर्णय घेतला. आता आपण एकमेकांना पुन्हा भेटणार नाही त्यामुळे आपण आपल्यातील संबंध चांगले करण्याचा प्रयत्नही करत नाही. आपल्यापासून वेगळं होताना ती व्यक्ती काय घेऊन जाईल?

सुरेश ओबेरॉय : ती तिच्या बरोबर दु:खदायक अनुभव घेऊन जाईल.

शिवानीदीदी : मग भविष्यात ती व्यक्ती कोणत्या गुणवत्तेचे विचार निर्माण करेल? आणि ते कोणासाठी निर्माण केले जातील?

सुरेश ओबेरॉय : ते नकारात्मक विचार माझ्यापर्यंत पोहोचतील.

शिवानीदीदी : हे खूप काळ चालू राहील. जितक्या वेळा ती व्यक्ती तुमचा विचार करेल तितका वेळ हे चालू राहील. तुम्ही एकदा तुमचा अनुभव सांगितला होता की, एका व्यक्तीचा मात्र फोटो बघितल्यावर वीस वर्षांपूर्वी जी नकारात्मकता तुम्हाला जाणवली होती तशीच तेव्हाही जाणवली. याचा अर्थ, अनेक वर्षांनंतरही तुम्ही त्या व्यक्तीला नकारात्मक तरंग पाठवणं चालूच ठेवलं.

त्यामुळे आज जी व्यक्ती तुमच्यामुळे नोकरी सोडून जात आहे, ती व्यक्तीसुद्धा तिच्या नंतरच्या आयुष्यात तुमच्याबद्दल नकारात्मक विचार करेल. जेव्हा जेव्हा ती व्यक्ती तुमचं नाव ऐकेल किंवा तुम्हाला टी.व्ही.वर बघेल, तेव्हा तेव्हा तुमच्यापासून वेगळं होताना ज्या गुणवत्तेचे विचार तिने केले होते तेच विचार ती निर्माण करेल. तुम्ही त्या व्यक्तीला फक्त तीन दिवस नकारात्मक ऊर्जा पाठवली म्हणून ती व्यक्तीही तुमच्यासाठी फक्त तीन दिवस नकारात्मक विचार निर्माण करेल असं होणार नाही. ती व्यक्ती असा विचार बराच काळ करू शकते.

सुरेश ओबेरॉय : पुढचे तीन जन्मही ती व्यक्ती असं करू शकते.

शिवानीदीदी : हो, हे खातं पुढील जन्मांतही सुरू राहण्याची शक्यता आहे.

सुरेश ओबेरॉय : त्यामुळेच असं म्हटलं जातं की, जर एकत्र काम करणं शक्य नसेल तरीही मित्रांप्रमाणेच वेगळं व्हायला हवं.

शिवानीदीदी : असं करणं महत्त्वाचं आहे. पण 'मित्र' बनून राहणं म्हणजे नेमकं काय?

सुरेश ओबेरॉय : याचा अर्थ, आपली भेट होईल आणि एकमेकांच्या संपर्कातही राहू?

शिवानीदीदी : नाही, मित्र बनून राहणं म्हणजे आपल्यात मतभेद असतील, तरीही आपण कधीच एकमेकांसाठी वाईट चिंतणार नाही. भलेही आपण वेगळे झालो तरीही आपण जेव्हा जेव्हा भेटू तेव्हा एकमेकांशी सलोख्याने वागू. तथापि, जर त्या दोन व्यक्तींमधील कटुतेचं निराकरण झालं नाही तर त्या एकमेकांशी सलोख्याने वागू शकणार नाहीत.

सुरेश ओबेरॉय : यावरून मला दोन व्यावसायिक भागीदार आठवले जे 'मित्र बनून राहू या' असं ठरवून व्यवसायातून वेगळे झाले. वेगळं झाल्यानंतर लगेचच,

त्या दोघांनी त्यांच्यातील समान व्यावसायिक सहकाऱ्यांना फोन करायला आणि भागीदाराबरोबर व्यवसाय न करता फक्त त्यांच्या बरोबरच करावा, असं सांगायला सुरुवात केली.

शिवानीदीदी : हे 'मित्र बनून राहणं' आणि तरी वेगळं होणं आहे का? असं वागणं म्हणजे, एकमेकांप्रति तीव्र मत्सर आणि स्पर्धेची भावना आहे. 'तू वेगळं व्हायचा निर्णय घेतलास... आता मी तुला दाखवतो की मी तुझ्यापेक्षा चांगला व्यवसाय करू शकतो,' असा ते एकमेकांबद्दल विचार करत होते. व्यवसायातून वेगळं होऊन फक्त मित्रं बनून राहणं म्हणजे आपलं नातं जरी यशस्वी झालं नाही तरीही आपण एकमेकांबद्दल नकारात्मक विचार न करणं.

आता पुन्हा तुमच्या पहिल्या उदाहरणाकडे येऊ या. तुमच्या टीममधील सदस्य दुखावला गेल्यामुळे तुम्हाला सोडून जात असेल तर, आयुष्यात जेव्हा जेव्हा त्याला तुमची आठवण येईल तेव्हा तेव्हा तो तुम्हाला नकारात्मक तरंग पाठवेल. आता विचार करा – आपण दिवसभरात अशा अनेक लोकांना भेटतो जे आपले मित्र किंवा कुटुंबीय नसतात. ते आपल्याला भेटतात आणि निघून जातात, पण आपल्यामध्ये नक्कीच ऊर्जेची देवाण-घेवाण होते. जर का ही देवाण-घेवाण जड असेल तर आपल्याशी वागता-बोलताना त्यांना अवघडल्यासारखं होईल. हे करताना आपण नक्की काय करतो? आपण नकारात्मक गुंतवणूक करतो, ज्यातून आपल्याला पुढील बराच काळ परतावा मिळत राहणार आहे आणि आपली ऊर्जा क्षीण करत राहणार आहे.

सुरेश ओबेरॉय : मी एकदा एक संदेश वाचला होता, 'एखादी व्यक्ती तुमच्या बरोबर असताना त्या व्यक्तीला कसं वाटत होतं ते ती व्यक्ती कायम लक्षात ठेवते.'

शिवानीदीदी : हो, आणि आणखी महत्त्वाचं म्हणजे, ती व्यक्ती अनेकदा तशाच गुणवत्तेचे तरंग तुम्हाला पाठवेल.

सुरेश ओबेरॉय : याचा अर्थ, कार्मिक खातं तयार होईल.

कधीकधी मला खूप उदास वाटतं. मी स्वत:शीच विचार करतो, 'जगातली प्रत्येक गोष्ट माझ्याकडे असूनही मला उदास का वाटतं आहे?' याचा अर्थ, त्या क्षणांमध्ये, एखादी व्यक्ती मी तिला कधीतरी दिलेल्या वेदना, दु:ख मलाच परत करत आहे का? इतरांचे दु:खद विचारही माझ्यापर्यंत पोहोचतात का?

शिवानीदीदी : हो, का नाही पोहोचणार? तुम्ही आताच उदाहरण दिलं की, तुम्ही तुमच्या ऑफिसमधल्या एका माणसासाठी नकारात्मक तरंग निर्माण केले आणि

आणि ते त्याच्यापर्यंत पोहोचले. मग त्याने निर्माण केलेले तरंग तुमच्यापर्यंत का नाही पोहोचणार?

सुरेश ओबेरॉय : म्हणजे आता मला खूप सावध राहिलं पाहिजे.

शिवानीदीदी : याउलट, कर्म म्हणजे काय हे नीट समजलं की गोष्टी खूप सोप्या होतात. 'परिस्थिती कोणतीही असली तरी, माझे विचार माझं भाग्य निर्माण करतात,' हे आपण लक्षात ठेवण्याची गरज आहे. इतरांसाठी आपण जे विचार निर्माण करतो तेच आपलं कार्मिक खातं बनतं.

सुरेश ओबेरॉय : एकदा माझ्या मुलाने मला भेट दिलेलं घड्याळ माझ्याकडून हरवलं. घरात काम करणाऱ्या नोकरांपैकी एकावर संशय वाटतोय असं मी बायकोला सांगितलं. त्यावर तिने मला सांगितलं की, दुसऱ्यांबद्दल असा विचार कधीच करू नये, कारण ते विचार त्यांच्यापर्यंत पोहोचतात. त्या वेळी ती बरोबर होती का?

शिवानीदीदी : जर तुम्ही एखाद्याला चोर समजत असाल, तर तुम्ही त्याच्यासाठी खूप तीव्र नकारात्मक तरंग निर्माण करत आहात. समजा, तुम्ही घर सोडल्यानंतर घरात कोणकोण येऊन गेलं फक्त याचा विचार केलात तर त्यातून तटस्थ ऊर्जा निर्माण होईल. पण एखाद्याला नकारात्मकरीत्या पारखणं हा त्याच्यावरचा थेट हल्ला आहे आणि तो तुमच्या तरंगांद्वारे त्याच्यापर्यंत पोहोचतो. मग ती व्यक्ती तुमच्यावर या ना त्या मार्गाने प्रतिहल्ला करेल.

आपल्या विचारांमध्येच नाती, कार्मिक खातं आणि आपलं नशीब दडलेलं आहे. आपल्या विचारांच्या गुणवत्तेवर आपलं कार्मिक खातं आधारित असतं. हे इतर लोकांबद्दल नाही तर आपल्या स्वत:बद्दल असतं.

जर आपण एखाद्या व्यक्तीसाठी नकारात्मक विचार निर्माण केला. उदाहरणार्थ, वरील परिस्थितीत एखाद्या व्यक्तीला आपण चोर मानलं. मग कदाचित त्या व्यक्तीला आपण न आवडण्याचं कारण माहीत नसलं तरीही ती व्यक्ती आपल्याबद्दल कधीच चांगला विचार करू शकणार नाही. कधीकधी दोन व्यक्तींमधलं नातं वरवर चांगलं असलं तरीही ते सफल न होण्यामागे काही ठोस कारण आपण सांगू शकत नाही. याचा अर्थ, एका क्षणी त्या दोन व्यक्तींपैकी एका व्यक्तीने दुसऱ्या व्यक्तीसाठी नकारात्मक विचार आणि जड ऊर्जा निर्माण केलेली असते.

सुरेश ओबेरॉय : हा खरोखरंच मनोरंजक खेळ आहे.

माझा एक भाऊ एकदा माझ्या पुतणीला रागावला. ती खूपच नाराज झाली. जेव्हा जेव्हा मी तिला रागावलो तेव्हा ती कधीच एवढी नाराज झाली नव्हती. ती म्हणाली

की, ती कधीच माझ्यामुळे दुखावली गेली नाही. त्यामुळे, इथे 'हेतू' फार महत्त्वाची भूमिका बजावत असावा.

शिवानीदीदी : फक्त तेवढ्या घटनेपुरतेच नव्हे तर त्या व्यक्तीकडून आत्म्याला बराच काळ पाठवले जाणारे तरंग आणि कृतीमागचा हेतू, हे दोन्ही भूमिका बजावतात.

तुम्ही रागावला तेव्हा तुमच्या पुतणीला वाईट वाटलं नाही, कारण तुम्ही पूर्ण वेळ तिला प्रेमाची आणि स्वीकृतीची ऊर्जा पाठवत असणार. पण तुमचा भाऊ मनातल्या मनात तिची पारख करत असणार आणि पुतणीला त्यांच्याकडून दीर्घ काळापासून अशीच स्पंदनं मिळत असणार. अनेक वर्षं, तुम्हा दोघांकडून वेगवेगळ्या प्रकारची स्पंदनं तिला मिळाली त्यामुळे तिची प्रतिक्रिया वेगळी होती. ती त्या वेळी उच्चारलेल्या काही शब्दांमुळे दुखावली गेली नव्हती तर एकूणच तिला ज्या प्रकारची स्पंदनं मिळाली त्यामुळे ती दुखावली गेली.

तुम्ही सांगितलेल्या पहिल्या उदाहरणाप्रमाणे, जर तीन दिवसांत एखादी व्यक्ती तुमचे तरंग ग्रहण करू शकते तर जसं तुम्ही मागील उदाहरणात सांगितलं तसं, इतक्या वर्षांमध्ये तुम्ही किती नकारात्मक ऊर्जा ग्रहण कराल? अशा प्रकारे नकारात्मकतेचा एवढा साठा काढून टाकणं, साफ करणं संपूर्णपणे आपल्या हातात आहे.

सुरेश ओबेरॉय : हे आपण कसं करू शकतो ते जाणून घ्यायची माझी खरंच खूप इच्छा आहे.

शिवानीदीदी : एखाद्याची कृती पटली नाही म्हणून त्याच्यासाठी नकारात्मक ऊर्जा निर्माण करण्यापेक्षा आपण त्यावर काहीतरी उपाय शोधला पाहिजे. अगदी वाइटातल्या वाईट परिस्थितीत जेव्हा आपण त्या व्यक्तीबरोबर काम करू शकणार नाही तेव्हा तिच्यावर कोणतंही लेबल लावण्याचं किंवा तिच्या चुकांवर विचार करत राहण्याचं स्वातंत्र्य आपण स्वतःला देता कामा नये. कारण असं केल्याने नकारात्मक लाट निर्माण होईल. हीच नकारात्मक ऊर्जा त्या व्यक्तीपर्यंत पोहोचेल आणि ती व्यक्ती ती ऊर्जा पुन्हा आपल्याकडे पाठवेल.

अशा पद्धतीने, नकारात्मक ऊर्जेचा पिंगपाँग खेळ सुरू होईल. कोणाबरोबरही हा खेळ खेळणं आपण टाळायला हवं. अगदीच इच्छा असेल तर फक्त सकारात्मक ऊर्जेची देवाण-घेवाण करू या.

एखाद्या व्यक्तीला खोटं बोलायची सवय आहे हे जर आपल्याला माहीत असेल तर अशा व्यक्तीबरोबर काम करण्याचा मार्ग आपण शोधला पाहिजे. जर कुणाला अपमान करायची सवय असेल तर आपल्याकडे त्याचं प्रत्युत्तर तयार पाहिजे. जर कोणी कामाच्या बाबतीत गंभीर नसेल तर अशा परिस्थितीतही कसा मार्ग काढता येईल हे आपण बघितलं पाहिजे. समोरची व्यक्ती आपल्याला स्वीकारता यायला

हवी आणि मग आपल्यासाठी उपाय शोधायचा म्हणून स्वत:त बदलही करता यायला हवा. पण हे करण्याऐवजी आपण अशा लोकांबरोबर काम करत राहतो आणि त्यांना सतत जड ऊर्जा पाठवत राहतो. त्यामुळे आपलं आणि त्या व्यक्तीचं सामर्थ्य कमी होतं आणि त्यांच्याबरोबरचं आपलं नातंही कमकुवत होतं.

ध्यान आणि चिंतन

मला स्वत:वर लक्ष केंद्रित करायचं आहे... मी, एक आत्मा आहे, ज्याचे विचार आणि भावना, त्या लोकांपर्यंत जातात, ज्यांच्यासाठी त्यांची निर्मिती झाली आहे... मी एखाद्या बंद खोलीत किंवा अनेक मैल लांब असूनही इतरांबद्दल मी केलेले विचार त्यांच्यापर्यंत पोहोचतात... माझ्याकडून ज्या प्रकारची ऊर्जा दुसऱ्यांना मिळते त्यानुसार ते माझ्यासाठी विचार निर्माण करतात आणि हाच आमच्या नात्याचा पाया बनतो... आजपासून, मी प्रत्येकासाठी कसे विचार निर्माण करतो आहे याकडे लक्ष देईन... मग ते मित्र, कुटुंबातील सदस्य किंवा अनोळखी असे कोणीही असेल तरी... त्यांच्या वागण्याचा आणि नकारात्मकतेचा मी विचार करत नाही... मी पूर्णविराम देतो... मी त्यांना समजून घेतो आणि त्यांच्या बरोबर राहण्याच्या दृष्टीने स्वत:मध्ये बदल करतो... ते काही निश्चित संस्कारांसह आहेत याचं मला स्मरण आहे तरीसुद्धा मुळात ते सुंदर आत्मे आहेत हे मी लक्षात ठेवतो... माझे विचार शुद्ध आहेत आणि माझ्या कर्मांकडे माझं लक्ष आहे... इतरांबरोबरची माझी वर्तणूक ही माझी जबाबदारी आहे... ते माझ्याशी कसेही वागले तरीही, माझा प्रत्येक विचार माझं भाग्य निर्माण करत आहे...ओम शांती!

चिरंतन प्रेमाकडे घेऊन जाण्याचे मंत्र

- जेव्हा आपण दुसऱ्यांसाठी नकारात्मक विचार निर्माण करतो तेव्हा आपल्यात आणि त्यांच्यात कितीही अंतर असलं तरीही ते विचार त्यांच्यापर्यंत पोहोचतात. भलेही आपण त्यांच्याशी कितीही चांगले वागलो तरीही आपले नकारात्मक विचार ते बरोबर पकडतात.
- इतरांबद्दल निर्माण केलेले नकारात्मक विचार त्यांच्यापर्यंत पोहोचतात आणि मग तेही आपल्याबद्दल तशाच प्रकारच्या भावना आणि विचार निर्माण करतात. आत्मे आपले संदेश ग्रहण करतात आणि त्यानुसार प्रतिसाद देतात.
- आपले नकारात्मक विचार प्रथम आपली ऊर्जा शोषतात, मग त्यांच्यापर्यंत पोहोचतात आणि त्यांची ऊर्जा शोषतात. परिणामी त्याचा आपल्या नात्यांवर परिणाम होतो.
- आपण एखाद्याबद्दल निर्माण केलेल्या शब्दांमुळे किंवा विचारांमुळे जर ती व्यक्ती दुखावली गेली आणि आपल्यातले वाद तसेच राहिले तर ती व्यक्ती त्या जखमा तशाच बाळगेल. मग जेव्हा जेव्हा ती व्यक्ती आपल्याबद्दल विचार करेल तेव्हा तेव्हा नकारात्मक विचार निर्माण करेल. तिचे विचार आपल्यापर्यंत पोहोचतील आणि आपली ऊर्जा क्षीण होईल.
- इतरांचे संस्कार समजून घ्यायला हवेत आणि त्यांच्याबरोबर काम करण्यासाठी किंवा राहण्यासाठी त्यानुसार स्वत:ला तयार करायला हवं. आपण त्यांच्यातील नकारात्मक संस्काराचा विचार करून आपली ऊर्जा तर क्षीण करत नाही ना, याची काळजी घ्यायला हवी.

नकारात्मक ऊर्जेपासून बचाव

सुरेश ओबेरॉय : माझ्यात आणि दुसऱ्या एका व्यक्तीत गैरसमज असतील तर अशा नात्यातून आतमध्ये साठत जाणाऱ्या नकारात्मकतेला मी कसं थांबवू शकतो? जर मी ती नकारात्मकता दाबून टाकायचा प्रयत्न केला तर ती पुन्हा डोकं वर काढते. हे सगळं मी सकारात्मकतेत कसं बदलू शकतो?

शिवानीदीदी : जर आपण कोणासाठी काही तास किंवा काही वर्षं नकारात्मक विचार निर्माण केले तर ते तरंग जड ऊर्जा निर्माण करतात. मग आपण ह्या विषयावर आपल्या मित्रांशी आणि कुटुंबातील सदस्यांशी सतत बोलतो आणि एकत्रितपणे आणखी जास्त जड ऊर्जा निर्माण करतो.

काही लोकांनी एकत्र येऊन जर ध्यान केलं तर ते प्रचंड सकारात्मक ऊर्जा निर्माण करतात. आणि ते ज्या विषयावर केंद्रित असतात त्यावर त्या सकारात्मक ऊर्जेचा प्रभावही पाडतो. उदाहरणार्थ, प्राणिक हीलिंग किंवा रेकी या उपचार पद्धतींमध्ये, लांब असलेल्या रुग्णासाठी सकारात्मक भावनिक ऊर्जा निर्माण करून त्याच्यापर्यंत पाठवली जाते आणि ती शारीरिक वेदना कमी करण्यासाठी साहाय्यक ठरते.

सुरेश ओबेरॉय : ह्याला 'डिस्टन्स हीलिंग' म्हणतात.

शिवानीदीदी : आपल्या सगळ्या आत्म्यांमध्ये सूक्ष्म शरीर आणि स्थूल शरीर हे दोन भाग असतात. यांच्या माध्यमातूनच आपण कार्य करतो. कोणताही आजार

थेट शरीरावर परिणाम करत नाही. त्याची सुरुवात होताना प्रथम आत्मा वेदना आणि त्रास अनुभवतो. यामुळे सूक्ष्म शरीरात अडथळे निर्माण होतात आणि मग ते शारीरिक शरीरात प्रकट होतात.

डिस्टन्स हीलिंगमध्ये, आजारी व्यक्तीला देण्यात येणारी सकारात्मक ऊर्जा प्रथम आत्म्यापर्यंत जाते. मग ती आत्म्याच्या ऊर्जाक्षेत्राला किंवा आभामंडळाला म्हणजेच सूक्ष्म शरीराला शुद्ध करते. यामुळे लांब असलेल्या रुग्णालाही आराम मिळतो आणि त्याच्या शारीरिक वेदना कमी होतात. अशा प्रकारे मनाची शक्ती तिचं काम करते.

सुरेश ओबेरॉय : खरोखरंच हे कार्य करतं.

शिवानीदीदी : ह्याचप्रमाणे, जर आपण एखाद्याला एकत्रितपणे नकारात्मक ऊर्जा पाठवली तर तीही काम करते. आज बहुतांश लोक शुद्ध आणि सकारात्मक विचारांपेक्षा नकारात्मक विचार अधिक वेगाने आणि सहजपणे निर्माण करतात. ज्या व्यक्तीसाठी आपण असे विचार निर्माण करतो त्या व्यक्तीची अवस्था मानसिकरीत्या कमकुवत असू शकते. त्यामुळे आपल्याकडून दिल्या जाणाऱ्या विचारांचा त्या व्यक्तीवर सहज परिणाम होईल. म्हणूनच वर्तमानात, शुद्ध ऊर्जेपेक्षा नकारात्मक ऊर्जेचा परिणाम अधिक लवकर होतो.

सुरेश ओबेरॉय : याचं कारण आपल्या आत प्रचंड नकारात्मक ऊर्जा आहे.

शिवानीदीदी : हो, इतरांमध्येही खूप नकारात्मकता आहे. ज्याप्रमाणे, कनेक्शन चालू व्हावं म्हणून आपण ट्रान्समीटर आणि रिसिव्हर दोन्हीही एकाच फ्रिक्वेन्सीवर आणून ट्यून करतो त्याचप्रमाणे दोन व्यक्तींमध्येही ट्यूनिंग असणं महत्त्वाचं आहे. आपण जरी इतरांसाठी चांगले विचार निर्माण करत असलो आणि जर ती व्यक्ती संतापात, दुःखात किंवा वेदनेत असेल तर तिच्यावर आपल्या विचारांचा परिणाम व्हायला वेळ लागेल. आपल्या फ्रिक्वेन्सी जुळणार नाहीत. आपण जे पाठवत आहोत ते इतरांपर्यंत पोहोचण्यासाठी त्यांच्या आणि आपल्या फ्रिक्वेन्सीज जुळायला हव्यात.

सुरेश ओबेरॉय : आपल्या मनात नकारात्मक विचार निर्माण होईल त्या प्रत्येक वेळी आपण तो सकारात्मक विचाराने बदलला पाहिजे.

शिवानीदीदी : इतर जण दुःखात असताना जर आपण त्यांना सकारात्मक ऊर्जा पाठवली तर आपले तरंग ते लगेचच अनुभवू शकतील असं नाही. आपल्याला त्यांना सतत सकारात्मक ऊर्जा पाठवावी लागेल जेणेकरून ती त्यांच्या वेदनेवर आणि संतापावर वरचढ ठरेल आणि त्यांच्या विचारांची गुणवत्ता बदलेल. त्याऐवजी जर आपण त्यांना

नकारात्मक ऊर्जा पाठवली तर तेसुद्धा त्याच फ्रिक्वेन्सीवर असल्याने त्यांना ती ऊर्जा ग्रहण करणं सोपं जाईल. नकारात्मक ऊर्जेची देवाण-घेवाण लगेचच होऊ शकते.

तुमच्या प्रश्नाचं उत्तर हे आहे की भलेही इतरांच्या चुका आणि नकारात्मकता आपल्याला दिसत असली तरी ते आपल्या मनात किती काळ ठेवायचं त्याचं सामर्थ्य आपल्याकडे आहे.

सुरेश ओबेरॉय : आपण आपल्या मनात काय ठेवायचं हे निवडण्याचे पर्याय आपल्याकडे आहेत का?

शिवानीदीदी : हो, ती आपली निवड आहे. आता आपण ज्या ठिकाणी आहोत ते स्थळ नैसर्गिक सौंदर्याने नटलेलं आणि विलक्षण शांत आहे. पण याच ठिकाणी कचरा आणि किडेपण आहेत. कोणत्या गोष्टीकडे लक्ष द्यायचं हे आपण ठरवायचं. आपण सुंदर हिरवळ बघितली आणि इथली प्रेमळ स्पंदनं अनुभवली तर आपण या ठिकाणच्या चांगल्या गुणांची दखल घेत आहोत आणि त्याच आपल्या मनात घर करून राहतील. याचा अर्थ असा नाही की या ठिकाणी घाण, किडे किंवा कचरा नाही. पण आपण कोणत्या प्रकारची ऊर्जा ग्रहण करत आहोत? ज्या क्षणी आपण चांगला विचार करतो त्या क्षणी आपल्याला चांगलं वाटतं.

सुरेश ओबेरॉय : समजा, आपण पहिल्यांदा कचरा बघितला, मग इथल्या निसर्गसौंदर्याची प्रशंसा केली आणि इथला कचरा साफ करायची इच्छा व्यक्त केली. म्हणजे आपण दोन्ही बाजू बघत आहोत.

शिवानीदीदी : आपली ऊर्जा प्रथम काय बघते हा मुद्दा आहे. पूर्वी एकदा तुम्ही पांढऱ्या फळ्यावरच्या काळ्या ठिपक्याचं उदाहरण दिलं होतं. त्याच्याकडे बघण्याचा एक दृष्टिकोन - किती मोठा डाग आहे. तो फळा पांढरा असला तरीही तो डाग महत्त्वाचा आहे. असा दृष्टिकोन असणाऱ्या व्यक्तीचं लक्ष आधी नकारात्मकतेकडे जाईल आणि सकारात्मक गोष्टींकडे ती दुर्लक्ष करेल. दुसरी एखादी व्यक्ती पांढऱ्या फळ्याकडे, एक छोटा काळा डाग असलेली सुंदर गोष्ट म्हणून बघेल. परिस्थिती सारखीच आहे पण बघण्याचा दृष्टिकोन वेगळा आहे.

याचप्रमाणे, जर आपण इथे आलो आणि म्हणालो, ''किती सुंदर बाग आहे! आमच्याकडे शहरात असं नैसर्गिक सौंदर्य सापडणं खूप अवघड आहे, इथे खूप ताजी हवा आहे,'' तर आपली मानसिक स्थिती चांगली होईल आणि आपल्याला छान वाटेल. नंतर, ही जाग ओली आहे, थोडी घाण आहे आणि खूप थंडही आहे हेही आपल्याला दिसेल. आपण ते स्वीकारू आणि आपला पाय घाणीत पडणार नाही याची काळजी घेऊ आणि आपलं काम करत राहू.

आपल्या आजूबाजूला काय आहे हे बघणं आणि ते मनावर घेणं या दोन वेगळ्या गोष्टी आहेत. आज आपण जगात जे काही घडत आहे ते ऐकण्यापासून किंवा बघण्यापासून स्वत:ला थांबवू शकत नाही. पण त्यातलं काय मनावर घ्यायचं आणि किती काळासाठी घ्यायचं हे आपण ठरवू शकतो.

आपण जसा विचार करतो तसे आपण बनतो. आपण जे मनात ठेवतो, तीच आपली संपत्ती बनते असं आपल्याला अध्यात्म शिकवतं. आत्ता जमिनीवर घाण आहे. पण जर आपण हा एकच विचार सारखा घोळवत राहिलो तर लवकरच आपलं मन हेच एक कचरापेटी होईल. जर आपण इतरांच्या दुबळेपणावरच चर्चा करत राहिलो तर ती अशुद्धता आपल्या मनात राहील आणि लवकरच आपल्या विचारपद्धतीचा भाग बनेल. आपल्या भोवताली कितीतरी नकारात्मक गोष्टी असतात पण त्यांना आपल्यात सामावून घ्यायची गरज नाही.

सुरेश ओबेरॉय : जर मी आधीच एखाद्याचा दुबळेपणा शोषून घेतला असेल आणि त्याच्याबद्दल नकारात्मक विचार निर्माण केले असतील तर आता मी काय करायला हवं?

शिवानीदीदी : इतरांच्या दुबळेपणाबद्दल आपण काही मिनिटं, काही तास, काही वर्षं किंवा काही जन्म विचार करू शकतो, तो पर्याय आपल्याकडे उपलब्ध आहे. जेवढा जास्त आपण त्यावर विचार करू तितकी जास्त ती आपली संपत्ती बनेल. इतरांच्या नकारात्मकतेबद्दल विचार केल्याने आपलं, त्यांचं आणि आपल्यातील नात्याचं नुकसान होतं हे जेव्हा आपल्याला जाणवेल तेव्हा आपण ते थांबवू शकतो आणि बदलू शकतो.

तो बदल घडवून आणण्यासाठी आपल्याला पुढील समज असायला हवी. जेव्हा आपण एखाद्याला सांगतो, ''ही तुझी चूक आहे,'' तेव्हा काय चुकीचं आहे हे ठरवणारं कोण असतं? तुमच्यासाठी जे चुकीचं आहे ते माझ्यासाठी बरोबर असू शकेल. आपल्या भोवताली नकारात्मकता आहे पण ती आपल्यात सामावून घ्यायची गरज नाही.

सुरेश ओबेरॉय : हो, आपल्या सगळ्यांचे संस्कार वेगवेगळे असू शकतात.

शिवानीदीदी : हे सोपं आहे – आपण गोष्टींकडे आपल्या दृष्टिकोनातून बघतो. एखादी गोष्ट 'योग्य असण्या'च्या आपल्या व्याख्येप्रमाणे जेव्हा लोक काम करत नाहीत तेव्हा आपण त्यांना चुकीचं म्हणतो. तथापि, इतरांचा आणि आपला दृष्टिकोन सारखा नसल्याने ते बदलणार नाहीत.

प्रत्येक बाबतीत आपली योग्य–अयोग्यची व्याख्या जुळेल अशी एकही व्यक्ती आपल्याला सापडणार नाही. जोपर्यंत आपण अशी इच्छा ठेवू, तोपर्यंत आपली

नाती सुरळीत होणं अवघड होईल. त्यामुळे, समोरची व्यक्ती 'चुकीची' नाही तर आपल्यापेक्षा 'वेगळी' आहे हे समजून घ्या. विचार करण्याच्या या दोन प्रकारांमध्ये खूप फरक आहे.

सुरेश ओबेरॉय : हो, या विश्वातील प्रत्येक व्यक्ती आणि प्रत्येक गोष्ट एकमेकांपेक्षा वेगळी आहे. मुलगा वडिलांपेक्षा वेगळा आहे, मुलगी आईपेक्षा वेगळी आहे आणि भाऊ भावापेक्षा वेगळा आहे.

शिवानीदीदी : प्रत्येक आत्मा अद्वितीय आहे आणि त्याचा प्रवासही स्वत:चा आहे. प्रत्येकाला अनेक जन्मांचा इतिहास आहे. एका आत्म्याने घेतलेल्या अनुभवांच्या आठवणी दुसऱ्या कोणाही सोबत जुळू शकत नाहीत. हे सत्य जाणून जगणं हा जीवन जगण्याचा एक मार्ग आहे.

दुसरा मार्ग म्हणजे, 'मी बरोबर आहे, तुम्ही चुकीचे आहात पण तरीही मला तुमच्या सोबत काम करावंच लागेल,' असा विचार करणं. जर आपण एकमेकांबरोबर सक्तीने काम करत असू किंवा राहत असू आणि सतत एकमेकांसाठी नकारात्मक ऊर्जा निर्माण करत असू तर आपल्या नात्याचा पाया कसा असेल? जेव्हा आपण 'तुम्ही चुकीचे आहात' अशी स्पंदनं पाठवतो तेव्हा आपल्याला त्यांच्याकडून काय मिळतं?

सुरेश ओबेरॉय : त्यांना असं वाटेल की आपण चुकीचे आहोत.

शिवानीदीदी : जर एक 'चूक' दुसऱ्या 'चुकी'बरोबर बंधनात असेल तर त्या नात्याचं काय होईल? ह्या बाजूकडे मूल आणि पालक ह्या नात्यातून पाहू या. आपलं मूल चुकीचं आहे असा विचार आपण किती वेळा करतो हे एकदा पालकांनी तपासायला हवं. त्यांच्या मुलांच्या चुकीच्या कृतींवर आक्षेप घेणं आणि त्यांत सुधारणा करणं हे त्यांचंच काम आहे, असं त्यांना वाटतं. मुलं करत असलेल्या अनेक गोष्टींमध्ये त्यांना चुका दिसतात – त्यांची सकाळी उठण्याची वेळ, रात्री झोपण्याची वेळ, त्यांचा आहार, कपडे, टी.व्ही. पाहण्याचा, इंटरनेट वापरण्याचा, सोशल नेटवर्किंग साइट्सवर चॅटिंग करण्याचा कालावधी, त्यांचे मित्र किंवा त्यांचा गाडी चालवण्याचा वेग... इत्यादी.

जर पालक मुलांना 'तू चुकीचा आहेस' अशी ऊर्जा सतत पाठवत असतील तर त्यांना त्या बदल्यात तशाच प्रकारची ऊर्जा मिळणार. जेव्हा सर्वांत सुंदर नात्यामध्येही अशा ऊर्जेची देवाण-घेवाण होते, तेव्हा होणाऱ्या परिणामांना आपण 'पिढीतला फरक' म्हणतो. कालांतराने, पालक मुलांना सांगतात, ''आम्ही तुला समजू शकत नाही,'' आणि मुलं सांगतात, ''मलाही तुम्ही समजत नाही.''

सुरेश ओबेरॉय : आपण आपल्या मुलांना, ''तुम्ही चुकीचे आहात,'' असं सांगतो आणि आपल्या पालकांनीही आपल्याला हेच सांगितलेलं असतं.

शिवानीदीदी : हो, प्रत्येक पिढीसाठी हेच सत्य आहे.

जेव्हा पालक मुलांच्या कृती अमान्य करतात, तेव्हा मुलंही त्यांच्याशी आपल्या कामांसंबंधीच्या चर्चा थांबवतात. आज किती मुलं पालकांना सगळं सांगतात? आम्हाला अनेक लहान मुलांचे त्यांच्या अडचणी सांगणारे मोठेमोठे ई-मेल येतात. ई-मेलच्या शेवटी ती मुलं, ''हे आमच्या पालकांना सांगू नका,'' अशी विनंती करतात. जेव्हा मूल दु:खात असतं तेव्हा त्याचं दु:ख कमी करण्यासाठी सर्वांत योग्य व्यक्ती कोण? त्याचे आईवडील. पण मुलांना त्यांच्या अडचणी त्यांच्या पालकांना सांगायच्या नसतात कारण त्यांचं ऐकून घेतल्यावर पालक त्यांना ''तू चुकलास,'' असं म्हणणार हे मुलांना माहीत असतं.

जेव्हा मुलं छोटी असतात तेव्हा ती पालकांना सगळं सांगतात. अगदी शाळेत काय काय झालं, शिक्षक काय म्हणाले असं सगळंच. पालकही सगळं आनंदाने ऐकून घेतात आणि हसून प्रतिसाद देतात. घरातील स्वीकारार्ह वातावरण मुलांना सगळं सांगायला मदत करतं. पण जेव्हा मुलं मोठी होतात, किशोरावस्थेत येतात तेव्हा ती पालकांबरोबर वैयक्तिक गप्पा मारणं बंद करतात. आता, पालकांना त्याला सगळं विचारावं लागतं पण विचारूनही मुलं सांगत नाहीत. पालक मुलांच्या खोलीत गेले तरी मुलं म्हणतात, ''कृपया तुम्ही बाहेर जा आणि दार लावून घ्या मला माझी स्पेस हवी आहे,'' याचं कारण, जेव्हा मूल छोटं असतं तेव्हा त्याच्या प्रत्येक कृतीवर त्याला शाबासकी मिळते. नंतर ते किशोरावस्थेत जातं तेव्हा त्याच्या प्रत्येक कृतीचं पालकांना कौतुक वाटत नाही, त्याला ते मान्यता देऊ शकत नाहीत. उदाहरणार्थ, जर मुलांनी सांगितलं की, आज मी क्लास बुडवून पिक्चर बघायला गेलो, तर आईवडिलांकडून त्याला कसा प्रतिसाद मिळेल?

सुरेश ओबेरॉय : एक लांबलचक भाषण...

शिवानीदीदी : पालक मुलांवर चिडतील आणि म्हणतील, ''तू चूक केलीस... तू असं कसं करू शकतोस? आम्ही तुला हे शिकवलं नाही...तुझ्या क्लाससाठी आपण किती खर्च करतो हे तुला माहीत नाहीये का...'' आणि हे लांबलचक भाषण चालूच राहतं. असं काही ऐकल्याने मुलांमध्ये नाकारलं गेल्याची भावना निर्माण होते. पालकांनी अशी प्रतिक्रिया देण्यासारखं त्याने काय केलं हे त्याला कळत नाही कारण त्याची कृती त्याला चुकीची वाटत नाही. त्याच्यासाठी, रोजच्या गोष्टींप्रमाणेच ही गोष्ट सांगणं म्हणजे सामान्य बाब आहे.

जर गोष्टी सांगण्याचा आणि नाकारण्याचा हा सिलसिला असाच चालू राहिला तर मुलं कुणालाही विशेषतः पालकांना सगळं काही सांगायचं थांबवतात. अशाने त्यांच्यामध्ये दुरावा निर्माण होतं. त्याचं कारण म्हणजे आईवडील मुलांना स्वीकारायचं थांबवतात आणि जेव्हा ते मुलांचं सत्य ऐकतात तेव्हा त्यांच्यात शांतपणे सगळं काही ऐकण्याची योग्यता नसते.

आता मुलं त्यांच्या अडचणी पालकांना सांगण्याऐवजी समुपदेशकाला सांगतात आणि त्यांची मदत घेतात. जर मुलांना त्यांच्या अडचणी त्यांच्या पालकांपेक्षा एखाद्या अनोळखी माणसाला, व्यावसायिकाला सांगणं बरं वाटत असेल तर हे आपल्या कुटुंबपद्धतीवर उभं राहणारं मोठं प्रश्नचिन्ह आहे. पालकांनी खरोखरंच यावर विचार करायची गरज आहे.

चिरंतन प्रेमाकडे घेऊन जाण्याचे मंत्र

- एखादं कुटुंब किंवा मित्रपरिवार जेव्हा एखाद्यासाठी एकत्रितरीत्या समान विचार निर्माण करतात तेव्हा प्रचंड शक्तिशाली स्पंदनं निर्माण होतात जी त्या व्यक्तीपर्यंत पोहोचतात. सकारात्मक स्पंदनं जखमा भरतात आणि नकारात्मक स्पंदनं दुःखाचं कारण बनतात.
- तरंग निर्माण करणारी आणि ग्रहण करणारी व्यक्ती सर्वसाधारणपणे नकारात्मक मानसिक अवस्थेत असते. त्यामुळे नकारात्मक विचारांचा परिणामही जास्त लवकर होतो. जर आपण एखाद्याबद्दल शुद्ध विचार निर्माण केले तर त्याच्या मनावर आपल्या सकारात्मकतेचा परिणाम व्हायला थोडा वेळ लागेल.
- आपण लोकांच्या चांगल्या गोष्टींवर आणि गुणांवर लक्ष केंद्रित करायला शिकलं पाहिजे. भलेही त्यांचे दोष दिसले तरीही त्यांच्याबद्दल बोलून आपली नकारात्मकता वाढवू नका.
- वेगवेगळ्या आत्म्यांवर वेगवेगळे संस्कार असतात. प्रत्येक आत्म्याचा योग्य आणि अयोग्य बघण्याचा दृष्टिकोन आणि त्याचा बोध वेगळा असतो. त्यांचं जे वागणं आपल्याला चुकीचं वाटेल ते त्यांच्यासाठी बरोबर आणि न्याय्य असेल.

पालक : एक समुपदेशक

सुरेश ओबेरॉय : आजकाल मुलं पालकांना काही गोष्टी सांगायला घाबरतात पण त्याच गोष्टी ते समुपदेशकाला सांगू शकतात. या कारणासाठी मुलं समुपदेशकांकडे जायला लागली आहेत.

शिवानीदीदी : अगदी खरं आहे हे. जेव्हा मुलं अडचणींचा सामना करतात, दुःखात असतात, त्यांना आधाराची गरज असते तेव्हा त्यांच्या पालकांवर विश्वास ठेवण्याऐवजी ते दुसऱ्याच कोणाकडेतरी जातात. वास्तविक, त्यांच्या अडचणी त्यांच्या पालकांना समजू नयेत यासाठी त्यांचे सगळे प्रयत्न असतात. याचं कारण, त्यांनी केलेल्या चुका, ते ज्या नात्यात असतात त्या नात्याविषयी किंवा ते एखाद्या व्यसनाचे शिकार झाले असतील, असं काहीही जेव्हा ते समुपदेशकाला सांगतात तेव्हा समुपदेशक त्या अडचणी समजून घेऊन त्यावर प्रतिक्रिया देतो.

जर बाहेरच्या व्यक्तीने येऊन तुम्हाला तिच्या अडचणी सांगितल्या तर तुम्ही कसा प्रतिसाद द्याल?

सुरेश ओबेरॉय : मी त्या माणसाशी शांतपणे बोलेन. माझं त्याच्याशी कुठलंही जवळचं नातं नसल्याने त्याने काहीही सांगितलं तरी मी ते स्थिरपणे ऐकू शकेन. मी दुखावलो जाणार नाही. आणि मग मी त्याला सल्ला देईन.

शिवानीदीदी : बरोबर. तुम्ही त्याला स्वीकाराल आणि म्हणाल, ''काही चुकीचं घडलं असेल तरी आपण त्यावर उपाय शोधू. तुला काही वाईट व्यसन लागलं

असेल तरी ते सोडवण्यासाठी आपण काम करू आणि त्यापासून मुक्ती मिळवू. जर तू कुठल्या परीक्षेत नापास झाला असशील तर या वर्षी तू अजून अभ्यास करू शकतोस आणि पास होऊ शकतोस.'' म्हणजे, तुम्ही त्याच्या अडचणींकडे स्वीकारार्ह, प्रेमळ, आधार देण्याच्या आणि उपाय शोधण्याच्या दृष्टिकोनातून बघाल.

सुरेश ओबेरॉय : अनोळखी माणसाच्या बाबतीत मी स्थिर राहीन आणि त्याच्यावर संतापणार नाही. ''इतक्या कमी वयात तुला अशी व्यसनं लागलीच कशी,'' किंवा ''तू कोणाबरोबर असतोस,'' असे प्रश्नही मी विचारणार नाही.

शिवानीदीदी : असे काही ठरावीक प्रश्न तुम्ही कोणाला विचाराल?

सुरेश ओबेरॉय : माझं स्वत:चं मूल जर माझ्याकडे अशा अडचणी घेऊन आलं तर मी त्याला हे प्रश्न विचारेन.

शिवानीदीदी : दु:खात असलेलं मूल मोठ्या माणसांकडे प्रेम, आधार, आणि आपुलकी मिळवण्यासाठी येतं. ते त्याच्या अडचणींवर उपाय शोधू शकतात असं त्याला वाटतं. कदाचित त्याला अडचणीवर तत्काल उपायही नको असतो. कधीकधी काही परिस्थितींवर उपाय नसतात किंवा मुलाकडे उपाय असतोही. पण त्या एका क्षणी मुलांना असं कोणीतरी हवं असतं जे त्यांची जखम प्रेमाने आणि समजुतीने भरून काढेल.

सुरेश ओबेरॉय : म्हणूनच त्याचं म्हणणं संयमाने ऐकून घेणं महत्त्वाचं असतं.

शिवानीदीदी : हो. मूल जर त्याच्या पालकांना त्याची अडचण सांगत असेल तर अनेकदा पालक त्याचं बोलणं पूर्ण होण्याआधीच प्रतिक्रिया देतात.

सुरेश ओबेरॉय : आई-वडील शांत राहण्याऐवजी आपला राग आणि नाराजी व्यक्त करतात.

शिवानीदीदी : पालकांसाठी मुलांबरोबरचं नातं खूप महत्त्वाचं असल्याने त्यांच्यासाठी मुलांच्या कृतीदेखील तितक्याच महत्त्वाच्या असतात. त्याच्या चुकांबद्दल ऐकताच त्यांची मानसिक स्थिती खालावते. त्यांना राग येतो, चिडचिड होते, ते दुखावले जातात आणि खजील होतात. आपल्याला अपमानित केलं गेलंय असं त्यांना वाटतं.

त्यानंतर त्यांचं मुलांसोबत होणारं संभाषण असं असतं. - ''तू असं कसं करू शकतोस? आम्ही तुला काय शिकवलं? तू कुटुंबाचं नाव खराब केलंस. लोक काय म्हणतील?'' अशा वेळी, पालक मुलांना कोणत्या प्रकारची ऊर्जा पाठवतात

आणि हे सगळं बोलायची त्यांची पद्धत कशी असते? त्या वेळी मुलाला प्रेम, आधार देण्याऐवजी, त्याची काळजी घेऊन त्याची जखम भरून काढण्याऐवजी ते त्याच्यावर टीका करतात आणि त्याच्या वागण्यावरून मत बनवतात. मुलाला जेव्हा त्याच्या पालकांकडून अशी प्रतिक्रिया मिळते तेव्हा त्याच्या दु:खात भर पडते. अशा वेळी पालकांनी स्वत:ला डॉक्टर समजायला हवं आणि मुलाला जखमी रुग्णाप्रमाणे वागवायला हवं. हे सगळं कसं झालं हे त्यांनी लगेच जाणून घ्यायचीही गरज नाही. कोणताही डॉक्टर ''तुम्ही कसे पडलात,'' असं रुग्णाला विचारण्यात वेळ वाया घालवत नाही कारण त्याला बरं करणं हा डॉक्टरांसाठी प्राधान्यक्रम असतो.

सुरेश ओबेरॉय : पण पालक दुखावले जाणं अगदीच स्वाभावीक आहे, ते डॉक्टरसारखे वागू शकत नाहीत.

शिवानीदीदी : जेव्हा मुलाला शारीरिक इजा होते तेव्हा पालक काय करतात? ते त्याच्यावर प्रथमोपचार करतात. त्याला शांत करतात आणि मग काय झालं ते विचारतात. त्यांची पहिली प्रतिक्रिया त्याला बरं करण्याची असते. तथापि, काही पालक जखम आणि रक्त बघून घाबरून जातात आणि प्रथमोपचार करू शकत नाहीत.

जसं मुलांना होणाऱ्या शारीरिक जखमांवर पालकांनी प्राधान्याने उपचार करायला हवेत तसंच मुलांच्या मनाच्या जखमेवरही त्यांनी ताबडतोब उपचार करायला हवेत. ही त्यांची जबाबदारी असते. जेव्हा मूल आधारासाठी पालकांकडे येतं तेव्हा, ''तू अडचणीत आलास कसा, त्याने पालकांच्या सूचना का पाळल्या नाहीत,'' हे आणि असे प्रश्न विचारायची ती वेळ नसते. नाही तर ज्या क्षणी ते त्याची कृती किंवा वागणं नाकारतात त्या क्षणी पालकांमध्ये आणि मुलांमध्ये अंतर निर्माण होतं.

सुरेश ओबेरॉय : कधीकधी, मुलांचं बोलणं पूर्ण होण्याआधीच पालकांची प्रतिक्रिया इतकी तीव्र असते की मुलाला त्याचं म्हणणं पूर्ण करताच येत नाही.

शिवानीदीदी : समजा, तुमच्या खोलीतला एक काचेचा ग्लास माझ्याकडून तुटला. त्याचबरोबर तिथली एखादी मौल्यवान वस्तूही पडली आणि तुटली. जेव्हा मी तुम्हाला तुटलेल्या ग्लासबद्दल सांगेन तेव्हा जर तुम्ही वाईटरीत्या मला ओरडलात तर ग्लासबरोबर एक मौल्यवान वस्तूही पडून फुटली हे मी सांगणार नाही.

मुलाला जर त्याचं दु:ख पालकांना सांगता आलं नाही तर ते ठसठसत राहतं. मग तो बाहेर आधार शोधतो. असं कोणीतरी जे त्याच्याकडून चुका झालेल्या असल्या तरीही त्याला स्वीकारेल आणि त्याच्या अडचणींवर उपाय शोधेल. जर

समुपदेशक मुलांच्या बाबतीत कुठलंही मत न बनवता त्याचं ऐकून घेऊ शकतो तर पालक त्यांच्या मुलांसाठी, कुटुंबासाठी आणि मित्रांसाठी समुपदेशक का बनू शकत नाहीत? समुपदेशक सल्ला देऊ शकतो पण, मानसिक जखम भरून येण्यासाठी जे प्रेम आणि आधार लागतो तो फक्त पालकांकडूनच मिळतो.

सुरेश ओबेरॉय : जर पालकांनी दोन्ही गोष्टी केल्या तर? समुपदेशक म्हणून मुलांचं सगळं संयमाने ऐकून घेतलं आणि पालक म्हणून प्रेम केलं तर काय होईल?

शिवानीदीदी : कोणतीही प्रतिक्रिया न देता एखाद्याचं संपूर्ण ऐकून घेणं म्हणजे त्याला स्वीकारणं आणि आपल्या मनात त्याच्याबद्दल एकही टीकात्मक विचार निर्माण न करणं. जेव्हा आपण प्रतिक्रिया देतो तेव्हा आपलं स्वत:वर अजिबात नियंत्रण नाही आणि आपण समोरच्याला नाकारल्याची ऊर्जा पाठवतो, असा त्याचा अर्थ होतो. यामुळे ती व्यक्ती आपल्यापासून लांब जाते.

जेव्हा आपण मत बनवतो तेव्हा आपण संतापतो आणि दुखावले जातो. त्यामुळे आपली प्रेमाची ऊर्जा रोखली जाते. एका वेळी माणूस एकाच प्रकारची ऊर्जा पाठवू शकतो. आपण एकाच वेळी प्रेमळ आणि प्रतिक्रियावादी असू शकत नाही. पालक नेहमी मुलांना सांगतात, ''मी तुझ्यावर चिडलो आहे कारण माझं तुझ्यावर प्रेम आहे.'' पण एका वेळी दोन वेगवेगळ्या ऊर्जा पाठवणं शक्य नाही. ज्या क्षणी पालक मुलांना रागवत असतात त्या क्षणी ते त्यांच्यावर प्रेम करू शकत नाहीत.

सुरेश ओबेरॉय : त्या ठरावीक क्षणी कदाचित पालक मुलांवर प्रेम करणार नाहीत, पण त्याआधी आणि नंतर त्यांचं प्रेम असतंच.

शिवानीदीदी : पण तो क्षण खूपच निर्णायक होता जेव्हा त्यांनी मुलाला स्वीकारण्याची आणि त्याला प्रेम पाठवण्याची गरज होती.

मानसिक स्तरावर दु:खी असताना जेव्हा मूल पालकांकडे येतं तेव्हा त्याचा आत्मविश्वास ढासळलेला असतो. त्याने चूक केलेली असू शकते आणि त्यासाठी त्याला अपराधीपणाची भावनाही असू शकते. त्याचं कुटुंब कशी प्रतिक्रिया देईल याची भीती त्याला वाटत असेल. जर तो आधीच नकारात्मक मन:स्थितीत असेल आणि पालकांनीही त्याला संतापाची आणि टीकेची ऊर्जा दिली तर त्याची मानसिक स्थिती अजूनच खालावेल.

मुलाची मानसिक स्थिती सामान्य करणं ही पालकांची पहिली जबाबदारी आहे. त्यानंतर त्यांनी त्याला सल्ला किंवा उपाय सांगावा. मूल खचलेलं असताना त्याला सल्ला दिला तर तो सल्ला अमलात आणण्याची शक्ती त्याच्यात नसेल. ही समज पालक, मित्र किंवा बॉस अशा सगळ्यांच्याच बाबतीत लागू करायला हवी.

सुरेश ओबेरॉय : सर्वसाधारणपणे, लोक झालेल्या चुकीवर आणि तिला कारणीभूत परिस्थितीवर चर्चा करण्यात वेळ घालवतात. ते उपाय शोधण्याकडे लक्ष देत नाहीत.

शिवानीदीदी : जर एखाद्याकडून अपघाताने एखादी वस्तू तुटली तर यावर उपाय म्हणजे पुढच्या वेळेस ती वस्तू अधिक काळजीपूर्वक हाताळणं. तर हा उपाय भविष्यात लागू होईल पण त्या माणसाने गमावलेला आत्मविश्वास त्याला लगेचच परत मिळवून द्यावा लागेल जेणेकरून त्याच्या मनात वस्तू हाताळण्याची भीती बसू नये.

जीवनासाठी आपल्याला एक साधं सूत्र ठरवायला हवं – एखादी व्यक्ती जितकी मोठी चूक करेल तितकं जास्त प्रेम आपण तिला देऊ. त्यानंतरच तिला सल्ला देऊ. आधी त्या व्यक्तीला बळ द्या आणि मग सल्ला.

जर एखाद्या माणसाचं खच्चीकरण झालं तर कदाचित आयुष्यभर त्याचा आत्मविश्वास पुन्हा जागृत होणार नाही. चुका भविष्यातही सुधारता येतील. केलेली चूक सुधारण्याजोगी नसेल तरीसुद्धा ती आयुष्याचा एक छोटा भाग आहे. गोष्टी उगाचच मोठ्या करू नयेत. त्या माणसाला बळ देणं ही सर्वांत महत्त्वाची गोष्ट आहे कारण त्याला पुढील आयुष्यात अनेक गोष्टी करायच्या आहेत, अनेक परिस्थितींना तोंड द्यायचं आहे. आपलं संपूर्ण लक्ष याच गोष्टीवर असायला हवं.

समुपदेशक त्याच्या रुग्णाच्या अडचणी, अगदी त्याने केलेली पापं, वाईट कर्मं हेदेखील ऐकून घेतो पण तो त्यावर निर्णय देतो का? तो उपायांवर विचार करतो. रुग्णाला समुपदेशकाकडून जेव्हा आदर मिळतो तेव्हा तो लवकरच पूर्व स्थितीत येतो. हा आदर त्याला त्याच्या कुटुंबाकडून आणि मित्रांकडून मिळत नाही.

आपण फक्त शब्दांतूनच नव्हे तर विचारांतूनही टीकात्मक असता कामा नये. ती व्यक्ती बरी झाली की ती तिच्या अडचणी सोडवू शकते. आपण इतरांच्या अडचणी सोडवू शकत नाही.

सुरेश ओबेरॉय : ऑनर किलिंगची कित्येक प्रकरणं समोर आली आहेत.

शिवानीदीदी : लोक दीर्घ काळ टीकात्मक वृत्ती अंगीकारतात तेव्हा त्याचा उद्रेक होतो. ऑनर किलिंग हे त्याचंच उदाहरण आहे. समाजातील अशा वाईट गोष्टी क्वचितच जगासमोर येतात. पण टीकात्मक वागण्याने सहसा पालक मुलांबरोबरचं नातं तोडून टाकतात आणि त्यांना आधार द्यायला नकार देतात.

सुरेश ओबेरॉय : आणि मग जेव्हा त्यांच्या मुलांचे निर्णय चुकतात, तेव्हा ते त्यांना, "तू माझं ऐकलं नाहीस, त्यामुळे हे होणारच होतं," असं ऐकवतात.

शिवानीदीदी : हे सगळं खूप सूक्ष्म स्तरावर घडत असतं. मग पालक आणि मूल या नात्याचं काय? मुलांची आयुष्यभर काळजी घेणं, त्यांना सल्ला देणं आणि सर्वांत महत्त्वाचं म्हणजे त्यांना प्रेम आणि आधार देणं ही पालकांची भूमिका आहे.

समजा, मुलाच्या आयुष्यातील करिअर किंवा नातं अशासारख्या एखाद्या मोठ्या निर्णयाबद्दल घरात खूप वाद होतात. पालक मुलाला चांगल्या हेतूने सावध करतात – ''असं करू नकोस नाही तर आयुष्यभर तुला याचे परिणाम भोगावे लागतील आणि तू कधीच आनंदी राहणार नाहीस.'' कधीकधी मुलं त्यांच्या निर्णयावर इतकी ठाम असतात की घरातल्या सगळ्यांनी त्या विरोधात सल्ला दिला तरीही ती तेच करतात. पण एकदा निर्णय झाला की, पालकांनी स्वत:ची मानसिकता संपूर्णत: बदलायला हवी. त्यांनी परिस्थिती स्वीकारायला हवी आणि मुलाला आधार द्यायला हवा. जर ते जुन्याच मानसिकतेत आणि नकारात्मक शब्दांबरोबर राहिले तर ते नक्की काय करत असतील?

सुरेश ओबेरॉय : ते स्वत:च्याच मुलाला शाप देत असतील.

शिवानीदीदी : त्यामुळे, एकदा मुलांनी निर्णय घेतला की पालकांनी त्यांची विचारपद्धती बदलायला हवी. ''आता वाट बघ पुढे काय घडतंय त्याची,'' असं म्हणण्यापेक्षा ''जर अजूनही तू तुझ्या निर्णयावर ठाम असशील तर आमचे आशीर्वाद तुझ्या बरोबर आहेत. तुला आयुष्यात सर्वोत्तम यश मिळू दे,'' असं म्हणायला हवं. जर कुटुंबातील सदस्यांनी शुभेच्छा दिल्या तर हळूहळू गोष्टी मुलांना हव्या तशा घडायला लागतील. पण जर मुलांचा निर्णय चुकला तर त्या वेळी पालकांची जबाबदारी काय असते?

सुरेश ओबेरॉय : मुलांना स्वीकारणं.

शिवानीदीदी : हो, पण, सर्वसाधारणपणे पालक कसा प्रतिसाद देतात?

सुरेश ओबेरॉय : ''तुझ्या बाबतीत असंच घडणार हे मी तुला सांगितलं होतं ना... आता भोग त्याची फळं.''

शिवानीदीदी : म्हणजे पालक नक्की कशाची वाट बघत होते?

सुरेश ओबेरॉय : मुलाने चूक करण्याची, मग त्या चुकीचा पश्चात्ताप करण्याची आणि पुन्हा त्यांच्याकडे परत येण्याची पालक वाट बघत होते जेणेकरून ते स्वत:ला बरोबर सिद्ध करू शकतील.

शिवानीदीदी : हो. त्यांना हेच घडायला हवं असतं जेणेकरून उरलेलं आयुष्य मुलं त्यांच्या मनाप्रमाणे वागतील. हे प्रेम करणं आणि आधार देणं आहे का? हे पालक आणि मुलांमधलं नातं आहे का? हा आत्म्याचा आत्म्याशी असलेला संबंध आहे का? हा फक्त सत्तेचा आणि नियंत्रणाचा खेळ आहे.

चिरंतन प्रेमाकडे घेऊन जाण्याचे मंत्र

- जेव्हा लोक त्यांच्या अडचणी समुपदेशकाला सांगतात तेव्हा तो अलिप्त आणि शांत राहतो. शांत राहणं म्हणजे टीका न करणं किंवा मत न बनवणं.
- चुका ऐकल्यानंतर, कुटुंब आणि मित्र टीका करतात, दुखावले जातात आणि नाराज होतात. या सगळ्या भावनांमुळे प्रेमाची ऊर्जा रोखली जाते.
- ज्याने चूक केलेली असते त्याला अपराधीपणाची भावना असते आणि कुटुंबाला सामोरं जाण्याची भीती असते. कुटुंबाने त्याच्यावर संतापून त्याच्या दु:खात भर न घालता ते कमी केलं पाहिजे.
- जेव्हा कोणी दु:खात असतं तेव्हा आपण त्याला बळ द्यायला हवं, त्याचा आत्मविश्वास वाढवायला हवा आणि भूतकाळातील चुकांवर चर्चा करण्याऐवजी उपाय शोधण्यावर लक्ष केंद्रित करायला हवं.

प्रेमाच्या योग्यतेचा नसेल तरीही प्रत्येकावर प्रेम करा

सुरेश ओबेरॉय : कोणीतरी मला एक खूप सुंदर संदेश पाठवला – 'जेव्हा मी प्रेम मिळण्याच्या योग्यतेचा नसतो तेव्हा माझ्यावर खूप प्रेम करा कारण, त्या वेळी मला प्रेमाची प्रचंड गरज असेल.'

शिवानीदीदी : आपण या संपूर्ण मालिकेत आतापर्यंत याच विषयावर चर्चा करत आहोत.

सुरेश ओबेरॉय : जेव्हा कोणी चूक करतं, तेव्हा त्या चुकीची त्याला शिक्षा दिली जाते. पण, प्रत्यक्षात, त्या वेळी त्याला इतरांकडून अत्यंतिक प्रेमाची आणि आधाराची गरज असते कारण त्याच्यावर त्याने केलेल्या अपराधाचं ओझं असतं.

शिवानीदीदी : ही ओळ प्रत्येक आत्म्याच्या बाबतीत सत्य आहे. एखादी व्यक्ती चुकीची वागली म्हणून ती आपल्या प्रेमाच्या लायक नाही असा विचार जेव्हा आपण करतो, तेव्हा त्या व्यक्तीला प्रेमाची नितांत गरज असते. सर्वसाधारणपणे, कुटुंबातील एखादी व्यक्ती जेव्हा चूक करते तेव्हा संपूर्ण कुटुंब दुखावलं जातं.

सुरेश ओबेरॉय : त्या वेळी कुटुंबातील सदस्य त्याच्यावर टीका करतात आणि त्याला नाकारतात.

शिवानीदीदी : पण ते असं का करतात? कुटुंबाला किंवा समाजाला पसंत नसलेली गोष्ट जर एखाद्याने केली, मग ती करिअरची किंवा जोडीदाराची निवड असेल किंवा अजून काही, तर ते त्या व्यक्तीलाच त्यांच्या दु:खाचं कारण ठरवतात. त्यामुळेच ती व्यक्ती टीकेची धनी होते.

संबंधित व्यक्ती त्यांच्यापेक्षा जास्त दु:खात आहे हे कुटुंबातील सदस्यांनी लक्षात घ्यायला हवं. त्या एका सदस्यामुळे सगळ्यांना खजील व्हावं लागलं म्हणून त्याला अपराधी वाटतं आणि तो स्वत:ला अपयशी मानू लागतो. त्याला इतरांना सामोरं जायचीदेखील भीती वाटते. तो सगळ्यांच्या दु:खाचं कारण आहे असं जर इतरांनी गृहीत धरलं तर त्या लोकांची त्याच्याप्रति नकारात्मक ऊर्जा असेल. पण जर त्यांना जाणवलं की तो जास्त दु:खी आहे तर त्याच्याप्रति असलेली त्यांची ऊर्जा बदलेल.

सुरेश ओबेरॉय : काही माणसं गंभीर चुका करूनही त्यांना सुधारायचं नसतं म्हणून स्वत:ला अपराधी वाटतंय असं दाखवून इतरांना फसवतात. काही लोक पैसे घेतात आणि कधीच परत करत नाहीत. अशा लोकांना पुन्हा पुन्हा त्याच त्या चुका करायची परवानगी द्यायची का?

शिवानीदीदी : अशा घटनांमध्ये, संबंधित व्यक्ती अनेकदा अशा वाईट सवयी पूर्वजन्मातून घेऊन आलेल्या असतात. जर आपल्याला त्यांची कृती पसंत नसेल तर आपण त्यांच्या बाबतीत कडक धोरण ठेवायला हवं. पण त्या व्यक्तीवर संतापणं, तिचा तिरस्कार करणं आणि तिच्यावर टीका करणं हा त्यावरचा उपाय नाही. आपल्याला ही जाणीव हवी की, ती व्यक्ती मुळात एक शुद्ध आत्मा आहे पण सध्या नकारात्मक संस्काराच्या प्रभावाखाली आहे. त्यामुळे आपण तिच्यावर दया आणि सहानभूती दाखवायला हवी. त्या व्यक्तीप्रति प्रेम आणि आदर कायम ठेवून, तिच्यात परिवर्तन घडवण्यासाठी आपण मदत करायला हवी.

एका जोडप्याने एकदा सांगितलं की, त्यांच्या मुलाला सारखे पैसे मागायची सवय होती. तो एखाद्या व्यवसायात ते गुंतवायचा पण ती कधीच यशस्वी गुंतवणूक ठरली नाही. असं करण्यात बरेच पैसे वाया गेले. अशा घटनांमध्ये, पालकांनी मुलांबाबत खूप कठोर असायला हवं आणि त्यांना आणखी पैसे देऊ नयेत. कारण जर ते पैसे देत राहिले तर जो नकारात्मक संस्कार त्यांना काढून टाकायचा आहे त्यालाच ते पुष्टी देतील. त्यांनी आपल्या गोष्टीवर ठाम राहायला हवं आणि त्यांचा मुलगा कितीही हट्टी असला किंवा त्याने भावनिकरीत्या विवश केलं तरीही त्यांनी त्यांची भूमिका सोडता कामा नये. यासाठी त्यांनी तटस्थ आणि अलिप्त होण्याची खूप आवश्यकता आहे.

सुरेश ओबेरॉय : काही मुलं पालकांना आत्महत्या करण्याची धमकी देतात.

शिवानीदीदी : पालकांनी आपल्या मुलाला प्रेम दिलं आणि सहकार्य केलं तर मूल अशी टोकाची भूमिका घेणार नाही. त्यांनी मुलाला सांगायला हवं की, ते त्याची खूप काळजी करतात पण तरीही ह्या बाबतीत ते त्याचं ऐकणार नाहीत. अशा प्रकारे, प्रेम आणि आदर मिळवण्याची योग्यता नसतानाही त्यांनी मुलाला हे दोन्ही द्यायला हवं. त्याच वेळी, त्याच्या नकारात्मक संस्काराशीही त्यांनी दोन हात करायला हवेत जेणेकरून पुन्हा तो संस्कार प्रबळ होणार नाही.

सुरेश ओबेरॉय : मुलांना जेव्हा परीक्षेत चांगले गुण मिळत नाहीत तेव्हा त्यांना घरी जायची भीती वाटते. त्या वेळी ते खूप दु:खात असतात. त्यांना प्रेमाची आणि कोणीतरी त्यांची काळजी घेण्याची गरज असते.

शिवानीदीदी : म्हणूनच, एखादी व्यक्ती जेवढी मोठी चूक करते तेवढ्या जास्त प्रेमाची तिला गरज असते. यावर आपण मागच्या संभाषणातच चर्चा केली. आपण आपल्या कुटुंबावर आणि मित्रांवर प्रेम करतो याचा अर्थ, जेव्हा ते प्रेम मिळवण्याची त्यांची योग्यता नसते तेव्हाही आपण त्यांच्यावर तितकंच प्रेम करतो. जर ते खूपच चांगले असतील तेव्हा आपण त्यांच्यावर प्रेम करणार आणि जेव्हा त्यांच्याकडून एखादी चूक होईल तेव्हा त्यांचा आधार काढून घेणार, असं असेल तर ते प्रेम नाही. एखाद्या व्यक्तीचा निर्णय चुकीचा ठरला तरीही, ''मी सांगितलं होतं तुला असं करू नकोस,'' हे सांगण्याची ती वेळ नाही.

सुरेश ओबेरॉय : जर माझा मुलगा एखाद्या बाबतीत अयशस्वी झाला तर ''त्याने माझ्या सूचना ऐकल्या नाहीत म्हणून हे झालं,'' असं मी म्हणू शकतो. पण प्रत्यक्षात, माझा सल्ला दरवेळी बरोबरच असेल असं नाही. एखादा चित्रपट ''तू करू नकोस,'' असं मी त्याला सांगितलं आणि तरीही तो चित्रपट सुपरहिट होऊ शकतो.

शिवानीदीदी : आपण सगळेच चुका करतो, कोणीही त्याला अपवाद नाही. चूक म्हणजे काय? जेव्हा आपण एखादी गोष्ट यशस्वी होईल म्हणून त्यावर काम करतो पण ती यशस्वी होत नाही, तेव्हा आपण तिला चूक म्हणतो. दरवेळी आपला प्रत्येक निर्णय आपल्याला अपेक्षित यश देईल असं होणं गरजेचं नाही. हे आपण आपल्या स्वत:च्या आणि इतरांच्या बाबतीतही समजून घ्यायची गरज आहे.

आपण आपल्या कुटुंबातील सदस्यांना चांगल्या हेतूने सल्ला देतो. पण कधीतरी, कोणीतरी आपल्या सल्ल्याच्या विरोधात, त्याच्या स्वत:च्या इच्छेप्रमाणे वागू शकतं. जर त्याने निवडलेला पर्याय चुकला तर, त्याकडे आपण स्वत:ला सिद्ध करण्याची संधी म्हणून बघू नये. त्याला अपयश मिळण्याची वाट बघण्याऐवजी

आणि ''बघ, आम्ही बरोबर होतो आणि तू चुकीचा होतास,'' असं म्हणण्याऐवजी, त्या काळात आपण त्याच्यावर सर्वांत जास्त प्रेम करायला हवं.

सुरेश ओबेरॉय : माझ्या करिअरच्या सुरुवातीला मला चित्रपट मिळत नव्हते पण मी पुन्हा घरी जाऊ शकत नव्हतो. कारण घरातल्यांनी मला अभिनय क्षेत्रात न जाण्याचा सल्ला दिला होता आणि मला त्यांच्या टोमण्यांची भीती वाटत होती.

शिवानीदीदी : अखेरीस तुमचा प्रवास यशस्वी ठरला. नाही तर गोष्टी खूपच अवघड झाल्या असत्या. आपल्या जवळच्या माणसाचा निर्णय चुकला तर आपण, त्याचं कुटुंब म्हणून, त्याच्या मागे खंबीरपणे उभं राहायला हवं आणि त्याला पुन्हा उभं राहण्यासाठी मदत करायला हवी.

एक उदाहरण घेऊ या. आत्ता आपण पर्वतमाथ्यावर आहोत. समजा, मला इथून खाली उडी मारायची आहे. पण मला दुखापत होईल म्हणून तुम्ही मला असं न करण्याचा सल्ला द्याल. तुम्ही घडणाऱ्या परिणामांची मला कल्पना देता आणि तसं करण्यापासून परावृत्त करायचा प्रयत्न करता. तुम्ही एवढं सगळं समजावूनही मी उडी मारायचीच असं ठरवलं तर तुम्हाला त्या वेळी तुमच्या ऊर्जेत बदल करायची गरज नाही.

सुरेश ओबेरॉय : जर मला तुमची काळजी असेल तर, ''तुम्हाला उडी मारायचीच असेल तर संरक्षक कवच घाला आणि स्वतःला दोरखंडाने सुरक्षित ठेवा... तुम्हाला धरण्यासाठी पायथ्यापाशी काही लोक असतील. त्यामुळे तुम्हाला दुखापत होणार नाही,'' असं म्हणायला हवं.

शिवानीदीदी : अगदी बरोबर. एकदा मी निर्णय घेतला की तुमचा विरोध मदत, प्रेम आणि आशीर्वाद यांच्यात बदलायला हवा.

समजा, मी उडी मारली आणि मला दुखापत झाली. तर, ''म्हणून सांगत होतो उडी मारू नका,'' असं बोलण्याची ती वेळ नाही. ती वेळ मला पुन्हा माझ्या पायांवर उभं करण्याची आणि हा काही जगाचा अंत नाही याची आठवण करून द्यायची आहे. मला आयुष्यात पुढे जाण्यासाठी मदत करण्याची ती वेळ आहे.

मी पडले तेव्हा माझ्या मनाची स्थिती कशी असेल? मी स्वतःला अपयशी समजेन आणि इतरांना सामोरं जायची मला भीती वाटेल. मी दुःखात असेन आणि तुमचा सल्ला न ऐकल्याबद्दल मला अपराधी वाटेल. जर, अशा वेळी मला बिनशर्त मदत मिळाली तर मला भीती किंवा अपराधी वाटणार नाही. एखादी व्यक्ती प्रेमाच्या योग्यतेची नसताना तिच्यावर जास्तीतजास्त प्रेम करणं म्हणजे काय याचं हे उदाहरण आहे.

हा समजूतदारपणा आपण आपल्या आयुष्यातील मोठ्या गोष्टींबाबत आणि मोठे निर्णय घेताना दाखवायला हवा. जेव्हा एखादी व्यक्ती चूक करते तेव्हा, ती वेळ तिला शिकवायची नसते तर तिला मानसिक उभारी देण्याची असते.

जेव्हा मूल दुःखात असतं तेव्हा ते दुःख त्याला आपल्या कुटुंबाला कोणताही संकोच न बाळगता सांगता आलं पाहिजे. हे तेव्हाच घडेल जेव्हा पालक दैनंदिन व्यवहारांत त्याच्याबद्दल मतं बनवणार नाहीत आणि त्याला स्वीकारतील.

समजा, एखादा तरुण मुलगा धूम्रपान करतो किंवा दारू पितो किंवा व्यसनाला बळी पडतो. मोठी माणसं त्याला ''सवय वाईट आहे,'' असं न सांगता ''तू वाईट आहेस,'' असं सांगतात. अशाने तो त्याच्या जवळच्या माणसांपासून लांब आणि व्यसनाच्या जवळ जाईल.

अशा वेळी कुटुंबातील सदस्यांनी वेगळा दृष्टिकोन अवलंबायला हवा. सर्वप्रथम त्यांनी त्याला सांगायला हवं की, या वयात वेगवेगळ्या गोष्टी करून बघायची इच्छा होते आणि त्याचे मित्रही हे करत असतील. मग त्यांनी व्यसनाचे हानिकारक परिणाम त्याला सांगायला हवेत. या मार्गाने ते मुलाच्या जवळ येतील आणि त्याला व्यसनापासून मुक्त होण्यासाठी मदत करतील.

जर कुटुंबातील सदस्य त्या तरुण मुलाला रागावले तर तो त्यांच्यापासून लांब जाईल आणि त्याला मित्रांची ओढ वाटेल. मग असंही होऊ शकतं की, त्याचे मित्र कदाचित त्याला असं काही करायला सांगतील जे करायची त्याची इच्छा नसेल. पण त्याला ते करावंच लागेल कारण मित्रांनी स्वीकारणं त्याच्यासाठी महत्त्वाचं असेल. ह्यालाच सहकाऱ्यांकडून आलेला दबाव (peer pressure) म्हणतात.

आजकाल मुलांचं लक्ष भरकटवण्यासाठी अनेक गोष्टी आहेत आणि त्यावर पालकांना कोणत्याही प्रकारे निर्बंध घालता येत नाहीत. मुलं फोनवर कोणाशी बोलत आहेत हे पालक तपासू शकत होते तो काळ आता गेला. आता, सगळ्या प्रकारची माहिती मिळण्यासाठी मुलांकडे असंख्य पर्याय आहेत, तेही अगदी त्यांच्या हातांच्या बोटांवर. अशा परिस्थितीमध्ये, मुलांना सुरक्षित ठेवण्याचा एकमेव मार्ग म्हणजे, मुलांनी स्वतःहून पालकांना त्यांच्या अडचणी सांगणं. हे तेव्हाच होऊ शकतं जेव्हा पालक मुलांसाठी नेहमी उपलब्ध आहेत आणि आधार देणार आहेत या बाबत मुलांना खात्री असते. पालकांनी मुलांना हे स्पष्टपणे सांगायला हवं की, त्यांनी कितीही मोठी चूक केली तरीही ती ऐकायची त्यांची तयारी आहे.

सुरेश ओबेरॉय : मुलं त्यांच्या आईवडिलांना जेव्हा त्यांची गुपितं सांगतील तेव्हा जर का पालकांनी त्यांना फटकारलं तर मोठेपणी मुलं आपल्या पालकांशी मोकळेपणाने बोलू शकणार नाहीत.

शिवानीदीदी : एक महिला, तिच्या दहा वर्षांच्या मुलाबरोबर आमच्या कार्यक्रमांना यायची. एक दिवस आमच्यामध्ये, 'पालक रागावतील या भीतीपोटी मुलं त्यांच्याशी खोटं बोलतात,' या विषयावर चर्चा झाली. तिने हे तिच्या वहीत लिहिलं. दुसऱ्या दिवशी तिला वहीतल्या त्या वाक्याखाली ठळक रेष काढलेली दिसली. हे कोणी केलं असेल याचं तिला आश्चर्य वाटलं. जेव्हा तिने तिच्या मुलाला विचारलं तेव्हा त्याने रेष ओढल्याचं मान्य केलं. आपल्या मुलाला काहीतरी सांगायचंय हे तिला जाणवलं. म्हणून तिने त्याला सांगितलं की, तुला काही सांगायचं असेल तर मोकळेपणाने सांग. ती त्याच्यावर चिडणार नाही. मग मुलानं तो एका परीक्षेत नापास झाल्याचं सांगितलं. पण हे तिला आधी सांगायचं त्याचं धाडस झालं नव्हतं.

गोष्टी लपवणं आणि त्या भीतीखाली जगणं मुलांसाठी खूप अवघड असतं. म्हणून, पालकांनी मुलांच्या मनात, ते कोणत्याही परिस्थितीत त्यांच्या बरोबर आहेत, हा विश्वास निर्माण करायला हवा. खरं म्हणजे, ही विश्वासार्हता आपण फक्त मुलांमध्ये नाही तर प्रत्येकामध्ये निर्माण करायला हवी.

कामाच्या ठिकाणीसुद्धा, सुट्टी हवी असेल तर लोक खोटी कारणं सांगतात. खरं कारण सांगितलं तर त्यांना फटकारलं जातं. परिस्थिती कशीही असली तरी पालक किंवा गटप्रमुखाने ही काळजी घ्यायला हवी की त्यांची पहिली प्रतिक्रिया अस्वस्थ करणारी असता कामा नये. त्यांनी स्थिर राहून परिस्थिती समजून घ्यायला हवी आणि दुसरी व्यक्ती काय सांगतीय ते स्वीकारायला हवं. अशा प्रकारे आपण अशी पारदर्शक संस्कृती निर्माण करू शकतो जिथे सगळे आपापल्या मनातलं बोलू शकतील. आपले विचार मांडता येतील असं वातावरण जर आपण तयार करू शकलो नाही तर जी व्यक्ती अडचणींचा सामना करतीय तिला एकटीलाच तोंड द्यावं लागेल.

एकदा एका जोडप्याने आम्हाला सांगितलं की, त्यांच्या सतरा वर्षांच्या मुलाने आत्महत्या केली. नंतर त्यांना कळलं की, त्याला कॉलेजमध्ये खूप अडचणींचा सामना करावा लागला होता. ते म्हणाले की, त्याने कधीच या बाबत त्यांच्याशी चर्चा केली नाही. त्याने चर्चा केली असती तर त्यांनी मदत केली असती. जर एखादी व्यक्ती आपलं दुःख कुणाला सांगू शकत नसेल तर ते आत साठत राहतं आणि अशा टोकापर्यंत जातं.

सुरेश ओबेरॉय : अनेक पालक त्यांच्याच कामात खूप व्यग्र असतात. त्यांच्या मुलांशी बोलायला, त्यांच्या कौशल्यांचं कौतुक करायला किंवा त्यांचा कामगिरी बघायला त्यांच्याकडे वेळ नसतो. ह्या स्तरावर जर नातं विकसित नसेल तर गरजेच्या वेळी मुलं पालकांकडे कशी जाऊ शकतील?

शिवानीदीदी : बरोबर. म्हणूनच, जेव्हा प्रेम मिळवण्याची योग्यता नसते तेव्हा इतरांवर प्रेम करा. कारण तेव्हाच त्यांना तुमच्या प्रेमाची सर्वांत जास्त गरज असते.

अजून एक गोष्ट समजून घ्यायला हवी ती म्हणजे योग्य किंवा अयोग्य याची प्रत्येकाची व्याख्या वेगवेगळी असते. म्हणून जेव्हा आपण चर्चा करतो तेव्हा आपण, 'मी बरोबर आहे, तूही तुझ्या दृष्टिकोनाप्रमाणे बरोबर आहेस. चल आता बसून बोलू या,' असे शब्द वापरायला हवेत. जर दोन्हीही बाजूंना असं वाटत असेल की, 'मी बरोबर आहे, तू चूक आहेस', तर कोणतीही चर्चा फळाला येणार नाही कारण निर्णय आधीच झालेला असेल. 'चूक' या शब्दाला 'वेगळा' या शब्दाने बदला. कारण या दोन शब्दांमध्ये ऊर्जेचा खूप मोठा फरक आहे. आधीच्या शब्दातून समोरच्याचा अनादर होतो आणि नंतरच्या शब्दाने आदर. यामुळे आपल्या नात्याचा पाया बदलतो.

चिरंतन प्रेमाकडे घेऊन जाण्याचे मंत्र

- कुटुंबाला आणि मित्रांना आपल्या प्रेमाची आणि आदराची सर्वांत जास्त गरज तेव्हा असते जेव्हा ते स्वतःला त्या योग्यतेचं समजत नाहीत.
- जेव्हा आपल्या जवळची माणसं चुका करतात आणि आपण दुखावले जातो तेव्हा 'ते' आपल्या दुःखाचं कारण आहेत असं आपल्याला वाटतं. खरं तर इतर कुटुंबीयांपेक्षा ते सर्वांत जास्त दुःखात असतात.
- ते आपल्या दुःखाचं कारण आहेत असं जर आपल्याला वाटलं तर आपलं प्रेम रोखलं जातं. ते दुःखात आहेत हे जर आपण समजून घेतलं तर आपल्याकडून प्रेम, काळजी आणि करुणा त्यांना पाठवली जाते.
- जर आपण मदत आणि आदरभाव हिरावून घेतला तर ते त्यांचं दुःख कमी करण्यासाठी आपल्याकडे येऊ शकणार नाहीत. याचा अर्थ, जेव्हा त्यांना आपली सर्वांत जास्त गरज होती तेव्हा आपण उपलब्ध नव्हतो.
- मुलांच्या एखाद्या निर्णयाला पालकांची संमती नसली तरीसुद्धा, मुलांनी तो निर्णय घेतल्यानंतर पालकांनी त्यांची विरोधाची ऊर्जा मदत आणि आशीर्वाद यांमध्ये बदलली पाहिजे.

कुटुंबात नवीन सदस्यांचा स्वीकार

सुरेश ओबेरॉय : एखाद्याला 'चुकीचा' म्हणण्यापेक्षा त्याला 'वेगळा' म्हणणं जास्त चांगलं, यावर आपण चर्चा करत होतो. जर कुटुंबातल्या सगळ्याच सदस्यांचा आयुष्याकडे बघण्याचा दृष्टिकोन वेगळा असेल तर घरातल्या शिस्तीचं काय?

शिवानीदीदी : आपण समोरच्याबद्दल तो वेगळा आहे असा विचार करायला हवा, कारण तो चुकीचा आहे असा विचार केला तर ज्या प्रकारची ऊर्जा आपण पाठवू ती खूप जड ऊर्जा असेल.

सुरेश ओबेरॉय : समजा, आमच्या कुटुंबात नवीन सून आली. ती तिच्या माहेरी एक वेगळ्या पद्धतीने आयुष्य जगत होती. जसं, आमच्या कुटुंबात सगळ्यांना सांगून मग घराबाहेर पडायची सवय आहे, पण तिला अशी सवय नाहीये. हे आमच्यासाठी अडचणीचं ठरणार नाही का?

शिवानीदीदी : या दोन्हींपैकी कोणती सवय बरोबर आहे, हे कोण ठरवणार? घरातून बाहेर जाताना कुटुंबातील सदस्यांना सांगितलं पाहिजे का, की नाही सांगितलं तरी चालेल? सर्वसाधारणपणे, एखादी व्यक्ती जी गोष्ट अनेक वर्षांपासून करत असेत तिला ती बरोबर वाटते. त्यात काही चुकीचं आहे असं तिला वाटत नाही. या बाबतीत, घरातून बाहेर पडताना घरातल्यांना सांगणं हे तुमच्यासाठी बरोबर आहे. त्यामुळे, दुसरा एखादा मार्गही असू शकतो असा विचारच तुम्ही करणार नाही.

सुरेश ओबेरॉय : कुटुंबातील सदस्य जर सांगून बाहेर पडला तर आपल्याला ते सोयीचं वाटतं. काही गंभीर प्रसंग उद्‌भवला तर त्याच्यापर्यंत पोहोचणं सोपं जातं.

शिवानीदीदी : तुम्ही हा नियम अनेक वर्षं पाळत आला आहात, त्यामुळे तुम्हाला दुसरा कोणताही पर्याय बरोबर वाटत नाही. तुमच्या कुटुंबात नुकताच प्रवेश केलेल्या तुमच्या सुनेसाठी तिची अशी वेगळी जीवनपद्धती साहजिकच योग्य आहे कारण ती अनेक वर्षं ह्या पद्धतीने जगत आली आहे. हा मुद्दा समजून घ्यायला हवा.

तुमच्या 'योग्य' सवयीचं स्पष्टीकरण देणारी अनेक कारणं तुमच्याकडे असतील. उदाहरणार्थ, जसं तुम्ही म्हणालात की, आपल्याबद्दल कुटुंबातील सदस्यांना माहीत असण्याने, काही गंभीर परिस्थिती उद्‌भवली तर त्यांना आपल्याला शोधणं सोपं जातं. त्याचप्रमाणे, तुमच्या सुनेचेही काही वेगळे विचार असतील. तिच्या कृतीला जर तुम्ही चुकीचं म्हणालात तर तीही तुमच्या कृतीला चुकीचं म्हणेल. मग तुमच्या नात्यातली ऊर्जा ताणली जाईल. तुम्ही तिला तुमचे नियम पाळायला लावून तिच्यावर नियंत्रण मिळवण्याचा प्रयत्न करत आहात असं तिला वाटेल.

ज्या क्षणी आपण 'माझी पद्धत बरोबर आहे आणि तुला त्याप्रमाणे वागावं लागेल,' अशी ऊर्जा निर्माण करतो, तेव्हा ती व्यक्ती आपल्यापासून लांब जायचा प्रयत्न करेल. कारण नियंत्रणाखाली राहणं कोणालाच आवडत नाही.

सुरेश ओबेरॉय : नियंत्रण आणि काळजी यांत फरक असायला हवा. एखाद्या व्यक्तीला कुटुंबातील सदस्याबद्दल काळजी असू शकते.

शिवानीदीदी : हो, नक्कीच या दोन्हींत खूप फरक आहे. कुटुंबातील सदस्याची काळजी घ्यायची असेल तर, तुम्हाला त्या नात्याच्या पायामधून 'तू चुकीचा आहेस' ही ऊर्जा काढावी लागेल. तर तुमची काळजी परिणामकारक ठरेल.

सुरेश ओबेरॉय : जर आपल्याला खरंच कोणाची काळजी असेल तर आपण त्या व्यक्तीवर चिडणार नाही.

शिवानीदीदी : तुम्ही तुमच्या सुनेवर चिडला नसाल तरीसुद्धा, तिची वागण्याची पद्धत चुकीची आहे असा विचार तुम्ही करता त्यामुळे तुम्हाला तिच्यावर नियंत्रण मिळवायचं आहे, ही ऊर्जा तिच्यापर्यंत पोहोचत आहे. समजा, एवढी जड ऊर्जा तिला पाठवल्यानंतर तुम्ही नम्रपणे तुमची काळजी व्यक्त केली आणि म्हटलं की, बाहेर पडण्याआधी तू मला सांगायला हवं, तर लगेचच ती तिच्या सवयीचं समर्थन करेल. तुम्ही तिच्या सवयीवर हल्ला केला म्हणून ती तुमच्या सवयीवर हल्ला करेल. तुम्ही एकमेकांच्या विचारांचा विरोध कराल आणि हा युक्तिवाद असाच चालू राहील.

त्यामुळे तुम्ही तुमची प्रतिक्रिया थोडी बदलू शकता. तुमच्या कुटुंबात जर एखाद्या नवीन व्यक्तीने प्रवेश केला आणि ती 'वेगळी' असेल तर तिचे संस्कार तुमच्यासारखे नसणं हे स्वाभाविक आहे, ही गोष्ट स्वीकारा.

सुरेश ओबेरॉय : तिच्या आईवडिलांनी तिला एवढ्या साध्या गोष्टी शिकवल्या नाहीत असा विचारही मी करायला नको. नाही तर, आमच्या संभाषणा आधीच माझे हे विचार तिच्यापर्यंत पोहोचतील.

शिवानीदीदी : हो, आपल्याला शब्द नाही तर त्यामागे दडलेले विचार सुधारायला हवेत. त्यानंतर जर तुम्ही तुमची काळजी व्यक्त केली तर सून ती काळजी सकारात्मकतेने घेईल.

सुरेश ओबेरॉय : एकदा, एका प्रवचनाला गेलो होतो. ते संपल्यावर मला निघायची घाई होती. कोणीतरी मला येऊन सांगितलं की, मी नीट निरोप घेऊन निघायला हवं. त्या वेळी त्यांच्या अपेक्षांचा मला खूप त्रास झाला. पण त्यांनाही, माझं घाईघाईत निघून जाणं वेगळं वाटलं असणार.

शिवानीदीदी : दोन्हींकडेही हे तेवढंच वेगळं वाटलं असणार.

सुरेश ओबेरॉय : मी घाईत होतो हे ते का नाही समजू शकले?

शिवानीदीदी : कारण ते त्यांच्या संस्कारांप्रमाणे विचार करत होते. लोकांनी कसं वागलं पाहिजे या बाबत त्यांचा स्वत:चा एक दृष्टिकोन आहे.

सुरेश ओबेरॉय : अशा परिस्थितीत मी 'प्रेमस्वरूप' कसा राहू शकतो? मी खूप छोटी छोटी आणि दैनंदिन जीवनात घडणारी उदाहरणं घेत आहे. कारण त्यातच आपल्या अधिकाधिक समस्या दडलेल्या असतात.

शिवानीदीदी : आयुष्यात, छोट्या छोट्या गोष्टींमध्येच अशी समीकरणं वापरून बघणं चांगलं असतं. जेव्हा आपण असं करतो, तेव्हा संस्कार बदलतात. एकदा संस्कार बदलला की मग मोठ्या प्रसंगांमध्येही ही समीकरणं आपोआप लागू पडतात. मोठ्या आव्हानांना आपल्याला क्वचित सामोरं जावं लागतं. पण छोटी छोटी आव्हानं दैनंदिन जीवनात येतच असतात. आपण एखादी गोष्ट जेव्हा नियमित करायला लागतो तेव्हा संस्कार तयार होतो आणि मग रोजच्या जीवनात ही समीकरणं वापरणं फायद्याचं ठरतं.

आपल्या चर्चेच्या विषयाकडे वळू या. जेव्हा आपण इतरांना 'चुकीचं' ठरवतो, तेव्हा आपण त्यांना नियंत्रणात ठेवत आहोत असं त्यांना वाटतं. टीका,

तुलना आणि स्पर्धा आपलं प्रेम रोखतात आणि नियंत्रण मिळवतानाही हेच होतं. नियंत्रण मिळवण्याची भावना – म्हणजे 'इतरांनी माझं ऐकलं पाहिजे,' हा विचार – ऊर्जा रोखणाऱ्या इतर विचारांपेक्षा अधिक काळ नात्यात राहतो.

सुरेश ओबेरॉय : माझा एक मित्र अनिच्छेने त्याच्या आजी–आजोबांकडे होणाऱ्या साप्ताहिक मेजवानींना जात असे. त्याची ती अस्वस्थता बघून मी माझ्या घरातील काही नियम बदलले, जेणेकरून कोणालाही काही करायची सक्ती वाटायला नको.

शिवानीदीदी : दृश्य रूपातील नियंत्रण सोडून देण्याचं हे एक उदाहरण आहे. नियंत्रण अत्यंत सूक्ष्म रूपातही असू शकतं. कदाचित आपली कामं या विचाराने प्रेरित असतील की, माझे विचार, माझी कृती आणि माझी कामाची पद्धत या सर्व बाबी योग्यच आहेत. तू त्यांचं पालन करायला हवं.

पालकांना त्यांची मुलं लहान वयातच जास्त का आवडतात? कारण ती त्यांच्या नियंत्रणात असतात. त्या वयात मुलं पालक सांगतील तसं वागतात. पौगंडावस्था खूप अवघड समजली जाते कारण त्या वयात पालक सांगतील ते सगळं मुलं ऐकत नाहीत. ती स्वत:च्या बुद्धीने गोष्टी करतात आणि त्यांच्या काही कृती पालकांच्या योग्यतेच्या व्याख्येशी जुळत नाहीत. त्या काळात पालक म्हणतात की, त्यांचं मूल त्यांच्या नियंत्रणाबाहेर जात आहे.

सुरेश ओबेरॉय : नंतर, मुलाचं लग्न झालं की ते म्हणतात, "तो पूर्णपणे आमच्या नियंत्रणाच्या बाहेर गेला आहे."

शिवानीदीदी : पालकांना तो त्यांच्या नियंत्रणात नाही यापेक्षा तो त्यांच्या सुनेच्या नियंत्रणात गेल्याचं दु:ख जास्त असतं. पण प्रत्यक्षात, तो कोणाच्याच नियंत्रणात नसतो. तो 'योग्य–अयोग्य'च्या त्याच्या व्याख्येप्रमाणे कृती करत असतो. कधीकधी ती व्याख्या पालकांच्या व्याख्येशी जुळते तर कधीकधी सुनेच्या.

लोकांनी आपल्या म्हणण्याप्रमाणे वागावं अशी अपेक्षा करण्याचा संस्कार जर आपल्यात असेल तर आपले त्यांच्याशी सतत वाद होतील. आपली नाती वादाच्या ऊर्जेवर रचली जातील.

समजा, मला पांढरे कपडे घालायला आवडतात आणि या रंगाचे कपडे घालणं माझ्या सोयीचं आहे. हळूहळू माझी विश्वासप्रणाली 'पांढरा रंगच बरोबर,' अशी होईल. नंतर, 'फक्त पांढरा रंगच चांगला आहे,' असा विचार मी करायला लागेन. याचा अर्थ, इतर सगळे रंग वाईट आहेत. खरं तर, 'पांढरा रंग माझ्यासाठी बरोबर आहे पण वेगवेगळे रंग वेगवेगळ्या लोकांसाठी बरोबर आहेत,' असा विचार मी करायला हवा. माझ्यासाठी जे बरोबर असेल ते जगासाठी बरोबर असू शकत नाही.

ते फक्त माझ्यासाठी बरोबर आहे. ही समज नसणं हेच अनेक नात्यांमधील वादाचं कारण आहे. जेव्हा आपण, 'फक्त मी बरोबर आहे आणि दुसरी व्यक्ती चुकीची,' असा विचार करतो तेव्हा दोन्हींकडच्या माणसांना अस्वस्थ वाटतं. आपण आपल्या मतांनी इतके संकुचित बनतो की इतरांच्या मतांसाठी जागाच राहत नाही. आपण त्यांचे संस्कार समजून घेण्याचा प्रयत्न करत नाही किंवा त्यांच्या कृतींमागची कारणं समजून घेऊ शकत नाही. एखादी कृती करण्याचा त्यांचा मार्ग आपल्या 'योग्य' असण्याच्या व्याख्येशी जुळत नाही.

आपण आपल्यासाठी जे योग्य आहे ते करायला हवं, मग इतरांना सल्ला द्यायला हवा. त्याचबरोबर त्यांना प्रेम आणि मदतही करायला हवी. शेवटी, त्यांना स्वत:साठी जे बरोबर वाटतं तेच ते करणार आहेत. एखादी गोष्ट करण्यासाठी आपण एका मर्यादेबाहेर कोणालाही समजावू शकत नाही.

इतर आपल्यासाठी किती काम करतील यावर जर आपलं प्रेम, शांती आणि आनंद अवलंबून असेल तर आपल्यातील या ऊर्जा दिवसभर बदलत राहतील. इतर आपण सांगितल्याप्रमाणेच काम करत आहेत की नाही याची आपण सतत काळजी करत राहू. आणि तोच आपल्या शांततेचा उत्प्रेरकही असेल. जर त्यांना आपलं म्हणणं पटलं नाही तर आपण अस्वस्थ होऊ. लोकांनी आपल्या म्हणण्याप्रमाणे वागावं अशी इच्छा असणं हे व्यसन असण्यासारखं आहे. त्यामुळे नात्यात सतत वाद होत राहतात.

पुन्हा तुमच्या उदाहरणाकडे येऊ या. तुमच्या घरात आलेली सून संपूर्णत: वेगळ्या वातावरणातून आणि वेगळे संस्कार घेऊन आलेली आहे. तिने नवीन घरातील सगळ्या सदस्यांचे संस्कार लगेच स्वीकारावेत अशी अपेक्षा सासरचे का करतात? त्यांच्या जीवनपद्धतीत स्वत:ला बसवेपर्यंत ते तिच्या जवळजवळ प्रत्येक कृतीलाच 'चूक' ठरवत राहतात.

आता आपल्याला आत्म्याच्या प्रवासाबद्दल माहीत आहे. आत्मा पूर्वजन्मांतून त्याचे असंख्य संस्कार घेऊन येतो. यामुळेच बाळाचा भूतकाळ खूप मोठा असतो पण वर्तमान आयुष्यात त्याच्यावर त्याच्या पालकांच्या वागण्यातून संस्कार होतात आणि ते बाळ त्याच्या पालकांचे अनेक संस्कार स्वीकारतं. पण जेव्हा पंचवीस किंवा तीस वर्षांची सून तिच्या नवऱ्याच्या घरी येते, तेव्हा तिच्यावर वर्तमान जन्मात झालेले असंख्य वेगवेगळे संस्कार असतात. त्यामुळे ती जोवर नवीन वातावरणात रुळत नाहीत तोवर तिच्याकडून तत्काळ बदलाची अपेक्षा ठेवणं आणि तिला 'चूक' ठरवणं अयोग्य होईल. त्यातून आपल्या नात्यात वादाचं बीज रुजेल. याच कारणामुळे सासरच्या मंडळींचं आणि सुनेचं नातं तणावपूर्ण असतं.

आजकाल, पालकांबरोबर जमवून घेणं अवघड आहे म्हणून जोडप्यांनी सुरुवातीपासूनच वेगळं राहावं असं लोक म्हणतात. पण ते का नाही जमवून घेऊ शकत? आपण सगळे वेगळे आहोत म्हणून?

सुरेश ओबेरॉय : पण सासू आणि सून दोघींनी समजूतदार असायला हवं.

शिवानीदीदी : तुमच्या मते पहिल्यांदा कोणी समजून घ्यायला हवं? दोघींपैकी कोणीही जरी सकारात्मक पाऊल टाकलं तरी त्या दिशेने पुढे चालणं दुसरीला सोपं जातं. इतरांनी बदलण्याची वाट आपण बघू शकत नाही. इतरांना बदलणं आपल्याला शक्य नाही.

सुरेश ओबेरॉय : बिघडलेली नाती पुन्हा चांगली करता येतात का?

शिवानीदीदी : एखादं नातं बिघडून अनेक वर्षं झालेली असली तरीही, त्या व्यक्तीबद्दल विचार करण्याची पद्धत बदलून आपण ते नातं पुन्हा चांगलं करू शकतो. आपल्याला आपली स्पंदनं बदलावी लागतील.

आता आपण ज्या परिस्थितीबद्दल चर्चा करत होतो तशा परिस्थितीत, 'मुलगा सुनेच्या नियंत्रणाखाली गेला,' असा विचार करण्याऐवजी, 'दोन्ही बाजू ऐकून मुलगा त्याला जे योग्य वाटतं ते करतो आहे,' असा विचार करायला हवा.

तसंही, कोणीच आपल्या नियंत्रणात नसतं. जेव्हा बाकीचे आपलं ऐकतात तेव्हा तो फक्त एक भ्रम असतो. त्यांना आपलं म्हणणं पटतं म्हणूनच ते आपलं ऐकतात. कदाचित ते भीतीपोटी किंवा समाजातील आपल्या स्थानामुळे आपलं म्हणणं ऐकत असावेत. तथापि, तेही फार काळ चालत नाही.

'मुलगा फक्त सुनेचं ऐकतो,' असं वाटून जर पालक सुनेला नकारात्मक ऊर्जा पाठवत असतील तर, जेव्हा मुलगा पालकांचं ऐकेल तेव्हा सूनही तशाच प्रकारची नकारात्मक ऊर्जा निर्माण करेल. त्यांच्या नात्याचा पाया याच अशान्त ऊर्जेवर टिकेल. दोघांपैकी एक जण जोवर ह्या नकारात्मक ऊर्जेची देवाण-घेवाण थांबवत नाही तोवर हे असंच चालू राहील. अशा प्रकारे त्यांना आपल्या विचारपद्धतीत थोडासा बदल करावा लागेल.

सुरेश ओबेरॉय : प्रत्येक जण वेगळा आहे हे जर आपण स्वीकारलं तर घर चालवणं अवघड होईल.

शिवानीदीदी : समोरची व्यक्ती वेगळी आहे हे जेव्हा आपण स्वीकारतो तेव्हा आपण त्या व्यक्तीचा आदर करायला लागतो आणि त्या नात्यात सामंजस्याची ऊर्जा निर्माण करतो. त्यानंतर जेव्हा आपण त्यांना आपला दृष्टिकोन सांगू तेव्हा ते तो जास्त चांगल्या ऊर्जेने स्वीकारतील. मग ती व्यक्ती तिच्याप्रमाणे कृती करू शकते. आपल्याला त्या व्यक्तीमध्ये जो बदल अपेक्षित आहे तो ताबडतोब होईलच असं नाही.

सुरेश ओबेरॉय : कदाचित आपला दृष्टिकोन विचारात घेतला जाणार नाही.

शिवानीदीदी : हो, हे शक्य आहे आणि ठीक आहे. आपल्या दृष्टिकोनापेक्षा आपलं नातं जास्त महत्त्वाचं आहे.

सुरेश ओबेरॉय : घरात छोट्या छोट्या मतभेदांपेक्षा सामंजस्य असणं जास्त महत्त्वाचं आहे.

शिवानीदीदी : मतभेद रोजच होतील. पण जर त्याने नात्यामध्ये अनादर निर्माण होत असेल तर त्यामुळे सामंजस्याची लय तुटेल.

सुरेश ओबेरॉय : मी अशी अनेक घरं बघितली आहेत जिथे, पालक त्यांच्या मुलांच्या बाबतीत खूप असमाधानी आहेत आणि त्यांनी मुलांना काही सांगणं बंद केलं आहे. ते मुलांच्या निर्णयांमध्ये ढवळाढवळ करत नाहीत आणि त्यांना हवं ते करू देतात.

शिवानीदीदी : ते त्यांच्या मुलांशी शब्दांतून संवाद साधत नसतील पण त्यांच्या विचारांतून नक्कीच संवाद साधत असतील. कदाचित त्यांच्यात पूर्वी होणारे वादविवादच फक्त थांबले असतील. पण नकारात्मक आणि विसंगत ऊर्जेची देवाण–घेवाण तशीच चालू असेल. जर एखाद्याने शांत राहायचं आणि हस्तक्षेप करायचा नाही असं ठरवलं तर त्याने फक्त बाहेरूनच नाही तर आतूनही शांत व्हायला हवं. पण तसं होत नसेल तर, विचारांमार्फत प्रचंड प्रमाणात नकारात्मक ऊर्जा समोरच्या बाजूकडे जाईल आणि त्याच मार्गाने परतही येईल. हे त्या दोन व्यक्तींसाठी, नात्यासाठी आणि संपूर्ण कुटुंबासाठी चांगलं नसेल.

चिरंतन प्रेमाकडे घेऊन जाण्याचे मंत्र

- लोकांच्या सवयी आणि संस्कार आपल्यापेक्षा वेगळ्या असू शकतात. आपण फक्त आपल्या संस्कारांच्या माध्यमातून बघू शकतो म्हणून आपल्याला वाटतं की आपला दृष्टिकोन योग्य आहे.
- दुसऱ्या माणसाचा दृष्टिकोन आपल्यापेक्षा वेगळा आहे, त्याच्यावर 'चुकीचा' असा शिक्का उमटवायला नको. आपल्यासाठी जे बरोबर आहे ते त्यांना बरोबर वाटेलच असं नाही. ते चुकीचे नसून आपल्यापेक्षा वेगळे आहेत.
- जेव्हा एखादी व्यक्ती चुकीची आहे असा विचार आपण निर्माण करतो तेव्हा आपण त्यांचा अनादर करत असतो. ते वेगळे आहेत हे जेव्हा आपण समजून घेतो तेव्हा आपण त्यांचा आणि त्यांच्या दृष्टिकोनाचा आदर करत असतो.
- जेव्हा आपण वेगळेपण स्वीकारतो, तेव्हा तेही आपले संस्कार स्वीकारतात. आपण एकमेकांचा आदर करतो, दुसऱ्याचा दृष्टिकोन समजून घेतो आणि कदाचित आपला दृष्टिकोन बदलण्याची तयारीही ठेवतो.

नात्यांमध्ये खरा संपर्क साधणे

सुरेश ओबेरॉय : चर्चेला सुरुवात करण्यासाठी माझ्याकडे एक सुयोग्य सुविचार आहे. 'सर्वसाधारणपणे, आपली प्रवृती अशी असते की, दुसरी व्यक्ती नेहमीच सर्वगुणसंपन्न असावी असं आपल्याला वाटतं, पण स्वत:ला मात्र आपण सुधारण्याची संधी देत राहतो.'

शिवानीदीदी : आपल्या बरोबर नातं असलेल्या व्यक्ती, मग तो नवरा, मुलं किंवा सहकारी असं कोणीही असलं तरी ते सर्वगुणसंपन्न हवेत अशी अपेक्षा असते. पण जेव्हा स्वत:वर वेळ येते तेव्हा आपण म्हणतो, ''ठीक आहे, मी हळूहळू सुधारणा करतीय,'' ''काय करणार, माझा स्वभावच असा आहे,'' किंवा ''माझ्या कुटुंबातील सगळ्यांनाच अशी सवय आहे,'' असं सांगून आपण आपल्या कृतींचं स्पष्टीकरण देतो. पण अशी सूट आपण इतरांना देत नाही आणि ते सर्वगुणसंपन्नच हवे असतात, तेही आपल्या 'सर्वगुणसंपन्न' असण्याच्या व्याख्येअनुसार.

सुरेश ओबेरॉय : खरंच, हा मुद्दा माझ्या लक्षात आला नव्हता. 'संपूर्ण मुलगी', 'संपूर्ण मुलगा' कसा असावा या बाबत आपल्या व्याख्येप्रमाणे सगळे असायला हवेत.

शिवानीदीदी : आपल्या निकषांनुसार इतरांनी संपूर्ण असावं, असं आपल्याला वाटतं. ही गोष्ट दिसायला छोटी वाटते पण अशी इच्छा ठेवणं हेच मोठ्या वादांचं कारण ठरतं. इतर लोक त्यांच्या संस्कारांप्रमाणे जसे आहेत तसे ते संपूर्ण आहेत.

सुरेश ओबेरॉय : हा खूप चांगला दृष्टिकोन आहे.

शिवानीदीदी : समजा, मी एका विशिष्ट पद्धतीने बसते आणि तसं बसणं मला आरामदायक वाटतं. तुम्ही माझ्या बाजूने जाता आणि मला सांगता, ''असं बसू नका, ताठ बसा.'' मी लगेचच हा बदल नाकारेन कारण तुम्ही मला जसं बसायला सांगत आहात तसं बसणं माझ्यासाठी कदाचित सोयीचं नसेल. याचं कारण माझी आत्ताची शारीरिक स्थिती माझ्यासाठी संपूर्ण आहे. अनेकदा पालक म्हणतात की त्यांच्या मुलांसाठी काय चांगलं आणि योग्य आहे हे आम्हाला माहीत आहे. पण नेहमीच ते योग्य असेल असं नाही.

जोडीदाराची निवड करताना किंवा एखाद्या कुटुंबात नवीन सून येताना, घरात येणारी ती नवीन व्यक्ती कशी असायला हवी या बाबत त्यांच्या मनात आधीपासूनच एक प्रतिमा असते. त्यांच्या संस्कारांनुसार त्यांनी आधीच त्या व्यक्तीची प्रतिमा तयार केलेली असते.

आपल्यासाठी कोणत्याही व्यक्तीच्या तीन प्रतिमा असतात. पहिली, आपल्याला वाटतं त्यानुसार ती व्यक्ती कशी असायला हवी याची. मग आपण त्या व्यक्तीला भेटतो आणि आपल्या संस्कारांप्रमाणे तिची प्रतिमा तयार करतो. ही त्या व्यक्तीची आपण निर्माण केलेली दुसरी प्रतिमा. आणि तिसरी म्हणजे प्रत्यक्षात ती व्यक्ती जशी आहे तशी. आपण लोकांबद्दल जसा विचार करू तशीच ती नसतात. आपण कधीच कोणाला संपूर्णत: ओळखू शकत नाही कारण आपल्याला ते आपल्या संस्कारांनुसार माहीत असतात. आपण त्यांना दुसऱ्या दृष्टिकोनातून पाहूच शकत नाही.

सुरेश ओबेरॉय : कदाचित आपण स्वत:लाही पूर्णपणे ओळखत नसू. कधीकधी, वेगवेगळ्या परिस्थितींमध्ये मी ज्या प्रकारे प्रतिक्रिया देतो ते बघून मी स्वत:च आश्चर्यचकित होतो.

शिवानीदीदी : बरोबर. तो क्षण येईपर्यंत तुमच्याकडे तो संस्कार आहे हे तुम्हालाही माहीत नसतं.

सुरेश ओबेरॉय : हो.

शिवानीदीदी : असं घडतं कारण आपल्याकडे आत्म्याच्या रूपात मागील अनेक जन्मांच्या संस्कारांचं गाठोडं असतं.

समजा, आपण म्हणजे शेकडो गाण्यांचं किंवा संस्कारांचं रेकॉर्ड असलेली सीडी आहोत. वर्तमान आयुष्यात आपण फक्त पन्नासच गाणी वाजवली असतील. याचा अर्थ, राहिलेली पन्नास गाणी वाजवणं अजून शिल्लक आहे.

सुरेश ओबेरॉय : राहिलेली पन्नास गाणी कोणती आहेत हे आपल्याला माहीतही नाही.

शिवानीदीदी : बरोबर. आणि मग अचानक अशी काही घटना घडते की, ते अनोळखी गाणं आपोआपच वाजू लागतं. त्यामुळे आपण स्वत: आणि आपल्या आजूबाजूचे सगळेच आश्चर्यचकित होतात. आपली प्रतिक्रिया बघून आपणच म्हणतो की, ही मी नाही. पण, ही 'मी'च आहे जी मला माहीत नव्हती – हे सत्य आहे.

त्यामुळे, आपल्यामध्ये अजून अशी अनेक गाणी रेकॉर्डेड आहेत जी या आयुष्यात अजून वाजलेली नाहीत पण ती कधीही वाजू शकतात. आणि जेव्हा ते घडतं तेव्हा जो कोणता संस्कार समोर येईल त्याची जबाबदारी आपण घ्यायलाच हवी. मग तो नकारात्मक असो किंवा सकारात्मक. हा संस्कार आपला स्वत:चा आहे हे स्वीकारा. जर तो सकारात्मक संस्कार असेल तर ते वैशिष्ट्य आपण जपून ठेवलं पाहिजे आणि आपल्या आयुष्यात सातत्याने त्याचा वापर केला पाहिजे. तथापि, जर नकारात्मक संस्कार असेल, तर भविष्यात कितीही वेळा यासारखी परिस्थिती उद्‌भवली तरी हा संस्कार बाहेर येऊ न देण्याची काळजी घेतली पाहिजे.

सुरेश ओबेरॉय : पण आपण इतरांचे संस्कार बघण्यात इतकी व्यग्र आहोत की आपण स्वत:च्या संस्कारांकडे बघतच नाही.

शिवानीदीदी : खरं म्हणजे आपण इतरांचे संस्कार बघू शकत नाही. आपण इतरांना खूप ओळखतो असा दावा जरी केला तरीही तसं असू शकत नाही.

सुरेश ओबेरॉय : आपल्याला ते किमान आपल्या दृष्टिकोनातून तरी माहीत असतात.

शिवानीदीदी : आपला दृष्टिकोन ते मुळात जसे आहेत त्याच्या विरुद्धही असू शकतो.

समजा, तुम्ही खूप प्रामाणिक आहात. त्याउलट मी, शंकेखोर आणि टीका करण्याचा संस्कार असलेली आहे. तुम्ही तुमचं काम खूप प्रामाणिकपणे कराल, पण माझ्याकडे प्रशंसा करण्याचा संस्कार नसल्याने, तुम्ही कितीही कष्ट घेतले तरी मी नेहमी तुमच्यावर टीकाच करेन. माझ्यावर शंका घेण्याचा संस्कार असल्याने मी, 'खरंच त्यांनी त्यांचं काम प्रामाणिकपणे केलं आहे का? असं करण्यामागे कदाचित त्यांचा काही स्वार्थ असेल,' असा विचार करेन. तुमचा प्रामाणिकपणाचा संस्कार मी कधीच बघू शकणार नाही कारण मी तुमच्याकडे नेहमी शंकेने बघेन. त्यामुळे, मी खरंच तुम्हाला ओळखू शकते का? नाही, मी नाही ओळखू शकणार.

आपण कोणत्याही व्यक्तीची पहिली प्रतिमा, आपल्याला ती व्यक्ती कशी असायला हवी आहे त्यानुसार निर्माण करतो. दुसऱ्या प्रतिमेत आपण तिला एखाद्या रूपात आणतो. तिसऱ्या प्रतिमेत ती तिच्या खऱ्या रूपात असते. या तीनही प्रतिमा एकमेकींपेक्षा संपूर्णतः वेगळ्या असू शकतात. कदाचित आपल्याला त्या व्यक्तीची तिसरी प्रतिमा कधीच कळणार नाही. आपण सतत पहिल्या दोन प्रतिमांना जुळवण्याचा प्रयत्न करत राहू. एखाद्या व्यक्तीला आपल्याला अपेक्षित असलेल्या प्रतिमेत बसवण्याचा आपण प्रयत्न करतो तेव्हा असा प्रयत्न आपल्यासाठी, त्या व्यक्तीसाठी आणि आपल्या नात्यासाठी खूप नुकसानकारक ठरू शकतो.

कोणतंही नातं आपण आपल्या मनात निर्माण करतो. ते बाह्य जगात अस्तित्वात नसतं. आपल्या चेतनेमध्ये आपण त्या व्यक्तीची जशी प्रतिमा बनवतो, तिच्याशी ते असतं. जर तुम्ही खूपच अप्रामाणिक व्यक्ती आहात, पण माझ्या मनात तुमची प्रतिमा 'प्रामाणिक व्यक्ती' अशी आहे, तर तुम्ही काहीही केलं तरीही मी तुमच्याकडे प्रामाणिक व्यक्ती म्हणूनच बघणार.

सुरेश ओबेरॉय : मी याचा अनुभव घेतला आहे. एक माणूस आमच्याकडे यायचा. मला तो खूप लबाड वाटायचा, पण माझा मुलगा त्याची खूप स्तुती करत असे.

शिवानीदीदी : तुम्ही दोघंही एकाच व्यक्तीबद्दल तुमच्या चेतनेमध्ये वेगवेगळ्या प्रतिमा निर्माण करू शकता. तुम्ही तुमच्या समजेअनुसार विचार कराल आणि मुलाचा दृष्टिकोन कदाचित तुम्हाला समजू शकणार नाही.

सुरेश ओबेरॉय : आणि त्याला माझा समजणार नाही. मी भेटणाऱ्या प्रत्येक व्यक्तीवर शंका घेतो, असा विचार तो करेल.

शिवानीदीदी : बरोबर. दुसऱ्या व्यक्तीचा दृष्टिकोन बदलण्यासाठी आपण खूप कष्ट घेऊ नयेत. कारण वेगळ्या दृष्टिकोनातून बघणं त्या व्यक्तीला शक्य होईलच असं नाही. हे आपल्याला जेवढं लवकर समजेल, तेवढं आपल्यासाठी चांगलं असेल.

प्रत्यक्षात, माझ्याकडे जी शंभर गाणी रेकॉर्डेड आहेत तीच गाणी तुमच्याकडेही असतील असं नाही. तुमच्याकडे रेकॉर्डेड असणारं गाणं मी वाजवावं यासाठी तुम्ही मला आयुष्यभर समजवाल पण तसं होऊ शकणार नाही, कारण ते गाणं माझ्याकडे रेकॉर्डेड नाही. ते कसं वाजवायचं हे मला माहीत नसेल.

कधीकधी, एकमेकांना समजून घेणं अवघड बनतं कारण आपण दोघं एकाच दृष्टिकोनातून बघत नसतो. आपला दृष्टिकोन दुसऱ्याला समजावून देण्याचा फार प्रयत्न करू नये कारण त्यामुळे नात्यांमध्ये वाद निर्माण होतात.

सुरेश ओबेरॉय : तुम्हाला असं म्हणायचं आहे का की, आपण कोणाकडूनही अपेक्षाच ठेवल्या नाही पाहिजेत.

शिवानीदीदी : जर तुमच्याकडे आणि माझ्याकडे असलेल्या सीडीमध्ये वेगवेगळी गाणी आहेत आणि जे गाणं माझ्या सीडीमध्ये आहे ते तुम्ही वाजवावं अशी अपेक्षा मी केली तर ह्यातून काय चांगलं निष्पन्न होईल?

सुरेश ओबेरॉय : पण लोकांमध्ये काहीतरी समान असायला हवं; जसं, एकमेकांसाठी आदर, जेणेकरून त्या आधारावर ते आरामात जगू शकतात.

शिवानीदीदी : त्यांच्याकडे कदाचित एकही गाणं कॉमन नसेल. आत्म्याचा प्रवास बघा. प्रत्येकाने वेगवेगळी आयुष्यं अनुभवली आहेत. या जन्मापूर्वी काहींनी पन्नास जन्म घेतले असतील तर काहींनी सत्तर. या सगळ्या जन्मांमध्ये, प्रत्येकाचे पालक वेगळे होते आणि प्रत्येकाने वेगवेगळ्या परिस्थितींचा सामना केला. वर्तमान जन्मात पन्नास वर्षांपासून राहणाऱ्या दोन आत्म्यांच्या शरीरांचा अभ्यास केला तरी त्यांचे अनुभव एकमेकांपेक्षा पूर्णत: वेगळे असतील. त्यामुळे त्यांची रेकॉर्डिंगही वेगवेगळी आहेत. हीदेखील शक्यता आहे की, एका व्यक्तीने आयुष्यात जे अनुभव घेतले किंवा ज्या परिस्थितींचा सामना केला त्यातील एकही परिस्थिती दुसऱ्याच्या आयुष्यात आलेली नसेल. त्यांची संस्कृती, कौटुंबिक मूल्यं, संस्कार, धर्म आणि देशही वेगवेगळे असतील. मागच्या पन्नास वर्षांत जर ह्या दोन व्यक्तींमध्ये एवढा फरक आहे तर, मागच्या पन्नास जन्मांमध्ये असलेल्या फरकाची तीव्रता किती असेल याची कल्पना करा. आपल्या आत्म्यांवर अमर्यादित रेकॉर्डिंग आहे.

एका व्यक्तीची विश्वासाची आणि प्रामाणिकपणाची व्याख्या दुसऱ्या व्यक्तीच्या व्याख्येपेक्षा वेगळी असते आणि अशा छोट्या फरकांमुळेही वाद निर्माण होतात. उदाहरणार्थ, तुम्ही माझा आदर करू शकता, पण मला तुमच्याकडून अपेक्षित आहे तसा तुम्ही माझा आदर करू शकत नाही. माझ्याकडे असलेल्या संस्कारांच्या रेकॉर्डिंगनुसार तुम्ही माझा आदर करावा अशी अपेक्षा मी करेन.

सुरेश ओबेरॉय : असं असेल, तर मग मंदिरांमध्ये वेगवेगळे लोक एकाच पद्धतीने पूजा का करतात?

शिवानीदीदी : लोकांचे विचार वेगवेगळे असले तरीसुद्धा ते मंदिरांमध्ये एकाच पद्धतीने विधी करतात. असे अनेक लोक आहेत जे मंदिरामध्ये जात नाहीत. तुम्ही अशा लोकांकडे बघताय ज्यांचं 'गाणं' किंवा 'संस्कार' एकच आहे.

सुरेश ओबेरॉय : ते थोडेफार सारखे आहेत.

शिवानीदीदी : जे लोक मंदिरात जातात तेदेखील वेगवेगळ्या भावनेने सगळे विधी करतात.

सुरेश ओबेरॉय : काही लोक मंदिरांमध्ये भीतीपोटी जात असतील, काही जण लालसेपोटी आणि काही जण कुटुंबातील सदस्यांच्या आग्रहापोटी.

शिवानीदीदी : मंदिरात जाणारे सगळे लोक जरी आदर व्यक्त करायचा म्हणून विधी करत असले तरीही प्रत्येकाच्या आदराच्या स्तरामध्ये फरक राहणारच. आपण हिरवळीत बसलो आहोत आणि तरीही तुम्हाला संपूर्णतः समान असणारी दोन पानं शोधूनही मिळणार नाहीत.

सुरेश ओबेरॉय : म्हणजे, मी एकसारखी पानं शोधतो आहे ही माझी चूक आहे.

शिवानीदीदी : सुंदर! अगदी बरोबर. आपण एकसारखी पानं शोधत आहोत ही आपली चूक आहे आणि हे करत आपण संपूर्ण आयुष्य वाया घालवू शकतो. दोन एकसारखी पानं मिळाल्यावरच आपण आनंदी व्हायचं ठरवलं, तर आपण आपल्या नशिबात काय लिहीत आहोत? नैराश्य, दुःख, चिडचिड, असमाधान आणि कधीच पूर्ण न होणाऱ्या अपेक्षा. आपल्या व्याख्या एकमेकांच्या व्याख्यांशी जुळत नाहीत हे जेव्हा आपण समजू तेव्हा सगळे वाद मिटतील.

सुरेश ओबेरॉय : जशी दोन पानं एकसारखी असू शकत नाहीत त्याचप्रमाणे दोन आत्मे एकसारखे असू शकत नाहीत, हे मी मान्य करतो. पण आता, अशा परिस्थितीत मला 'प्रेमस्वरूप अस्तित्व' कसं आणता येईल?

शिवानीदीदी : प्रत्येक पान जसं आहे तसं त्यावर प्रेम केल्याने आणि त्याची प्रशंसा केल्याने आपण आपोआप प्रेमस्वरूप होतो.

सुरेश ओबेरॉय : समजा, आपण फक्त एक पान या प्रकारचं आणि दुसरं पान त्या प्रकारचं आहे एवढं मान्य केलं तर?

शिवानीदीदी : अशा परिस्थितीतही, प्रेम प्रवाही असेल कारण तिथे आत्म्याची ऊर्जा रोखली जाणार नाही.

सुरेश ओबेरॉय : आपण त्या पानांना, 'चांगलं पान', 'वाईट पान', 'छोटं पान' अशी नावं ठेवत नाही आहोत.

शिवानीदीदी : बरोबर. जर आपण एखाद्या गोष्टीकडे ती जशी आहे तसं बघितलं, तर आपल्या ऊर्जेतील अडथळे साफ होतात आणि प्रेम प्रवाही होतं.

वेगवेगळ्या प्रकारचे लोक असतात, त्यामुळे आपल्याला त्याची अडचण होता कामा नये. जर आपण आपली योग्य असण्याची व्याख्या इतरांच्या व्याख्येशी जुळवण्याचा प्रयत्न करत राहिलो तर याला शेवट नाही. असं केल्याने आपण स्वतःच्या नशिबात संघर्ष लिहितो. जर पालकांमध्ये आणि मुलांमध्ये असणाऱ्या संस्कारांत फरक असतो, तर बाकीचे आपल्यासारखे असतील अशी अपेक्षा आपण कशी करू शकतो? ही चर्चा सुरू झाली तेव्हा सुरुवातीला तुम्ही म्हणाला होता की, कधीकधी तुम्हाला तुमच्याच अनपेक्षित प्रतिक्रियेचं आश्चर्य वाटतं. कोणाचाही सुप्त संस्कार कधीही जागृत होऊ शकतो. वर्षानुवर्षं लोक आपण त्यांना जसे ओळखतो तसेच राहणार नाहीत. कधीकधी अचानक एखादा सुंदर संस्कारही जागृत होऊ शकतो. उदाहरणार्थ, आपण एखाद्याला कमकुवत समजत असतो. तो एखाद्या विशिष्ट परिस्थितीत त्याच्या प्रचंड इच्छाशक्तीचं दर्शन घडवतो आणि आपल्या अपेक्षांच्याही पलीकडे जातो. तसंच याच्या विरुद्धही घडू शकतं.

भूतकाळातून बाहेर येण्यासाठी हा छोटासा प्रयत्न आपण सगळ्यांनी करायला हवा. कदाचित लोक भूतकाळात त्यांच्या एखाद्या सुप्त संस्कारांच्या प्रभावाखाली असे वागले असतील.

सुरेश ओबेरॉय : आपल्या सगळ्यांमध्ये जवळजवळ सगळे संस्कार आहेत. आणि कुठला संस्कार कधी जागृत होईल ते आपल्याला माहीत नाही.

शिवानीदीदी : हो. सर्वांत महत्त्वाचं म्हणजे, सर्व आत्म्यांमध्ये विवेक, शुद्धता, शांती, प्रेम, प्रसन्नता, परमानंद व शक्ती असे सात मूळ संस्कार असतात. आपल्याला ज्यांच्यात यातील एकही संस्कार कणमात्रही दिसत नाही त्यांच्यातही हे गुण असतात. ती व्यक्ती वर्तमानात कोणतंही गाणं वाजवत असली तरीही, हे सात गुण तिच्यात नक्कीच आहेत हे आपण नेहमी लक्षात ठेवायला हवं. ह्या जाणिवेतून आपण इतरांकडे बघायचा प्रयत्न करायला हवा. जर आपण एखाद्याच्या मूळ गुणांपेक्षा त्याने मिळवलेल्या वर्तमान संस्कारांकडेच बघितलं, तर आपण त्या व्यक्तीची खूप वेगळी प्रतिमा निर्माण करू.

सुरेश ओबेरॉय : इतरांकडे अशा पद्धतीने बघायचं असेल तर अगोदर मला स्वतःला त्या सात गुणांमधील कोणतंही एक मूळ गाणं माझ्या आत वाजवलं पाहिजे. जर मी वेगळंच गाणं ऐकत असेन, तर हे काम करणार नाही.

शिवानीदीदी : अगदी बरोबर. जोवर आपण स्वत: या सात गुणांचा उपयोग करत नाही तोवर इतरांकडेही हे गुण आहेत ह्याबद्दल आपण जागरूक होणार नाही.

समोरच्याकडेही हे मूळ गुण आहेत ह्या चेतनेतून जेव्हा आपण त्यांच्याकडे बघू, तेव्हा आपल्या तरंगांमुळे त्यांचे मूळ गुण सक्रिय होण्याची शक्यता असते. म्हणूनच आत्मभान खूप महत्त्वाचं आहे. राजयोग आपल्याला शिकवतो की, आपल्या आंतरिक प्रयत्नांच्या जोरावर आपण अशी चेतना विकसित करू शकतो जी आपल्याला इतरांकडे शुद्ध, शांत आणि प्रेमस्वरूप आत्मा म्हणून बघायची स्वीकृती देते.

जर कोणी आपल्यावर ओरडत असेल आणि आपण 'तो मुळात एक शांतस्वरूप आत्मा आहे,' असा विचार निर्माण केला तर, पहिलं म्हणजे, त्यावर प्रतिक्रिया देण्याऐवजी आपण आतमध्ये आपले मूळ संस्कार जागृत करू शकू. दुसरं, आपल्याकडून जे शांततेचे आणि प्रेमाचे तरंग त्याला मिळतील त्यामुळे त्याचा राग शांत होईल आणि त्याच्यातील शांततेचा संस्कार जागृत होईल.

सुरेश ओबेरॉय : प्रत्येकाला आपल्या मूळ सात संस्कारांच्या प्रकाशात बघणं हा गृहपाठ आपण करू या.

शिवानीदीदी : दिवसभरात आपण ज्यांना भेटू त्यांच्याबद्दल आपल्या मनात 'हा शुद्ध, सुंदर, प्रेमळ, शांत आणि शक्तिशाली आत्मा आहे' हाच विचार पहिल्यांदा आला पाहिजे.

जर कोणी कमकुवत असेल. त्याने ठरवलेली गोष्ट तो करू शकत नसेल. तर त्याच्या दुबळेपणाकडे बघण्यापेक्षा, 'तो एक शक्तिशाली आत्मा आहे' असा विचार त्याला पाठवू या. मुळात आपण त्याला असे तरंग पाठवत आहोत ज्यामुळे त्याच्यात रेकॉर्ड केलं गेलेलं सुंदर गाणं वाजेल. हे गाणं त्याच्याकडे होतं याची त्याला जाणीवही नसेल. आपल्या शुद्ध तरंगांमुळे समोरच्यातील मूळ संस्कार जागृत होण्याचीही शक्यता असते.

चिरंतन प्रेमाकडे घेऊन जाण्याचे मंत्र

- सर्वसाधारणपणे, आपल्याला एखादी व्यक्ती किंवा नातं कसं अपेक्षित आहे त्याची एक प्रतिमा आपण तयार करतो. मग आपण मनातल्या मनात सतत त्या व्यक्तीची आणि तिच्या प्रतिमेची तुलना करत राहतो. आणि त्या व्यक्तीला त्या प्रतिमेप्रमाणे बनवण्याचा प्रयत्न करतो.
- लोक खरे कसे आहेत ते आपल्याला कधीच कळत नाही. आपण त्यांना आपल्या संस्कारांप्रमाणे ओळखतो आणि समजतो.
- प्रत्येक आत्मा हा त्याच्या अनेक जन्मांमधील अनेकानेक संस्कारांचं गाठोडं आहे. आपण सगळ्या संस्कारांच्या बाबतीत सजग नसतो. ज्या संस्कारांची पुनरावृत्ती होत राहते त्यांच्या बाबतीतच आपण सजग असतो.
- आपण इतरांना समजू शकत नाही कारण आपला दृष्टिकोन त्यांच्या दृष्टिकोनासारखा नसतो. त्यांचा दृष्टिकोन वेगळा आहे हे आपण स्वीकारण्याची आणि त्यांना नियंत्रित करण्याचा किंवा बदलण्याचा प्रयत्न न करण्याची गरज असते.

स्वीकार हेच साधन

सुरेश ओबेरॉय : पूर्वी मी माझ्या गुरूंकडे इतरांबद्दल सतत तक्रार करत असे. तेव्हा ते म्हणायचे, ''कावळा कावकाव करतो आणि मांजर म्यांवम्यांव.'' पण ते त्यांचं माझ्यासाठीचं उत्तर होतं हे मला माहीत नव्हतं. प्रत्येक पान वेगळं असतं हे मला आता समजत आहे. त्यामुळे कावळ्याने कावकाव केल्याने आणि पक्ष्यांच्या किलबिलाटाने मी विचलित होत नाही. प्रत्येक आत्मा वेगळा आहे, त्याचा स्वत:चा दृष्टिकोन आहे आणि असं असण्यात काहीही चुकीचं नाही हे आता मला स्पष्ट झालं आहे.

शिवानीदीदी : तुम्ही आता खूप काही महत्त्वाचं सांगितलं. कावळ्याचं कावकाव करणं किंवा पक्ष्यांचा किलबिलाट तुम्हाला विचलित करत नाही. असं का?

सुरेश ओबेरॉय : कारण आता मला हे माहीत आहे की, ते असं करणारच, हा त्यांचा नैसर्गिक स्वभाव आहे.

शिवानीदीदी : ह्याला एखादी गोष्ट स्वीकारणं म्हणतात. यामुळे आपलं मन शांत आणि स्थिर होतं.

सुरेश ओबेरॉय : एखादी गोष्ट स्वीकारण्याला अनेकदा सद्‌गुणापेक्षा दुबळेपणा समजलं जातं. जी व्यक्ती इतरांना स्वीकारते, ती अनेकदा स्वत:ला अपराधी समजते. कारण त्या व्यक्तीला असं करण्यासाठी भाग पाडलं जातं.

शिवानीदीदी : जर कोणी असा विचार करत असेल तर याचा अर्थ, त्याने स्वीकारण्याचा गुणच ओळखलेला नाही. जेव्हा तुम्ही म्हणता की पक्ष्यांच्या किलबिलाटामुळे तुम्ही विचलित होत नाही. याचा अर्थ, त्यांच्या कृतीवर किंवा निसर्गावर प्रश्न उपस्थित करणारे विचार तुम्ही निर्माण करत नाही. ते स्वत:चा आवाज असलेले पक्षी आहेत, तो आवाज त्यांना निसर्गत: मिळाला आहे, हे तुम्ही स्वीकारता.

ईश्वराने आपल्याला एक सुंदर गोष्ट शिकवली आहे : 'जो आत्मा प्रश्नचित्त असतो, तो प्रसन्नचित्त असू शकत नाही' - याचा अर्थ, जी व्यक्ती प्रत्येक माणसाच्या संस्कारांवर शंका घेते ती कधीच आनंदी होऊ शकत नाही. जर आपल्याला प्रेम, परमानंद, प्रसन्नता अनुभवायची असेल तर आपल्याला टीकात्मक विचारांतून मुक्त व्हावं लागेल. हे तेव्हाच होईल जेव्हा आपण परिस्थितीचा आणि माणसांचा ते जसे आहेत तसा स्वीकारू करू. ज्या क्षणी आपल्या मनात त्यांच्याबद्दल प्रश्न येतात त्या क्षणी आपला आनंद अदृश्य होतो. इतर जण जसे आहेत तसेच राहणार आहेत. आपलं मन शांत ठेवण्याकडे आपलं लक्ष असायला हवं. आज जर आपण तपासलं तर, आपलं मन सतत प्रत्येक बाबतीत प्रश्न उपस्थित करतं त्यामुळे फार क्वचित आपण शांतता अनुभवतो. आता आपण 'प्रश्नचित्त' होण्याऐवजी 'प्रसन्नचित्त' व्हायला हवं आणि 'स्वीकार' हीच याची गुरुकिल्ली आहे.

स्वीकार म्हणजे नक्की काय? इतर जण त्यांच्या स्व-हिताच्या विरोधात वागत असतील तरीही आपण त्यांच्यात हस्तक्षेप करायचा नाही का? स्वीकार करण्याचा साधा अर्थ म्हणजे आधी तुम्ही आतून शांत होणं. उदाहरणार्थ- समजा, तुमची खुर्ची थोडी हलवण्याची गरज आहे असा विचार मी केला. तर हे काम करण्याच्या दोन पायऱ्या आहेत. पहिली पायरी, असं बसणं हा तुमचा संस्कार आहे आणि या स्थितीत बसणं तुमच्यासाठी आरामदायी आहे, हे मी स्वीकारते. याचा अर्थ, 'ते असं का बसले आहेत... त्यांना कसं बसायचं हेही माहीत नाही... त्यांनी थोडंतरी सरकून बसायला हवं... मी रोज सांगूनही त्यांना समजत नाही... किती हट्टी आहेत हे,' असे विचार मी निर्माण करत नाही. असे विचार आपल्याला व्यक्ती किंवा परिस्थिती नाकारण्याच्या दिशेने घेऊन जातात. जेव्हा आपण शांत आणि स्थिर असू तेव्हा आपण दुसरं पाऊल उचलायला हवं आणि आपल्याला काय हवंय ते सांगायला हवं. आपण जे सांगतोय ते जर आपल्या कुटुंबाच्या आणि मित्रांच्या हिताचं असेल तर ते पुन्हा पुन्हा सांगायला हवं. ''मला असं वाटतं की, हे तू अशा पद्धतीने केलंस तर तुला जास्त फायदा होईल,' असं आपण सांगू शकतो. एकदा हे सांगून झालं की मग आपल्या विचारांना पूर्णविराम द्यायला हवा. समोरच्या व्यक्तीने लगेचच आपलं म्हणणं ऐकावं अशी अपेक्षा करता कामा नये. कारण समोरच्या व्यक्तीला जेव्हा ते सोयीचं वाटेल तेव्हा ती व्यक्ती ते स्वीकारेल.

पालक, मित्र किंवा एखाद्या संस्थेतील वरिष्ठ म्हणून आपली भूमिका आपल्याला स्पष्ट माहीत असायला हवी. आपली भूमिका फक्त इतरांना बळ देण्याची आहे जेणेकरून त्यांची प्रगती होऊ शकेल. पालकांनी त्यांच्या मुलांना मानसिक आधार आणि विनम्र सल्ले द्यायला हवेत. आणि त्यानंतर मुलं जशी आहेत तसं त्यांना राहू द्यावं.

एखाद्या रोपट्याची काळजी घेण्यासारखं आहे हे. प्रथम आपण बीजाची गुणवत्ता आणि सूर्यप्रकाशाची दिशा बघतो. मग त्या बिया पेरतो आणि दररोज पाणी घालतो. मग निसर्गाने त्याचं काम करण्याची वाट बघतो. कधीकधी, जर थोड्या दिवसांत रोप आलं नाही तर आपण माती उकरतो. असं केल्याने रोप वाढत नाही.

सल्ला दिल्यानंतर, आपण तो विषय तिथेच सोडून द्यायला हवा. आपण आपल्या शुद्ध तरंगांची शक्ती त्या व्यक्तीला देऊ शकतो, पण ती व्यक्ती बदलली आहे की नाही हे दररोज तपासायची गरज नाही. समजा, इतरांकडून प्रतिसाद मिळायला उशीर होत असेल तर त्यामुळे निराश होण्याची किंवा इतरांकडे त्यांची तक्रार करण्याची आवश्यकता नाही.

सुरेश ओबेरॉय : ''तो कधीच बदलणार नाही,'' असंही आपण म्हणू शकतो. जर आपण असेच तरंग त्याला पाठवत राहिलो तर कोणत्याही प्रकारची प्रगती करणं त्याला शक्य होणार नाही.

शिवानीदीदी : अगदी खरं.

सुरेश ओबेरॉय : जर त्या व्यक्तीमध्ये बदल झाला नाही तर कदाचित आपल्या प्रार्थनांमध्ये आणि तरंगांमध्येच काही उणीव असू शकते.

शिवानीदीदी : सर्वसाधारणपणे, जेव्हा गोष्टी आपल्याला हव्या तशा घडत नाहीत तेव्हा आपण आपले तरंग लगेच बदलतो. जेव्हा आपण एखाद्याला सांगतो, ''तुला हे नक्की जमेल,'' तर हा एक शक्तिशाली आशीर्वाद आहे. पण नंतर आपल्याला शंका येते, 'त्याला हे करायला जमेल की नाही मला खरंच माहीत नाही... अजूनपर्यंत त्याला यश मिळालेलं नाही.' अशा वेळी आपले शब्द सकारात्मक असले तरी आपल्या शुभेच्छा फलद्रूप होत नाहीत. प्रत्येक नात्यामध्ये आपली भूमिका दुसऱ्या व्यक्तीला बळ देण्याची आणि त्याला प्रश्न विचारण्यापेक्षा तिला स्वीकारण्याची असते.

जर संपूर्ण कुटुंबाने त्यांच्यातील एका सदस्याला एकत्रितरीत्या सकारात्मक स्पंदनं पाठवली तर त्या आत्म्यावर कोरलेले सकारात्मक संस्कार वर येतील आणि तो आत्मा चमत्कार घडवेल. प्रत्येक आत्म्यामध्ये शुद्धता आणि शक्ती हे मूळ संस्कार प्री-रेकॉर्डेड असतात हे लक्षात घ्या.

समजा, एखाद्या लहान मुलाला खोटं बोलायची सवय आहे. पालक आम्हाला विचारतात, त्याला स्वीकारायचं म्हणजे त्याला आहे तसं राहू द्यायचं का? नाही, स्वीकारणं म्हणजे, त्या ठरावीक क्षणी पालकांनी मुलाला आहे त्या संस्कारासहित स्वीकारायचं आणि 'तो खोटं का बोलतो' अशा प्रकारचा एकही प्रश्न मनात निर्माण करायचा नाही. जेव्हा पालकांचं मन शांत होईल तेव्हा ते मुलाला चांगली स्पंदनं पाठवू शकतील आणि मुलात परिवर्तन घडण्यात त्या स्पंदनांचा मोठा वाटा असेल. त्यांच्या मुलातील सकारात्मक संस्कार जागृत करण्याकडे पालक लक्ष देतील.

आपल्या कुटुंबात आपण नेहमी इतर सदस्यांकडे त्यांच्या प्रबळ संस्कारातून बघतो आणि त्याच संस्कारांबद्दल सतत बोललं राहतो. जर एखाद्या सदस्याकडे प्रबळ नकारात्मक संस्कार असेल आणि इतर सदस्य त्याबद्दलच बोलत राहिले तर आपण त्या नकारात्मक संस्काराला आणखी जास्त ऊर्जा आणि प्रोत्साहन देत आहोत. जिथे लक्ष जातं तिथे ऊर्जा प्रवाही होते आणि जिथे ऊर्जा प्रवाही होते तीच गोष्ट फळते-फुलते.

सुरेश ओबेरॉय : मी एक खूप सुंदर गोष्ट वाचली होती. मुलगा त्याच्या वडिलांना सांगतो की त्याच्या मनात दोन लांडगे आहेत आणि त्या दोघांमध्ये द्वंद्व चालू आहे. एक लांडगा त्याला चांगल्याकडे नेत आहे आणि दुसरा वाइटाकडे. "यांच्यापैकी कोण जिंकेल?" यावर वडील उत्तर देतात, "ज्याला तू जास्त खाद्य पुरवशील तो जिंकेल."

शिवानीदीदी : किती सुंदर! सर्वांत महत्त्वाचं म्हणजे, संपूर्ण कुटुंब ज्या लांडग्याला खाद्य देईल तो जिंकेल. समजा, तुम्ही तुमच्या आतल्या संतापाच्या लांडग्याला खाद्य देत आहात, पण तुमच्या कुटुंबातील इतर सदस्य तुमच्यातील चांगल्या लांडग्याला खाद्य देत आहेत, तर दुसरा जास्त शक्तिशाली बनेल. याचसाठी कुटुंब, मित्र आणि नाती असतात.

प्रत्येक माणसात कमतरता असतात आणि जर ती व्यक्ती सतत त्या कमतरतांनुसार कृती करत राहिली, तर हे सगळं आणखी त्रासदायक ठरू शकतं. त्यामुळे, एकमेकांमधील चांगल्या लांडग्याला खाद्य देणं ही कुटुंबातील सदस्यांची भूमिका आहे. पण न कळत तेही वाईट लांडग्याला खाद्य देत राहतात. म्हणूनच दिवसेंदिवस तो लांडगा शक्तिशाली होत जातो.

नेहमी लक्षात ठेवा, 'जिथे लक्ष जातं, तिथे ऊर्जा प्रवाही होते आणि जिथे ऊर्जा प्रवाही असते तीच गोष्ट फळते-फुलते.' इतरांमधील नकारात्मक संस्कारांकडे लक्ष देण्याऐवजी, त्यांच्यातील सक्रिय नसलेल्या सकारात्मक संस्कारांवर लक्ष द्यायला हवं. उदाहरणार्थ, एखाद्या तापट मनुष्याला पाहिल्यावर आपल्याला असा

विचार करता येईल की, तो आजकाल सारखा चिडत असला तरी तो नेहमीच असा नव्हता... मुळात तो एक शांतस्वरूप आत्मा आहे... संताप हा त्याच्यातील प्रबळ संस्कार असला तरीसुद्धा दिवसभरात अनेकदा तो शांत राहतो... तो दिवसभर संतापलेला नसतो... फक्त तो शांततेच्या संस्काराचा वापर कमी करतो आणि संतापाच्या संस्काराचा जास्त.

सुरेश ओबेरॉय : हा खूप चांगला मुद्दा आहे.

अनेकदा आपण विचार करतो की, इतके प्रयत्न करूनही एखाद्या व्यक्तीतील चांगल्या गुणांना वर आणणं आपल्याला शक्य होत नाहीये. प्रत्यक्षात, जेव्हा ती व्यक्ती तिचा सकारात्मक संस्कार दाखवते तेव्हा आपण त्याकडे लक्ष देत नाही, कारण आपल्याला तिच्यात पूर्णतः बदल होण्याची अपेक्षा असते.

शिवानीदीदी : प्रबळ संस्कार बघणं आपल्यासाठी सोपं असतं. चांगुलपणाकडे आपण जास्त लक्ष देत नाही कारण तो आपण गृहीत धरतो. उदाहरणार्थ, जर तुम्ही शांतपणे परिस्थितीचा सामना केला तर फार काही घडणार नाही आणि त्यामुळे मला त्याचं फार काही वाटणार नाही. पण जेव्हा तुम्ही माझ्यावर संतापता, त्याने मी अस्वस्थ होते आणि दुखावली जाते. म्हणून मग तुम्ही शीघ्रकोपी आहात ह्याकडे मी सतत लक्ष वेधत राहते. पण आपली भूमिका, जेव्हा एखादी व्यक्ती परिस्थितीला शांतपणे सामोरी जाते किंवा तसा प्रयत्न करते, ती वेळ साधण्याची असायला हवी.

सुरेश ओबेरॉय : जेव्हा आपण एखाद्या व्यक्तीमध्ये बदल झाल्याची नोंद घेतो, तेव्हा तिची प्रशंसा करण्याऐवजी, आपण, "हा बदल तात्पुरता आहे... लवकरच तो माणूस त्याचे खरे रंग दाखवेल," असं म्हणतो.

शिवानीदीदी : असं करून आपण त्या व्यक्तीतील नकारात्मक संस्कार पुन्हा मजबूत करतो. प्रेमाच्या नावाखाली वास्तविक आपण एकमेकांतील दुबळेपणा बळकट करतो याची आपल्याला जाणीव नसते. त्याची चर्चा आपण बाहेरच्या लोकांबरोबरही करत राहतो.

सुरेश ओबेरॉय : मला तुमचं हे म्हणणं आवडलं – आपणच एकमेकांच्या दुबळेपणाला, उणिवांना प्रोत्साहन देतो. आपल्या आतील लांडग्यांना आपणच खाद्य देतो.

शिवानीदीदी : कोणत्याही परिस्थितीत या नकारात्मक लांडग्यांना खाद्य द्यायचं नाही हा निर्णय आपण घ्यायला हवा. याचा अर्थ, आपल्या कुटुंबातील सदस्यांच्या

नकारात्मकतांचा विचार करणं विशेषत: बाहेरच्या लोकांशी त्याबद्दल चर्चा करणं थांबवायला हवं. आपल्या जवळच्या माणसांबद्दल जेव्हा आपण इतरांशी बोलतो तेव्हा आपण त्यांना आपल्या नात्याबद्दलही सांगतो. दुसरं म्हणजे, त्याबद्दल ते लोक इतरांनाही सांगू शकतात. अशा प्रकारे, ज्या नकारात्मक संस्कारातून आपल्याला बाहेर पडायचं आहे त्याबद्दल अनेक लोक चर्चा करतात. त्यामुळे आपला हेतू तसा नसला तरीसुद्धा, नकारात्मक ऊर्जा अनेक पटींनी वाढत जाते.

सुरेश ओबेरॉय : "वापरा किंवा गमवा," असं म्हणतात. आपल्यातील चांगले संस्कार अधिक बळकट व्हावेत म्हणून ते वापरले पाहिजेत. आणि आपल्यातील वाईट लांडग्याला खाद्य देणं थांबवलं पाहिजे.

शिवानीदीदी : असं केलं तर नकारात्मकता संपेल. तथापि, हे आपलं आपल्याला करता येत नसेल तर आपल्या नकारात्मक संस्कारांना ऊर्जा न देता आपलं कुटुंब यासाठी आपली मदत करू शकतं.

सुरेश ओबेरॉय : या प्रक्रियेत, कुटुंबातील सदस्य स्वत:चीसुद्धा मदत करत असतील. रेकीमध्ये असं मानलं जातं की, जेव्हा तुम्ही इतरांना बरं करता तेव्हा तुम्ही स्वत:ही बरे होता.

शिवानीदीदी : सुंदर! जी सकारात्मक ऊर्जा आणि स्पंदनं आपण निर्माण करतो ती आपल्यासाठीही काम करतात म्हणून असं घडतं. या मालिकेच्या सुरुवातीला आपण याच मुद्द्यावर बोललो होतो. जेव्हा आपण स्वत:बद्दल चांगला विचार करतो, तेव्हा तो इतरांपर्यंत पोहोचतो आणि जेव्हा आपण इतरांबद्दल चांगला विचार करतो तेव्हा आपण आपोआपच स्वत:साठीही चांगलं करतो.

अशा प्रकारे आपल्याला कोणत्याही व्यक्तीतील नकारात्मक संस्कार बदलायचा असेल तर त्याबद्दल बोलणं किंवा विचार करणं थांबवायला हवं. आपण जेवढी जास्त चर्चा करू, तेवढा तो बदल करणं त्या व्यक्तीला अवघड जाईल. याचं कारण, जेव्हा प्रत्येकाची वैचारिक ऊर्जा त्या व्यक्तीच्या नकारात्मक संस्कारावर केंद्रित होते तेव्हा त्या नकारात्मकतेला इंधन मिळतं. जर दोन रोपं असतील आणि त्यातलं एक आपल्याला वाढायला नको असेल तर ते मुळासकट काढून टाकायची गरज नाही. आपल्याला फक्त त्याला पाणी घालणं थांबवायचं आहे. इतकं सोपं आहे हे.

आपल्या जवळच्या व्यक्तींना त्यांच्या कमजोरींमधून बाहेर काढण्यासाठी मदत करणं, ही आपली जबाबदारी आहे. त्यांना सतत दोष देण्याऐवजी आणि आपल्या संकटांचं कारण समजण्याऐवजी, त्यांच्या कमजोरींमधून बाहेर पडण्यासाठी त्यांना मदत करायला हवी. ज्या व्यक्तीला राग येतो, मत्सर वाटतो किंवा इतर कोणत्याही

नकारात्मक भावना येतात तर ती व्यक्ती आधीपासूनच दु:खात असते. ती स्वत:च्या मनातून उतरलेलीही असू शकते. त्यामुळे, तिच्यातील दुबळेपणाला खतपाणी घालता कामा नये.

त्याचप्रमाणे, आपल्या कुटुंबातील एखाद्या सदस्याचा फक्त एखादाच गुण आपल्याला दिसत असला तरी त्याचंच पोषण करून प्रशंसा करायला हवी आणि त्या गुणावरच लक्ष केंद्रित करायला हवं. काही महिन्यांतच, आपल्याल पूर्णत: परिवर्तित व्यक्तिमत्त्व बघायला मिळेल. कारण, आपण त्या व्यक्तीतील त्या सकारात्मक संस्कारांना बाहेर आणण्यासाठी मदत केली ज्यांची तिला जाणीवही नव्हती.

चिरंतन प्रेमाकडे घेऊन जाण्याचे मंत्र

- दुसऱ्या व्यक्तीला स्वीकारणं म्हणजे, त्या वेळी तिच्याकडे तेच संस्कार आहेत हे समजणं आणि त्यांच्यासाठी कोणतेही नकारात्मक विचार निर्माण न करणं. स्वीकारल्याने मन शांत आणि स्थिर राहतं.
- जे मन सतत इतरांच्या संस्कारावर 'ते असे का आहेत, त्यांनी बदलायला हवं, त्यांच्या संस्कारांमुळे मी दु:खात आहे,' असे प्रश्न उभं करतं ते कधीच प्रसन्न नसतं.
- कुटुंबातील एखादी व्यक्ती तिच्यासाठी अयोग्य गोष्ट करत आहे असं आपल्याला कळलं तर सर्वप्रथम आपण त्या व्यक्तीला स्वीकारणं म्हणजेच तिच्या वागण्याने आपण अस्वस्थ न होणं गरजेचं आहे. मग आपण त्या व्यक्तीला सल्ला देऊ शकतो पण तो सल्ला लगेच अमलात आणला जाईल अशी अपेक्षा ठेवू नका.
- जिथे लक्ष जातं तिथे ऊर्जा प्रवाही होते. जिथे ऊर्जा प्रवाही असते तिथे गोष्टी वाढतात. इतरांच्या कमजोरींबद्दल विचार आणि चर्चा करू नका. त्यांच्या गुणांकडे लक्ष द्या, त्यांची प्रशंसा करा आणि त्यांना बळ द्या.

जग बदलायचंय?
आधी स्वतःचा दृष्टिकोन बदला...

सुरेश ओबेरॉय : मी वाचलेले दोन सुविचार मला इथे सांगावेसे वाटतात. पहिला, 'जेव्हा तुमचा कोणाशी वाद होतो, तेव्हा तुमचं नातं बिघडेल की जास्त गहिरं होईल हे ठरवणारा एकच घटक असतो. तो म्हणजे तुमची वृत्ती.' दुसरा सुविचार, 'जेव्हा तुम्ही इतरांची पारख करता तेव्हा तुम्ही त्यांची नाही तर तुमची स्वतःची व्याख्या करता, तुम्ही स्वत: कसे आहात हे सांगता.'

शिवानीदीदी : ही दोन्हीही विधानं खूप शक्तिशाली आहेत. जेव्हा आपण, ''ते तसे आहेत,'' असं म्हणून इतरांबद्दल आपलं मत व्यक्त करतो, तेव्हा आपण त्यांच्याबद्दल सांगत आहोत असा विचार करतो, पण मुळात आपण कोणाबद्दल सांगत असतो?

सुरेश ओबेरॉय : स्वत:बद्दल. ह्या बाबत अजून थोडं समजून घ्यायला मला आवडेल. मागे एकदा मी माझ्या सहकाऱ्याबद्दल तुम्हाला सांगितलं होतं. त्याच्या बरोबर काम करताना आम्हाला अडचण येत होती. त्यामुळे त्याने काम सोडून जावं अशी आम्हा सगळ्यांची इच्छा होती. ते तरंग त्याच्यापर्यंत पोहोचले आणि अखेरीस त्याने काम सोडायचा निर्णय घेतला.

शिवानीदीदी : त्यानंतर काय झालं?

सुरेश ओबेरॉय : तो सहकारी खूप अस्वस्थ होता आणि त्याला काम सोडायचं होतं. तेव्हा मी असा विचार केला की, मालिकेमध्ये आपण प्रेमस्वरूप अस्तित्वाबद्दल चर्चा करतो, तर आता प्रत्यक्षात तसं वागून बघू या. म्हणून मी मनातल्या मनात त्याची माफी मागितली आणि त्याला सदिच्छा दिल्या. चांगले तरंग पाठवले. नंतर जेव्हा मी त्याच्याशी दुपारच्या जेवणासाठी भेटलो आणि समोरासमोर त्याची माफी मागितली, तेव्हा तो रडायला लागला. अचानकच तो प्रेमळपणे वागायला लागला. एक पूर्णतः बदललेला माणूस मला पाहायला मिळाला. त्याने आमच्या बरोबरच काम करायचा निर्णय घेतला.

शिवानीदीदी : 'जेव्हा तुमचा कोणाशी वाद होतो, तेव्हा तुमचं नातं बिघडेल की जास्त गहिरं होईल हे ठरवणारा एक घटक म्हणजे तुमची वृत्ती' – ह्या विचारावर आपण चर्चा करत होतो. इथे वादाचा अर्थ, 'दोन व्यक्तींमधली अस्वस्थता' असाही असू शकतो.

सुरेश ओबेरॉय : वादाचा अर्थ दोन व्यक्तींमधे चालू असणारं शीतयुद्ध हादेखील असू शकतं जिथे दोन व्यक्तींमध्ये सौहार्दपूर्ण व्यवहार नसतो.

शिवानीदीदी : त्या दोन व्यक्तींमध्ये होणारी ऊर्जेची देवाण–घेवाण सुसंगत नसते, त्यामुळे दोघांमध्ये अस्वस्थ भावना असतात. असा अनुभव एखाद्याला शेजारी, सहकारी, नातेवाईक किंवा कुटुंबातील एखादा सदस्य अशा कोणाही बाबतीत येऊ शकतो.

आपल्या नात्यांची गुणवत्ता तपासायची इच्छा झाली तर बाहेर बघायची गरज नाही. आपण त्या व्यक्तींबाबत जे विचार करतो त्या विचारांची गुणवत्ता तपासली तरीसुद्धा आपल्यामध्ये कशा प्रकारचं नातं आहे हे कळू शकतं. ज्यांच्या बाबत बहुतांश वेळ आपण चांगला विचार करतो ती नाती सुंदर असतात आणि ज्यांच्या बाबत आपले विचार गोंधळलेले असतात त्या नात्यांमध्ये वाद असतात.

आपली नाती अधिक घट्ट करणं किंवा त्यांच्यापासून लांब जाणं हे आपल्या वृत्तीवर अवलंबून असतं. तुम्ही प्रत्यक्षात याचा अनुभव घेतला आहे. सुरुवातीला तुमच्या सहकाऱ्याच्या कृती तुम्हाला पटत नव्हत्या म्हणून तुम्ही त्याच्या बाबत नकारात्मक विचार केला. पण जेव्हा तुम्ही त्याच्या बाबत तुमची वृत्ती बदलली त्यानंतर तुमच्या नात्यात सुधारणा झाली.

सुरेश ओबेरॉय : त्याच्या कृतींमुळे आता मी दुखावला जात नाही. पूर्वी, मी त्याच्याबद्दल मतं बनवत राहायचो. आता तो बदललाय आणि म्हणून मीही बदललो आहे.

शिवानीदीदी : प्रत्यक्षात याविरुद्ध घडलं आहे. तुम्ही त्याच्याबद्दलचे तुमचे विचार बदलले म्हणून तो बदलला. सुरुवातीला तुम्ही पाठवलेल्या नकारात्मक ऊर्जेच्या लाटेमुळे तो काम सोडणार होता. नंतर तुम्ही तुमचे विचार बदलले, याचा अर्थ, तुम्ही त्याच्याकडे संपूर्णतः वेगळी ऊर्जा पाठवली.

सुरेश ओबेरॉय : मी त्याची मनापासून माफीसुद्धा मागितली.

शिवानीदीदी : कधीकधी आपण मनापासून माफी मागत नाही. तेव्हा आपल्याला पाहिजे तसं होत नाही कारण नात्यांतले वाद बाह्य स्वरूपात नसून आंतरिक असतात. जेव्हा आपले एखाद्याशी वाद असतात तेव्हा आपल्या मनात प्रचंड गुंतागुंत असते. जेव्हा आपण मनातला गुंता सोडवतो तेव्हा बाह्य स्वरूपात मागितलेली माफी लगेच स्वीकारली जाते. पण आपले विचार माफी मागायला तयार नसताना जर आपण 'सॉरी' म्हणालो तर ती व्यक्ती आपली माफी नाकारेल. आपण त्या व्यक्तीला थांबायला सांगितलं तरीसुद्धा ती व्यक्ती सोडून जाण्यावर ठाम असेल कारण त्या व्यक्तीपर्यंत क्षमेचे तरंग पोहोचलेले नसतील.

तुमच्या बरोबर घडलेल्या प्रसंगात, तुम्ही तुमच्या सहकाऱ्याला प्रथम सकारात्मक विचार पाठवले आणि मग त्याच्याशी बोलला म्हणून नातं सुधारलं. इथे हे समजून घ्यायला हवं की, तो सहकारी अजूनही पूर्वीप्रमाणेच वागत आहे. त्याच्याकडून काहीच बदललं नाही. पूर्वी त्याच्या वागण्याने तुम्ही अस्वस्थ होत होता, कदाचित ते वागणंही बदललं नाहीये. त्यामुळे समोरच्या व्यक्तीच्या वागण्याचा आणि नात्यातील सुसंगतीचा काही संबंध नाही हे स्पष्ट होतं. ह्या दोन्ही गोष्टी स्वतंत्र आहेत.

एखाद्या व्यक्तीचं ठरावीक वैशिष्ट्य आपल्याला अस्वस्थ करतं तेव्हा आपण त्या व्यक्तीबाबत सतत नकारात्मक विचार निर्माण करतो. यामुळे आपलं मन त्या विचारांमध्ये गुंततं. पण जेव्हा आपण त्या संस्कारावर लक्ष केंद्रित करायचं थांबवतो त्यानंतर त्या व्यक्तीमध्ये तो नकारात्मक गुण तसाच असला तरीसुद्धा आपल्यामध्ये जड ऊर्जा निर्माण होत नाही. दोन आत्म्यांमध्ये होणारी ऊर्जेची देवाण-घेवाण म्हणजेच आपलं नातं आणि दुसऱ्या व्यक्तीचं वागणं हे दोन्ही वेगळं आहे. या दोन्हींचा एकमेकांशी काही संबंध नाही. हेच नात्यांमध्ये सुसंगती निर्माण करण्याचं रहस्य आहे.

हा मुद्दा समजून घेणं खूप महत्त्वाचं आहे कारण दररोज आपण अशा अनेक लोकांना भेटतो ज्यांचे आणि आपले संस्कार जुळत नाहीत. जर आपण आपल्या जुन्या विचारपद्धतीलाच चिकटून राहिलो तर आपले अनेकांबरोबर वाद होऊ शकतात.

सुरेश ओबेरॉय : या विश्वातील प्रत्येक व्यक्ती जर वेगळी आहे, तर नात्यांमध्ये वाद होणारच.

शिवानीदीदी : असे काही लोक असतात, ज्यांच्याशी आपलं जमत नाही कारण त्यांचा आणि आपला स्वभाव जुळत नाही. अशा बाबतीतही, आपली नाती सुसंगत राहू शकतात यावर तुमच्या अनुभवाने शिक्कामोर्तब केलं. त्यांच्या चुका आपल्याला दिसत असतीलही, पण जर ती नकारात्मकता आपण मनात ठेवली नाही तरीही आपलं नातं सुसंगत होऊ शकतं. म्हणूनच त्या सुविचारात म्हटलं आहे की, वाद फक्त आपल्या वृत्तीत आहे, दुसऱ्याच्या वागण्यात नाही.

सुरेश ओबेरॉय : 'वृत्ती'संदर्भात तुम्ही सविस्तर सांगू शकता का?

शिवानीदीदी : सुरुवातीला, तुम्ही तुमच्या सहाकाऱ्याबद्दल नकारात्मक विचार करत होता कारण त्याच्याप्रति तुमचा दृष्टिकोन तसा होता. जेव्हा असा दृष्टिकोन तयार होतो, तेव्हा समोरच्या व्यक्तीने केलेल्या चांगल्या कामातही एखादी व्यक्ती चुका शोधते. याचं कारण, त्याच चश्म्यातून ती व्यक्ती समोरच्याला बघत असते.

नातं म्हणजे आत्म्याचं आत्म्याशी असलेला संबंध. जेव्हा आपले एखाद्याशी वाद होतात, तेव्हा याचा अर्थ, दोन्ही आत्म्यांचा परस्परांशी असलेला संबंध तुटतो आणि ते आपल्या मूळ गुणांपासून तसंच योग्यतांपासून दूर जातात. परिणामी त्यांची ऊर्जा रोखली जाते.

आपला एखाद्याशी वाद होतो याचं कारण, भूतकाळात काही घडलं होतं किंवा वर्तमानात काही घडत आहे किंवा आपण भविष्याच्या बाबतीत साशंक आहोत. भूतकाळातील संवादामुळे, मानसिक प्रोग्रॅमिंगद्वारे आपल्या आठवणीत, 'त्याच्यामुळे मी दुखावला गेलो,' याची नोंद होते. जितके वेळा आपण त्या व्यक्तीचा विचार करतो त्या प्रत्येक वेळी हा विचार आणि ह्या भावना उफाळून येतात. एकदा का हे प्रोग्रॅमिंग झालं की, त्या व्यक्तीबरोबर आपण आत्म्याचा–आत्म्याशी असा संबंध ठेवू शकत नाही कारण आपल्या दुःखासाठी आपण त्या व्यक्तीला जबाबदार ठरवतो. आपल्या दुःखाचं कारण ठरलेली व्यक्ती आपल्याला कशी काय आवडेल?

सुरेश ओबेरॉय : हे म्हणजे एखादा आजार आवडण्यासारखं आहे.

शिवानीदीदी : हो, म्हणूनच हे शक्य नाही. ते नातं वादग्रस्तच राहील कारण ती नकारात्मक आठवण आपल्या आत खोलवर रुजलेली आहे.

काही वाद सद्य परिस्थितीमुळे उद्भवतात. "ते तर तसेच आहेत," असं आपण पटकन म्हणतो, कारण हे बघतच आपण मोठे होतो. वागण्याची ही पद्धत आपल्याला सामान्य वाटते.

त्यामुळे, अगोदर आपण लोकांवर लेबल लावतो. मग त्यानुसार आपल्याला ती व्यक्ती आवडते किंवा आवडत नाही. आपण आपल्या संस्कारांनुसार आपल्या चेतनेमध्ये त्या व्यक्तीची प्रतिमा बनवतो. म्हणून त्या सुविचारात असं म्हटलं आहे की, जेव्हा तुम्ही इतरांची पारख करता तेव्हा तुम्ही त्यांची नाही तर तुमची स्वतःची व्याख्या करता, तुम्ही स्वतः कसे आहात हे सांगता.

समजा, चार चित्रकार तुमचं चित्र काढत आहेत. त्यांचा विषय एकच असला तरीसुद्धा चार वेगवेगळी चित्रं तयार होतील; कारण, प्रत्येक जण त्याच्या व्यक्तिमत्त्वानुसार चित्र काढेल.

सुरेश ओबेरॉय : प्रत्येक जण चित्र काढण्यासाठी चारकोल, वॉटरकलर्स किंवा ऑइल पेंट्स अशा वेगवेगळ्या माध्यमांचा वापर करेल.

शिवानीदीदी : ही निवडसुद्धा त्या चित्रकाराच्या व्यक्तिमत्त्वावर अवलंबून आहे. अशा प्रकारे चित्र त्या कलाकाराची व्याख्या करतं, चित्रकाराची स्पष्ट ओळख घडवतं, त्या विषयाची नाही. जर चित्रामुळे विषय समजला असता, त्याची व्याख्या करता आली असती तर चारही चित्रकारांची चित्रं एकसारखीच असती. अशा प्रकारे आपण आपल्या विचारांच्या रंगांप्रमाणे इतरांना पारखतो.

सुरेश ओबेरॉय : किती सुंदर रीतीने मांडलं हे तुम्ही!

शिवानीदीदी : जेव्हा आपण एखाद्या व्यक्तीविषयी काही सांगतो, तेव्हा त्यातून त्या व्यक्तीचं नाही तर आपलं व्यक्तिमत्त्व अधोरेखित होतं. एकाच गोष्टीचं आकलन वेगवेगळी लोक त्यांच्या त्यांच्या व्यक्तिमत्त्वाप्रमाणे करतात.

समजा, तुमच्याकडे पाच सुंदर गुण आहेत आणि पाच दोष आहेत. एक व्यक्ती तुमची प्रतिमा त्या पाच दोषांच्या आधारावर निर्माण करेल. दुसरी एखादी व्यक्ती एक दोष आणि चार गुण यांच्या आधारे तुमची प्रतिमा बनवेल. याउलट एखादी तिसरी व्यक्ती एक गुण आणि चार दोष यांच्या साहाय्याने प्रतिमा बनवेल. तर आणखी कोणीतरी फक्त तुमच्या गुणांच्या आधारे तुमची प्रतिमा बनवेल.

तुमच्यातील दोषांच्या आधारे तुमची प्रतिमा बनवणाऱ्या व्यक्तीमध्ये टीकेचा संस्कार असेल. जी व्यक्ती पाचही गुण घेऊन प्रतिमा बनवेल तिच्यात प्रशंसेचा संस्कार असेल. अशा प्रकारे कलाकार विषय सांगत नाहीत तर स्वतःला सांगतात. विषय कसा आहे याबद्दल आत्ता आपण चर्चा नाही करत आहोत.

तुम्ही सांगितलेल्या सुविचारामुळे आज आपल्याला एक शक्तिशाली साधन मिळालं आहे. जर आपण आपल्या चेतनेत एखाद्याबद्दल नकारात्मक प्रतिमा बनवली असेल आणि त्या व्यक्तीने स्वतःत बदल केला नाही तरीही ती प्रतिमा बदलण्याचं

सामर्थ्य आपल्याकडे आहे. हे सगळं आपल्या जाणिवेच्या बदलाशी जोडलेलं आहे. सर्वसाधारणपणे आपण इतरांनी बदलण्याची वाट बघतो जेणेकरून आपल्याला त्यांच्या बाबतीतले आपले विचार बदलता येतील.

सुरेश ओबेरॉय : माझे गुरू नेहमी म्हणायचे, ''ज्याने आग लावली तो ती विझवेल.'' याच अर्थ, जर मी कोणाबद्दल नकारात्मक विचार करत असेन, तर त्या वादातून मोकळं होण्यासाठी मला माझी विचारपद्धती बदलावी लागेल.

शिवानीदीदी : याचा अर्थ, आपण आपल्या मनात इतरांची जी प्रतिमा निर्माण करतो ती बदलण्याचं सामर्थ्य आपल्याकडे आहे. विषय तोच असला तरीसुद्धा आपण वापरतो ते रंग, चित्र काढण्याचं माध्यम किंवा पद्धत बदलून आपण बदल करू शकतो.

आपण ज्या प्रतिमा निर्माण केल्या आहेत, त्या फक्त आपणच बघू शकतो आणि त्या आपण दररोज बघतो. म्हणून, आपल्याला जशा प्रतिमा बघायला आवडतात तशा त्या निर्माण करू या. जर आपली निर्मिती आपल्याला आवडली नाही तर आपल्या आत खूप जड ऊर्जा साठू लागते.

आपलं नातं इतरांशी नसतं, तर आपण आपल्या चेतनेत निर्माण केलेल्या त्यांच्या प्रतिमेशी असतं. आपली नाती आपल्याला अधिक सुंदर हवी असतील तर आपण निर्माण करत असलेल्या प्रतिमांमध्ये आपण सतत सुधारणा करत राहिली पाहिजे. इतर लोक बदलणार नाहीत, आपण त्यांना बदलायला सांगणार नाही आणि तशी अपेक्षाही करणार नाही. आपण फक्त आपले रंग आणि स्ट्रोक्स (फटकारे) बदलू या. जेव्हा आपल्या जाणिवांमधील निर्मिती बदलेल, तेव्हा आपल्या आतील ऊर्जा रूपांतरित होईल आणि आपली वाटचाल वादाकडून सुसंगतीकडे होईल.

सुरेश ओबेरॉय : जेव्हा आपण बदलतो, तेव्हा जग बदलतं.

चिरंतन प्रेमाकडे घेऊन जाण्याचे मंत्र

- जेव्हा तुम्ही इतरांना पारखता तेव्हा तुम्ही त्यांची नाही तर स्वतःची व्याख्या करता. आपल्या संस्कारांनुसार आपल्याला इतरांचं आकलन होतं. त्यामुळे, जेव्हा आपण इतरांबद्दल सांगतो तेव्हा प्रत्यक्षात आपण आपल्या संस्कारांबद्दल सांगत असतो.
- एकाच व्यक्तीबाबत वेगवेगळे लोक त्यांच्या संस्कारांप्रमाणे वेगवेगळ्या प्रतिमा निर्माण करतात. एखाद्याची प्रतिमा बनवताना आपण त्याच्या गुणांवर लक्ष केंद्रित करू या.
- जेव्हा तुमचा कोणाशी वाद होतो, तेव्हा तुमचं नातं बिघडेल की जास्त गहिरं होईल हे ठरवणारा एक घटक म्हणजे तुमची वृत्ती. ज्यांच्याबद्दल आपण सुंदर विचार निर्माण करतो, त्यांच्या सोबत आपली नाती सुसंगत असतात.
- भलेही आपल्याला इतरांचं वागणं पटत नसलं तरीही मनातल्या मनात त्यांच्यावर टीका करू नका. भलेही आपले संस्कार जुळले नाहीत तरीही आपण त्यांच्याबद्दल नकारात्मक विचार करायचं टाळून, नात्यात सुसंगती राखू शकतो.

लेबलपासून मुक्त होऊन उन्नत व्हा

सुरेश ओबेरॉय : मागच्या संभाषणात, आपला दृष्टिकोन आपल्या नात्यांना आकार देतो, या मुद्द्यावर आपण चर्चा केली.

शिवानीदीदी : आपण नेहमी या विचारावर कायम राहायला हवं आणि प्रत्येक नात्यात हा विचार अवलंबायला हवा. आपण भूतकाळ, वर्तमानकाळ आणि भविष्यकाळ यांबद्दलही बोललो. काही वाद भूतकाळात घडलेल्या घटनांमुळे उद्‌भवतात. बहुतांश घरांमध्ये लोक भूतकाळात घडलेल्या घटनांवर चर्चा करण्यात बराच काळ घालवतात. भूतकाळात त्यांचे नातेवाईक किंवा मित्र त्यांना जे बोलले किंवा त्यांच्याशी जसे वागले त्यामुळे ते दुखावले गेले म्हणून ते त्या घटना सोडून देत नाहीत. अशा घटना अनेक वर्षांपूर्वी घडलेल्या असू शकतात. त्यावेळी त्यांची मनं, 'मी त्यांच्यामुळे दुखावलो गेलो,' या विचाराने प्रोग्रॅम होतात.

जेव्हा जेव्हा आपण दुखावले जातो तेव्हा तेव्हा 'हे दुःख मी निर्माण केलं आहे,' या विचाराने स्वतःच्या मनाचं प्रोग्रॅमिंग करा. दिसायला ही गोष्ट खूप छोटी वाटते, पण ती तशी नाही. आपण ज्या क्षणी दुखावले जातो त्या क्षणी जर आपल्या मनाचं प्रोग्रॅमिंग - 'दुसरी व्यक्ती जे बोलली किंवा तिने जे केलं ते योग्य नव्हतं, पण दुखावलं जाण्याची भावना मी निर्माण केली,' अशा विचाराने केलं, तर तो वाद संपवणं आणि स्वतःला त्यातून बरं करणं खूप सोपं होईल. तथापि, जर आपण 'त्यांनी मला दुखावलं' या विचाराने प्रोग्रॅमिंग केलं तर दोन व्यक्तींमधली ऊर्जेची देवाण-घेवाण वादात्मक असेल आणि पुढची अनेक वर्षं ती

तशीच राहील. स्वत: जबाबदारी घेणं आणि इतरांना दोष देणं या दोन्हींमध्ये खूप फरक आहे.

सुरेश ओबेरॉय : खरं आहे.

शिवानीदीदी : आता, आपल्या भूतकाळातील आठवणींचा मागोवा घेऊ या आणि तो घेत आपल्या मनाचं री-प्रोग्रॅमिंग करू या. आज हे करणं आपल्यासाठी सोपं असेल कारण, एके काळी जी गोष्ट आपल्याला खूप अवघड वाटत होती ती आता खूपच क्षुल्लक वाटेल. त्यामुळे, ती सोडून देणं सोपं होईल.

मनाचं री-प्रोग्रॅमिंग केल्याने आपण जी ऊर्जा लोकांकडे पाठवतो ती बदलते. जर आपण हे केलं नाही तर आपण भूतकाळाला धरून ठेवतो आणि आपली नाती कधीच सुसंगत होत नाहीत. भूतकाळ सोडून देण्यासाठी पूर्वीचे प्रसंग पुन्हा उभे करा आणि 'त्यांची कृती जरी अयोग्य होती तरीसुद्धा त्या कृतीला प्रतिक्रिया म्हणून मी दुःख निर्माण केलं, म्हणून मी स्वतःच त्या दुःखाचा अंत करेन,' अशा विचाराने मनाचं री-प्रोग्रॅमिंग करा.

सुरेश ओबेरॉय : आपण त्यांच्या कृतीला 'वाईट कृती' असं म्हणून नावंही ठेवतो.

शिवानीदीदी : हो, प्रत्येकाची 'योग्य-अयोग्य'ची व्याख्या वेगळी असते यावर आपण चर्चा केली आहे.

सुरेश ओबेरॉय : 'ते चुकीचे आहेत' हा आपला दृष्टिकोन आहे आणि दुःखाची भावनाही आपणच निर्माण केली आहे.

शिवानीदीदी : म्हणूनच स्वत:ला बरं करण्याची जबाबदारी आपण स्वत:च घ्यायला हवी.

सुरेश ओबेरॉय : आपण दुखावले गेलो आहोत हे कदाचित समोरच्या माणसाला माहीतही नसेल.

शिवानीदीदी : हो. त्याचप्रमाणे, आपल्या वागण्यामुळेही अनेक लोक दुखावले गेले असतील आणि आपल्याला त्याबद्दल माहीत नसेल. यातून, कोणत्याही परिस्थितीवर त्या व्यक्तीची प्रतिक्रिया म्हणजे तिने निर्माण केलेली दुःखाची भावना आहे, या वस्तुस्थितीला पुष्टी मिळते. अंतर्गत वादांचा अंत करण्यासाठी भूतकाळातील मुद्दे निकालात काढायला हवेत.

आता आपलं लक्ष वर्तमानावर आणू या. इतरांबाबत 'ही व्यक्ती अशीच आहे,' असा विचार करून मतं बनवली जाणार नाहीत याची काळजी घ्या. ज्या

क्षणी आपण एखाद्या व्यक्तीवर शिक्का उमटवतो त्या क्षणी त्या व्यक्तीबरोबरचं नातं बदलतं. त्या संबंधाच्या ऊर्जेत बदल घडतो. समजा मी म्हणाले, ''आज ही व्यक्ती खोटं बोलली... कालही ही व्यक्ती खोटं बोलली.'' पण जर मी त्या व्यक्तीला ''ती खोटारडी आहे,'' असं म्हणाले, तर मी त्या व्यक्तीला एकच लेबल लावून किंवा एकाच दृष्टिकोनातूनच बघेन.

सुरेश ओबेरॉय : ही तीनही विधानं खरंच एवढी वेगळी आहेत?

शिवानीदीदी : पहिली दोन विधानं घडलेली घटना सांगत आहेत. पण जेव्हा आपण व्यक्तीला खोटारडी म्हणतो, त्यामुळे आपला दृष्टिकोन संकुचित होतो. इथून पुढे आपण त्या व्यक्तीकडे फक्त याच दृष्टिकोनातून पाहू आणि म्हणूनच विचार करण्याच्या या दोन्ही पद्धतींत खूप फरक आहे.

सुरेश ओबेरॉय : माझा एक ड्रायव्हर गाडीत पेट्रोल भरताना गफलत करायचा. मी त्याला नोकरीवरून काढलं नाही, पण त्याला सांगितलं, की इथून पुढे हे काम दुसरा ड्रायव्हर करेल. त्यामुळे, तो चोर आहे हे माझ्या मनात पक्कं झालं.

शिवानीदीदी : परिस्थितीवर उपाय शोधणं ठीक आहे. इतरांच्या नकारात्मक संस्कारांपासून आपण स्वत:चा बचाव करायलाच हवा.

सुरेश ओबेरॉय : त्याला चोर म्हणण्यात काय चुकीचं आहे?

शिवानीदीदी : एकदा तुम्ही 'चोर' असा शिक्का मारला की त्याच्यावर नेहमीच शंका घ्याल. त्यामुळे सतत वाद होत राहतील.

सुरेश ओबेरॉय : एखाद्याने वारंवार चुका करताना पाहणं आणि आणि प्रत्येक प्रसंगाकडे वेगळ्या दृष्टिकोनातून बघणं अशक्य आहे.

शिवानीदीदी : एखाद्याच्या नकारात्मक असण्याने त्याच्या बरोबर काम करणं शक्य नाही असं जर तुम्हाला वाटलं तर तुम्ही त्या व्यक्तीबरोबर काम थांबवू शकता. मनामध्ये सतत वाद निर्माण करत राहण्यापेक्षा हे चांगलं आहे. कारण सतत वाद दोघांसाठीही चांगला नाही. जर तुम्हाला त्या व्यक्तीबद्दल सकारात्मक विचार करणं शक्य नसेल तर ती व्यक्तीही तुमच्यासाठी तसेच विचार निर्माण करेल. आपल्यातील बहुतांश लोक अनेक वर्षं अशा नकारात्मक ऊर्जेची देवाण-घेवाण करत जगतात.

अनेक लोक तक्रार करतात की, त्यांच्या आयुष्यात सगळं चांगलं चालू असलं तरीही त्यांना नेहमीच शांत, आनंदी आणि प्रसन्न वाटत नाही. दुसऱ्यांवर लेबल लावणं आपल्याला स्वाभाविक वाटत असलं तरी याचा अर्थ आपण सतत

नकारात्मक ऊर्जा प्रसारित करत आहोत. ह्याचा परिणाम म्हणजे, आपण आनंद अनुभवू शकणार नाही.

सुरेश ओबेरॉय : हे लेबल प्रेमाच्या प्रवाहात अडथळा आणतं का?

शिवानीदीदी : हो. जर मी एखाद्यावर लेबल लावलं तर फक्त त्या व्यक्तीच्या आणि माझ्या प्रेमात अडथळा येणार नाही तर तोच अडथळा मला कमकवुत करेल आणि तेच माझं वास्तव बनेल.

सुरेश ओबेरॉय : यासंबंधी तुम्ही सविस्तर सांगू शकता का?

शिवानीदीदी : जर मी माझ्या आजूबाजूच्या लोकांना लेबलं लावली – 'ही व्यक्ती खोटारडी आहे', 'ही नेहमीच उशीर करते', 'तो आळशी आहे' वगैरे वगैरे. अशा वेळी आपण एकत्र काम करूही पण दोन्हीकडून होणारी ऊर्जेची देवाण-घेवाण नेहमीच जड असेल.

सुरेश ओबेरॉय : म्हणून, मग एखाद्याला लेबल लावण्यापेक्षा, त्याच्याकडे हा ठरावीक नकारात्मक संस्कार आहे असं म्हणायला हवं का? हे योग्य आहे का?

शिवानीदीदी : जर आपण एखाद्याकडे विशिष्ट लेबलच्या माध्यमातून बघितलं, तर प्रत्येक वेळी आपण ते लेबल त्या माणसावर थोपवतो. उदाहरणार्थ, तुमच्या ड्रायव्हरने एकदा पेट्रोल चोरलं याचा अर्थ असा नाही की त्याला सापडेल ती प्रत्येक वस्तू तो चोरेल. त्याची प्रवृत्ती चोरण्याची आहे हे खरं आहे. पण जेव्हा तुम्ही 'तो चोर आहे,' असा विचार करून त्याला लेबल लावता, तेव्हा तो काहीही करत असला तरी ते चुकीचंच करत असणार असं समजता आणि हे बरोबर नाही. त्याला नकारात्मक लेबल लावल्यानंतर, त्याच्यासाठी सकारात्मक ऊर्जा निर्माण करणं तुम्हाला अवघड जाईल. त्यामुळे, तुम्हाला गरज वाटली तर, तुम्ही कडक कारवाई करू शकता. पण तुम्ही वर्षानुवर्षं त्या नकारात्मक ऊर्जेत राहायची गरज नाही. ते तुमच्यासाठी नुकसानदायक आहे.

ती व्यक्ती पुन्हा चोरी करेल की नाही हे तुम्हाला माहीत नाही. पण जर तुम्ही सतत त्या लेबलप्रमाणे विचार करत राहिलात तर तुम्ही तुमची मौल्यवान ऊर्जा वाया घालवत राहाल आणि तुमचं सामर्थ्य कमी कराल. तसंच इतरांशीसुद्धा त्याच डिस्चार्ज्ड बॅटरीच्या माध्यमातून संवाद साधाल.

सुरेश ओबेरॉय : असा विचार केल्याने एखाद्याचा चांगल्या कर्मांवर आणि तब्येतीवर वाईट परिणाम होऊ शकतो.

शिवानीदीदी : हो, हे खरं आहे. सर्वांत महत्त्वाचं म्हणजे तुम्ही इतरांवर लेबल लावण्याचा संस्कार विकसित कराल.

सुरेश ओबेरॉय : मग मी असं लेबल दुसऱ्या ड्रायव्हरवरही लावेन.

शिवानीदीदी : हो, तुम्ही तुमच्या कुटुंबातील सदस्यांनाही नावं ठेवायला लागाल!

सुरेश ओबेरॉय : मला इतरांवर शंका घेण्याची सवय लागेल.

शिवानीदीदी : हो, हे खरं आहे. दुसरा ड्रायव्हर विश्वासार्ह असेल तरीसुद्धा तुम्ही त्याच्यावर शंका घ्यायला लागाल. मग तुम्ही त्याला कोणती ऊर्जा पाठवाल?

जर आपण इतरांवर शंका घेतली तर नुकसान आपलं आहे. जर आपण त्यांच्यावर विश्वास ठेवला तर आपला फायदा आहे. सतत शंकेखोर राहून, आपली बॅटरी डिस्चार्ज करण्यापेक्षा, सगळ्यांवर विश्वास ठेवणं अधिक चांगलं. आपण दहा जणांना भेटलो तर त्यापैकी नऊ जण विश्वासार्ह असतील.

सुरेश ओबेरॉय : जेव्हा मी माझं स्वत:चं घर सांभाळायला लागलो तेव्हा माझी एखादी वस्तू सापडत नसेल तर माझ्या स्टाफवर शंका घेत असे. त्या वेळी माझ्या आईने मला सांगितलं, ''तुझ्या गोष्टींची काळजी तू घे, इतरांवर शंका घेऊ नकोस.''

शिवानीदीदी : त्यांनी तुम्हाला इतरांवर शंका घेण्याऐवजी स्वत:ची काळजी घ्यायला सांगितली. हाच विवेक आहे, समज आहे.

जेव्हा नऊ माणसं प्रामाणिक असतात आणि एक जण नसतो तर ते ठीक आहे. एका व्यक्तीमुळे आपला विश्वास ढळता कामा नये. दहा जण भेटल्यावर त्यातला एखादातरी चुकीच्या गोष्टी करणारा भेटणारच आहे. पण त्या एका अनुभवामुळे जर आपण इतरांवरचा विश्वासही गमावला तर जे गमावलं आहे त्यापेक्षाही खूप काही मौल्यवान आपण गमावून बसू.

सुरेश ओबेरॉय : जर आपण सगळ्यांवर विश्वास ठेवला तर, आपल्या सकारात्मकतेमुळे त्या एका व्यक्तीलाही स्वत:मध्ये सुधारणा करण्यासाठी प्रोत्साहन मिळेल.

शिवानीदीदी : खरं म्हणजे, त्या एका माणसावर आपण सर्वांत जास्त विश्वास ठेवायला हवा. जेव्हा आपण 'माझा तुझ्यावर विश्वास आहे,' असे तरंग पाठवत राहू तेव्हा त्याच्यातला प्रामाणिकपणा जागृत होईल. आत्म्याचे मूळ संस्कार त्याच्यावरही रेकॉर्डेड आहेत आणि त्याची आत्ताची कृती कशीही असली तरी ते संस्कार त्याच्याकडेही आहेतच.

सत्य याविरुद्धही असू शकतं. काही लोक प्रामणिक असतात, पण इतरांकडून त्यांच्यावर सतत शंका घेतली जाते. आणि शेवटी, एखादी गोष्ट करायची त्यांची इच्छा नसली तरी ती त्यांच्या हातून घडते.

सुरेश ओबेरॉय : एका गोष्टीत हेच सांगितलं आहे. एकदा एक संत एका व्यावसायिकाच्या घरी रात्रीचं जेवण करायला गेले. रात्री उशीर झाला म्हणून ते तिथेच राहिले. व्यावसायिकाने ज्या खोलीत खूप पैसा लपवला होता त्या खोलीत त्यांची झोपायची व्यवस्था होती. त्यांनी विचार केला की, ह्यातली एक गड्डी मी घेतली तर कोणाला कळणारही नाही. म्हणून त्यांनी नोटांची एक गड्डी चोरली आणि सकाळ झाल्यावर निघून गेले. नंतर त्यांनी त्या पैशांनी विकत घेतलेलं अन्न खाल्लं. पण त्या अन्नाचा त्यांना त्रास झाला आणि उलटी झाली. त्यांनी काय केलं आहे याची जाणीव त्यांना झाली आणि ते उरलेले पैसे घेऊन व्यावसायिकाच्या घरी गेले.

तिथे, चोरीच्या संशयावरून स्टाफमधील एका व्यक्तीला मारत होते. संतांनी पैसे चोरल्याचं कबूल केलं आणि संशयित व्यक्ती निर्दोष असल्याचं सांगितलं. एक संत अशी कृती करेल यावर व्यावसायिकाचा विश्वास बसला नाही. संतांनी पुन्हा सत्य सांगितलं आणि व्यावसायिकाला विचारलं, की हा पैसा अवैध मार्गांनी मिळवलेला आहे का? संतांना हे कसं समजलं याचं व्यावसायिकाला आश्चर्य वाटलं. संत म्हणाले की, त्या पैशांबाबतीत नक्कीच असं काहीतरी आहे ज्यामुळे त्यांच्यासारख्या व्यक्तीवरही चुकीचा प्रभाव पडला. त्यांनी सांगितलं की, जेव्हा ते घरी गेले तेव्हा तिथलं वातावरण वेगळं होतं आणि त्यामुळे त्यांना त्यांच्या चुकीची जाणीव व्हायला मदत झाली.

शिवानीदीदी : अशा गोष्टी आपल्याला तरंगांचं महत्त्वं शिकवतात. गोष्टीचं तात्पर्य असं की, संत माणसाने जर नकारात्मक तरंग ग्रहण केले तर त्याच्याकडूनही चूक घडते. आणि जर एखाद्या चोराने प्रबळ सकारात्मक तरंग ग्रहण केले तर तो संत बनू शकतो.

सुरेश ओबेरॉय : वास्तविक हे एक दुष्ट चक्र आहे. आपल्या संपत्तीची गुणवत्ता आपण जे अन्न खातो त्यावर प्रभाव पाडते.

शिवानीदीदी : आणि आपल्या मनावर, शरीरावर तसंच नातेसंबंधांवरही प्रभाव पाडते. या सगळ्या गोष्टींनी मिळून आपल्या घराची, आपल्या समाजाची आणि जगाची सामुदायिक ऊर्जा ठरते.

म्हणूनच ब्रह्माकुमारीजमध्ये आम्ही म्हणतो, ''जेव्हा आपण बदलतो तेव्हा जग बदलतं.'' आपल्यापैकी प्रत्येकाने जर आपल्या विचारांची आणि स्पंदनांची गुणवत्ता

वाढवली तर जग नक्कीच बदलेल. जग बदलेल, कारण ते आपल्या स्पंदनांनी बनलेलं आहे. जर आपल्याला स्वच्छ आणि शुद्ध जग हवं असेल तर ते प्रथम आपल्या मनात निर्माण करावं लागेल. आपल्या आतलं जग शुद्ध केलं तर बाह्य जग आपोआपच शुद्ध होईल. प्रत्येकाने असं करून बघायला हवं.

सुरेश ओबेरॉय : आयुष्यात यश साध्य करताना कोणीही कोणालाही दुखवू नये आणि फसवू नये.

शिवानीदीदी : प्रवासादरम्यान जर आपण आपली काळजी घेतली नाही तर आपण पैसा कमावू पण त्याचबरोबर स्वतः कमजोरही होऊ. कामाच्या ठिकाणी यश मिळवण्यासाठी जर आपण दुसऱ्यांना फसवलं, त्यांच्यावर ओरडलो किंवा घाई केली, कामाच्या ठिकाणी भीती आणि काळजी निर्माण केली तर आपण चुकीच्या मार्गावर आहोत. आपण कोणत्याही प्रकारे इतरांची ऊर्जा कमी करत असू तर आपली ऊर्जाही कमी होईल. अध्यात्म म्हणजे व्यवसाय आणि कुटुंब अशा दोन्ही ठिकाणी याचं पालन करणं. याचा अर्थ, आपण आपल्या ध्येयांचं पूर्णतः प्रामाणिकपणे पालन करत, आपले सहकारी आणि कुटुंबातील सदस्य यांच्याशी सुसंगत राहायला हवं. जर आपले विचार शुद्ध असतील तर आपण प्रचंड यश मिळवू शकू आणि आपली आंतरिक बॅटरीदेखील चार्ज्ड राहील.

कामाच्या ठिकाणी इतरांवर चिडण्याऐवजी त्यांच्याशी नम्रतेने बोललो, तर त्यांच्याकडून मिळणाऱ्या सदिच्छांमुळे आपण रिचार्ज्ड होत राहू. व्यवसायात इतरांना फसवण्यापेक्षा त्यांना सहकार्य करू या. आपल्या ग्राहकांचं शोषण करण्यापेक्षा त्यांच्या फायद्यासाठी काम करू या आणि त्यांच्या सदिच्छा मिळवू या. अशा प्रकारे मिळणाऱ्या पैशातून आपल्याला प्रेम आणि चांगलं आरोग्य लाभेल.

सुरेश ओबेरॉय : लोक म्हणतात, त्यांच्या मुलांसाठी ते खूप कष्ट करतात. पण जर त्यासाठी ते भ्रष्ट साधनांचा वापर करत असतील तर त्यांच्या कार्मिक रिझल्टचा परिणाम त्यांच्या मुलांवरही नक्कीच होईल.

शिवानीदीदी : एक सोपं उदाहरण घेऊ या. तुम्ही बाजारात गेलात आणि सफरचंदं विकत घेतली. विक्रेत्याने तुमच्या पिशवीत चांगल्या सफरचंदांखाली हळूच दोन खराब सफरचंदं घातली. घरी पोहोचल्यावर जेव्हा तुम्हाला हे कळेल तेव्हा तुम्ही त्याच्याबद्दल नक्कीच नकारात्मक विचार कराल. त्या दोन सफरचंदांची किंमत तुमच्यासाठी नगण्य आहे आणि ती टाकून देणं काही खूप अवघड नाही. पण विक्रेत्याला मात्र आशीर्वादाच्या विरुद्ध ऊर्जा मिळाली.

आपण एखाद्याला थोडं जरी फसवलं, तरी मिळणाऱ्या पैशाबरोबर आपण आशीर्वाद घरात आणू शकणार नाही. आणि जर आपल्याला आशीर्वाद मिळाले नाहीत तर आपल्याला आनंद, प्रेम आणि आरोग्य कुठून मिळणार?

आपला गृहपाठ असा की : कोणावरही लेबल लावू नका कारण त्यामुळे स्वाभाविकपणे वाद होतील. जेव्हा आपण अशी लेबलं काढून टाकतो तेव्हा सुसंगती स्वाभाविक होते आणि ऊर्जेतील अडथळे दूर होतात.

चिरंतन प्रेमाकडे घेऊन जाण्याचे मंत्र

- जेव्हा आपण जुनं दुःख धरून ठेवतो, तेव्हा आपण नात्यात वादाची ऊर्जा निर्माण करतो. प्रत्येक वेळी आपण दुःख निर्माण करतो तेव्हा आपण निर्माण केलेल्या भावनेची आणि तिला बरं करण्याची जबाबदारी आपणच घ्यायला हवी.
- भूतकाळातील परिस्थितींबाबत आपलं मन री-प्रोग्रॅम करू या. यासाठी समजून घेऊ या की, त्यांनी जे केलं तो त्यांचा संस्कार आणि दृष्टिकोन आहे. त्यांनी आपल्याला दुःखी केलं नाही तर आपण दुःख निर्माण केलं. त्यामुळे या दुःखातून बाहेर येण्यासाठी, ते बरं करण्यासाठी त्यांची गरज नाही.
- जर आपण लोकांना नावं ठेवली तर आपण त्यांना नेहमी त्याच दृष्टिकोनातून बघू. नेहमी त्यांना नकारात्मक ऊर्जा पाठवू आणि त्यांच्याकडूनही आपल्याला तशीच ऊर्जा मिळत राहील. अशाने आपली शक्ती कमी होईल.
- लोकांबरोबर काम करताना, आपण त्यांच्या संस्कारांबाबत जागरूक असायला हवं आणि स्वतःचा बचाव करायला हवा. आपण त्यांच्यावर लेबल लावलं तर आपण इतरांकडेही तसंच लेबल लावून पाहू.

ज्ञानाचे रूपांतरण विवेकामध्ये

सुरेश ओबेरॉय : जसजसे आपण मोठे होत जातो तसतसं आपल्याला मोठ्यांनी सांगितलेल्या समजुतीच्या आणि विवेकयुक्त गोष्टी पटायला लागतात.

शिवानीदीदी : गुरू आणि ज्ञानी आत्मे त्यांच्या अंतर्मनाला जे जाणवतं त्याचं सार आपल्याला मोजक्या शब्दांत सांगतात. नंतर आपण त्या शब्दांवर चर्चा करतो, त्यांची उकल करतो आणि ते समजून घेण्यासाठी अभ्यास करतो, त्यानुसार प्रयोग करून बघतो आणि मग अनुभव मिळवतो. त्यांनी सांगितलेल्या गोष्टींचा स्वत: अनुभव घेतल्यानंतरच त्यांना नक्की काय सांगायचं होतं हे आपल्याला समजतं.

सुरेश ओबेरॉय : माझ्या गुरूंनीही मला काहीसं असंच शिकवलं आहे. ते म्हणाले की एखाद्या व्यक्तीने कितीही पुस्तकं वाचली तरीसुद्धा त्या ज्ञानाचा त्या व्यक्तीला आलेला अनुभव हीच तिची खरी संपत्ती आहे.

शिवानीदीदी : याचं कारण, जेव्हा आपण त्या ज्ञानाचा अनुभव घेतो तेव्हा तो आपला संस्कार बनतो. जेव्हा आपण ज्ञानाविषयी ऐकतो आणि त्याबद्दल इतरांशी चर्चा करतो, तेव्हा ते ज्ञान फक्त वैचारिक स्तरापुरतं मर्यादित राहतं. जेव्हा आपण ते प्रत्यक्ष कृतीतून अवलंबतो तेव्हा त्या ज्ञानाचा संस्कार बनतो. म्हणजेच, त्या विचाराचा आपल्या आत्म्यावर ठसा उमटतो. आपल्या ज्ञानाचा वापर प्रत्यक्ष आयुष्यात केला गेला नाही तर ते परिणामकारक ठरतं याबद्दल आपल्याला खात्री

वाटणार नाही. मग जेव्हा आव्हानात्मक परिस्थिती निर्माण होईल तेव्हा आपण ते उपयोगात आणू शकणार नाही.

ज्ञानाचा वापर पहिल्यांदा करताना जास्त प्रयत्न करावे लागतात कारण आपले स्वतःचेच अडथळे, विरोध असतात आणि त्याचा वापर करण्यासाठी आपली आपल्यालाच जबरदस्ती करावी लागते. एकदा का परिणाम दिसले की मग ती प्रक्रिया सोपी आणि आनंददायक होते. स्वतःमधला छोटासा बदलही आपल्याला तसाच सकारात्मक परिणाम देईल जसा तो आधी मिळाला होता ह्या बाबत आपल्याला खात्री असते.

समजा, तुमचं वजन खूप वाढलं आणि ठरावीक डाएट तसंच व्यायाम केल्याने जास्तीचं वजन कमी होऊ शकतं हे तुम्ही पूर्वी अनुभवलं असेल तर भविष्यात पुन्हा वजन कमी करणं तुमच्यासाठी अवघड असणार नाही.

सुरेश ओबेरॉय : व्यक्तीला या प्रक्रियेतून गेल्यानंतर शारीरिक आणि मानसिक स्तरांवर हलकं वाटेल.

शिवानीदीदी : जोवर आपण एखाद्या गोष्टीचा अनुभव घेत नाही तोवर ती आपली बनत नाही. जेव्हा आपण एखादा ज्ञानकण प्रत्यक्ष उपयोगात आणतो तेव्हा तो ज्ञानात परिवर्तित होतो. एखादी व्यक्ती खूप ज्ञानी असू शकते पण ती विवेकी असेलच असं नाही. या दोन वेगळ्या गोष्टी आहेत. व्यावहारिक जीवनात ज्ञान उतरवणाराच ज्ञानी असतो.

धार्मिक ग्रंथ आणि पुस्तकं किंवा दैनंदिन सुविचार यांमध्ये जे काही वाचलं जातं ते सगळं ज्ञान आहे. जोवर ते अभ्यासलं जाणार नाही तोवर ते शहाणपणात बदलणार नाही. म्हणून थोडंफार ज्ञान मिळालं तरीही ते लवकरात लवकर अंगीकारायला हवं.

सुरेश ओबेरॉय : माझे गुरू नेहमी म्हणायचे की, तपस्या म्हणजे, 'तपलेलं ज्ञान'. ते म्हणायचे, ''तपस्या करण्यासाठी पर्वतांमध्ये जाण्याची गरज नाही. ज्ञानाचा एक मुद्दा घ्या आणि त्याच्यावर विचार मंथन करा.'' मी बघितलं आहे की, जेव्हा मी लोकांना माझे स्वतःचे अनुभव सांगतो तेव्हा त्यांना ते जास्त भावतात, पण जेव्हा इतर कुणाचे अनुभव सांगतो तेव्हा त्याचा खूप कमी परिणाम होतो.

शिवानीदीदी : अनुभव परिणाम करतो. इतरांचे अनुभव सांगताना आपण वेगळ्या प्रकारचे तरंग पाठवतो पण जेव्हा स्वतःचा अनुभव सांगतो तेव्हा जे तरंग पाठवले जातात ते त्या तरंगांपेक्षा खूप वेगळी असतात. समजा, आपण एखाद्याला पुस्तकातील मुद्दा सांगतो तेव्हा ते माहिती सांगितल्यासारखं असतं. पण जेव्हा आपण ते ज्ञान अनुभवतो आणि मग सांगतो तेव्हा समोरच्याला खात्री वाटते. हे प्रभावी ठरू शकतं असं त्याला वाटतं.

सुरेश ओबेरॉय : अशा प्रकारे समोरच्या व्यक्तीला ते पटतं.

शिवानीदीदी : समोरच्या व्यक्तीला स्वत:मध्ये बदल घडवण्यासाठी ताकद हवी असते. जर तुम्ही प्रत्यक्षात काही करून बघितलं तर तुमचा अनुभव समोरच्या व्यक्तीला सांगा. तो सांगितल्याने त्या व्यक्तीला खूप शक्तिशाली तरंग मिळतात. जसं, 'हे खूप परिणामकारक आहे, तुम्हीही करून बघा.' त्या व्यक्तीने पूर्वी अनेकदा हे इतरांकडून ऐकलं असेल पण तरीही, तुमचे तरंग त्या माणसाला भावतात आणि प्रयत्न करून बघण्यासाठी प्रोत्साहन देतात. आपण जे काही ऐकतो त्यातलं काहीच आपल्यासाठी नवीन नसतं. आजकाल अनेक माध्यमांतून आपल्याला ज्ञान मिळत असतं.

सुरेश ओबेरॉय : एखाद्या डॉक्टरने एखाद्याचा आजार बरा केला असं कोणी सांगितलं तर आपल्यालाही त्या डॉक्टरकडे जावसं वाटतं.

शिवानीदीदी : त्याचप्रमाणे, पालक मुलांना जे सांगत असतात ते त्यांनी स्वत: करून बघितलं तर तसं करणं मुलांसाठी खूप सोपं होतं.

सुरेश ओबेरॉय : पालकांनी काय करायला हवं?

शिवानीदीदी : मुलांना जे धार्मिक आणि आध्यात्मिक ज्ञान पालक देतात त्या ज्ञानाची अंमलबजावणी त्यांनीही करायला हवी. अध्यात्म म्हणजे आपल्याकडील ज्ञान दररोज वापरणं. तथापि, आज अनेक लोक अध्यात्म आणि आयुष्य वेगवेगळं करतात.

एक दिवस विमानतळावर मला एक उद्योजक भेटले. ते म्हणाले की त्यांचा उद्योग दिवसेंदिवस वाढत आहे आणि अनेक शहरांमध्ये पसरला आहे. पण भौतिक जगापासून लांब जाऊन अध्यात्माची वाट धरण्यासाठी ते खूप उत्सुक होते. मी त्यांना सांगितलं की त्यांनी व्यवसायातून अध्यात्मात येण्याची गरज नाही. खरं म्हणजे, त्यांना त्यांचा व्यवसाय वाढवणं शक्य होतं. पण त्यांनी व्यवसाय करताना सदाचार, नैतिकता आणि त्यांच्यातील शुद्ध ऊर्जेचा वापर यांच्या आधारे तो करण्याची गरज आहे. ते म्हणाले की, असं करणं शक्य नाही. मग मी म्हणाले की, असं असेल तर अध्यात्म परिणामकारक ठरणार नाही. अध्यात्म म्हणजे, वर्तमानातील आव्हानं सोडून ध्यानाला बसणं नाही. जर आपलं अध्यात्म आपल्या दैनंदिन जीवनात लागू होणारं नसेल तर ते असण्याचा फायदा काय? अध्यात्माचा तुमच्या आयुष्यात वापर करा, ते नक्कीच परिणामकारक ठरेल.

सुरेश ओबेरॉय : मीसुद्धा एका यशस्वी उद्योजकाला भेटलो ज्यांना अध्यात्माकडे यायचं होतं. ते म्हणाले की, त्यासाठी ते अजून तीन कारखाने चालू करत आहेत. मी विचारलं की व्यवसाय-वृद्धी करून तुम्हाला आध्यात्मासाठी मदत कशी मिळेल?

यावर त्यांनी सांगितलं की, पैसा मिळवण्यासाठी नाही तर लोकांना नोकऱ्या मिळाव्यात म्हणून ते असं करत आहेत.

शिवानीदीदी : किती छान! त्यांची इच्छा आता मिळवण्याची नसून देण्याची झाली. हेच अध्यात्म आहे.

अध्यात्म आपल्या आयुष्यापेक्षा वेगळं नाही. ते आपल्या आयुष्यातील प्रत्येक प्रसंगात वापरायचं साधन आहे. आध्यात्मिक साधक आपल्या कुटुंबापासून आणि मित्रांपासून लांब जातो असं म्हटलं जातं. आध्यात्मिक साधनं वापरली नाहीत तर आपण एकमेकांपासून लांब जाऊ यावर आपण या मालिकेत चर्चा करत आहोत. अध्यात्म आपल्यामध्ये अंतर निर्माण करत नाही तर आपल्या नात्यांमधील अंतर कमी करतं. हे तेव्हाच उपयोगी ठरतं जेव्हा आपण व्यावहारिक ज्ञान फक्त वाचण्याऐवजी ते प्रत्यक्ष जीवनातही उतरवतो.

कधीकधी लोक अनेक वर्षं ध्यान करणाऱ्या व्यक्तींना बघून, अध्यात्माचा प्रत्यक्ष जीवनावर काहीही परिणाम होत नाही असा निष्कर्ष काढतात.

सुरेश ओबेरॉय : जेव्हा आपल्याला एखादी गोष्ट करायची नसते तेव्हा आपण कारणं शोधतो आणि जे लोक ती गोष्ट करण्यात अपयशी झाले आहेत त्यांची नोंद घेतो.

शिवानीदीदी : आध्यात्मिक ज्ञान उपयोगात आणण्याची आपली पद्धत इतरांच्या पद्धतीपेक्षा संपूर्णतः वेगळी असू शकते. म्हणून, इतरांकडे बघण्याची गरज नाही. इतरांची पारख करणारे, त्यांच्या बाबतीत मत बनवणारे आपण कोण? आपल्याला त्यांच्या अंतर्गत बदलांची कल्पना नाही.

सुरेश ओबेरॉय : अगदी बरोबर. एखादी व्यक्ती आध्यात्मिक बाबींत आपल्यापेक्षा जास्त कमकुवत असू शकते. आपल्यापर्यंत पोहोचण्यासाठी त्या व्यक्तीने कदाचित खूप कष्ट घेतले असतील.

शिवानीदीदी : आपण फक्त स्वतःलाच ओळखून, जाणून स्वतःमधला फरक तपासू शकतो. त्यामुळे, इतरांकडे बघण्याने किंवा त्यांच्या मतांनी स्वतःवर परिणाम करून घेण्याने काहीही साध्य होणार नाही. भूतकाळात आपली विचारपद्धती कशी होती, आता कशी आहे आणि भविष्यात कशी असावी यासाठी आपल्याला काय करायचं आहे हे फक्त आपल्यालाच माहीत आहे. म्हणून आपण इतरांबरोबर स्वतःची तुलना करण्याची गरज नाही. अन्यथा त्यांच्या मतांच्या प्रवाहात आपण भरकटून जाऊ. जर तुम्हाला कोणी म्हटलं की, तुम्ही खूप बदलला आहात– तर ते ऐकून तुम्हाला अत्यानंद व्हायला नको कारण ते तुम्हाला अजिबातच ओळखत नाहीत. ते तुमची विचारपद्धती बघू शकत नाहीत.

आपण जे काही शिकत आहोत त्याचा लगेचच आपल्या प्रत्यक्ष आयुष्यात वापर करणं अधिक चांगलं. जर आपल्याला आपल्यातील उणिवा दिसल्या तर त्यादेखील ताबडतोब सुधारायला हव्यात. यालाच, 'तुरंत दान महापुण्य' असं म्हणतात. याचा अर्थ, त्वरित दान हेच उच्च सकारात्मक कर्म आहे.

सुरेश ओबेरॉय : इथे, दान याचा अर्थ आपल्यातील दुबळेपणा काढून टाकणं असा आहे का?

शिवानीदीदी : हो, दानाचं किंवा समर्पणाचं दुसरं कोणतं रूप इतकं उच्चतम सकारात्मक कर्म असू शकतं? आपल्याकडे गरजेपेक्षा जास्त असलेला पैसा किंवा कपडे देणं हे चांगलं कर्म आहे. पण आपला दुबळेपणा, वाईट सवयी किंवा व्यसनं सोडून देणं हे महापुण्य आहे कारण ते दान केल्यानंतर आपल्या आयुष्यात कायमस्वरूपी बदल घडतात. तसंच आपल्या आजूबाजूच्या लोकांच्या आयुष्यावरही सकारात्मक परिणाम होतो.

सुरेश ओबेरॉय : पण प्रत्यक्षात, आपल्या कृतींचा इतरांवर परिणाम होतो त्यामुळे आपण खूप व्यक्तिवादी असू शकत नाही. उदाहरणार्थ, जर मी इथे धूम्रपान केलं तर माझ्या आजूबाजूच्या लोकांनाही तो विषारी धूर ग्रहण करावा लागेल, तेदेखील निष्क्रिय धूम्रपान करणारे (पॅसिव्ह स्मोकर्स) बनतील.

शिवानीदीदी : बरोबर, आपल्या सवयी आपल्या आजूबाजूच्या व्यक्तींवर परिणाम करतात. आणि जर आपल्या कृतींचा इतरांवर नकारात्मक परिणाम होत असेल तर आपलं त्यांच्याबरोबर कार्मिक खातं तयार होत आहे.

सुरेश ओबेरॉय : तुम्ही याविषयी सविस्तर सांगू शकता का?

शिवानीदीदी : तुमच्या धूम्रपानाच्या कृतीमुळे जर माझ्या आरोग्यावर परिणाम होणार असेल किंवा तुमच्या कुठल्याही कृतीने मी दुखावली जाणार असेन तर त्यामुळे आपल्यात कार्मिक खातं निर्माण होणार नाही का?

सुरेश ओबेरॉय : जर अशा प्रकारे प्रत्येक कृतीमुळे लोकांमध्ये कार्मिक खातं तयार होतं तर मग आपण काहीही करायला नको.

शिवानीदीदी : का नाही? कर्म म्हणजे काय हे समजणं म्हणजे प्रत्यक्षात स्वत:ची शुद्धी करण्याची एक प्रेरणा आहे. सुरुवातीला आपण स्विमिंग पूलमध्ये उतरायला घाबरतो कारण आपल्याला पोहोचायला अवघड वाटतं आणि बुडण्याची भीती

असते. त्यामुळे आपल्याला प्रयत्न करायलाही नको वाटतं. पण आपण उडी मारली पाहिजे आणि सुरुवातीची धडपड अनुभवली पाहिजे. त्यानंतर पोहण्यात मजा वाटते.

त्याचप्रमाणे, जेव्हा आपण एखादा दुबळेपणा काढून टाकायचा प्रयत्न करतो तेव्हा सुरुवातीला आपल्याला त्रास सोसावा लागतो, पण त्यानंतर आपलं कार्मिक खातं संपूर्णतः बदलतं. त्याचा इतरांनाही फायदा होतो कारण त्यामुळे आपल्याला त्यांचे आशीर्वाद मिळतात आणि आपलं पुण्याचं (सकारात्मक कर्म) खातंही वाढत जातं.

या मालिकेत आपण आध्यात्मिक ज्ञानाचे जे मुद्दे चर्चिले ते प्रत्यक्षात आणण्यासाठी सोपे आहेत. जसं, 'इतरांबद्दल चांगला विचार करणं', 'कोणावरही लेबल न लावणं', 'आपल्या मनात इतरांची प्रतिमा तयार न करणं', इ. दररोज, आपण निर्माण केलेली एक प्रतिमा बदला. ते महापुण्य असेल कारण जेव्हा आपली मानसिक स्थिती बदलते तेव्हा आपण जी ऊर्जा प्रसारित करतो ती सकारात्मक असते.

सुरेश ओबेरॉय : आपण आपल्याला आवडणाऱ्या लोकांपेक्षा न आवडणाऱ्या लोकांचा अधिक विचार करतो.

शिवानीदीदी : आपल्या मनात एखाद-दुसरी व्यक्ती नेहमीच असते. पण जर आपण त्या व्यक्तीबद्दल योग्य सजगतेने विचार केला नाही तर नकारात्मक मानसिक प्रतिमा आपोआपच तयार होण्याची शक्यता असते.

सुरेश ओबेरॉय : जेव्हा आपण इतरांना आपलं प्रेम आणि आशीर्वाद पाठवतो, त्यांच्याबद्दल चांगला विचार करतो आणि त्यांच्यातील विशेष गुणांवर लक्ष केंद्रित करतो तेव्हा काय होतं?

शिवानीदीदी : जेव्हा आपण जाणीवपूर्वक असा हस्तक्षेप करतो तेव्हा आपण आपल्या मनात त्यांची सकारात्मक प्रतिमा निर्माण केलेली असते. ह्या प्रतिमा फक्त आपल्यालाच दिसत असतात त्यामुळे अशा काही सुखद स्मृतींची जपणूक करणं अधिक महत्त्वाचं आहे.

सुरेश ओबेरॉय : कधीकधी, जेव्हा आपण एखाद्याबद्दल जाणीवपूर्वक चांगले विचार निवडतो तेव्हा आपण स्वतःशीच खोटं बोलत आहोत असं वाटतं.

शिवानीदीदी : एखाद्या व्यक्तीबद्दल अशा प्रकारे विचार करून त्या व्यक्तीची चांगली प्रतिमा निर्माण करण्यात काहीच चुकीचं नाही. – 'तुझा दृष्टिकोन मला पटणारा नाही, पण असं वागण्यामागे तुझी स्वतःची काही कारणं असतील. तू तुझ्या

संस्कारांप्रमाणे वागत आहेस आणि मला ते सोयीस्कर वाटत नसलं तरी ठीक आहे.' पण, ती व्यक्ती वाईट आहे, ती असं कसं वागू शकते वगैरे वगैरे विचार मी केले तर त्यामुळे त्या व्यक्तीची एक वेगळीच प्रतिमा निर्माण होईल.

सुरेश ओबेरॉय : जर माझ्या आजूबाजूला घडणारी प्रत्येक घटना संपूर्ण आहे, जसं, पृथ्वीची गती, ऋतूंचे बदल इत्यादी. तर याचा अर्थ, माझ्या कार्मिक खात्यामुळे माझ्या बरोबर जे काही घडत आहे तेही योग्य आहे. अगोदर, मी माझी परिस्थिती जशी आहे तशी स्वीकारायला हवी आणि मग ती सुधारण्यासाठी मी काय करू शकतो याचा विचार करायला हवा.

शिवानीदीदी : परिस्थितीबद्दल वाईट वाटून घेण्यापेक्षा किंवा इतरांना वाईट ठरवण्यापेक्षा हा अधिक चांगला पर्याय आहे.

सुरेश ओबेरॉय : खरं म्हणजे, इतर लोक पोस्टमनसारखे असतात. ते केवळ साधन असतात जे आपल्याला आपलं दान देतात.

शिवानीदीदी : अगदी बरोबर. आपल्याला इतरांकडून नकारात्मक ऊर्जा मिळते कारण इतरांना अशाच प्रकारची ऊर्जा पूर्वी आपल्याकडून मिळालेली असते. पूर्वी म्हणजे, काल, काही वर्षांपूर्वी किंवा मागच्या काही जन्मांत. त्यामुळे आपल्या सद्य परिस्थितीसाठी आपणच जबाबदार आहोत. भविष्यात त्यांना सकारात्मक ऊर्जा पाठवणं महत्त्वाचं आहे.

सुरेश ओबेरॉय : पण पहिल्यांदा नकारात्मक ऊर्जा कोणी पाठवली हे आपल्याला माहीत नाही.

शिवानीदीदी : आपल्याला मिळालेली नकारात्मक ऊर्जा आपल्याला पहिल्यांदाच मिळत असली किंवा आपल्या कर्माच्या प्रतिसादात मिळत असली तरीदेखील, भविष्यात कोणत्या ऊर्जेने प्रतिसाद द्यायचा हे आपण ठरवू शकतो. कोणतीही परिस्थिती असली तरी, दुसरी व्यक्ती काहीही करत असली तरीही प्रतिक्रिया देताना आपली ऊर्जा बदलणं हाच उपाय आहे. आध्यात्मिक ज्ञानातला हा मुद्दा आपण एखाद्या मंत्रासारखा स्वीकारला पाहिजे. कोणताही मंत्र स्वीकारणं म्हणजे या मंत्रांच्या, सूत्रांच्या आधारे आपल्या जीवनाची दिशा बदलणं.

लक्षात ठेवू या, इतरांचं वागणं कसंही असलं तरीसुद्धा आपले विचार आपणच निवडतो आणि त्यांची जबाबदारीही आपलीच असते. ते सामर्थ्य पूर्णतः आपलंच आहे. जेव्हा आपण एखाद्या बिकट परिस्थितीला किंवा व्यक्तीला सामोरं जातो तेव्हा आपण या मंत्राचं पालन करायलाच हवं. हा मंत्र आपल्या नात्यांतील

सौंदर्य वाढवेल. आपला आंतरिक 'स्व' शुद्ध होईल कारण आपण कोणतीही नकारात्मकताही धरून ठेवणार नाही आणि कोणत्याही गोष्टीसाठी इतरांना दोषही देणार नाही. अशा प्रकारे आपण आपल्या विचारांमध्ये परिवर्तन घडवून आपलं शिल्लक कार्मिक खातं अत्यंत कौशल्याने समाप्त करू शकू.

चिरंतन प्रेमाकडे घेऊन जाण्याचे मंत्र

- जेव्हा आपण आध्यात्मिक ज्ञान ऐकतो आणि वाचतो तेव्हा आपण ज्ञानी होतो. हे ज्ञान जेव्हा आपण उपयोगात आणतो तेव्हा तो आपला संस्कार बनतो आणि आपण विवेकी बनतो.
- जर आपण ज्ञान उपयोगात आणलं आणि ते अनुभवलं, तर ते सत्य आहे याची आपल्याला खात्री पटते. मग ते आपल्या स्पंदनांचा भाग बनतं आणि आपण ज्या विश्वासाने इतरांना वाटतो, त्यामुळे ते त्यांनाही उपयोगात आणण्यासाठी प्रेरणा देतं.
- अध्यात्म आपल्या दैनंदिन आयुष्यापेक्षा वेगळं नाही. अध्यात्म आपल्याला आपल्या कौटुंबिक, व्यावसायिक आणि व्यक्तिगत आयुष्यात वापरण्यासाठी साधन देतं. आत्म्याच्या मूळ गुणांचा वापर करून कर्म करणं म्हणजे अध्यात्म.
- स्व-परिवर्तनाचा आपला प्रवास व्यक्तिगत आहे. आपण कसे होतो, आता कसे आहोत आणि आपल्याला कसं व्हायचं आहे, हे फक्त आपल्यालाच माहीत असते. आपण इतरांबरोबर तुलना करू शकत नाही किंवा त्यांच्या मतांमुळे प्रभावीत होऊ शकत नाही.

जीवन आणि अध्यात्म एकसाथ

सुरेश ओबेरॉय : मी असा विचार करत होतो की एखादा व्यावसायिक ज्याला सगळ्या प्रकारच्या माणसांबरोबर व्यवहार करावा लागतो, तो अध्यात्माच्या मार्गाने वाटचाल करेलच असं नाही.

शिवानीदीदी : आताच्या काळात व्यवसाय, शिक्षण, आरोग्य किंवा व्यवस्थापन अशा कोणत्याही क्षेत्रात आव्हानं आहेतच. सगळ्या प्रकारची माणसं सगळीकडे आहेत. आणि पूर्वी आपण कधीच न ऐकलेल्या बऱ्याच गोष्टी तिथे घडत आहेत. पण अशा लोकांबद्दल आपण विचार करायला लागलो, तर आपलं मन त्या दिशेने भरकटेल.

हवामान खराब होऊ शकतं, साथीचा आजार पसरू शकतो किंवा पाणी दूषित असू शकतं पण तरीही यांपैकी एकाही कारणाने आपण स्वत:ला आजारी पडू देऊ शकत नाही. बाहेरच्या हवामानामुळे आजारी पडणं स्वाभाविक आहे असं समजलं तर आपण आपलं आयुष्य अडचणींचं बनवू. सध्या आपण हेच करत आहोत.

एक सोपं उदाहरण घेऊ या. आपल्यापैकी अनेक लोक दैनंदिन जीवनात खूप संतापतात. आजूबाजूच्या परिस्थितीतूनच आपण ही सवय उचलतो. जेव्हा आपण पाहतो की, संतापामुळे कामं लवकर होतात, खोटं बोलण्याने अनेक अडचणींतून सुटका होते आणि भ्रष्टाचारामुळे कामात प्रगती होते तेव्हा आपल्या आयुष्यातही अशा पद्धती अवलंबायला आपण सुरुवात करतो. मागील वीस-तीस वर्षांत आपण जीवनात बरंच काही मिळवलं आहे. तथापि, हे खूप काही

मिळवण्यासाठी ज्या पद्धतींचा वापर केला त्यामुळे आत्मा म्हणून आपण खूप कमकुवत झालो आहे.

सुरेश ओबेरॉय : लोक त्यांचं काम करून घेण्यासाठी वेगवेगळे मार्ग अवलंबतात. काही जण भीती दाखवतात किंवा चुकीच्या गोष्टींमध्ये अडकवतात. छोटी मुलंसुद्धा स्वत:ला हवं ते रडून मिळवतात.

शिवानीदीदी : आपल्यापैकी जे लोक अशा व्यवस्थेचा भाग आहेत त्यांनी त्यांच्या आयुष्याची गुणवत्ता आणि त्यांची मानसिक स्थिती कशी आहे हे एकदा शांतपणे बसून तपासायला हवं. ही साधनं वापरल्याने आपण आतून आनंदी आहोत, अजूनही प्रेम हे आपलं मूल्य आहे आणि आपलं आरोग्य निसर्गत: चांगलं आहे असं वाटत असेल तर आपण आपल्यात कोणतेही बदल करण्याची गरज नाही.

सुरेश ओबेरॉय : पण लोक ह्या सगळ्या मार्गांचा वापर शस्त्रासारखा करतात.

शिवानीदीदी : समजा, मी लोकांना माझ्याकडच्या शस्त्राचा धाक दाखवला, लोक घाबरली आणि त्यामुळे त्यांच्याकडून काम करून घेणं माझ्यासाठी सोपं झालं. अनेक वर्षं मी या शस्त्राचा वापर यशस्वीरीतीने केला. पण ते शस्त्र सतत हातात धरल्याने माझ्या हाताला दुखापत झाली आहे का हे बघण्याची आज गरज आहे. या पद्धतीने मी बरंच काही साध्य केलं असेल. ते साध्य करण्याच्या पद्धतीने मलाच दुखापत झाली असेल. ती बरी होण्याची प्रक्रिया मोठी असेल आणि जोवर ते शस्त्र मी हातातून सोडून देत नाही तोवर ती प्रक्रिया चालूच होणार नाही.

सुरेश ओबेरॉय : शस्त्राचा वापर करून जर एखाद्याची कामं होत असतील तर तो ते शस्त्र सोडून देण्याचा विचार का करेल?

शिवानीदीदी : कारण इतरांच्या विरोधात त्या शस्त्राचा वापर करण्याच्या प्रक्रियेत त्या व्यक्तीचा हात कापला जाऊ शकतो आणि कदाचित त्या हातासाठी कोणता बदली पर्याय उपलब्धही होणार नाही.

सुरेश ओबेरॉय : हा मुद्दा तुम्ही सविस्तर सांगता का?

शिवानीदीदी : याचा अर्थ, आपलं काम करून घेण्यासाठी आपल्याला चिडचिड करण्याची, टीका करण्याची किंवा सगळ्यांना स्वत:च्या नियंत्रणात ठेवण्याची सवय असेल तर असा कोणताही मार्ग आपल्याला इतकी इजा पोहोचवू शकतो की आपण कदाचित त्या दुखापतीतून कधीच संपूर्णपणे बरे होणार नाही. सतत नकारात्मक

भावनांचा वापर केल्याने आत्म्याची शक्ती कमी होते. त्यामुळे आपलं मन कमकुवत होतं आणि त्याचा आपल्या शरीरावर तसंच नात्यांवरही प्रभाव पडतो. जर आपलं आध्यात्मिक आरोग्य कमकुवत असेल तर आपलं भावनिक, मानसिक, शारीरिक आणि सामाजिक आरोग्य यांवरही त्याचा प्रभाव पडण्याची दाट शक्यता आहे. ह्या सगळ्यामुळे वेदनादायी आयुष्य वाट्याला येईल. त्यामुळे प्राधान्य कशाला द्यायचं हे आपण ठरवायला हवं.

लोक त्यांच्या कुटुंबासाठी जास्त पैसा कमवता यावा, समाजात त्यांचा आदर वाढावा आणि त्यांना प्रेम व आनंद यांचा अनुभव घेता यावा म्हणून असे मार्ग अवलंबतात. पण, 'करा किंवा मरा' या दृष्टिकोनाने गोष्टी मिळवल्याने ते विरुद्ध बाजूला येतात. असं करताना ते त्यांच्या मनाचं, आरोग्याचं आणि नात्यांचं कधीही भरून काढता न येणारं नुकसान करतात. आता त्यांनी थोडं थांबून स्वत:ला विचारायला हवं की, हे सगळं करणं खरोखरच योग्य आहे का?

जर आपण एखाद्या बंगल्यात राहत असू पण तरीही कुटुंब म्हणून आपण एकत्र राहू शकत नसू तर हे सगळं करण्यात काय अर्थ आहे?

सुरेश ओबेरॉय : मला एक लक्षाधीश माहीत आहेत ज्यांची मुलं परदेशात राहतात. ते सतत मुलांना भारतात परत बोलवत असतात पण मुलं त्यांचा पैसा वापरायला आणि त्यांच्या बरोबर राहायला नकार देतात.

शिवानीदीदी : त्या व्यक्तीने संपत्ती जमा करताना ती कोणत्या मार्गांनी जमवली आणि पैशांबरोबर त्यांनी कोणत्या प्रकारची ऊर्जा मिळवली हे तपासायला हवं.

कामाच्या ठिकाणी जर त्यांनी संतापाचा संस्कार वापरला असेल तर, कदाचित घरात मुलांच्या बाबतीतही त्यांचा तोल सुटला असेल. त्यामुळे, मुलं लहान असताना त्यांच्यामध्ये अंतर निर्माण झालं असेल. आता, जेव्हा मुलं मोठी झाली आहेत तेव्हा त्यांचं वडिलांबरोबर नातं सशक्त नाहीये. मुलांना भारतात परत यायची इच्छा नाही कारण घरातील जड ऊर्जा त्यांना आवडत नाही.

आपण स्वत:ला विचारायची गरज आहे, की आपल्याला खरंच इतर मार्गांनी कामं करून घ्यायची आहेत का? आपण चांगल्या जेवणाचा आस्वाद घेऊ शकत नाही किंवा रात्री चांगलं झोपू शकत नाही इतकं आपलं आरोग्य वाईट असेल तर आपण कमावलेल्या पैशांचं काय करायचं?

घरातील सगळे आनंदी आहेत, सगळ्यांचं आरोग्य आणि एकमेकांशी असणारं नातं चांगलं आहे असं घर आजकाल एखादंच असतं. त्यामुळेच आताच्या युगाला 'कलियुग' म्हटलं आहे – असा काळ ज्या काळात गोंधळ, निराशा आणि अस्वस्थता हेच प्रमुख असेल. आपण कलियुगात जगत असल्यामुळे दुःखी आहोत,

असं नाही. तर सत्य बरोबर याच्या विरूद्ध आहे - आपण दुःखी आहोत म्हणून आपण कलियुगात आहोत.

जर आपल्याला परिस्थिती बदलायची असेल तर आपल्या जुन्या विश्वासप्रणाली सोडून द्याव्या लागतील. आपल्या भोवतालचे सगळे जरी जुन्याच विश्वास प्रणालीअनुसार जगत असतील तरीसुद्धा, आपल्याला आयुष्याकडून काय हवं आहे त्यानुसार आपण आपल्याला पाहिजे ते निवडायला हवं. आनंदी मन, उत्तम आरोग्य आणि सुंदर नाती हे आपले प्राधान्यक्रम आहेत. तेव्हा आपण या सगळ्यांची सातत्याने काळजी घ्यायला हवी.

सुरेश ओबेरॉय : आंतरिक सकारात्मक बदल करून आपल्याला रात्रीची झोपही चांगली लागेल. आजकाल लोकांना झोपेच्या गोळ्या घेऊनही झोप येत नाही.

शिवानीदीदी : अगदी खरं आहे हे.

आपण आनंद बाह्य जगात शोधत आहोत आणि बाह्य जगात आपल्याला अनेक गोष्टींत यश मिळालं आहे. मागच्या काही दशकांमध्ये, विज्ञानाने आपल्याला संवादाची अनेक माध्यमं आणि सोयी दिल्या आहेत. त्यामुळे खरं म्हणजे आता आपण खूपच आरामादायी आयुष्य जगायला हवं. पण प्रत्यक्षात आज आपण प्रचंड तणावाखाली आहोत.

सुरेश ओबेरॉय : पूर्वी सुखसुविधा किती कमी होत्या.

शिवानीदीदी : तेव्हा मनोरंजनाची साधनंही नव्हती.

सुरेश ओबेरॉय : आपण रेडिओ ऐकायचो किंवा टीव्हीवर एक चॅनेल चालू असायचं ते पाहायचो.

शिवानीदीदी : आपल्या स्वयंपाकघरांमध्ये आजकाल इतकी उपकरणं आहेत जी एक बटण दाबलं की काम करतात आणि त्यामुळे कमी वेळात आपला स्वयंपाक तयार होतो. आपल्या आजी-आजोबांच्या वेळी ह्या सुखसोयी नव्हत्या. ह्या सुखसोयी आज आपल्या गरजा बनल्या आहेत. त्यांच्या वेळी फारशा वैद्यकीय सुविधा नव्हत्या पण तरीही ते आपल्यापेक्षा खूप आरोग्यदायी होते. आजही अनेक आजीआजोबा निरोगी आयुष्य जगत आहेत.

सुरेश ओबेरॉय : आपण आपल्या लहानपणी कधीच 'चुलत, मावस, मामे, आत्ये भाऊ-बहीण' असे शब्द ऐकले नव्हते. आपण फक्त 'भाऊ-बहीण' होतो. आपण नेहमीच एकमेकांकडे आपुलकीच्या नात्याने बघत आलो.

शिवानीदीदी : कारण एकमेकांशी नातं जोडलं जावं, आपण एकत्र असावं अशी सगळ्यांचीच इच्छा असायची. लोक संपूर्ण गावालाच त्यांचं कुटुंब मानत आणि आज सख्खे भाऊ-बहीण प्रॉपर्टीसाठी कोर्टात भांडताना दिसतात.

आपल्याकडे खूप काही नव्हतं त्या स्थितीतून आता आपण ज्याचा विचार करू शकतो अशा सगळ्या सुखसोयींच्या स्थितीपर्यंत येऊन पोहोचलो आहोत. हे सगळं आपण कष्टाने मिळवलं आहे, पण हे मिळवत असतानाच त्याबरोबर आपण दु:ख, काळजी, संताप आणि ताणतणाव हेसुद्धा मिळवलं आहे. परिणामी, संपत्तीबरोबर गुंतागुंत असलेल्या भावना, परस्परांत अडकलेली कार्मिक खाती आणि सदिच्छांच्या विरुद्ध ऊर्जा असं संपूर्ण पॅकेज आज आपल्याकडे आहे.

सुरेश ओबेरॉय : पैसा आणि आदर मिळवण्यावर लक्ष केंद्रित केल्यामुळे ह्या दृष्टिकोनातून आपण गोष्टींकडे कधीच बघितलं नाही.

शिवानीदीदी : जे घडून गेलं तो आता भूतकाळ आहे, पण आता आपण स्वत:ला बदलण्यासाठी तयार आहोत का? आपण मिळवलेल्या सोयीसुविधांचा त्याग करायची गरज नाही. आपल्याला फक्त आपल्या आत बदल करायचे आहेत. काही लोक म्हणतात की, मोबाइल आणि इंटरनेटसारख्या सुविधा या सद्य:स्थितीत ताणतणावाचं कारण आहे, पण खरं म्हणजे ती आपल्यासाठी सोयीची साधनं आहेत. आपल्याकडे सोयीसुविधा आल्या आणि आपलं जगणं सरळ, सोपं झालं. मोबाइल फोन कोणताही ताण निर्माण करत नाही. जर आपल्याला त्याचं व्यसन लागलं किंवा आपण त्याचा चुकीच्या पद्धतीने वापर केला तर अडचण येते. अध्यात्म आपल्याला शिकवतं, 'साधनाचा वापरही करा, त्याचबरोबर साधनाही करा.' याचा अर्थ, आपण सगळ्या सुखसुविधांचा आनंद घ्यावा पण आपल्या आंतरिक जगाचा त्याग करू नये.

परिवर्तनाच्या प्रवासात कदाचित आपण एकटे असू. सुरुवातीला त्या प्रवासात आव्हानंही येतील आणि सोप्या गोष्टी अवघड व वेळखाऊ असतील. पण जर आपली सुरुवात योग्य झाली तर आपली आध्यात्मिक ऊर्जा वाढेल. जर आपल्या पद्धती योग्य नसतील तर आपल्या आत्म्याचं सामर्थ्य कमी होईल. ईश्वर आपल्याला शिकवतो, 'सत्याची नाव हलते, डुलते पण बुडत कधीच नाही.' म्हणून आपली इच्छाशक्ती वाढवायची असेल तर आपण नेहमीच सत्याच्या मार्गावर चालायला हवं तसंच आपली मूल्यं जपायला हवीत.

सुरेश ओबेरॉय : आजही अनेक मोठे उद्योजक नैतिकता पाळतात.

शिवानीदीदी : फक्त आर्थिक बाबतींत नाही तर लोकांशी वागतानाही आपण आपली मूल्यं जपायला हवी. आपण नेहमीच आपल्यातील शुद्ध ऊर्जेद्वारे इतरांशी संवाद साधायला हवा.

सुरेश ओबेरॉय : पण संतापल्याशिवाय कामं होतच नाहीत असा समज आहे.

शिवानीदीदी : हा प्रत्येकाचा वैयक्तिक प्रश्न आहे. जर आपल्याला ती साधनं वापरायची असतील तर त्यामुळे होणाऱ्या परिणामांना सामोरं जायची आपली तयारी हवी. हे सगळं आपल्यावरच अवलंबून आहे.

सुरेश ओबेरॉय : एखाद्याला स्वत:ची चूक समजायला खूप उशीर झाला तर? उदाहरणार्थ, एखादी व्यक्ती इतरांवर दबाव टाकून यश मिळवत राहिली. पण अशा वागण्याने त्या माणसाच्या आयुष्यावर काय परिणाम झाला हे त्याला समजू शकणार नाही.

शिवानीदीदी : आपल्या कर्मांचे परिणाम कालांतराने समोर येत नाहीत. ते आपल्याला दररोज मिळतात. आपल्या कामाचं क्षेत्र आणि आपला बँक बॅलन्स या दोन्हींच्या पलीकडे जाऊन आपण आपल्या कर्मांचे परिणाम तपासायला हवेत.

सुरेश ओबेरॉय : जी व्यक्ती कामाच्या ठिकाणी इतरांवर दबाव टाकते तिला घरी गेल्यावर खूप अस्वस्थ वाटत असेल.

शिवानीदीदी : त्यासाठी घरी पोहोचेपर्यंत वाट पाहण्याची गरज नसेल. त्याआधीच त्या माणसाला मानसिक अशांतता जाणवेल.

सुरेश ओबेरॉय : पण कदाचित त्याला स्वत:ला हे समजणारही नाही. जर तो डॉक्टरकडे गेला तर तो त्यांना सांगेल की, त्याच्या व्यवसायाचं स्वरूपच असं आहे की त्याला चुकीच्या गोष्टी करणं भाग पडतं. डॉक्टर त्याला आत्म–सशक्तीकरणासाठी आध्यात्मिक साधनं सांगणार नाहीत, ते फक्त औषधं लिहून देतील.

शिवानीदीदी : मनोविकार तज्ज्ञ किंवा वैद्यकीय सेवा पुरवणारा कोणताही डॉक्टर मन शांत करण्यासाठी औषध देऊ शकत नाही. नैराश्यासारख्या ठरावीक आजारांसाठी ते औषध देऊ शकतात, पण त्या औषधामुळे त्यांचं मन शांत होईलच याची खात्री नाही. आजकाल अनेक लोक अशी आहेत जी डिप्रेशनचा सामना करत नाहीत पण तरीही त्यांचं मन अशांत आहे. त्यांचं मन इतकं अस्वस्थ असतं की ते एकांतात बसूच शकत नाहीत. त्यामुळेच ते घरी आल्यावर टीव्ही लावतात किंवा दारू पितात. पलायनांच्या या साधनांचा वापर करून ते गोंधळलेल्या मानसिक अवस्थेतून तात्पुरते बाहेर पडतात. स्वत:च्या मनावरून लक्ष हटवण्यासाठी, स्वत:च्या विचारांतून बाहेर पडण्यासाठी त्यांना दुसरा पर्याय माहीत नसतो.

त्यांचं मन शांत नसतं कारण दिवसभर त्यांच्या कृतींमुळे ते इतरांच्या मनाची शांती हिरावून घेतात. दुसऱ्यांचं मन अशांत होण्याचं कारण जर आपण असलो तर

कोणतंही औषध, तंत्रज्ञान किंवा व्यसन आपल्याला मदत करू शकत नाही. ही फक्त तात्पुरती साधनं आहेत.

सुरेश ओबेरॉय : जर त्यांनी ध्यान केलं किंवा त्यांच्या गुरूंचा सल्ला घेतला तर त्यांना मदत होणार नाही का?

शिवानीदीदी : ते कदाचित ध्यान करू शकणार नाहीत कारण अध्यात्म आणि व्यावहारिक जीवन दोन्हींही समांतर आहेत.

जर मी ध्यान करायला सुरुवात केली पण आयुष्याकडे बघण्याचा माझा दृष्टिकोन तसाच राहिला आणि इतरांशी संवाद साधताना मी संताप कायम ठेवला तर दिवसभर मी जड ऊर्जा निर्माण करेन आणि तीच माझ्याकडे परतही येईल. दुसऱ्या दिवशी सकाळी जर मी ध्यान करायचा प्रयत्न केला तर कदाचित ते मला जमणार नाही. जी व्यक्ती इतरांवर आरडाओरड करते ती व्यक्ती दुसऱ्या दिवशी योग्य प्रकारे ध्यान करू शकत नाही. हे शक्य नसते. त्यामुळेच आपण एकाच वेळेस, ध्यानाच्या माध्यमातून आपल्या आध्यात्मिक कल्याणाची काळजी घ्यायला हवी आणि चांगली कर्मं करून प्रत्यक्ष आयुष्याचंही कल्याण साधायला हवं.

ध्यान करणं म्हणजे जणू परमात्म्याच्या सामर्थ्याने आपली बादली भरण्यासारखं आहे. आपण परमात्म्याशी स्वत:ला जोडायला शिकतो आणि त्याची शक्ती आपल्यात येते आणि आपली बादली भरली जाते. पण जर दिवसभर आपल्या विचारांतून आणि कृतींतून ही बादली गळत राहिली तर कितीही काळ त्या नळाखाली बादली ठेवली तरी ती कधीच संपूर्ण भरणार नाही. आपल्याला ते छिद्र बुजवावंच लागेल आणि दिवसभर स्वत:कडे लक्ष द्यावं लागेल.

आपला व्यवसाय नैतिकतेने आणि प्रामाणिकपणे करणं हा ही गळती थांबवण्याचा मुख्य घटक आहे. आपल्याला ह्यावर चर्चा करण्याचीही गरज नाही कारण, जर आपल्या कामात प्रामाणिकपणा नसेल तर याचा अर्थ, अध्यात्म आपल्या जीवनशैलीचा भाग बनलेलं नाही.

ऊर्जेच्या रीचार्जपेक्षा जर डिस्चार्ज जास्त असेल तर ऊर्जा साठवली जाणार नाही. म्हणूनच, अध्यात्माचं आणि प्रत्यक्ष आयुष्यांचं गहन नातं आहे. ते आपल्यासाठी तेव्हाच उपयोगी ठरेल जेव्हा आपण फक्त ध्यानाच्या वेळेसच नाही तर संपूर्ण दिवसभर स्वत:ला चार्ज करत राहू, आपल्या ऊर्जेत वाढ करत राहू.

सुरेश ओबेरॉय : बरोबर.

शिवानीदीदी : जेव्हा आपण एखाद्या ध्यानाच्या शिबिराला जातो, मंदिरात किंवा मशिदीत किंवा एखाद्या प्रार्थनास्थळी जातो किंवा एखाद्या संतांना भेटतो, तेव्हा

आपल्याला चांगलं वाटतं. पण ही भावना किती काळ टिकते? घरी परत आल्यावर आपण पुन्हा पूर्वीसारखेच बनतो.

आपल्या व्यावहारिक आयुष्यात आपण जास्त काळ रमतो. एखाद्या प्रार्थनास्थळी गेल्यावर आपण जी स्पंदनं अनुभवतो ती आपण दैनंदिन जीवनात प्रकट केली नाहीत तर शांती आणि आनंद क्षणिक असेल. जोवर आपण त्या ठिकाणी असू किंवा सकारात्मक माणसांमध्ये असू तोवरच आपल्याला चांगलं वाटेल.

ध्यान करताना फक्त चांगलं आणि शांत वाटणं हा ध्यानाचा हेतू नाही. दिवसभर आपल्या कामांमध्ये वापरता येईल इतकं आध्यात्मिक सामर्थ्य संग्रहित करण्यासाठी ध्यान करायचं असतं, जेणेकरून आपण नेहमी शांत राहू.

सुरेश ओबेरॉय : हे म्हणजे आपला मोबाइल रोज सकाळी चार्ज करण्यासारखं आहे. जेणेकरून तो आपल्याला दिवसभर वापरता येतो.

शिवानीदीदी : फक्त चार्जिंग चालू असेल तेव्हाच आपल्याला आपला फोन वापरता येत असेल तर त्याचा काहीही फायदा नाही. आपण दिवसभर चार्जरजवळ थांबू शकत नाही.

त्याचप्रमाणे, आपण पूर्ण वेळ ध्यान करू शकत नाही. उर्वरित दिवसासाठी आपल्याला सामर्थ्य देणारीच ध्यानपद्धत उपयुक्त असते. आपण डॉक्टरांच्या संपर्कात असू तेवढाच काळ जर आपण निरोगी राहत असू तर अशा उपचारांचा काय फायदा? आपल्याला सामान्य अवस्थेमध्ये आणणारे उपचारच योग्य ठरतील.

दररोज सकाळी ध्यान केल्याने आणि आध्यात्मिक नीतिमूल्यांचा अभ्यास केल्याने आपल्याला बळ मिळतं. वैयक्तिक किंवा व्यावसायिक आयुष्यात, दिवसभर आपल्या प्रत्येक विचारांत, शब्दांत आणि कृतींत वापरता येतील अशी साधनं आपल्याला मिळतात. जेव्हा आपण शुद्ध विचार आणि कर्म उत्पन्न करतो, तेव्हाच आपल्या आत्म्याचं सामर्थ्य वाढतं. आणि दररोज याचा सराव केल्याने आपण स्थिर राहतो. तसंच संकटाच्या काळातही आपल्या भावना आपल्या नियंत्रणात राहतात.

चिरंतन प्रेमाकडे घेऊन जाण्याचे मंत्र

- काम होण्यासाठी जेव्हा आपण रागाचं शस्त्र वापरतो तेव्हा आपलं काम होतं पण आपली ऊर्जा कमी होते. वारंवार ऊर्जा कमी झाल्याने त्याचा परिणाम आपल्या आनंदावर, आरोग्यावर आणि नात्यांवरही होतो.
- आज आपण जे काही अनुभव घेत आहोत, ते आपण आपल्या संपर्कातून, संवादांतून मिळवलेले आहेत. आज आपण संपत्ती तर मिळवली आहे पण त्याबरोबरच ताणतणाव, राग आणि आजारही भेटस्वरूप मिळवले आहेत. आपल्याला संपत्ती मिळवायची आहे पण ते करताना आपल्या अस्तित्वाच्या अवस्थेवरही लक्ष द्यायचं आहे.
- कामाच्या ठिकाणी, आपण काम करणाऱ्यांशी दयाभावाने वागलो, सगळ्यांना सहकार्य केलं तर आपण फक्त पैसाच कमावणार नाही तर त्यांचे आशीर्वाद आणि सदिच्छाही मिळवू.
- आज आपल्याला मनातून अस्वस्थ वाटत असेल तर याचं कारण आपण इतरांशी संवाद साधताना त्यांना अस्वस्थ केलं आहे.

राजयोगिनी शिवानी यांच्याविषयी

आध्यात्मिक मार्गदर्शिका, वक्त्या आणि लेखिका

१९९६पासून राजयोगिनी शिवानी राजयोग ध्यानाच्या साधक असून ते शिकवण्याचं कार्यही करत आहेत. 'ब्रह्माकुमारीज' या जागतिक स्तरावरील आध्यात्मिक संस्थेच्या गाभ्यामध्ये हीच शिकवण मूलभूत आहे.

आध्यात्मिक शिक्षण आणि भावनिक सबलीकरणातून मानवी जाणिवा रूपांतरित करण्याचं ध्येय मनाशी बाळगणाऱ्या शिवानी यांनी जगभरातील लक्षावधी लोकांना शांती, आरोग्य, आनंद आणि समतोल यांसाठी सक्षम केलं आहे. जीवनकौशल्य, नातेसंबंध, मूल्यशिक्षण, नेतृत्व, भावनिक व मानसिक स्वास्थ्य, कार्यालयीन कामकाजात समतोल, व्यसनाधीनतेतून बाहेर पडणं, अध्यात्माची सखोलता, तरंगऊर्जा, चेतना, ध्यानधारणा, कार्मिक तत्त्वज्ञान, धार्मिक श्रद्धा, विज्ञान आणि अध्यात्माचं एकीकरण त्याचप्रमाणे मन, शरीर व औषधोपचार यांचं एकीकरण असे विविध जीवनावश्यक विषय त्यांच्या बोलण्यात असतात. विषय कोणताही असला तरी त्याचं पृथक्करण करण्याची त्यांची हातोटी आहे.

लाखो-करोडो मनांमध्ये परिवर्तन घडवून आणल्याबद्दल २०१९मध्ये 'नारीशक्ती पुरस्कार' प्रदान करून त्यांना गौरवण्यात आलं. भारतामध्ये स्त्रियांना

दिला जाणारा हा सर्वश्रेष्ठ नागरी पुरस्कार आहे. आध्यात्मिक जाणीव विकसित करण्यात त्यांचा असलेला विलक्षण प्रभाव पाहून ASSOCHAM संस्थेच्या लेडीज लीगने २०१४मध्ये 'विमेन ऑफ द डिकेड अचिव्हर्स अॅवॉर्ड' प्रदान करून त्यांना सन्मानित केलं. वर्ल्ड सायकिॲट्रिक असोसिएशनने २०१७मध्ये 'गुडविल ॲम्बॅसॅडर' म्हणून त्यांची नियुक्ती केली. २०१७ आणि २०१८ यादरम्यान उत्तर अमेरिकेतील अनेक शहरांना त्यांनी भेटी दिल्या. त्या वेळेस त्यांच्या प्रभावामुळे अनेक आयुष्यांना नव्याने आकार मिळाला. म्हणून कुपरटिनो, न्यू जर्सी, ओहायो, सॅन्टा क्लॅरा आणि सॅन फ्रॅन्सिस्को इथे त्यांना प्रोक्लमेशन (जाहीर घोषणापत्र) देऊन सन्मानित करण्यात आलं.

यूएसए येथील सिलिकॉन व्हॅलीमध्ये त्यांनी गुगल, मायक्रोसॉफ्ट, सिस्को, ॲमेझॉन आणि इंटेलसारख्या महाकाय कॉर्पोरेटसमोर व्याख्यानं दिली आहेत. रिलायन्स जिओ, मारुती सुझुकी इंडिया, इंडियन ऑइल कॉर्पोरेशन, गोदरेज इंडस्ट्रीज लिमिटेड, जी. ई. एनर्जी, एशियन पेंट्स आणि टाइम्स ऑफ इंडिया अशा अनेक व्यावसायिक संस्थांसमोर त्यांनी विचारप्रकटन केलं आहे. वायपीओ, एफएलओ, एओ चॅप्टर्स आणि इंडियन आर्म्ड फोर्सेस (भारतीय सशस्त्र सेना) इथेही त्यांनी आपले विचार मांडले आहेत. त्या रोटरी इंटरनॅशनल व लायन्स क्लब्ज इंटरनॅशनल इथेही त्या व्याख्यानं देत असतात. भारतभरातील महत्त्वाच्या शाळा, महाविद्यालयं त्याचप्रमाणे आयआयएम, आयआयटी व एआयएमए यांसारख्या व्यवस्थापन संस्था व नेतृत्वकौशल्य शिकवणाऱ्या अनेक संस्थांमध्ये संवाद साधण्यासाठी त्यांना निमंत्रित करण्यात येतं.

भारतातील प्रमुख शहरांतील 'द इंडियन मेडिकल असोसिएशन'च्या वतीने त्यांना माइंड-बॉडी-मेडिसीन या विषयावर व्याख्यानासाठी सातत्याने बोलावलं जातं. कॅन्सरचे रुग्ण आणि कॅन्सरमधून बऱ्या झालेल्या व्यक्तींसाठी त्या वरचेवर कार्यक्रम आयोजित करत असतात. दरवर्षी त्या अवयवदान जागृतीसाठी सक्रिय सहभाग देतात. 'अद्‌भुत मातृत्व' या अनोख्या कार्यक्रमासाठी श्रमणाऱ्या समूहाचा त्या भाग आहेत. FOGSIच्या वतीने चालणाऱ्या या वैशिष्ट्यपूर्ण कार्यक्रमात 'भावी पालकांसाठी' दिव्य गर्भसंस्कार आणि त्यामागची शास्त्रीय व आध्यात्मिक तत्त्वं यांचा वेध घेतला जातो.

विचारवंत, वक्त्या आणि लेखिका असलेल्या शिवानी यांनी पुणे विद्यापीठ, भारत येथून इलेक्ट्रॉनिक्स इंजिनिअरिंगमध्ये शैक्षणिक गुणवत्तेसाठी सुवर्ण पदक प्राप्त केलं आहे.

वाचक त्यांच्याशी खालील पत्त्यावर संपर्क साधू शकतात :

Facebook: https://www.facebook.com/BKShivani
YouTube: https://www.youtube.com/BKShivani
Instagram: https://www.instagram.com/BKShivani

द ब्रह्माकुमारीज

www.brahmakumaris.org

'द ब्रह्माकुमारीज' ही संस्था आंतरराष्ट्रीय एनजीओ आहे. 'इकॉनॉमिक ॲन्ड सोशल कौन्सिल ऑफ द युनायटेड नेशन्स' त्याचप्रमाणे, युनिसेफ यांची ती सल्लागार संस्थादेखील आहे. संस्थेच्या माउंट आबू, राजस्थान येथील वैश्विक मुख्यालयातून पाच खंडांतील १४०हून अधिक देशांतील ४५०० केंद्रांचं कामकाज चालतं. सकारात्मक बदल घडवून आणण्याच्या दृष्टीने 'द ब्रह्माकुमारीज' विविध कार्यक्रम आणि अभ्यासक्रम राबवते.

जीवनाकडे सकारात्मक दृष्टीने पाहता यावं आणि मनःशांती अनुभवता यावी यासाठी 'द ब्रह्माकुमारीज' ही संस्था राजयोगाचे शिक्षण देते. विविध धर्म आणि सांस्कृतिक पार्श्वभूमी असलेल्या व्यक्तींना स्वतःच्या आध्यात्मिकतेचा मागोवा घेता यावा तसंच, राजयोगातून आत्मसात केलेल्या ध्यानधारणा आणि सखोल मनन या कौशल्यांचं शिक्षण घेता यावं यासाठी संस्था संधी देते. जगभरातील लक्षावधी लोकांच्या जीवनात शुद्धता, शांती, प्रेम आणि आनंदाने ओतप्रोत असा व्यवहार्य व शाश्वत अनुभव आणणे हेच संस्थेचं स्थापनेपासूनचं मूल्य आहे.

संस्थेच्या शिकवणुकीचा गाभा राजयोग मेडिटेशन हा आहे. या अभ्यासक्रमातून तत्त्व आणि वस्तुमात्र यांच्यातील संबंध तार्किक आणि व्यवहार्य पातळीवर समजून घेता येतात. त्याचप्रमाणे आत्मा, ईश्वर आणि भौतिक

जगातील संबंध लक्षात यायला मदत होते. हे सर्व अभ्यासक्रम, परिसंवाद आणि कार्यशाळा विनामूल्य असून समाजसेवा म्हणून त्यांचा जनतेला लाभ दिला जातो.

'द ब्रह्माकुमारीज'च्या प्रत्येक केंद्रामध्ये राजयोग मेडिटेशनचा मूलभूत अभ्यासक्रम विनामूल्य शिकवला जातो. दररोज एक तास असा सात दिवसांचा हा अभ्यासक्रम आहे. तुमच्या नजीकचं केंद्र जाणून घेण्यासाठी खालील लिंक्सवर जा –

https://www.brahmakumaris.com/centers/(India)

https://www.brahmakumaris.org/center-locator (International)

ब्रह्माकुमारीजचे 'अवेकनिंग' हे चोवीस तास चालणारं टीव्ही चॅनल आहे.

ब्रह्माकुमारीजचे विंग्ज

ब्रह्माकुमारीजनी अनेक विंग्ज स्थापित केले आहेत जे समाजाच्या विभिन्न वर्गांसाठी वैयक्तिक सेवा आणि कोर्सेस आयोजित करतात. प्रत्येक विंग वेळोवेळी 'अप्लाइड स्पिरिच्युअॅलिटी'च्या दिशेने सेमिनार, कार्यशाळा, कॉन्फरन्स, शोध व इतर रचनात्मक कार्यक्रमांचं आयोजन करतो. हे विंग्ज पुढीलप्रमाणे आहेत :

- प्रशासन विंग
- कला व संस्कृती विंग
- व्यवसाय व उद्योग विंग
- शिक्षण विंग
- न्याय विंग
- मीडिया विंग
- मेडिकल विंग
- राजनेता विंग
- धार्मिक विंग
- ग्रामीण विकास विंग
- वैज्ञानिक व इंजिनिअर्स विंग
- सुरक्षा सेवा विंग
- शिपिंग, एविएशन व टूरिझम विंग

- समाजसेवा विंग
- स्पार्क विंग
- स्पोर्ट्‌स विंग
- ट्रान्स्पोर्ट व ट्रॅव्हल विंग
- वुमन विंग
- यूथ विंग

संस्थेद्वारा आयोजित कोर्स

- सेल्फ-मॅनेजमेंट (स्व-व्यवस्थापन)
- स्ट्रेस-फ्री लिव्हिंग (तणावमुक्त जीवन)
- लिव्हिंग व्हॅल्यूज (मूल्यांवर आधारित जीवन)
- इमोशनल इंटेलिजन्स (भावनिक बुद्धिमत्ता)
- माइंड मॅनेजमेंट (मनाचे व्यवस्थापन)
- हार्मनी इन रिलेशनशिप्स (नात्यांतील ताळमेळ)
- सेल्फ एम्पॉवरमेंट (स्व-सशक्तीकरण)
- एन्हान्सिंग सेल्फ एस्टीम (आत्मसन्मान वाढवणे)
- एक्सप्लोरिंग इनर पॉवर्स (आंतरिक शक्तींचा विकास)
- व्हॅल्यूज इन हेल्थ केअर (आरोग्याच्या काळजीतील मूल्ये)
- लीडरशिप स्किल्स (नेतृत्व-कौशल्ये)
- वर्क-लाइफ बॅलन्स (काम-वैयक्तिक आयुष्य यांतील समतोल)
- कार्मिक प्रिन्सिपल्स (कर्माचे सिद्धान्त)
- आर्ट ऑफ राइट थिंकिंग (योग्य विचार करण्याची कला)
- इफेक्टिव्ह अ‍ॅन्ड गुड पॅरेन्टिंग (प्रभावी, सुजाण पालकत्व)
- स्पिरिच्युअल अ‍ॅडव्हान्समेन्ट (आध्यात्मिक उन्नती)

वर नमूद केलेल्या कार्यक्रमांचे आयोजन ब्रह्माकुमारीच्या केंद्रांवर तर केले जातेच; पण याशिवाय शाळा, कॉलेज, हॉस्पिटल्स, जेल, कॉर्पोरेट ऑफिसेस (खाजगी व सरकारी) अशा ठिकाणीही केले जाते.

राजयोग ध्यान कोर्स

राजयोग ध्यान – ध्यानाचं असं रूप, जे कोणत्याही पार्श्वभूमीतून आलेल्या व्यक्तींसाठी उपलब्ध आहे. हे एक असं ध्यान आहे, ज्यासाठी कोणत्याही प्रकारच्या अनुष्ठानाची किंवा मंत्रांची आवश्यकता नसते. या ध्यानाचा अभ्यास डोळे उघडे ठेवून, कधीही आणि कुठेही करता येतो. याच्या नियमित अभ्यासामुळे वेगवेगळ्या परिस्थितींमध्ये केवळ प्रतिक्रिया देण्याऐवजी योग्य तो प्रतिसाद देण्यासाठी आपल्याला मदत मिळते. आपल्या जीवनामध्ये एका सुसंगतीचा प्रारंभ होतो. आपल्याकडून अधिक चांगली, आनंददायक, सुदृढ नाती निर्माण होतात. आपल्या जीवनामध्ये अत्यंत सकारात्मक पद्धतीने परिवर्तन होते.

आठ आध्यात्मिक शक्ती – आयुष्यात आत्म–रूपांतरणाच्या ध्येयासोबतच जीवनशोधाची महान यात्रा सुरू होते. कोणत्याही आव्हानाला कसं सामोरं जायचं हे आपल्याला समजून येतं. राजयोगामधून प्राप्त होणाऱ्या आठ शक्तींच्या साहाय्याने कुठल्याही परिस्थितीमध्ये उत्तमरीत्या कसं जगावं हेदेखील आपल्याला समजतं : स्वतःला अनासक्त करण्याची शक्ती, सगळं सोडण्याची शक्ती, तडजोडीची शक्ती, विभेदक शक्ती, पारखण्याची शक्ती, सामना करण्याची शक्ती, सहयोगाची शक्ती आणि सहनशक्ती.

आध्यात्मिक जीवनशैली – आपल्या आध्यात्मिक शक्तींचे स्मरण करत आणि तडजोडीचं, सहन करण्याचं तसंच नेहमी सजग राहण्याचं ज्ञान प्राप्त केल्यानंतर, आपण जीवनाबाबत एक अहिंसक, प्रतिक्रियेऐवजी प्रत्युत्तर देणारे संबंध विकसित करू शकतो. आपण व्यक्तींना आणि परिस्थितींना अस्वीकृत करण्याऐवजी त्यांचं स्वागत करू लागतो. अशाच जीवनशैलीतून आंतरिक शांततेची ओळख होते. प्रेमाचा गोडवा आणि परमानंदाची शक्ती आपल्या आत जिवंत राहते.

आत्मसाक्षात्कार – स्वतःचे आध्यात्मिक अस्तित्व जाणून घेणे. एक अतिसूक्ष्म तारा, एक प्रकाशबिंदू – आत्मा. प्रेम, शांती, सुख, सत्य, आनंद आणि शुद्धता हे आत्म्याचे स्वाभाविक गुणधर्म आहेत.

ईश्वरीय ज्ञान – आपल्याप्रमाणेच ईश्वर हादेखील एक आत्मा आहे. तो परमात्मा आहे. तो स्वत: कधीही शरीर धारण करत नाही. तो सर्वशक्तिमान आहे. तो प्रेम, शांती, सामर्थ्य आणि शुद्धता यांचा महासागर आहे.

ईश्वराबरोबरचं नातं – जेव्हा आपण आपल्या मनाला ध्यानाच्या माध्यमातून ईश्वराशी एकतानतेने जोडायला शिकतो, त्यानंतर कुठलीही परिस्थिती आली

तरी नेहमी मदतीचे आणि शक्तीचे एक असे स्रोत बनाल ज्याच्यावर विश्वास ठेवता येईल. शक्ती व सद्गुणांचा एक असीम स्रोत जो तुमच्यापासून मात्र एका विचाराच्या अंतरावर आहे.

कर्माचा नियम – प्रत्येक क्रियेची एक समान आणि एक विरूद्ध प्रतिक्रिया असते. याचा अर्थ असा की आपण कधीतरी जे काही दिलेलं होतं त्याच्या प्रतिफळाचा आज आपण वर्तमानात अनुभव घेत आहोत. आपला प्रत्येक विचार, शब्द आणि कृती म्हणजे आपण निर्माण आणि प्रसारित करत असलेली ऊर्जा आहे. यालाच आपले 'कर्म' असे म्हटले जाते. आपल्या अवतीभोवती निर्माण होणारी परिस्थिती आणि लोकांचे वर्तन म्हणजे आपण ग्रहण करत असलेली ऊर्जा – यालाच आपले 'भाग्य' असे म्हटले जाते.

AWAKENING

To A New Way of Living

AWAKENING

Brahma Kumaris TV Channel

'द ब्रह्माकुमारीज' यांच्या द्वारे चालवण्यात येणारे **अवेकनिंग टीव्ही चॅनल** हे 'आपण स्वतःत बदल घडवला, की आपलं जग आपोआप बदलतं,' या जाणिवेवर आधारित आहे. त्याची प्रमुख वैशिष्ट्ये खालीलप्रमाणे–

१) भावनिक आरोग्यासारख्या विषयावर आणि तणाव, राग, भय, नातेसंबंध, व्यवसायाशी निगडित बाबी, करिअर–वैयक्तिक जीवन यांतील समतोल इत्यादी जीवनशैलीशी संबंधित विविध पैलूंवर संवादात्मक कार्यक्रम.

२) शरीर आणि मन यांच्या परस्परसंबंधांवर आधारित कार्यक्रम : व्यसनमुक्तीवर आधारित कार्यक्रम, हृदयाला रक्तपुरवठा करणाऱ्या

धमन्यांशी संबंधित विकारापासून सुटका; योग, चांगले आरोग्य कमावणे आणि आजारांतून मुक्त होण्यासाठी भावनांना दिशा देण्याचे महत्त्व.

३) मानसिक आरोग्याशी संबंधित कार्यक्रम :
नैराश्य, ओसीडी, मुलांची अति सक्रियता आणि आजच्या काळात भेडसावणारे अनेक मानसिक विकार.

४) डॉक्टर, न्यायालय, राजकारण, प्रशासक, व्यवसाय आणि उद्योग, माध्यमं, कला आणि संस्कृती, वैज्ञानिक आणि अभियंते, संरक्षण क्षेत्रातील सेवा, प्रवास आणि पर्यटन इत्यादी सर्व प्रकारच्या व्यावसायिक क्षेत्रांमध्ये आध्यात्मिक तत्त्वांचे प्रत्यक्ष आचरण कसे करावे याचे मार्गदर्शन करणारे कार्यक्रम.

५) सात्त्विक पाककृती तयार करण्याविषयी आणि स्वयंपाक तसेच भोजन करताना आपली मनोभूमिका कशी असावी याविषयी मार्गदर्शन करणारा पाककृतीविषयक कार्यक्रम.

६) परिपूर्ण पालकत्वाशी संबंधित विशेष कार्यक्रम.

७) लोकांना घरबसल्या ध्यान करता यावे यासाठी साहाय्य करणारे मार्गदर्शक ध्यानप्रकारांचे दिवसभर प्रक्षेपण.

८) भक्तिगीते.

अवेकनिंग चॅनेल इथे पाहता येईल :

JioTV MX Player /AwakeningTV /TVAwakening

BRAHMA KUMARIS CENTRES

INDIA
SPIRITUAL HEADQUARTERS

World Headquarters, 'Pandav Bhawan',
Post Box No. 2, Mt. Abu – 307501
Tel: (+91) 2974-238261 to 238268

Om Shanti Retreat Centre,
Gurgaon, Haryana.
Tel: (+91) 124-2667000, (+ 91) 96506-92000
Email: orc@bkivv.org

Shanti Sarovar Retreat Centre,
Hyderabad.
Tel: (+91) 40-2300-1234, (+91) 9396503335
Email: shantisarovar@bkivv.org

25, New Rohtak Road,
Karol Bagh, New Delhi.
Tel: (+91) 11-2355-0355

23, Dar-Ul-Muluk,
Gamdevi, Mumbai.
Tel: (+91) 22-2380-5873
Email: bkgamdevi@gmail.com

81/1, Bangur Avenue,
V.I.P. Road Side, Kolkata.
Tel: (+91) 33-2574-7863

3702, Annanagar,
Block Q–96, Chennai.
Tel: (+91) 44-2626-7441, (+91) 44-2626-6765

INTERNATIONAL CO-ORDINATING OFFICE AND REGIONAL OFFICE

FOR EUROPE AND THE MIDDLE EAST

Global Co-operation House,
65-69 Pound Lane,
London, NW10 2HH, UK.
Tel: (+44) 20-8727-3350
Fax: (+44) 20-8727-3351
E-mail: london@brahmakumaris.org

REGIONAL OFFICES

AFRICA

Global Museum for a Better World,
Maua Close,off Parklands Road, Westlands
PO Box 123, Sarit Centre,
Nairobi, Kenya.
Tel: (+254) 20 374-3572
Fax: (+254) 20-374-3885
E-mail: nairobi@brahmakumaris.org

AUSTRALIA AND SOUTH-EAST ASIA

A181 First Ave,
Five Dock,
Sydney, 2046 – Australia
Tel:(+61) 2-9716-7066
E-mail: fivedock@au.brahmakumaris.org

THE AMERICAS AND THE CARIBBEAN

Global Harmony House,
46 S. Middle Neck Road,
Great Neck, NY 11021, USA
Tel: (+1) 516-773-0971
Fax: (+1) 516-773-0976
E-mail: newyork@brahmakumaris.org

RUSSIA, CIS AND THE BALTIC COUNTRIES

Brahma Kumaris World Spiritual University,
2, Lobachika, Bldg. No. 2,
Moscow 107140 – Russia.
Tel: (+7) 749-9264-6276
Fax: (+7) 495-261-3224
E www: brahmakumarisru.com
www: spiritual-development.ru
mail: moscow@brahmakumaris

बीके शिवानी यांचे पुस्तक 'असीम आनंद'

हे पुस्तक टी.व्ही. मालिका '*अवेकनिंग विथ ब्रह्माकुमारीज*'चे संवाद रूपांतरण आहे. यामध्ये राजयोगिनी शिवानी यांनी अनुभवी चित्रपट कलाकार सुरेश ओबेरॉय यांच्याशी संवाद साधला आहे.

ही चर्चा, प्रसन्नता म्हणजे काय, ती कशी मिळवायची आणि प्रसन्नतेचा शोध घेताना आपण कोणत्या मूलभूत चुका करतो या वस्तुस्थितीवर प्रकाश टाकते. जेव्हा आपण प्रत्येकाचा प्रत्येक क्षणी, प्रत्येक परिस्थितीत तो जसा आहे तसाच स्वीकार करतो तेव्हाच जीवनात प्रसन्नता येते. याचा अर्थ, आपण दुसऱ्यांना पारखणं, त्यांना विरोध करणं बंद करायला हवं. त्यांच्याबद्दल तक्रार करणं, त्यांची निंदा करणं थांबवायला हवं. त्यांच्यावर नियंत्रण ठेवणं, त्यांच्याशी स्पर्धा करणं यालाही आळा घालायला हवा. याचा अर्थ असेल - आत्म-जबाबदारीचं जागरण.

प्रत्येक व्यक्ती आपल्यात दडलेल्या शक्तीच्या आणि निवडीच्या बळावर प्रसन्नता, आनंद आणि समाधानाने परिपूर्ण अशा जीवनाची रचना करू शकते. हे पुस्तक नकारात्मक मानसिक दृष्टिकोनाला पराभूत करण्यासाठी, दैनंदिन जीवनातील आव्हानांचा सामना करण्यासाठी आणि क्षणभंगुर प्रसन्नतेच्या ऐवजी दीर्घकालीन प्रसन्नता मिळवण्यासाठी असलेल्या उपायांचा शोध घेतं. प्रसन्नता एक निर्णय आहे.